ವಿಶ್ವಕಥಾಕೋಶ

ಸಂಪುಟ - ೮

ಪ್ರಧಾನ ಸಂಪಾದಕ
ನಿರಂಜನ

ಬೂದು ಬಣ್ಣದ ಕಾಂಗರೂ

ಆಸ್ಟ್ರೇಲಿಯ - ನ್ಯೂಜಿಲೆಂಡ್ ಕಥೆಗಳು

ಅನುವಾದ
ಪಾ. ಸಂಜೀವ ಬೋಳಾರ

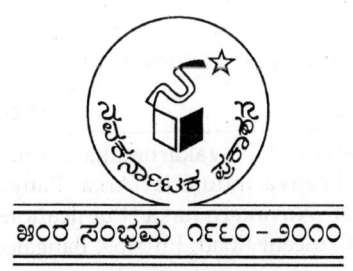

ಕರ್ನಾಟಕ ಪ್ರಕಾಶನ

೫೦ರ ಸಂಭ್ರಮ ೧೯೬೦-೨೦೦೦

BOODU BANNADA KANGAROO (Kannada)
An anthology of short stories from Australia and New Zealand being the eighth volume of VIshwa Kathaa Kosha, a treasury of world's great short stories in 25 volumes in Kannada. Translated by P. Sanjeeva Bolara. Editor-in-Chief : Niranjana. Editors : S. R. Bhat, C. R. Krishna Rao, C. Sitaram. Secretary : R. S. Rajaram.

Third Print : 2012 **Pages : 152** **Price : ₹ 75**

Paper used for this book : 70 gsm Maplitho 18.6 Kgs (1/8 Demy Size)

ಮೊದಲನೇ ಮುದ್ರಣ : 1980
ಎರಡನೇ ಮುದ್ರಣ : 2011
ಮೂರನೇ ಮುದ್ರಣ : 2012

ಪ್ರತಿಗಳ ಸಂಖ್ಯೆ : 1000

ಪ್ರಧಾನ ಸಂಪಾದಕ : ನಿರಂಜನ
ಸಂಪಾದಕರು : ಎಸ್.ಆರ್. ಭಟ್, ಸಿ. ಆರ್. ಕೃಷ್ಣರಾವ್, ಸಿ. ಸೀತಾರಾಮ್
ಕಾರ್ಯದರ್ಶಿ : ಆರ್. ಎಸ್. ರಾಜಾರಾಮ್
ಕಲಾ ಸಲಹೆಗಾರರು : ಎಸ್. ರಮೇಶ್, ಕಮಲೇಶ್, ಅಮಿತ್

ಕೃತಿಸ್ವಾಮ್ಯ : ಆಯಾ ಕಥೆಗಳ ಲೇಖಕರದ್ದು / ಲೇಖಕರ ವಾರಸುದಾರರದ್ದು

ಬೆಲೆ : ₹ 75
(25 ಸಂಪುಟಗಳ ಪೂರ್ತಿ ಸೆಟ್‌ನ ವಿಶೇಷ ಬೆಲೆ ₹ 1750 ಮಾತ್ರ)

ಮುಖಚಿತ್ರ : ಕಮಲೇಶ್

ಪ್ರಕಾಶಕರು
ನವಕರ್ನಾಟಕ ಪಬ್ಲಿಕೇಷನ್ಸ್ ಪ್ರೈವೆಟ್ ಲಿಮಿಟೆಡ್
ಎಂಬೆಸಿ ಸೆಂಟರ್, ಕ್ರೆಸೆಂಟ್ ರಸ್ತೆ, ಬೆಂಗಳೂರು - 560 001
ದೂರವಾಣಿ: 080-30578020/22 ಫ್ಯಾಕ್ಸ್ : 080-30578023
Email : navakarnataka@gmail.com

ಶಾಖೆಗಳು/ಮಳಿಗೆಗಳು
ನವಕರ್ನಾಟಕ, ಕ್ರೆಸೆಂಟ್ ರಸ್ತೆ, ಬೆಂಗಳೂರು - 1, ✆ 080-30578028/35, Email : nkpsales@gmail.com
ನವಕರ್ನಾಟಕ, ಗಾಂಧಿನಗರ, ಬೆಂಗಳೂರು - 9, ✆ 080-22251382, Email : nkpgnr@gmail.com
ನವಕರ್ನಾಟಕ, ಕೆ.ಎಸ್.ರಾವ್ ರಸ್ತೆ, ಮಂಗಳೂರು - 1, ✆ 0824-2441016, Email : nkpmng@gmail.com
ನವಕರ್ನಾಟಕ, ಬಲ್ಮಠ, ಮಂಗಳೂರು - 1, ✆ 0824-2425161, Email : nkpbalmatta@gmail.com
ನವಕರ್ನಾಟಕ, ರಾಮಸ್ವಾಮಿ ವೃತ್ತ, ಮೈಸೂರು - 24, ✆ 0821-2424094, Email : nkpmys@yahoo.co.in
ನವಕರ್ನಾಟಕ, ಸ್ಟೇಷನ್ ರಸ್ತೆ, ಗುಲಬರ್ಗಾ - 2, ✆ 08472-224302, Email : nkpglb@gmail.com

0305123420 **ISBN 978-81-8467-207-7**

Printed by R. S. Rajaram at Navakarnataka Printers, No. 167 & 168 10th Main, III Phase, Peenya Industrial Area, Bangalore - 560 058 and published by him for Navakarnataka Publications Private Limited 101, Embassy Centre, Crescent Road, PB 5159, Bangalore - 560 001 (INDIA)

ಅರ್ಪಣೆ

ನಿರಂಜನ
(1924–1991)

ಇವರ ನೆನಪಿಗೆ

ಪರಿವಿಡಿ

ಪ್ರಕಾಶಕರ ನುಡಿ		5
ಪ್ರಕಾಶಕರ ನುಡಿ (ಎರಡನೇ ಮುದ್ರಣ)		7
ಪ್ರಸ್ತಾವನೆ		8
ಬೂದು ಬಣ್ಣದ ಕಾಂಗರೂ	ಅಲನ್ ಮಾರ್ಶಲ್	21
ರುಂಡಗಳು ಮುಂಡಗಳ ಮೇಲೆಯೇ ಇರಲಿ	ಬಿಲ್ ಸಟ್ಟನ್	28
ಜಾನ್ ಪ್ರೈಸ್‌ನ ಉಕ್ಕಿನ ಸರಳು	ಪ್ರೈಸ್ ವಾರಂಗ್	32
ಫ್ಲೋರಾ	ಮೇರಿ ಗಿಲ್‌ಮೋರ್	42
ನಮ್ಮದೀ ನೆಲ	ವಿಲ್ಲಿಯಂ ಹ್ಯಾಟ್‌ಫೀಲ್ಡ್	47
ಸರದಾರ ಕ್ಯಾಸಿಗೆ ಇನ್ನೊಂದು ಗೌರವಪಟ್ಟಿ	ರಾಡೆರಿಕ್ ಕ್ವಿನ್	54
ಕರೆಗಂಟೆ	ಲೂಯಿ ಬೆಕ್	69
ಮೀನಿನ ಶಿಕಾರಿ	ವಾನ್ಸ್ ಪಾಮರ್	74
ಹಾಡುಗಾರ ಕೈಜೆಕ್	ಕ್ಸೇವಿಯರ್ ಹರ್ಬರ್ಟ್	83
ಅಜ್ಜರು	ಮಾರ್ಗರೆಟ್ ಟ್ರಿಸ್ಟ್	91
ಬ್ಯಾರಿಂಗ್ಟನ್	ಜಾನ್ ಲಾಂಗ್	96
ಅವನ ತಂದೆಯ ಸಂಗಾತಿ	ಹೆನ್ರಿ ಲಾಸನ್	104
ಅಪ್ಪನ ವಿಪತ್ತು	ಸ್ಟೀಲಿ ರಡ್	114
ಎನ್‌ಗೂಲಾ	ಕ್ಯಾಥರಿನ್ ಸುಸನ್ನಾ ಪ್ರಿಚರ್ಡ್	118
ತಾಯಿ	ಎಡ್ವರ್ಡ್ ಬ್ರೌನ್	131
ಮದುವೆ	ವಿಟಿ ಇಹಿಮೆರಾ	136
ಲೇಖಕರ ಪರಿಚಯ		145

4

ಪ್ರಕಾಶಕರ ನುಡಿ

ಕನ್ನಡ ಸಾಹಿತ್ಯ ಪ್ರಪಂಚಕ್ಕೆ ನವಕರ್ನಾಟಕ ಪ್ರಕಾಶನ ಸಂಸ್ಥೆಯು 20ನೇ ಹುಟ್ಟುಹಬ್ಬದ ಕಾಣಿಕೆಯಾಗಿ 'ವಿಶ್ವಕಥಾಕೋಶ' ಯೋಜನೆ ರೂಪುಗೊಂಡಿತು.

ಇದು 25 ಸಂಪುಟಗಳ ಒಂದು ದೊಡ್ಡ ಯೋಜನೆ. ನೂರು ದೇಶ, ಪ್ರದೇಶಗಳ ಸುಮಾರು 400 ಸಣ್ಣ ಕಥೆಗಳ ಒಂದು ಮಹಾ ಸಂಕಲನ. ಭಾರತೀಯ ಭಾಷೆಗಳಲ್ಲೇ ಪ್ರಪ್ರಥಮ ಎನ್ನಬಹುದಾದ ಈ ಯೋಜನೆ ಶ್ರೀ ನಿರಂಜನರ ಪ್ರಧಾನ ಸಂಪಾದಕತ್ವದಲ್ಲಿ ಕಾರ್ಯಗತವಾಗುತ್ತಿದೆ.

ಯೋಜನೆಯ ಅವಧಿ ಮೂರುವರ್ಷ. 1980ರಿಂದ 1982ರ ತನಕ. ಪ್ರತಿ ವರ್ಷದ ಯುಗಾದಿ ಮತ್ತು ದೀಪಾವಳಿಗಳಂದು ನಾಲ್ಕು ಸಂಪುಟಗಳಂತೆ ಒಟ್ಟು ಆರು ಕಂತುಗಳಲ್ಲಿ 25 ಸಂಪುಟಗಳ ಬಿಡುಗಡೆ. ಕೊನೆಯ ಕಂತಿನಲ್ಲಿ ಒಂದು ಸಂಪುಟ ಅಧಿಕ.

ಇದರಂತೆ ಕಥಾಕೋಶದ ಮೊದಲ ನಾಲ್ಕು ಸಂಪುಟಗಳನ್ನು ಕಳೆದ ಯುಗಾದಿಯಂದು ಬಿಡುಗಡೆ ಮಾಡಿದ ನಾವು, ಅದರ ಎರಡನೇ ಕಂತಿನ ನಾಲ್ಕು ಸಂಪುಟಗಳನ್ನು ಈ ದೀಪಾವಳಿ ಯಂದು ಓದುಗರ ಕೈಗಿಡಲು ತುಂಬಾ ಹರ್ಷಿಸುತ್ತೇವೆ.

ಈ ನಾಲ್ಕರಲ್ಲಿ 'ಬೂದು ಬಣ್ಣದ ಕಾಂಗರೂ' ಕಥಾಕೋಶದ 8ನೇ ಸಂಪುಟ. ಇದರಲ್ಲಿ ಆಸ್ಟ್ರೇಲಿಯ-ನ್ಯೂಜಿಲೆಂಡ್‌ಗಳ 16 ಕಥೆಗಳಿವೆ. ಇವುಗಳನ್ನು ಅನುವಾದಿಸಿ ಕೊಟ್ಟವರು ಶ್ರೀ ಪಾ. ಸಂಜೀವ ಬೋಳಾರ ಅವರು. ಈ ಸಂಪುಟಕ್ಕೆ ಮುಖಚಿತ್ರ ಹಾಗೂ ಅದರ ಹಿಮ್ಮೈ ವಿನ್ಯಾಸ ಎರಡನ್ನೂ ಒದಗಿಸಿದವರು ಕಲಾವಿದ ಶ್ರೀ ಕಮಲೇಶ್. ಸಂಪುಟವನ್ನು ಸೊಗಸಾಗಿ ಮುದ್ರಿಸಿದ ಶ್ರೇಯಸ್ಸು ಜನಶಕ್ತಿ ಮುದ್ರಣಾಲಯದ ಬಂಧುಗಳದು. ಇದರ ಹೊದಿಕೆಯ ಮುದ್ರಣ ಕಾರ್ಯವನ್ನು ಅಂದವಾಗಿ ನಿರ್ವಹಿಸಿದವರು ಶಿವಕಾಶಿಯ ಜೇಯೆಮ್ ಆಫ್‌ಸೆಟ್ ಪ್ರಿಂಟರ್ಸ್. ಇವರೆಲ್ಲರಿಗೂ ನಾವು ಋಣಿಗಳು.

ಇವರಲ್ಲದೆ, ಈ ಸಂಪುಟವನ್ನು ಹೊರತರಲು ಬೇರೆ ಬೇರೆ ರೀತಿಗಳಲ್ಲಿ ನಮಗೆ ನೆರವು ನೀಡಿದ ಇತರ ಮಿತ್ರರಿಗೆ ಸಂಪುಟದ ಕೊನೆಯಲ್ಲಿ ನಮ್ಮ ವಿಶೇಷ ಕೃತಜ್ಞತೆಗಳನ್ನು ಸಮರ್ಪಿಸಲಾಗಿದೆ.

ಈ ಸಂಪುಟದಲ್ಲಿ ಬಳಸಲಾದ, ಕೃತಿಸ್ವಾಮ್ಯವನ್ನು ಹೊಂದಿರುವ ಎಲ್ಲಾ ಕಥೆಗಳ ಕರ್ತೃಗಳಿಂದ ಅಥವಾ ಅವರ ವಾರಸುದಾರರಿಂದ ಪ್ರಕಟಣೆಗೆ ಅನುಮತಿ ಪಡೆಯಲು ಆದಷ್ಟು ನಾವು ಪ್ರಯತ್ನಿಸಿದ್ದೇವೆ. ಅವರಿಗೆಲ್ಲ ನಮ್ಮ ಕೃತಜ್ಞತೆಗಳು. ಆದರೆ ಒಂದು ವೇಳೆ ಯಾರದಾದರೂ ಅನುಮತಿ ಬಿಟ್ಟುಹೋಗಿದ್ದರೆ, ಈ ಯೋಜನೆಯ ಮಹತ್ವವನ್ನು ಮನಗಂಡು, ಅವರು ನಮ್ಮನ್ನು ಕ್ಷಮಿಸುವರೆಂದು ನಂಬಿದ್ದೇವೆ.

ವಿಶ್ವಕಥಾಕೋಶದ ಬಿಡಿ ಸಂಪುಟಗಳ ಬೆಲೆ ರೂ. 10–00. ಒಟ್ಟು 25 ಸಂಪುಟಗಳಿಗೆ ರೂ. 250–00. ಆದರೆ "ನವಕರ್ನಾಟಕ ಪಬ್ಲಿಕೇಷನ್ಸ್ (ಪ್ರೈ) ಲಿಮಿಟೆಡ್" – ಈ ಹೆಸರಿಗೆ 200 ರೂ.ಗಳನ್ನು ಡ್ರಾಫ್ಟ್ ಮೂಲಕ ಮುಂಗಡವಾಗಿ ಕಳುಹಿಸಿದವರಿಗೆ ರೂ. 50/– ರ ರಿಯಾಯಿತಿ ಇದೆ. ಸಂಪುಟಗಳು ಪ್ರಕಟವಾದಂತೆ ನಮ್ಮ ವೆಚ್ಚದಲ್ಲಿ ನಿಮ್ಮ ಮನೆ ಬಾಗಿಲಿಗೆ ಅವುಗಳನ್ನು ತಲಪಿಸಲಾಗುವುದು.

ಕೊನೆಯದಾಗಿ, ಕಥಾಕೋಶದ ಮೊದಲ ನಾಲ್ಕು ಸಂಪುಟಗಳಿಗೆ ಓದುಗರಿಂದ ದೊರೆತ ಆದರದ ಸ್ವಾಗತ ಈ ಸಂಪುಟಗಳಿಗೂ ದೊರೆಯುವುದೆಂದು ನಂಬಿದ್ದೇವೆ.

ಆರ್. ಎಸ್. ರಾಜಾರಾಮ್

ದೀಪಾವಳಿ, 1980 — ಕಾರ್ಯದರ್ಶಿ

ಬೆಂಗಳೂರು — ನವಕರ್ನಾಟಕ ಪಬ್ಲಿಕೇಶನ್ಸ್ (ಪ್ರೈ) ಲಿಮಿಟೆಡ್

ಪ್ರಕಾಶಕರ ನುಡಿ

(ಎರಡನೇ ಮುದ್ರಣ)

ನವಕರ್ನಾಟಕ ಪ್ರಕಾಶನದ 50ರ ಸಂಭ್ರಮದಲ್ಲಿ 'ವಿಶ್ವಕಥಾಕೋಶ'ದ ಇಪ್ಪತ್ತೈದು ಸಂಪುಟಗಳನ್ನು ಪುನರ್ಮುದ್ರಿಸಿ ಓದುಗರ ಕೈಗಿಡುತ್ತಿದ್ದೇವೆ. ಮೂವತ್ತು ವರ್ಷಗಳ ಕಾಲ ಅಲಭ್ಯವಾಗಿದ್ದ ಜಗತ್ತಿನ ಸಾಹಿತ್ಯ ಕಥಾ ಕಣಜ ಬೆಳಕು ಕಾಣುವ ಈ ಸಮಯದಲ್ಲಿ ಈ ಯೋಜನೆಯ ಹೊಣೆ ಹೊತ್ತ ಶ್ರೇಷ್ಠ ಕಥೆಗಾರ, ಸಾಹಿತಿ ನಿರಂಜನರು ನಮ್ಮೊಂದಿಗೆ ಇದ್ದಿದ್ದರೆ, ನವಕರ್ನಾಟಕದ ಚಿನ್ನದ ಹಬ್ಬ ಹೆಚ್ಚು ಅರ್ಥಪೂರ್ಣವಾಗುತ್ತಿತ್ತು. ಈ ಸಂಪುಟಗಳನ್ನು ಅವರಿಗೆ ಅರ್ಪಿಸಿ, ಅವರನ್ನು ನೆನೆಯುತ್ತೇವೆ.

ಸಂಪುಟಗಳನ್ನು ಅನುವಾದಿಸಿ ನೆರವಾದ ಅನೇಕ ಲೇಖಕ ಮಿತ್ರರು ಈ ಮೂರು ದಶಕಗಳಲ್ಲಿ ನಮ್ಮನ್ನು ಅಗಲಿದ್ದಾರೆ. 'ವಿಶ್ವಕಥಾಕೋಶ'ದ ಎಲ್ಲಾ ಅನುವಾದಗಳನ್ನು ಓದಿ, ಪರಿಷ್ಕರಿಸಿ, ಮುದ್ರಣಕ್ಕೆ ಸಿದ್ಧಗೊಳಿಸಿದ ಸಂಪಾದಕರಲ್ಲಿ ಒಬ್ಬರಾದ ಶ್ರೀ ಎಸ್. ಆರ್. ಭಟ್ಟರ ಅಗಲಿಕೆಯ ನೆನಪು ಈ ಸಂದರ್ಭದಲ್ಲಿ ನಮ್ಮನ್ನು ಕಾಡುತ್ತಿದೆ.

ಮೂವತ್ತು ವರ್ಷಗಳ ಹಿಂದೆ 25 ಸಂಪುಟಗಳನ್ನು ರೂ. 250ಕ್ಕೆ ನೀಡಿದ್ದೆವು. ಬೆಲೆಯೇರಿಕೆಯ ಇಂದಿನ ದಿನಗಳಲ್ಲಿ ಮರುಮುದ್ರಿಸಿದಲ್ಲಿ, ಅದರ ಬೆಲೆಯನ್ನು ಎಂಟು-ಹತ್ತು ಪಟ್ಟು ಏರಿಸಬೇಕಾಗಬಹುದು ಎನ್ನುವ ಭೀತಿಯೂ ವಿಳಂಬಕ್ಕೆ ಕಾರಣವಾಯಿತು. ಈ ಸಂದರ್ಭದಲ್ಲಿ ಈ ಸಂಪುಟಗಳನ್ನು ಸುಲಭ ಬೆಲೆಗೆ ನೀಡಲು ನೆರವಾದವರು ಇನ್ಫೋಸಿಸ್ ಫೌಂಡೇಷನ್‌ನ ಅಧ್ಯಕ್ಷೆ ಶ್ರೀಮತಿ ಸುಧಾ ಮೂರ್ತಿಯವರು. ಅವರಿಗೆ ನಾವು ಕೃತಜ್ಞರಾಗಿದ್ದೇವೆ.

ಈ ಯೋಜನೆಯ ಲೇಖಕರು ಈ ಅವಧಿಯಲ್ಲಿ ಸಾಕಷ್ಟು ಹೊಸ ಬರೆಹಗಳನ್ನು ಮಾಡಿದ್ದಾರೆ, ಗೌರವ ಪುರಸ್ಕಾರಗಳಿಗೆ ಪಾತ್ರರಾಗಿದ್ದಾರೆ. ಕೆಲವರು ನಮ್ಮೊಂದಿಗಿಲ್ಲ. ಈ ಎಲ್ಲ ಲೇಖಕರ ಪರಿಚಯಗಳಿಗೆ ಹೊಸ ಸೇರ್ಪಡೆಗಳನ್ನು ಮಾಡಿಕೊಟ್ಟ ಡಾ|| ಆರ್. ಪೂರ್ಣಿಮಾ ಮತ್ತು ಶ್ರೀಮತಿ ರೋಸಿ ಡಿ'ಸೋಜಾ ಅವರ ನೆರವನ್ನು ಸ್ಮರಿಸುತ್ತೇವೆ.

ಮರುಮುದ್ರಣದ ಈ ಕಾರ್ಯದಲ್ಲಿ ನೆರವಾದ ಎಲ್ಲರನ್ನೂ ನೆನೆಯುತ್ತೇವೆ.

ಯುಗಾದಿ, 2011
ಬೆಂಗಳೂರು

ಆರ್. ಎಸ್. ರಾಜಾರಾಮ್
ವ್ಯವಸ್ಥಾಪಕ ನಿರ್ದೇಶಕ, ನವಕರ್ನಾಟಕ ಪ್ರಕಾಶನ

ಪ್ರಸ್ತಾವನೆ

1

ಐದು ಮೊಲಗಳು, ಏಳು ಕುದುರೆಗಳು, ಹೋರಿಗಳೆರಡು, ಹಸುಗಳು ಐದು, ನಾಲ್ವತ್ತೆಂಟು ಕುರಿ-ಮೇಕೆಗಳು, ಎಪ್ಪತ್ತೈದು ಹಂದಿಗಳು, ಇನ್ನೂರ ತೊಂಭತ್ತೊಂದು ಕೋಳಿ-ಬಾತು ಇತ್ಯಾದಿ. ಇವುಗಳ ನೌಕಾಯಾನ. ಜಲಪ್ರಳಯದಿಂದ ಪಾರಾಗಲು ಹೊರಟ ನೋವಾನ ನಾವೆಯಲ್ಲ. ಒಂದು ಭೂ ಖಂಡವನ್ನೇ ವಶಕ್ಕೆ ತೆಗೆದು ಕೊಳ್ಳಲು ಬಂದ ಹನ್ನೊಂದು ಹಡಗುಗಳು. ಅವುಗಳಲ್ಲಿ ಸೈನಿಕರು ; ಜತೆಗೆ ದೀರ್ಘಾವಧಿ ಶಿಕ್ಷೆಗೆ ಗುರಿಯಾಗಿದ್ದ 1500 ಜನ ಪಾತಕಿಗಳು [ಇವರಲ್ಲಿ ಮಹಿಳೆಯರು 400 ಮಂದಿ; 100ರಷ್ಟು ವೇಶ್ಯೆಯರು. ದೂರಾಲೋಚನೆ!] ಇವರೆಲ್ಲ ದಕ್ಷಿಣ ದೇಶ (ಆಸ್ಟ್ರೇಲಿಯ)ದಲ್ಲಿ ನೆಲೆಸಲು ಬಂದವರು. ಈ ಆಗಮನ 1788 ರಲ್ಲಿ – ನಾಗರಿಕ ರಾಷ್ಟ್ರ ಎನಿಸಿಕೊಂಡಿದ್ದ ಇಂಗ್ಲೆಂಡಿನಿಂದ.

ಅದಕ್ಕೂ ಮೊದಲು, ತಮ್ಮ ಸಮಾಜಕ್ಕೆ ಬೇಡವಾದವರನ್ನು ಇಂಗ್ಲಿಷರು ಅಮೆರಿಕಕ್ಕೆ ಕಳಿಸುತ್ತಿದ್ದರು – ದುಡಿಮೆಗೆ. ಆ ದೇಶ ಕೈಬಿಟ್ಟು ಹೋದ ಮೇಲೆ, ಕೈದಿಗಳಿಗಾಗಿ ಸ್ಥಳವಿಲ್ಲದೆ ಇಂಗ್ಲೆಂಡ್ ನರಳಿತು. ಕ್ಯಾಪ್ಟನ್ ಥಾಮಸ್ ಕುಕ್ ಆಸ್ಟ್ರೇಲಿಯವನ್ನು ಕಂಡು ಹಿಡಿದ ಬಳಿಕ ಸ್ಥಳಾಭಾವದ ಸಮಸ್ಯೆ ಬಗೆಹರಿಯಿತು! ಅಮೆರಿಕ ಸಂಯುಕ್ತ ಸಂಸ್ಥಾನಗಳಷ್ಟೇ ವಿಸ್ತಾರವಾದ, ಭಾರತದ ಎರಡರಷ್ಟಿರುವ, ಆಸ್ಟ್ರೇಲಿಯ ಇಂಗ್ಲಿಷ್ ಪಾತಕಿಗಳ ಕೂಡುದೊಡ್ಡಿಯಾಯಿತು. (ಈ ರೀತಿ ಮಾಡ ಬಹುದೆಂದು ಇಂಗ್ಲೆಂಡಿನ ಪಾರ್ಲಿಮೆಂಟಿಗೆ ಸಲಹೆ ನೀಡಿದವನು ಕುಕ್ ಜತೆ ಬಂದಿದ್ದ ಸಸ್ಯ ವಿಜ್ಞಾನಿ ಜೋಸೆಫ್ ಬ್ಯಾಂಕ್ಸ್.) ಅಲೆಅಲೆಯಾಗಿ ಬಂದ ಪಾತಕಿಗಳ ಸಂಖ್ಯೆ ಎಂಟು ದಶಕಗಳಲ್ಲಿ 168,000ವನ್ನು ಮೀರಿತು.

17ನೆಯ ಶತಮಾನದ ಪೂರ್ವಾರ್ಧದಲ್ಲೆ ಡಚ್ ನಾವಿಕ ಆಬೆಲ್ ಟಸ್ಮನ್‌ನ ಹಾಯಿ ಹಡಗು ದಕ್ಷಿಣಕ್ಕೆ ಬಂದಿತ್ತು. ಆಗ ಅವನ ಕಣ್ಣಿಗೆ ಬಿದ್ದುದು, ಮುಂದೆ ಟಾಸ್ಮಾನಿಯ ಎಂದು ಹೆಸರು ಪಡೆದ ಒಂದು ದ್ವೀಪ. (ಆಸ್ಟ್ರೇಲಿಯದಿಂದ 150 ಮೈಲು ದಕ್ಷಿಣಕ್ಕಿದೆ.) ಅಲ್ಲಿ ಪಾಶ್ಚಾತ್ಯರಷ್ಟು ನಾಗರಿಕರಲ್ಲದ ಜನರಿದ್ದರು. ಪೂರ್ವಕ್ಕೆ ಹೋಗುತ್ತ,

ಸಾವಿರ ಮೈಲು ಉದ್ದದ ಇನ್ನೊಂದು ದ್ವೀಪ ಕಾಣಿಸಿತು. ಅಲ್ಲಿನ ನಿವಾಸಿಗಳಾಗಿದ್ದ ಮಾವೊರಿ* ಜನ ಆವೊಟಿಯರೊವಾ ('ನೀಳ ಬಿಳಿಯ ಮೋಡ') ಎಂದು ತಮ್ಮ ನಾಡನ್ನು ಕರೆಯುತ್ತಿದ್ದರು. ಟಸ್ಮನ್ ಅದಕ್ಕೆ ನಿಯೂವ್ ಜಿಲೆಂಡ್ ಎಂದು ಹೊಸ ಹೆಸರಿಟ್ಟ. (ಆಸ್ಟ್ರೇಲಿಯದಿಂದ ಇದು 1200 ಮೈಲು ದೂರ.)

ಅಸಾಧಾರಣ ಕಪ್ತಾನ ಕುಕ್ ಆಸ್ಟ್ರೇಲಿಯ ನೆಲದ ಮೇಲೆ ಕಾಲಿರಿಸಿ, ವಿಚಿತ್ರ ಪ್ರಾಣಿಯಂತೆ ಕಂಡ ಕಂಗುರು [ಮೂಲನಿವಾಸಿಗಳ ಉಚ್ಚಾರ] ವನ್ನು ಕೊಂದು ಮಾಂಸದ ರುಚಿ ನೋಡಿದ್ದು 1768ರಲ್ಲಿ. ಇತ್ತ ಮೂರು ಸಲ ಅವನ ನೌಕಾಯಾನ. ಪ್ರತಿ ಸಲವೂ ಅವನೊಂದಿಗೆ ಒಬ್ಬ ವಿಜ್ಞಾನಿ, ಒಬ್ಬ ಚಿತ್ರಕಾರ ಇರುತ್ತಿದ್ದರು. (ಮೂರನೆಯ ಸಲ ಹವಾಯ್ ದ್ವೀಪದ ನಿವಾಸಿಗಳೊಡನೆ ಘರ್ಷಣೆ ನಡೆದು, ಕುಕ್ ಪ್ರಾಣಬಿಟ್ಟ, ಚಿತ್ರಕಾರ ಕಣ್ಣೀರು ಸುರಿಸುತ್ತ ಆ ದೃಶ್ಯವನ್ನು ಚಿತ್ರಿಸಿದ.)

ಭೂಗರ್ಭ ವಿಜ್ಞಾನಿಗಳ ಪ್ರಕಾರ ಆಸ್ಟ್ರೇಲಿಯದ ನೆಲ 160ಕೋಟಿ ವರ್ಷ ಹಳೆಯದು. ಲೋಕದಲ್ಲಿ ಓಡಾಡತೊಡಗಿದ ಮನುಷ್ಯನ ಕಥೆಯಾದರೋ ನಿನ್ನೆ ಮೊನ್ನೆಯದು – ಕೇವಲ ಇಪ್ಪತ್ತು ಲಕ್ಷ ವರ್ಷ ಹಿಂದಿನದು. ಆಫ್ರಿಕ ಅವನ ತೊಟ್ಟಿಲು ನಿಜ. ಕೊನೆಯಿಲ್ಲದ ಆತನ ಪಯಣ ಅಲ್ಲಿಂದಲೇ ಆರಂಭ. ಪ್ರಾಚೀನ ಮಾನವನ ಅಸ್ಥಿಪಂಜರಗಳು ಭಾರತ, ಚೀನ, ಜಾವಾ ದ್ವೀಪಗಳಲ್ಲೂ ದೊರೆತಿವೆ. ಯಾವ ಅಡೆತಡೆಗಳೂ ಇಲ್ಲದ ಆ ದಿನಗಳಲ್ಲಿ ಮನುಷ್ಯ ಸ್ವೇಚ್ಛಾವಿಹಾರಿ ಯಾಗಿದ್ದಿರಬೇಕು. ಭೂಖಂಡಗಳನ್ನೋ ನಡುಗಡ್ಡೆಗಳನ್ನೋ ಒಂದಕ್ಕೊಂದು ಕೂಡಿಸಿದ ಕೊಂಡಿಗಳಿದ್ದಾಗ ನೆಲ ಮಾರ್ಗವಾಗಿ, ಅವಿಲ್ಲದಾಗ ಮರದ ದಿಮ್ಮಿಗಳನ್ನು ಕೊರೆದು ಮಾಡಿದ ದೋಣಿಗಳಲ್ಲಿ ಕರಾವಳಿಗಂಟಿಕೊಂಡು ಜಲಮಾರ್ಗವಾಗಿ, ಬಹು ದೂರ ಮನುಷ್ಯ ಸಂಚರಿಸಿರಬೇಕು. ಎತ್ತರದ ನಿಲುವಿನ, ಚುರುಕು ನಡಿಗೆಯ, ಕಂದು ಕಪ್ಪು ಬಣ್ಣಗಳ ಗುಂಗುರುಕೂದಲ ಆಸ್ಟ್ರೇಲಿಯದ ಪ್ರಾಚೀನ ನಿವಾಸಿ ಗಳೆಲ್ಲ 'ಹೊರಗಿನಿಂದ' ಬಂದವರೆ ? ಅಥವಾ ಆ ನೆಲದಲ್ಲೆ ಹುಟ್ಟಿ ಬೆಳೆದವರೆ ? ಅವರದು ನೂರಾರು ಬುಡಕಟ್ಟುಗಳಿದ್ದ ಸಮಾಜ. ಪ್ರತಿಯೊಬ್ಬನ ನಿಷ್ಠೆ ಅವನ ಬುಡಕಟ್ಟಿಗೆ. ಬದುಕಿನ ಹೋರಾಟ ಕ್ರೂರ ವಾಗಿದ್ದ ಆ ದಿನಗಳಲ್ಲಿ ಬುಡಕಟ್ಟುಗಳು ಬಡಿದಾಡಿರಬಹುದು, ಸ್ನೇಹ ದಿಂದಲೂ ಇದ್ದಿರಬಹುದು. ಕೆಳಗಿನ ಕೆಲ ಪದಗಳನ್ನು ಗಮನಿಸಿ :

ಅರಾಂದ (ಧ್ವನಿಸರಣಿ – ಮಿರಾಂದ) ಬುಡಕಟ್ಟಿನಲ್ಲಿ : ಕಾಕೂ ಎಂದರೆ ಅಕ್ಕ .

---

* ಮಾವೂರಿ : ಯಥಾಸ್ಥಿತಿ

ಕೊಯಕಟ ಬುಡಕಟ್ಟಿನಲ್ಲಿ : ಮಾಮ ಎಂದರೆ ತಂದೆ; ಕುಟ (ಧ್ವನಿ ಸರಣಿ–ಕುಟ + ಅಪ್ಪ, ಕುಟಪ್ಪ) ಎಂದರೆ ಅಣ್ಣ .

ಮರಿಂಗರ್ ಬುಡಕಟ್ಟಿನಲ್ಲಿ : ಕಾಕ = ತಾಯಿಯ ಸೋದರ; ಕಾಕ ಬೋಯಿ = ಹೆಂಡತಿಯ ತಂದೆ ; ಮುಲುಗ (ಧ್ವನಿಸರಣಿ – ಮುಲ್ಲಾ, ಮುಲ್ಗಿ) = ಹೆಂಗಸಿನ ಮಗಳು; ಮಗು = ಹೆಂಗಸಿನ ಮಗ; ಬಾಬು = ತಂದೆ ಅಥವಾ ಅಣ್ಣ .

ಅರಬಾನ ಬುಡಕಟ್ಟಿನಲ್ಲಿ : ಅಮ್ಮ = ತಾಯಿ; ಬಾಪ= ತಂದೆ, ಮೊಮೊ = ಅಜ್ಜಿ.

ಹಲವು ಬುಡಕಟ್ಟುಗಳ ಇಂಥ ಹಲವಾರು ಪದಗಳು ನಮಗೆ ಪರಿಚಿತವೆನಿಸುತ್ತವೆ. (ಪೊಲಿನೇಷ್ಯದ ಕೆಲ ದ್ವೀಪವಾಸಿಗಳಲ್ಲಿರುವ ಅಳಿಯಸಂತಾನ ಕಟ್ಟು ಕಂಡು ನಾವು ಚಕಿತರಾಗುತ್ತೇವೆ.) ಅವರು ಎರಡು ಮರದ ಕಡ್ಡಿಗಳನ್ನು ತೀಡಿ ಬೆಂಕಿ ಉಂಟುಮಾಡುತ್ತಾರೆ. ಕೇರಳದ ಮಲೆವಾಸಿಗಳಲ್ಲಿ ಇಂದಿಗೂ ಈ ವಿಧಾನ ಬಳಕೆಯಲ್ಲಿದೆ. ಇನ್ನೂ ಅನೇಕ ಗಿರಿಜನರಲ್ಲೂ ಇದನ್ನು ಕಾಣುತ್ತೇವೆ. ಆಸ್ಟ್ರೇಲಿಯದ ಆದಿವಾಸಿಗಳ ಡಿಜೆರ್‌ಡು ಕಹಳೆಯಾಗಲೀ ಮಲಯ ದ್ವೀಪದ ಪ್ರಾಚೀನರ ಬಿದಿರಿನ ಕೊಳಲಾಗಲೀ ಹೊರಡಿಸುವುದು ಪರಿಚಿತ ಧ್ವನಿ. ಏನು ಇದರ ಅರ್ಥ ? ಅಲ್ಲಿಂದ ಹಲವು ಸಂಸಾರಗಳು ಇತ್ತ ಬಂದುವೆಂದೆ ? ಇಲ್ಲಿಂದ ಜನ ಅತ್ತ ಹೋದರೆಂದೆ ? ಇತಿಹಾಸ ಪೂರ್ವಕಾಲದಲ್ಲಿ ನಮ್ಮ ದೋಣಿಗರು ಉತ್ತರಕ್ಕೆ ಹೋಗುತ್ತಿದ್ದುದೇ ಹೆಚ್ಚು. ಸಿಂಹಳದವರೂ ಉತ್ತರಕ್ಕೆ – ನಮ್ಮ ಕಡೆಗೆ ಬರುತ್ತಿದ್ದರು. ಆಸ್ಟ್ರೇಲಿಯದವರೂ ಉತ್ತರದ ದಿಕ್ಕಿಗೇ ಬರುತ್ತಿದ್ದರೆನ್ನುವುದು ಹೆಚ್ಚು ಸಮಂಜಸ.

ಅಲ್ಲದೆ, 'ಆಸ್ಟ್ರೇಲಿಯದ ನಿವಾಸಿಗಳು ಕ್ರಿ. ಪೂ. 25,000ದ ಸುಮಾರಿಗೆ ಹೊರಗಿನಿಂದ–ಉತ್ತರದಿಂದ ಬಂದವರು' ಎಂದು ಪಾಶ್ಚಾತ್ಯರು ಹೇಳುವುದರಲ್ಲಿ ಒಂದು ಉದ್ದೇಶವಿದೆ. ಅವರ ವಾದದಂತೆ ಆಸ್ಟ್ರೇಲಿಯ ಯಾರ ಸೊತ್ತೂ ಆಗಿರಲಿಲ್ಲ ; ಆ 'ಕಾಡು ಜನ' ಮೂಲತಃ ಹೊರಗಿನಿಂದ ಬಂದವರೇ; ಕಾಡುಜನರನ್ನು ತಾವು ಓಡಿಸಿದರೆ, ನಿರ್ನಾಮ ಮಾಡಿದರೆ, ತಪ್ಪೇನು?

ಕಳೆದ ಶತಮಾನದಲ್ಲಿ ತಮ್ಮ ವಾದಕ್ಕೆ ಸಮರ್ಥನೆಯಾಗಿ ಈ ಬಿಳಿಯ ಶೋಷಕರು ಡಾರ್ವಿನ್ ಮಹಾಶಯನನ್ನೂ ಉಲ್ಲೇಖಿಸಿದರು; ಬದುಕಿನ ಹೋರಾಟದಲ್ಲಿ ಉಳಿವು ಅತ್ಯಂತ ಬಲಿಷ್ಠನಾದವನಿಗೆ !

ಈ ಹೋರಾಟದ ವೈಖರಿ ಒಂದು ರೀತಿಯಲ್ಲಿ ಹೊಸದೇನೂ ಅಲ್ಲ. ಅಮೆರಿಕದಲ್ಲಿ ಆಡಿದ್ದ ಆಟವೇ ಇಲ್ಲೂ. ಖಂಡಾಂತರ ವಾಸಕ್ಕಾಗಿ ಪಾತಕಿಗಳನ್ನು ತಂದ ಹಡಗುಗಳ ಕಪ್ತಾನ

ಆರ್ಥರ್ ಫಿಲಿಪ್ಸ್ ಆತನೇ ಆಸ್ಟ್ರೇಲಿಯದ ರಾಜ್ಯಪಾಲನಾದ. ಮೊದಲು, ಮೂಲ ನಿವಾಸಿಗಳೊಡನೆ ಸ್ನೇಹಭಾವ. ಬಳಿಕ...

ಒಳ್ಳೆಯ ಹವೆ ಫಲವತ್ತಾದ ನೆಲ ಇದ್ದ ದಕ್ಷಿಣ ಮತ್ತು ಪೂರ್ವ ತೀರಗಳಲ್ಲಿ ಐದು ಕಡೆ ಆಕ್ರಮಣಕಾರರು ವಸಾಹತು ಕೇಂದ್ರಗಳನ್ನು ಸ್ಥಾಪಿಸಿದರು. ಕ್ರಮೇಣ, ಮೂಲನಿವಾಸಿಗಳು ತಮ್ಮ ಆಹಾರಕ್ಕಾಗಿ ಹಣ್ಣು ಹಂಪಲು ಸಂಗ್ರಹಿಸುತ್ತಿದ್ದ ಪ್ರದೇಶಗಳಲ್ಲಿ ಉತ್ತಮವಾದುವನ್ನು ವಶಪಡಿಸಿಕೊಳ್ಳತೊಡಗಿದರು. ಅವರಿಗೆ ಪವಿತ್ರವಾಗಿದ್ದ ಅಭಯಾರಣ್ಯಗಳನ್ನು ಹೊಕ್ಕರು. 1806 ಮೊದಲ್ಗೊಂಡು ಮೂಲನಿವಾಸಿಗಳನ್ನು ನಿರ್ನಾಮ ಮಾಡುವ ಸಮರ ಶುರುವಾಯಿತು. ಬಂಜರು ಸ್ಥಳಕ್ಕೆ ಅವರನ್ನು ತಳ್ಳಿದರು. ಕಾಂಗರೂಗಳನ್ನು ಕೊಲ್ಲುವಂತೆ ಗುಂಡಿಕ್ಕಿ ಕೊಂದರು, ವಿಶಮಿಶ್ರಿತ ಆಹಾರ ಕೊಟ್ಟು ಸಾಯಿಸಿದರು; ಮಾದಕ ಪಾನೀಯಗಳನ್ನು ಕುಡಿಸಿ, ತಮ್ಮ ತಮ್ಮೊಳಗೇ ಅವರು ಹೊಡೆದಾಡಿ ನಾಶವಾಗುವಂತೆ ಮಾಡಿದರು. ಮೂಳೆಗಳಿಂದ ರೂಪಿಸಿದ ಅವರ ಆಯುಧಗಳು – ಅವರ ವಿಶಿಷ್ಟ ಅಸ್ತ್ರವಾದ ಗುರಿ ತಲಪಿ ಮರಳಿ ಬರುವ ಬೂಮ್‌ರಾಂಗ್ ಕೂಡಾ – ಬಿಳಿಯ ಗುರಿಕಾರರ ಗುಂಡುಗಳೆದುರು ವಿಫಲವಾದುವು. ಶರಣಾದವರು ಪಶು ಪಾಲನೆಯಲ್ಲೂ ಕೃಷಿ ಕಾರ್ಯದಲ್ಲೂ ತೊತ್ತುಗಳಾಗಬೇಕಾಯಿತು.

ಕುಕ್ ಆಸ್ಟ್ರೇಲಿಯವನ್ನು ಕಂಡುಹಿಡಿದಾಗ ಅಲ್ಲಿ 300,000 ಆದಿವಾಸಿಗಳಿದ್ದರಂತೆ. ಯಾವ ಗಣತಿಯ ಆಧಾರವೂ ಇಲ್ಲದ ಅಂದಾಜು ಸಂಖ್ಯೆ. ದೊಡ್ಡ ಸಂಖ್ಯೆ ಕೊಟ್ಟರೆ ಅಷ್ಟೊಂದು ಜನರನ್ನು ಇವರು ನಾಶ ಮಾಡಿದರಲ್ಲ ಎಂದು ಟೀಕಿಸಬಹುದು ಯಾರಾದರೂ! ಸುಮಾರು 200 ವರ್ಷ ಆದಮೇಲೆ – ಈಗ ಇರುವ ಆದಿವಾಸಿಗಳೆಷ್ಟು? 46,000! ಇವರಲ್ಲದೆ 75,000 ಮಿಶ್ರತಳಿಯವರೂ ಇರುವರಂತೆ! ಈ ಮಿಶ್ರತಳಿ ಬಂದವರ ಕೊಡುಗೆ. ತುಂಬಾ ಉಣ್ಣೆಕೊಡುವ ಮಿಶ್ರತಳಿಯ ಕುರಿಯೇ ಸಾಧ್ಯವಾಗಿರುವಾಗ, ಮನುಷ್ಯರದೇನಂತೆ?

1840ರ ಸುಮಾರಿಗೆ ಡಚ್ಚರ ನೌಕಾಪಡೆ ದುರ್ಬಲವಾದಾಗ ಟಾಸ್ಮಾನಿಯವನ್ನೂ ನ್ಯೂಜಿಲೆಂಡನ್ನೂ ಬ್ರಿಟಿಷರು ಸ್ವಾಧೀನಪಡಿಸಿಕೊಂಡರು. ಟಾಸ್ಮಾನಿಯ ದ್ವೀಪದ 2000 ಮೂಲನಿವಾಸಿಗಳನ್ನು ಹೇಳ ಹೆಸರಿಲ್ಲದಂತೆ ಮಾಡಿ, ಆಸ್ಟ್ರೇಲಿಯದ ರಾಜ್ಯಪಾಲನ ಅಧೀನದಲ್ಲಿ ಆ ದ್ವೀಪವನ್ನು ಒಂದು ವಸಾಹತು ಕೇಂದ್ರವಾಗಿ ರೂಪಿಸಿದರು. (1847ರಲ್ಲಿ 47 ಆದಿವಾಸಿಗಳು ಮಾತ್ರ ಅಲ್ಲಿ ಉಳಿದಿದ್ದರು. ಅವರ ಕೊನೆಯ ಗಂಡಸು 1869ರಲ್ಲಿ ಸತ್ತ.)

ಆದಿವಾಸಿಗಳ 150 ಪದಗಳು ಆಸ್ಟ್ರೇಲಿಯದ ಇಂಗ್ಲಿಷಿನಲ್ಲಿ ಸೇರಿಕೊಂಡಿವೆ. 150 ಸ್ಥಳಗಳಿಗೆ ಹಳೆಯ ಸ್ಥಳನಾಮಗಳೇ ಉಳಿದಿವೆ.

ಇನ್ನು ಒಂದೆರಡು ದಶಕಗಳಲ್ಲಿ ಆದಿವಾಸಿಗಳ ಎಲ್ಲ ಬುಡಕಟ್ಟುಗಳೂ ನಾಶವಾಗಬಹುದೆಂದು ಆಳುವವರ ನಿರೀಕ್ಷೆ. ಅಮೆರಿಕದಲ್ಲಿ ಸಾಧ್ಯವಾದದ್ದು ಇಲ್ಲಿ ಆಗಬಾರದೇಕೆ?

ನ್ಯೂಜಿಲೆಂಡ್‌ನ ಕಥೆ ಸ್ವಲ್ಪ ಭಿನ್ನ. ಕೇವಲ 1000 ವರ್ಷ ಹಿಂದೆ ಮಾವೂರಿ ವೀರ ಕುಪೆ 'ನೀಳ ಬಿಳಿಯ ಮೋಡ'ವನ್ನು ಕಂಡನಂತೆ. ಮುಂದೆ ಮೂರು ನಾಲ್ಕು ಶತಮಾನಗಳ ಅನಂತರ ಪೂರ್ವ ದಿಕ್ಕಿನಿಂದ ಅವನ ಜನ ಅಲ್ಲಿಗೆ ವಲಸೆ ಬಂದರಂತೆ – ಶಾಂತ ಸಾಗರದಲ್ಲಿ 2000 ಮೈಲು ದೋಣಿಗಳಲ್ಲಿ ಪ್ರಯಾಣ ಬೆಳೆಸಿ. ಕುಕ್‌ನ ಅಂದಾಜಿನಂತೆ, 1769ರಲ್ಲಿ ಆತ ಬಂದಾಗ ಅಲ್ಲಿ 200,000 ಮಾವೊರಿಗಳಿದ್ದರು. ಇಲ್ಲಿಗೆ ಪಾತಕಿಗಳನ್ನು ತರಲಿಲ್ಲ. ಕೃಷಿ ಪ್ರವೀಣ ಭೂಮಾಲಿಕರೂ ದುಡಿಯಲು ಸಿದ್ಧರಿದ್ದ ಬಡವರೂ ಇಂಗ್ಲೆಂಡಿನಿಂದ ಬಂದರು. ಮಾವೊರಿ ಭಾಷೆಯಲ್ಲಿ 'ಪಕೇಹ' ಎಂದರೆ ಪರಕೀಯ. ಮಾವೊರಿಗಳಿಗೆ ಭೂಮಿ ಪವಿತ್ರ, ಅವರದು ಕೂಡೊಕ್ಕಲು. ಬೆಳೆದದ್ದು ಬುಡಕಟ್ಟಿನ ಎಲ್ಲರಿಗೆ ಸೇರಿದ್ದು. ಹತ್ತೇ ವರ್ಷಗಳಲ್ಲಿ ಗಣನೀಯವೆನಿಸಿದ ಇಂಗ್ಲಿಷರ ಸಂಖ್ಯೆ ಕಂಡು ಮಾವೊರಿಗಳು ಯೋಚನಾಪರರಾದರು. ತಮ್ಮ ಸ್ವಾತಂತ್ರ್ಯದ ರಕ್ಷಣೆಗಾಗಿ ಪಕೇಹರೊಡನೆ ಹೋರಾಡಿದರು ಹನ್ನೆರಡು ವರ್ಷ ಕಾಲ. ಮಧ್ಯೆ ಒಬ್ಬ ಅರಸನನ್ನು ಆರಿಸಿಕೊಂಡರು. ಸಿಡಿಮದ್ದು ಗುಂಡುಗಳಿಲ್ಲದ ವೀರರು. ಸಾವು ನೋವು ಭಾರಿ ಪ್ರಮಾಣದ್ದು. ಸೋಲು ಅನಿವಾರ್ಯವಾದಾಗ ರಾಜಿಯಾಯಿತು. ಆಳ್ವಿಕೆ ಬ್ರಿಟಿಷರದು. ಮಾವೊರಿಗಳಿಗಾಗಿ ಒಂದಷ್ಟು ಭೂಮಿ ಮೀಸಲು. 1896ರಲ್ಲಿ ಮಾವೊರಿಗಳ ಸಂಖ್ಯೆ 42,000ಕ್ಕೆ ಇಳಿದರೂ, ಈಗ ಅದು 180,000 ನ್ಯೂಜಿಲೆಂಡ್‌ನ ಜನಸಂಖ್ಯೆಯ ಶೇಕಡಾ 7ರಷ್ಟು. 'ಯಥಾಸ್ಥಿತಿ' ಜನ ನಿರ್ವಂಶರಾಗಲೆಂದು ಹಾರೈಸುವುದು ಕಷ್ಟ. ಆಳುವವರಿಗೆ ಇದು ಸ್ಪಷ್ಟವಾದುದರಿಂದಲೇ ಸಹಬಾಳ್ವೆಯ ಪ್ರಯೋಗ ನಡೆಯಿತು.

ಆಸ್ಟ್ರೇಲಿಯದ ವಸಾಹತು ಕೇಂದ್ರಗಳು ನಗರಗಳಾಗಿ ಬಂದರುಗಳಾಗಿ ಬೆಳೆದುವು. ಸಿಡ್ನಿ, ಮೆಲ್‌ಬೋರ್ನ್, ಅಡಿಲೇಯ್ಡ್, ಬ್ರಿಸ್‌ಬೇನ್, ಪರ್ತ್ ಮತ್ತು ಟಾಸ್ಮಾನಿಯದ ಮುಖ್ಯ ಪಟ್ಟಣ ಹೊಬರ್ಟ್. ಇವು ನಿರ್ಮಾಣವಾದದ್ದು ಕೈದಿಗಳ ದುಡಿಮೆಯಿಂದ. ಭೂಖಂಡದ 30 ಲಕ್ಷ ಚದರ ಮೈಲು ವಿಸ್ತೀರ್ಣದಲ್ಲಿ ಬಹುಪಾಲು ಬರಡು ನೆಲ. ಅಲ್ಲಲ್ಲಿನ ಹಸಿರು ಪಚ್ಚೆಗಳು ಸಿರಿವಂತರ ಸೊತ್ತು. ಅವುಗಳನ್ನು ತಲಪಲೆಂದು ಹೆದ್ದಾರಿಗಳ ಜಾಲ ರಚಿಸಿದರು. ಇಂಗ್ಲೆಂಡಿನಿಂದ ಬಂದಿದ್ದ ಸೆರೆಯಾಳುಗಳು ಕಾಲುಗಳಲ್ಲಿ ಸಂಕೋಲೆ ತೊಟ್ಟುಕೊಂಡೇ ದುಡಿದರು. ದಾರಿಯುದ್ದಕ್ಕೂ ಕಂಬಗಳು. ಸರಿಯಾಗಿ ಕೆಲಸ ಮಾಡದವರನ್ನು ಕಂಬಗಳಿಗೆ ಕಟ್ಟಿ, ಚಾವಟಿಗಳಿಂದ

ಬಾರಿಸುತ್ತಿದ್ದರು. ಈ ಪಾಪಿಗಳಲ್ಲಿ ಯಾರಾದರೂ ಪ್ರತಿಭಟಿಸಿದರೆ ಇಲ್ಲವೆ ಓಡಿ ಹೋಗಲು ಯತ್ನಿಸಿದರೆ, ಆದಿವಾಸಿಗಳ ಪಾಡೇ ಇವರಿಗೂ – ನರಬೇಟೆಗೆ ಒಳಗಾಗಿ ಕೊನೆಯ ಉಸಿರೆಳೆಯುವುದು.

ಮುಂದೆ ರೈಲು ಗಾಡಿ ಬಂತು. ಜತೆಗೆ ಟೆಲಿಗ್ರಾಫ್ ಜಾಲ. ಈ ಶತಮಾನದಲ್ಲಿ ವಿಮಾನ ಕೂಡಾ.

ನ್ಯೂಜಿಲೆಂಡಿನಲ್ಲಿ ಎರಡು ಭಾಗ; ತುಸು ಚಿಕ್ಕದಾದ ಉತ್ತರ ದ್ವೀಪ; ಕೊಲ್ಲಿಯ ಕೆಳಗೆ, ದೊಡ್ಡದಾದ ದಕ್ಷಿಣ ದ್ವೀಪ. ಜನಸಂಖ್ಯೆ ಉತ್ತರದಲ್ಲೇ ಸಾಂದ್ರ. ಎರಡೂ ಸೇರಿ ವಿಸ್ತೀರ್ಣ 1 ಲಕ್ಷ ಚಿಲ್ಲರೆ ಚದರ ಮೈಲು. ಈಗಿನ ಜನಸಂಖ್ಯೆ 25 ಲಕ್ಷ. ಐದರಲ್ಲಿ ಎರಡರಷ್ಟು ಜನರ ವಾಸ ವೆಲಿಂಗ್ಟನ್ ಮತ್ತಿತರ ನಾಲ್ಕು ನಗರಗಳಲ್ಲಿ. 'ಕಿವಿ' ನ್ಯೂಜಿಲೆಂಡಿನ ನಿಶಾಚರ ಪಕ್ಷಿ. ಮೃಗಾಲಯಗಳಲ್ಲಷ್ಟೇ ಅದು ಕಾಣಸಿಗುವುದು. ನ್ಯೂಜಿಲೆಂಡಿನ ಜನರಿಗೆ 'ಕಿವಿ'ಗಳೆಂಬ ಅಡ್ಡ ಹೆಸರೂ ಉಂಟು.

ಆಸ್ಟ್ರೇಲಿಯವನ್ನು ಆಡಳಿತದ ಅನುಕೂಲಕ್ಕಾಗಿ ಆರು ಭಾಗಗಳಾಗಿ ವಿಂಗಡಿಸಿದರು. ಒಟ್ಟು ಸಂಖ್ಯೆಯ ಅರ್ಧದಷ್ಟು ಜನರ ವಾಸ ಆ ಆರು ರಾಜ್ಯಗಳ ರಾಜಧಾನಿಗಳಲ್ಲಿ. (ಒಟ್ಟು ಜನಸಂಖ್ಯೆ ಈಗ 1 ಕೋಟಿ 10 ಲಕ್ಷ). ಕಣ ರೂಪದಲ್ಲೋ ಗಟ್ಟಿಗಳಾಗಿಯೋ ಆಸ್ಟ್ರೇಲಿಯದ ನೆಲದಲ್ಲಿ ಬಂಗಾರವಿದ್ದುದು 1850ರಲ್ಲಿ ಕಂಡುಬಂತು. ಧರ್ಮ ಪೀಠಕ್ಕಿಲ್ಲದ ಬೆಲೆ ಚಿನ್ನಕ್ಕೆ! ಇಂಗ್ಲಿಷರು, ಐರಿಷರು, ಸ್ಕಾಟರು, ವೆಲ್ಷರು, ಜರ್ಮನರು ಮತ್ತಿತರ ಐರೋಪ್ಯ ಜನ ತಂಡತಂಡವಾಗಿ ಸ್ವರ್ಣಾನ್ವೇಷಣೆಗೆ ಬಂದರು. ಒಂದು ದಶಕದ ಮೇಲೆ ನ್ಯೂಜಿಲೆಂಡಿನಲ್ಲೂ ಅದೇ ಪರಿಸ್ಥಿತಿ. ಹೊನ್ನಿನ ಹುಚ್ಚು ಹಿಡಿದ ಮನುಷ್ಯ ಎಂಥ ಕ್ರೌರ್ಯಕ್ಕೂ ಹೇಸುವವನಲ್ಲ. ಕೈದಿಗಳನ್ನು ಆಸ್ಟ್ರೇಲಿಯಕ್ಕೆ ಕಳಿಸುವುದು 1868ರಲ್ಲಿ ಮುಕ್ತಾಯಗೊಂಡು, 'ಸಜ್ಜನ' ಸಾಹಸಿಗಳೇ ವಲಸೆ ಬರತೊಡಗಿದರು. ಈ ಬಂಗಾರದ ಮನುಷ್ಯರಲ್ಲಿ ಕೆಲವರು ತಮ್ಮ ಕುದುರೆಗಳಿಗೆ ಚಿನ್ನದ ಲಾಳ ಹಾಕಿಸಿದರು; ಕರೆನ್ಸಿ ನೋಟನ್ನು ಬೆಂಕಿಗೆ ಮುಟ್ಟಿಸಿ ಸಿಗರೇಟು ಹಚ್ಚಿದರು.

ಅಂಥ ಪರಿಸ್ಥಿತಿಯಲ್ಲಿ ಬಂಡಾಯದ ಕಿಡಿ ಬೆಂಕಿಯಾದದ್ದು ಸ್ವಾಭಾವಿಕ. ನೆಡ್ ಕೆಲ್ಲಿ ಆಸ್ಟ್ರೇಲಿಯದ ರಾಬಿನ್‌ಹುಡ್ ಎನಿಸಿಕೊಂಡ. ಮಿಲಿಟರಿಯವರು ಕೆಲ್ಲಿಯೂ ಅವನ ಸಂಗಡಿಗರೂ ಇದ್ದ ಹೋಟೆಲಿಗೆ ಬೆಂಕಿ ಇಟ್ಟರು. ಕೆಲ್ಲಿಯನ್ನು ಸೆರೆಹಿಡಿದು, 'ವಿಚಾರಣೆ' ನಡೆಸಿ, ಮೆಲ್‌ಬೋರ್ನಿನಲ್ಲಿ ಗಲ್ಲಿಗೇರಿಸಿದರು.

ಆಳುವವರಿಗೆ ಬ್ರಿಟನಿನ ವ್ಯಾಮೋಹ. ಹೊಸ ನೆಲದಲ್ಲಿ ದೇಹ ವಿಟ್ಟವರ ಮಕ್ಕಳಿಗೆ ಅನಿಸಿದ್ದೇ ಬೇರೆ. "ನಾವು ಆಸ್ಟ್ರೇಲಿಯನರು"

ಎಂದು ಆ ಪೀಳಿಗೆ ಸಾರಿತು.

ಕೃಷಿ ಪ್ರಧಾನ ದೇಶ. ಉಣ್ಣೆ, ಮಾಂಸ ರಫ್ತಿಗೆ. ಶೈತ್ಯಾಗಾರವಿದ್ದ ಹಡಗುಗಳು ಇಂಗ್ಲೆಂಡಿನಿಂದ ಬರತೊಡಗಿದ ಮೇಲೆ, ಮಾಂಸವನ್ನು ಭಾರೀ ಪ್ರಮಾಣದಲ್ಲಿ ತಮ್ಮ ಪೂರ್ವಜರಿಗೆ ಆಸ್ಟ್ರೇಲಿಯನ್ನರು ಮಾರಿದರು.

ಪ್ರತಿಕೂಲ ಪರಿಸ್ಥಿತಿಯಲ್ಲಿ ಬದುಕತೊಡಗಿದವರಿಗೆ ಎಂಟೆದೆ, ಮೊಂಡುತನ, ಕಷ್ಟಸಹಿಷ್ಣುತೆ ಸಹಜ ಗುಣಗಳು. ಇಂದು ಕೆಲವರು ಸಿರಿವಂತರಾದರೇನಾಯಿತು ? ನಿನ್ನೆ ಅವರೆಲ್ಲರ ತಂದೆತಾಯಿ ಬಡವ ರಾಗಿಯೇ ವಲಸೆ ಬಂದಿದ್ದರಷ್ಟೆ? ಇಂಥ ಸ್ಥಿತಿಯಲ್ಲಿ ಅಸಮಾನತೆ ಅಸ್ವಾಭಾವಿಕ. ಆದರೆ, ದಿನ ಕಳೆದಂತೆ ಸಮಾಜದ ಧ್ರುವೀಕರಣ ಸ್ಫುಟಗೊಂಡಿತು. ಬಂಗಾರದ ಅಲೆ ಬಂತು, ಹೋಯಿತು. ದುಡಿಯುವ ಬಹುಸಂಖ್ಯಾತರ ಪಾಲಿಗೆ ಉಳಿದದ್ದು ಶ್ರಮ ಸಂಪತ್ತು ಮಾತ್ರ. ಅದನ್ನು ದಿನವೂ ಮಾರಿ ರೊಟ್ಟಿ ಸುಡಬೇಕು. ಒಗ್ಗಟ್ಟಿನಲ್ಲಿ ಬಲವಿದೆ ಎಂಬುದನ್ನು ಕಾರ್ಮಿಕರು ಬೇಗನೆ ಅರಿತರು. 30 ಲಕ್ಷ ಸದಸ್ಯತ್ವವಿದ್ದ 300 ಸಂಘಗಳನ್ನು ಕಟ್ಟಿದರು. ಅಖಿಲ ಆಸ್ಟ್ರೇಲಿಯದ ಕಾರ್ಮಿಕ ಸಂಘಗಳ ಮಂಡಲಿ ರಚಿತವಾಯಿತು. ಲೇಬರ್ ಪಕ್ಷ ಉದಿಸಿತು.

ಆರು ರಾಜ್ಯಗಳು ಬೇರೆ ಬೇರೆಯಾಗಿರುವುದು ಬುದ್ಧಿವಂತಿಕೆಯಲ್ಲ ಎನಿಸಿತು ಆಳುವವರಿಗೆ. ಮೇಲಿನವರ ಪೈಪೋಟಿಯಿಂದ ಲಾಭ ಶ್ರಮಿಕರಿಗೆ – ಎಂಬ ಜ್ಞಾನ ಮೂಡಿತು. ಪರಿಣಾಮ: ಆರು ರಾಜ್ಯಗಳೊಂದುಗೂಡಿದ, ಆದರೆ ಪ್ರತಿ ರಾಜ್ಯಕ್ಕೂ ಸಾಕಷ್ಟು ಸ್ವಾಯತ್ತೆ ಇದ್ದ, ಆಸ್ಟ್ರೇಲಿಯ ರಾಷ್ಟ್ರದ ರಚನೆ. ರಾಜಧಾನಿ ಎಲ್ಲಿರಬೇಕು? ಹೊಸತೊಂದು ನಗರವನ್ನೇ ಅದಕ್ಕಾಗಿ ನಿರ್ಮಿಸಿದರು. ಕಾನ್‌ಬೆರಾ.

ಈ ವ್ಯವಸ್ಥೆ 1901ರಿಂದ ಆರಂಭವಾಯಿತು. ಅಂದಿನಿಂದ ಬ್ರಿಟಿಷ್ ಕಿರೀಟಕ್ಕೆ ನಾಮಮಾತ್ರ ಗೌರವ ಸಲ್ಲಿಕೆ. ಆರು ವರ್ಷಗಳ ಅನಂತರ ನ್ಯೂಜಿಲೆಂಡೂ ತನ್ನದೇ ಸರಕಾರ ರೂಪಿಸಿತು.

ಆಸ್ಟ್ರೇಲಿಯದಲ್ಲಿ ಐರೋಪ್ಯರಲ್ಲದವರಿಗೆ ಆಡಳಿತದಲ್ಲಿ ಸ್ಥಾನವಿಲ್ಲ. ನ್ಯೂಜಿಲೆಂಡ್‌ನಲ್ಲಿ ಮಾತ್ರ ಶಾಸನಸಭೆಯ 80ರಲ್ಲಿ ನಾಲ್ಕು ಸ್ಥಾನಗಳು ಮಾವೊರಿಗಳಿಗೆ ಮೀಸಲು.

ಅಭಿವೃದ್ಧಿ ಹೊಂದತೊಡಗಿದ ದೇಶದಲ್ಲಿ ದುಡಿಯುವವರು ಸಾಲದೆ ಬಂದು, ಆಗ್ನೇಯ ದಿಕ್ಕಿನಲ್ಲಿದ್ದ ದ್ವೀಪಗಳಿಂದ ಪೊಲಿನೇಷ್ಯ ಮೂಲದ 50,000 ಜನರನ್ನು ಪುಸಲಾಯಿಸಿಯೂ ಬಲ ಪ್ರಯೋಗಿಸಿಯೂ ಹಿಡಿದು ತಂದರು – ಗುಲಾಮ ದುಡಿಮೆಗಾಗಿ. ಇವರು ಕನಕರು. ಪೊಲಿನೇಷ್ಯ ಭಾಷೆಯಲ್ಲಿ 'ಕನಕ' ಎಂದರೆ 'ಮನುಷ್ಯ'. ಪ್ರಾಣಿಯಲ್ಲ ಸದ್ಯಃ!

ಮೊದಲ ಮಹಾಯುದ್ಧದಲ್ಲಿ ಆಸ್ಟ್ರೇಲಿಯನರು ಬ್ರಿಟನಿನ ಪರವಾಗಿ

ಹೋರಾಡಿದರು – ಶೂರರಂತೆ. ಯುದ್ಧ ಮುಗಿದಾಗ, ಆ ತನಕ ಜರ್ಮನರದಾಗಿದ್ದ ಸಮೀಪದ ನ್ಯೂಗಿನಿ ದ್ವೀಪದ ಆಡಳಿತ ತಮ್ಮ ವಶಕ್ಕೆ ಬರಲಿ ಎಂದರು – ಪಟ್ಟು ಹಿಡಿದ ಬಂಡವಾಳಗಾರರಂತೆ.

ದೂರದ ರಷ್ಯದಲ್ಲಿ ನಡೆದ ಕ್ರಾಂತಿಯ ಅಲೆಗಳು ಆಸ್ಟ್ರೇಲಿಯದ ದಂಡೆಗಳಿಗೂ ಅಪ್ಪಳಿಸಿದುವು. 1920ರಲ್ಲಿ ಆಸ್ಟ್ರೇಲಿಯದ ಕಮ್ಯೂನಿಸ್ಟ್ ಪಕ್ಷ ಸ್ಥಾಪಿತವಾಗಿ, ಅಲ್ಲಿನ ರಾಜಕೀಯದಲ್ಲಿ ಹೊಸ ಶಕ್ತಿಯ ಸಂಚಾರವಾಯಿತು.

ಎರಡನೆಯ ಮಹಾಯುದ್ಧದ ವೇಳೆ ಜಪಾನಿನ ನೌಕಾಧಿಪತಿ ಟೋಜೊ ಆಸ್ಟ್ರೇಲಿಯನರನ್ನು 'ಶಾಂತ ಸಾಗರದ ತಬ್ಬಲಿಗಳು' ಎಂದು ಕರೆದ. ಪರ್ಲ್ ಹಾರ್ಬರ್‌ನ ಮೇಲೆ ಜಪಾನು ದಾಳಿಮಾಡಿದಾಗ, ಅಮೆರಿಕ ಬಲ ಪ್ರದರ್ಶನಕ್ಕೆ ಬಂತು. ಆಸ್ಟ್ರೇಲಿಯವೂ ಜಪಾನೀ ಬಾಂಬುಗಳಿಂದ ಹಾನಿಗೀಡಾಯಿತು. ಆಗ ಅದರ ಸೈನಿಕರು ಐರೋಪ್ಯ ರಂಗಗಳಲ್ಲಿ ಹೋರಾಟದಲ್ಲಿ ನಿರತರಾಗಿದ್ದರು. ಬ್ರಿಟಿಷರಿಗಿಂತ ಅಮೆರಿಕನರೇ ಆಸ್ಟ್ರೇಲಿಯನರಿಗೆ ಈಗ ಹೆಚ್ಚು ಪ್ರಿಯರಾದರು. ಯುದ್ಧಾಂತ್ಯದಲ್ಲಿ ಬ್ರಿಟನ್ ಬಡಕಲಾಗಿತ್ತು. ಎಲ್ಲ ವಸಾಹತುಗಳನ್ನೂ ಅದು ಕಳೆದುಕೊಂಡಿತ್ತು. ತಮ್ಮ ಪೂರ್ವಜರ ಬಗ್ಗೆ ಆಸ್ಟ್ರೇಲಿಯನರಲ್ಲಿ ಉಳಿದುದು ಗೌರವವಲ್ಲ, ಕನಿಕರ ಮಾತ್ರ.

ಹಿಂದೆ ಬಂಗಾರಕ್ಕಾಗಿ ಮತ್ತು ಹವಳಕ್ಕಾಗಿ ಜಪಾನೀಯರೂ ಚೀನಿಯರೂ ಆಸ್ಟ್ರೇಲಿಯ ನ್ಯೂಜಿಲೆಂಡ್‌ಗಳಿಗೆ ಬರುವುದಿತ್ತು. ಅವರು ತನ್ನ ಸಮಾಜವನ್ನು ಕಲುಷಿತಗೊಳಿಸದಂತೆ ಆಸ್ಟ್ರೇಲಿಯ ನಿಷ್ಠುರ ಕ್ರಮ ಕೈಗೊಳ್ಳುತ್ತಿತ್ತು. 'ಆಸ್ಟ್ರೇಲಿಯ ಬಿಳಿಯರಿಗೆ ಮೀಸಲು' – ಇದು ದ್ವಿತೀಯ ಯುದ್ಧಾನಂತರ ಆಸ್ಟ್ರೇಲಿಯ ಅನುಸರಿಸಿದ ಕಟ್ಟುನಿಟ್ಟಾದ ನೀತಿ. ವಲಸೆಗಾಗಿ ಪರಿಶುದ್ಧ ಐರೋಪ್ಯರು ಬರ ಬಹುದು. ಏಷ್ಯಾದವರು–ಕರಿಯರು– ಖಂಡಿತ ಕೂಡದು. ಈ ವರ್ಣ ನೀತಿಯನ್ನು ವಿರೋಧಿಸಿದ್ದು ಆಸ್ಟ್ರೇಲಿಯದ ಕಮ್ಯೂನಿಸ್ಟ್ ಪಕ್ಷ ಮಾತ್ರ. (ಒಂದು ಕಾಲದಲ್ಲಿ ಯಾವ ಕೇರಿಯಾದರೂ ಆಗುತ್ತಿತ್ತು. ಈಗ ಗರತಿ ಮನೆಯೇ ಬೇಕು!) ಆಸ್ಟ್ರೇಲಿಯ ಇನ್ನೂ ಒಂದು ಮುಂಜಾಗ್ರತೆ ವಹಿಸಿದೆ; ವಲಸೆಗೆ ಬರುವ ಬಿಳಿಯರ ಪೂರ್ವಕಥೆ ತಿಳಿಯುವುದು. ಪಾತಕಿಗಳಿಗೆ ಮತ್ತು ರಾಜಕೀಯವಾಗಿ ಅಪೇಕ್ಷಣೀಯರಲ್ಲದ ಜನರಿಗೆ ಪ್ರವೇಶವೇ ಇಲ್ಲ. ಹೀಗಿದ್ದರೂ, ಪ್ರತಿ ವರ್ಷ 100,000 ಬಿಳಿಯರು ವಲಸೆ ಬರುತ್ತಲೇ ಇದ್ದಾರೆ.

ಅಮೆರಿಕದ ಬಂಡವಾಳಕ್ಕೆ ಇಲ್ಲಿ ಹಾರ್ದಿಕ ಸ್ವಾಗತ. ವ್ಯಾಪಾರ ಸಂಬಂಧಕ್ಕೆ ಜಪಾನೂ ಆಗಬಹುದು. ಶೋಷಕರ ಅದೃಷ್ಟ! ಚೀನಾದ ಚಟುವಟಿಕೆಯಿಂದಾಗಿ ಕಮ್ಯೂನಿಸ್ಟ್ ಪಕ್ಷ ಮೂರಾಬಟ್ಟೆಯಾಗಿದೆ.

ಆರ್ಥರ್ ಫಿಲಿಪ್ ಪಾತಕಿಗಳ ಜತೆ ಐದು ಮೊಲ ತಂದಿದ್ದ. ಅವು ಅಸಂಖ್ಯವಾಗಿ, ಕುರಿಗಳಿಗೆ ಮೇವಿಲ್ಲದಂತೆ ಮಾಡಿದವು. ರಾಸಾಯನಿಕ ಪ್ರಯೋಗದಿಂದ ಅವನ್ನು ನಾಶಪಡಿಸಬೇಕಾಯಿತು. ಕಾಂಗರೂಗಳು ಹುಲ್ಲು ಮೇದು ಕುರಿಗಳು ಬಡವಾಗುತ್ತವೆಂದು, ಆ ಪ್ರಾಣಿಗಳನ್ನು ಕೊಂದರು. ಆದಿವಾಸಿಗಳಿಂದ ತೊಂದರೆಯಾಗ ಬಾರದೆಂದು, ಅವರ ವಂಶವನ್ನೇ ನಿರ್ನಾಮ ಮಾಡಹೊರಟರು.

ಇಂಥ ಸುಭದ್ರ ಸ್ಥಿತಿಯಲ್ಲೂ 1976ರಲ್ಲಿ ಆಸ್ಟ್ರೇಲಿಯ ರಾಷ್ಟ್ರದಾದ್ಯಂತ ಸಾರ್ವತ್ರಿಕ ಮುಷ್ಕರ ನಡೆದು, ಸರಕಾರ ನಡುಗಿತು.

2

ಆಸ್ಟ್ರೇಲಿಯದ ಆದಿವಾಸಿಗಳು ಕಾಡಿನ ಮಕ್ಕಳಾಗಿ ಹಣ್ಣು ಹಂಪಲು ಆರಿಸುತ್ತ ಅಲೆಯುತ್ತಿದ್ದಾಗ ಏನನ್ನು ಗುನುಗುತ್ತಿದ್ದರು? ಕಡಲಿನ ಮಕ್ಕಳಾಗಿ ಮೀನು ಹಿಡಿಯುತ್ತಿದ್ದಾಗ ಅವರಿಂದ ಹೊರಟದ್ದು ಯಾವ ರಾಗ? ಯಾವುದು ಅವರ ಪಾಡಿನ ಹಾಡು? ಬೇಟೆಯ ಸಾಹಸದ ಕಥೆಯನ್ನು ಕಿರಿಯರಿಗೆ ಅವರು ಹೇಳಿಯೇ ಇಲ್ಲವೆ? ಅವರು ನಂಬಿದ ದೈವಗಳ ಕಥೆಗಳಾದರೂ ಇರಬೇಕಲ್ಲ.

ಅವರ ಸರ್ವನಾಶಕ್ಕೆ ಮುಂಚೆಯಾದರೂ ಆ ಜಾನಪದ ಸಾಹಿತ್ಯದ ದಾಖಲೆ ಸಾಧ್ಯವೆ?

ಬೀಡು ಬಿಟ್ಟು ನಾಡು ಕಟ್ಟಿದ ತಮ್ಮ ಸಾಹಸವೇ ದೊಡ್ಡದು ಬಿಳಿಯರಿಗೆ. ಆದಿವಾಸಿಗಳು ಅವರ ಪಾಲಿಗೆ ಶಿಲಾಯುಗದ ಜೀವಿಗಳು. ಅತ್ಯಂತ ಬಲಿಷ್ಠರಲ್ಲ. ಬದುಕುವ ಹಕ್ಕಿಲ್ಲ ಅವರಿಗೆ. ಇದು ಹೊಸ ಆಸ್ಟ್ರೇಲಿಯ. ತಮ್ಮ ಲಾಂಛನದಲ್ಲಿ ಒಂದು ಕಾಂಗರೂವನ್ನೂ ಒಂದು ಎಮು ಹಕ್ಕಿ*ಯನ್ನೂ ಚಿತ್ರಿಸಿಕೊಂಡಿದ್ದಾರೆ. ಅಷ್ಟು ಸಾಲದೆ?

ಅಲ್ಲದೆ ತಮ್ಮದೊಂದು ವಿಶ್ವವಿದ್ಯಾಲಯದಲ್ಲಿ ಒಂದು ಪೀಠ ಸ್ಥಾಪಿಸಿದ್ದಾರೆ–ಆದಿವಾಸಿಗಳ ಅಧ್ಯಯನಕ್ಕಾಗಿ. ಇಷ್ಟರಿಂದ ಸಂತೃಪ್ತಳಾಗ ಬಾರದೆ ಜ್ಞಾನ ದೇವತೆ?

ಹೋಗಲಿ, ಹೊಸಬರು ಈ ಎರಡು ಶತಮಾನಗಳಲ್ಲಿ ಸೃಷ್ಟಿಸಿದ ಸಾಹಿತ್ಯವನ್ನಾದರೂ ಪರಿಚಯ ಮಾಡಿಕೊಳ್ಳೋಣ.

ಮೊದಲ ಶತಮಾನ ಬಿಡುವು ಇಲ್ಲದ್ದು. ಹಡಗುಗಳಲ್ಲಿ ಅಷ್ಟಿಷ್ಟು ಪುಸ್ತಕಗಳು ಇಂಗ್ಲೆಂಡಿನಿಂದ ಬರುತ್ತಿದ್ದುವು. ಓದು ಬಲ್ಲ ಮಹಿಳೆಯರು ಬಿಡುವಿನ ವೇಳೆಯಲ್ಲಿ ಓದಿರಲೂಬಹುದು.

---

* ಎಮು : ಉಷ್ಟ್ರಪಕ್ಷಿಯ ಜಾತಿಗೆ ಸೇರಿದ್ದು.

16

ಆಸ್ಟ್ರೇಲಿಯದ್ದೇ ಎನ್ನಬಹುದಾದ ಸಾಹಿತ್ಯಕೃತಿ ಬೆಳಕು ಕಂಡದ್ದು ಕಳೆದ ಶತಮಾನ ಕಣ್ಣು ಮುಚ್ಚುತ್ತಿದ್ದಾಗ. ಅದು ಹೆನ್ರಿ ಲಾಸನ್ ಬರೆದ ಕಥೆಗಳ ಸಂಕಲನ 'ವೈಲ್ ದಿ ಬಿಲ್ಲಿ ಬಾಯ್ಲ್ಸ್'. ಶೋಷಕ ರಾಜಕಾರಣಿಯ ಕಠೋರತೆಗಿಂತ ತೀರಾ ಭಿನ್ನವಾದ ದೃಷ್ಟಿ. ಸುತ್ತಲೂ ಕೇಳಿಸಿದ ನೋವು ನರಳಾಟಗಳಿಗೆ, ಕಾಡಿನ ಅಳಲಿಗೆ ಸ್ಪಂದನ. ಕ್ರೌರ್ಯದ ಉರಿಯಲ್ಲೂ ಈ ಸೃಜನ ಶೀಲ ಸಾಹಿತಿ ಮಾನವೀಯತೆಯ ರಕ್ಷಕನಾಗಿದ್ದ. 'ಸಿಡ್ನಿ ಬುಲೆಟಿನ್' ಪತ್ರಿಕೆ ಆರಂಭವಾದಾಗ, ಬಹಳ ಜನ ಯುವಕರು ಬರೆಯತೊಡಗಿದರು – ಕಿರು ಲೇಖನಗಳನ್ನು, ಕಥೆಗಳನ್ನು. ನ್ಯಾಯ ಅನ್ಯಾಯಗಳ ವಿವೇಚನೆ, ಸಮತೆಗಾಗಿ ಕರೆ, ರಾಷ್ಟ್ರೀಯತೆ–ಈ ಬರೆವಣಿಗೆಯ ಮುಖ್ಯ ಧ್ವನಿ. ಪ್ರಮುಖರು: ರಿಚರ್ಡ್ಸನ್, ಜೋಸೆಫ್ ಫರ್ಫಿ, ಎಲೀನರ್ ಡಾರ್ಕ್, ವಾನ್ಸ್ ಪಾಮರ್, ಮೇರಿ ಗಿಲ್ಮೋರ್, ಸೂಸನ್ನಾ ಪಿಚರ್ಡ್... ಇವರಲ್ಲಿ ಕೆಲವರು ಕಾದಂಬರಿಗಳನ್ನೂ ಬರೆದರು. ಈ ಶತಮಾನದ ಖ್ಯಾತ ಕವಿ ಎನಿಸಿದವನು ಮೆಕ್ ಔಲೆ; ಹೆಸರಾಂತ ನಾಟಕಕಾರ ರೇ ಲಾಲರ್. ಅಂತರರಾಷ್ಟ್ರೀಯ ಖ್ಯಾತಿ(ನೊಬೆಲ್ ಪಾರಿತೋಷಕ) ಗಳಿಸಿದ ಹಿರಿಯ ಕಾದಂಬರಿಕಾರ, ನಾಟಕಕಾರ ಪ್ಯಾಟ್ರಿಕ್ ವೈಟ್. ಅವನ ಹೆಸರಾಂತ ಕಾದಂಬರಿಗಳು: 'ಮಾನವ ವಂಶವೃಕ್ಷ', 'ರಥಾರೋಹಿ'... ಮನುಷ್ಯನ ಹೊರ ರೂಪವನ್ನೂ ಆಂತರಿಕ ಸ್ತರಗಳನ್ನೂ ಈತ ಚಿತ್ರಿಸುತ್ತಾನೆ. ಉದ್ದಕ್ಕೂ ಮಾನವತೆಯ ನಾಡಿಮಿಡಿತದ ಸದ್ದು...

ಸಾಹಿತ್ಯ ಲೋಕಕ್ಕೆ ಸಂಬಂಧಿಸಿ ಆಳುವ ವರ್ಗದ ದೃಷ್ಟಿಯನ್ನು ಅರ್ಥ ಮಾಡಿಕೊಳ್ಳುವುದು ಸ್ವಲ್ಪ ಕಷ್ಟವೇ! ಮೊದಲ ಯುದ್ಧವಾದ ಮೇಲೆ ಇಂಗ್ಲೆಂಡಿನಲ್ಲಿ ಪ್ರಕಟವಾದ 'ಆಲ್ ಕ್ವಯೆಟ್ ಆನ್ ದಿ ವೆಸ್ಟರ್ನ್ ಫ್ರಂಟ್' ಕಾದಂಬರಿ ಆಸ್ಟ್ರೇಲಿಯದಲ್ಲಿ ನಿಷಿದ್ಧವಾಯಿತು. 1958ರಲ್ಲಿ, ತಮ್ಮ ರಾಷ್ಟ್ರಕ್ಕೆ ಬರುವ ಎಲ್ಲ ಪುಸ್ತಕಗಳನ್ನೂ ಚಲನಚಿತ್ರಗಳನ್ನೂ ಪೂರ್ವ ಪರೀಕ್ಷೆಗೆ ಗುರಿಮಾಡಿ, ಇಷ್ಟವಾಗದ್ದನ್ನು ಒಳಬರದಂತೆ ತಡೆಯುವ ಶಾಸನ ಸಿದ್ಧವಾಯಿತು.

ಆಸ್ಟ್ರೇಲಿಯದಲ್ಲಿ ಪ್ರತಿ ವರ್ಷ 800 ಪುಸ್ತಕಗಳು ಈಗ ಅಚ್ಚಾಗುತ್ತಿವೆ. ರೇಡಿಯೋ–ಟೆಲಿವಿಷನ್ ಆ ರಾಷ್ಟ್ರದ ದೈತ್ಯ ವಿಸ್ತಾರವನ್ನು ಮೊಟಕುಗೊಳಿಸಿವೆ. ಸಾಕ್ಷರತೆಯೂ ಪ್ರಮುಖ ನಗರಗಳಲ್ಲಿರುವ ದಿನ ಪತ್ರಿಕೆಗಳೂ ಸಮುದಾಯ ಸಂಪರ್ಕವನ್ನು ಸುಗಮಗೊಳಿಸಿವೆ. ಸಾಹಿತ್ಯ ಇವತ್ತಿನಿಂದ ನಾಳೆಗೆ ದಾಟಲು ಸೇತುವೆಯಾಗಿದೆ...

...ನ್ಯೂಜಿಲೆಂಡಿನ ರಾಷ್ಟ್ರಲಾಂಛನ: ಒಂದುಕಡೆ ಯೂನಿಯನ್ ಜಾಕ್ ಹಿಡಿದ ಬಿಳಿ ಯುವತಿ, ಇನ್ನೊಂದೆಡೆ ಮಾವೊರಿ ವೀರ;

ಮೇಲ್ಗಡೆ ಬ್ರಿಟಿಷ್ ಕಿರೀಟ. ಕಹಿಗುಳಿಗೆಗೆ ಸಿಹಿಲೇಪನ !

ಆಸ್ಟ್ರೇಲಿಯಕ್ಕೆ ಹೋಲಿಸಿದರೆ ನ್ಯೂಜಿಲೆಂಡಿನಲ್ಲಿ ಸಾಹಿತ್ಯ ಚಟುವಟಿಕೆ ಹೆಚ್ಚು ವ್ಯಾಪಕ. ಮೂಲ(ಮೊದಲ) ನಿವಾಸಿಗಳಾದ ಮಾವೊರಿಗಳು ಕುಲಸ್ಮೃತಿಯಲ್ಲಿ ಉಳಿದು ಬಂದಿರುವ ಹಾಡುಗಳನ್ನೂ ಕಥೆಗಳನ್ನೂ ಸಂರಕ್ಷಿಸಿದ್ದಾರೆ. ಲ್ಯಾಟಿನ್ ಲಿಪಿಯಲ್ಲಿ ಬರೆದ ಆಧುನಿಕ ಸಾಹಿತ್ಯವೂ ಇದೆ. (ಸಾಹಿತ್ಯ ಬದುಕಿರುವುದು ಜನಾಂಗ ಜೀವಂತವಾಗಿದೆ ಎನ್ನುವುದಕ್ಕೆ ಸಾಕ್ಷ್ಯ ಎನ್ನೋಣವೆ?)

ಆ ರಾಷ್ಟ್ರದ ಗದ್ಯಮಹಾಕಾವ್ಯವೆಂದು ಪರಿಗಣಿತವಾಗಿರುವುದು 'ನ್ಯೂಜಿಲೆಂಡಿನಲ್ಲಿ ಒಂಭತ್ತು ತಿಂಗಳ ವಾಸದ ನಿರೂಪಣೆ' (1832). ಇದು ಚಿತ್ರಕಾರ ಆಗಸ್ಟಸ್ ಅರ್ಲ್‌ನ ಸಾಹಿತ್ಯ ರಚನೆ. ಆಂಗ್ಲರು ಅಲ್ಲಿಗೆ ಬಂದು ನೆಲೆಸಿದ ವಿವರಗಳ ಸ್ವಾರಸ್ಯಕರ ಚಿತ್ರಣ ಜೊಯೆಲ್ ಪೋಲಕ್‌ನ 'ನ್ಯೂಜಿಲೆಂಡ್' ಕೃತಿಯಲ್ಲಿದೆ (1838). ಸ್ಯಾಮುವಲ್ ಬಟ್ಲರನ 'ಕ್ಯಾಂಟರ್ಬರಿ ವಸಾಹತಿನಲ್ಲಿ ಮೊದಲ ವರ್ಷ' (1863) ಪ್ರಖ್ಯಾತ ಕೃತಿ. ಬಂಗಾರಕ್ಕಾಗಿ ನೆಲದ ಅಗೆತ ಹಲವು ಕಥೆಗಳ ವಸ್ತು. ರಾಜಕಾರಣಿ ವಿಲಿಯಂ ರೀವ್ಸ್ ಬರೆದ 'ನೀಳ ಬಿಳಿಯ ಮೋಡ' ಜನಪ್ರಿಯ ಪುಸ್ತಕ. ನ್ಯೂಜಿಲೆಂಡಿಗೆ ಪರೋಕ್ಷವಾಗಿ ಕೀರ್ತಿ ತಂದವಳು ಅಲ್ಲಿನ ರಾಜಧಾನಿ ವೆಲ್ಲಿಂಗ್ಟನಿನಲ್ಲಿ ಹುಟ್ಟಿ, ಇಂಗ್ಲೆಂಡಿನಲ್ಲಿ ನೆಲೆಸಿ, ದೀರ್ಘಕಾಲ ಬಾಳುವ ಕಥೆಗಳನ್ನು ರಚಿಸಿದ ಕ್ಯಾಥರಿನ್ ಮ್ಯಾನ್ಸ್‌ಫೀಲ್ಡ್. ಕಥೆಗಾರರೆಂದು ಪ್ರಖ್ಯಾತರಾಗಿರುವ ನ್ಯೂಜಿಲೆಂಡಿನವರೇ ಮೂವರು: ಮಾರಿಸ್ ಡಗ್ಗನ್, ಮಾರಿಸ್ ಗೀ ಮತ್ತು ವಿಟಿ ಇಹಿಮೆರಾ.

3

ಮಾನವನ ಸಾಹಸ – ದುಸ್ಸಾಹಸಗಳ ಸೃಷ್ಟಿಯಾದ ಆಸ್ಟ್ರೇಲಿಯ ಮತ್ತು ನ್ಯೂಜಿಲೆಂಡ್ ದೇಶಗಳ ಸಾಮಾಜಿಕ ಆರ್ಥಿಕ ರಾಜಕೀಯ ಸ್ವರೂಪದ ಪರಿಚಯವನ್ನೂ ಆ ಹಿನ್ನೆಲೆಯಲ್ಲಿ ಅಲ್ಲಿನ ಸಾಹಿತ್ಯದ ಪರಿಚಯವನ್ನೂ ಮಾಡಿಕೊಂಡಿರಿ – ಈವರೆಗೆ. ಈ ಸಂಕಲನಕ್ಕಾಗಿ ಆರಿಸಿರುವ ಆಸ್ಟ್ರೇಲಿಯದ 14 ಕಥೆಗಳ ಮತ್ತು ನ್ಯೂಜಿಲೆಂಡಿನ ಎರಡು ಕಥೆಗಳ ಆಸ್ವಾದನೆಗೆ ಈ ವಿವರ ನೆರವಾಗುತ್ತದೆ. ವಿಮಾನಯಾನ ನೌಕಾಯಾನ ಕೈಗೊಳ್ಳದೇ ಅಲ್ಲಿನ ಮಾನವ ಸಮಾಜಗಳೊಂದಿಗೆ ನಾವು ಕೊಂಡಿ ಹೊಸೆಯುತ್ತೇವೆ. ಅಮೂಲ್ಯವಲ್ಲವೆ ಕಥೆಗಳು ನಿರ್ಮಿಸುವ ಅಗೋಚರ ಹೆದ್ದಾರಿ ?

ದೀಪಾವಳಿ, 1980 — ನಿರಂಜನ
ಬೆಂಗಳೂರು — ಪ್ರಧಾನ ಸಂಪಾದಕ

ಆಸ್ಟ್ರೇಲಿಯ

○ ಅಲನ್ ಮಾರ್ಶಲ್

ಬೂದು ಬಣ್ಣದ ಕಾಂಗರೂ

ಅದೊಂದು ಹೆಣ್ಣು ಕಾಂಗರೂ. ಅದಕ್ಕೆ ಆ ಮುದುಕ ಹೊನ್ನ ಬೇಟೆಗಾರ ಚೆನ್ನಾಗಿ ಗೊತ್ತು. ಆತ ಆ ಕಣಿವೆಯಲ್ಲಿ ಹರಿಯುವ ತೊರೆಯಲ್ಲಿ ಬಂಗಾರದ ಅದಿರನ್ನು ಶೋಧಿಸಿ ಸಂಗ್ರಹಿಸುತ್ತಿದ್ದ. ಗುಡ್ಡದ ತಪ್ಪಲಿನಲ್ಲಿ ಪೊದರು ಕಡಿಯಲ್ಪಟ್ಟು ಖಾಲಿಯಾದ ಒಂದು ಜಾಗದಿಂದ ಅದು ಅವನನ್ನು ನೋಡುತ್ತಿತ್ತು.

ಕೆಲವೊಮ್ಮೆ ಅವನು ಅದಿರಿಗಾಗಿ ನೀರನ್ನು ಕಲಕುವ ತನ್ನ ಕೆಲಸವನ್ನು ನಿಲ್ಲಿಸುತ್ತಿದ್ದ. ತೊರೆಯ ದಂಡೆಯಲ್ಲಿ ಕೂತು ತನ್ನ ಪೈಪಿಗೆ ತಂಬಾಕು ತುಂಬುತ್ತಿದ್ದಂತೆ, ಅದರತ್ತ ಆಸಕ್ತಿಯಿಂದ ನೋಡುತ್ತಿದ್ದ.

ಅವನಿಗೂ ಅದರ ವಿಚಾರ ಗೊತ್ತು. ಸುಮಾರು ಎರಡು ವರ್ಷಗಳಿಂದ ಅದು ಅವನ ಗೆಳತಿ. ತನ್ನ ಮಿಕ್ಕ ಸಂಗಾತಿ ಗಳಿಗಿಂತ ಅದು ನೋಡಲು ಚಿಕ್ಕದು. ಬಣ್ಣದಲ್ಲೂ ಭಿನ್ನ. ಅದರದ್ದು ಬೂದು ಬಣ್ಣ. ಮಿಕ್ಕವೆಲ್ಲ ಪೂರಾ ಕಪ್ಪು. ಮುದುಕ ಅವುಗಳನ್ನು 'ಕಾಡಾಡಿಗಳು' ಎಂದು ಕರೆಯುತ್ತಿದ್ದ.

ಪ್ರತಿದಿನ ಬೆಳಿಗ್ಗೆ ಬೆಟ್ಟದ ಕಡಿದಾದ ಬಳಸುದಾರಿ ಏರುತ್ತಿದ್ದಂತೆ ಅವನ ಕುದುರೆ ಗಾಡಿ ಕಿರುಗುಟ್ಟುತ್ತಿತ್ತು. ಈ ಸದ್ದು ಕಿವಿಗೆ ಬಿದ್ದೊಡನೆ ಒಂದು ಕ್ಷಣ ನೆಟ್ಟಗೆ ನಿಲ್ಲುತ್ತಿದ್ದವು. ಅವುಗಳ ಮೂಗುಗಳು ಚುರುಕಾಗುತ್ತಿದ್ದವು.

ಆದರೆ ಅವಕ್ಕೆ ಅವನ ಅಂಜಿಕೆ ಇರಲಿಲ್ಲ. ಅವುಗಳ ದೃಷ್ಟಿಯಲ್ಲಿ ಹಕ್ಕಿಗಳ ಹಾಡು ಮತ್ತು ನೀಲಗಿರಿ ಮರಗಳ ಮರ್ಮರಗಳೊಂದಿಗೆ ಅವನೂ ಒಂದಾಗಿದ್ದ.

ಅವನು ಸ್ವರ ಏರಿಸಿ "ಹೋ, ಹೋ, ಹೇಯ್" ಎನ್ನುವಾಗ ಅವನ ಕರಿಯ ಕುದುರೆ ನಿಲ್ಲುತ್ತಿತ್ತು. ಆದರೆ ಅವಕ್ಕೆ ಗೊತ್ತು, ಅವನಿಗಿದ್ದುದು ತಮ್ಮನ್ನು ನೋಡುವ ಉದ್ದೇಶ ಮಾತ್ರ ಎಂದು. ಅವು ಯೋಚನೆ ಇಲ್ಲದೆ ತಮ್ಮ ಮೇಯುವ ಕಾಯಕವನ್ನು ಮುಂದುವರಿಸುತ್ತಿದ್ದವು.

ಅವುಗಳ ಚಲನೆ ಸಂಗೀತದ ತರಹ ಲಯಬದ್ಧ – ಬಳುಕುವ ಮರಗಳ ಹಿನ್ನೆಲೆಯಲ್ಲಿ ಪ್ರಮಾಣಬದ್ಧ ದೇಹಗಳ

ತರಂಗಸದೃಶ ಏರಿಳಿತ. ಅಪರೂಪಕ್ಕೊಮ್ಮೆ ಈ ಚಲನೆ ಸ್ಥಗಿತ. ಅವು ನೇರ ಕೂತು ಆ ಮುದುಕನನ್ನು ತೀವ್ರ ಕುತೂಹಲದಿಂದ, ಎಚ್ಚರದಿಂದ ತಿರುಗಿ ನೋಡುತ್ತಿದ್ದವು. ಕಂಪು ಚಿಮ್ಮುವ ಎಲೆಗಳಿಂದ ತೊಟ್ಟಿಕ್ಕಿದ ಇಬ್ಬನಿ ಸೋಂಕಿ ಒದ್ದೆಯಾದ ಅವುಗಳ ಪಾರ್ಶ್ವಗಳು ಮುಂಜಾವಿನ ಸೂರ್ಯನ ಬೆಳಕಿನಲ್ಲಿ ಹೊಳೆಯುತ್ತಿದ್ದವು. ಅವೆಲ್ಲ ಆ ಮರಗಳ ಮರಿಗಳೇನೋ ಎಂಬಂತೆ ತೋರುತ್ತಿದ್ದವು.

ಒಮ್ಮೆ ಆ ಮುದುಕ ಆ ಬೂದು ಬಣ್ಣದ ಹೆಣ್ಣು ಕಾಂಗರೂನ ಹತ್ತಿರ ಹೋಗಿದ್ದ. ಕೆಲವೇ ಗಜಗಳಷ್ಟು ಹತ್ತಿರ. ತಲೆಯೆತ್ತಿ, ಮೂಗಿನ ಹೊಳ್ಳೆ ಅಗಲಿಸಿ, ಅರೆತೆರೆದ ಕಣ್ಣುಗಳಿಂದ ಅದು ಅವನ ಗಮನವನ್ನು ಕುತೂಹಲದಿಂದ ನಿರೀಕ್ಷಿಸಿತು. ಆತ ಅಲ್ಲಿ ಚಲಿಸದೆ ನಿಂತ. ಇಬ್ಬರೂ ಒಬ್ಬರನ್ನೊಬ್ಬರು ದಿಟ್ಟಿಸಿ ನೋಡಿದರು.

ಅನಂತರ ಮೆಲ್ಲನೆ ಕುಪ್ಪಳಿಸುತ್ತಾ ಅದು ಅವನಿಂದ ದೂರ ಸರಿಯಿತು. ಹೊಟ್ಟೆಯ ಹೊರ ಚೀಲದಲ್ಲಿ ಪುಟ್ಟ ಕಂದನ ಹೊರೆಯಿದ್ದರೂ ಅದರ ಚಲನೆಯಲ್ಲಿ ಬೆಡಗು ಮತ್ತು ಗಾಂಭೀರ್ಯಗಳಿದ್ದವು.

ಹೊನ್ನ ಬೇಟೆಯ ಈ ಮುದುಕನಿಂದ ಒಂದು ಮೈಲು ದೂರದಲ್ಲಿ ಇಬ್ಬರು ಹುಡುಗರು ಮರ ಕಡಿಯುತ್ತಿದ್ದರು. ಬಿಸಿಲಿಗೆ ಅವರ ಕೊಡಲಿ ಹೊಳೆಯುತಿತ್ತು. ಅರೆಕ್ಷಣ ಕೊಡಲಿ ಅವರ ತಲೆಯ ಮೇಲ್ಗಡೆ ತಟಸ್ಥವಾಗಿ ನಿಂತಾಗ, ಅವರ ಬೆತ್ತಲೆ ಬೆನ್ನುಗಳ ಮೇಲಿನ ಮಾಂಸಖಂಡಗಳು ಕಂದು ದಿಣ್ಣೆಗಳಂತೆ ಉಬ್ಬಿ ನಿಲ್ಲುತ್ತಿದ್ದವು. ಅವರ ಮೈಗಳು ಮೊಟ್ಟೆಯ ಚಿಪ್ಪುಗಳಂತೆ ನುಣುಪಾಗಿ ಮಿರುಗುತ್ತಿದ್ದವು.

ಅವರು ಕಡಿಯುತ್ತಿದ್ದ ಮರದ ಪಕ್ಕದಲ್ಲಿ ನೀಲಿ ಬಣ್ಣದ ಒಂದು ಕಾಂಗರೂ ನಾಯಿ. ಅದರ ಕೊಬ್ಬಿದ ಎದೆ ಉಸಿರಾಟಕ್ಕೆ ಮೇಲೇರಿ ಕೆಳಗಿಳಿಯುತ್ತಿತ್ತು. ಅದರ ಸೊಂಟ ಗಿಡದ ಕಾಂಡದಂತೆ ತೆಳು. ತಟ್ಟನೆ ಅದು ತಲೆ ಎತ್ತಿತು. ಅದರೆ ಭುಜದಲ್ಲಿ ಏನೋ ನವೆ ಉಂಟಾಗಿದ್ದಿರಬೇಕು. ಅದು ಮುಖ ತಿರುಗಿಸಿ ಅಲ್ಲಿ ಕಚ್ಚಿತು. ಬಾಯಿ ತೆರೆದಾಗ ಅದರ ಕೆಂಪು ದವಡೆಗಳಲ್ಲಿ ಅಲಗಿನಂಥಾ ಬಿಳಿಯ ಕೋರೆ ಹಲ್ಲುಗಳು ಮಿಂಚಿದವು. ಅದು ನಾಲಗೆಯಿಂದ ದವಡೆಯನ್ನು ಸವರಿತು. ಕೆಂಪು ನಾಲಗೆಯಲ್ಲಿ ಜೊಲ್ಲು ಜಾರಿತು. ಒಮ್ಮೆ ಸೆಟೆದು ನಿಂತು ದೀರ್ಘ ಉಸಿರು ಎಳೆದು ಅದು ಮತ್ತೆ ಮಲಗಿಕೊಂಡಿತು. ಅದರ ತಲೆಯ ಮೇಲೆ ನೊಣಗಳು ಸುಳಿದಾಡುತ್ತಿದ್ದವು. ಅವುಗಳನ್ನು ಕಡಿಯಲು ಅದು ಕಟಕ್ಕನೆ ಬಾಯಿ ತೆರೆಯುತ್ತಾ ತನ್ನ ದೇಹವನ್ನು ಅತ್ತಿತ್ತ ಅಲುಗಾಡಿಸುತ್ತಿತ್ತು.

ಆ ಹುಡುಗರು ಅದನ್ನು ಕರೆಯುತ್ತಿದ್ದುದು 'ಸ್ಪ್ರಿಂಗರ್' ಎಂದು. ಪ್ರಾಣ ಹಿಂಡುವ ದೈತ್ಯ ಈ ಸ್ಪ್ರಿಂಗರ್! ಪಕ್ಕದ ಮರಗಳ ನೆರಳಲ್ಲಿ ಇತರ ಕೆಲವು ನಾಯಿಗಳೂ ಮಲಗಿದ್ದವು. ಅವುಗಳೆಲ್ಲ ಬೇಟೆನಾಯಿಗಳ ಒಂದು ಮಂದೆ. ಹುಡುಗರ ಬೇಟೆಯ ಹುಚ್ಚಿನಿಂದ ಈ ಮಂದೆ ಹುಟ್ಟಿಕೊಂಡಿತ್ತು. ಮಿಕ್ಕ ನಾಯಿಗಳಿಗೆ ಸ್ಪ್ರಿಂಗರ್‌ನಂತೆ ಅಂದವಾದ ಅಂಗ ಸೌಷ್ಠವ ಇರಲಿಲ್ಲ. ಅವು ಸಾಮಾನ್ಯ ನಾಯಿಗಳು. ಅವು ರಾತ್ರಿ ಬೊಗಳುತ್ತಿದ್ದುವು. ಚಂದ್ರನನ್ನು ನೋಡಿ ಊಳಿಡುತ್ತಿದ್ದುವು. ಮೊಲಗಳನ್ನು ಕಂಡರೆ ಸಾಕು ಬಾಣದಂತೆ ಗುಂಪಾಗಿ ನೆಗೆದು ಅವನ್ನು ಮುತ್ತಿ ಬಿಡುತ್ತಿದ್ದುವು. ದೊಡ್ಡ ಬೇಟೆ 'ಸ್ಪ್ರಿಂಗರ್'ನ ಹೊಣೆ. ಸ್ಪ್ರಿಂಗರ್ ಬೆನ್ನಟ್ಟಿ ಬೀಳಿಸಿದುದನ್ನು ಕೊಂದು ಮುಗಿಸುವುದು ಇವುಗಳ ಕೆಲಸ.

ಅವುಗಳ ಪೈಕಿ ಒಂದು ಮಿಶ್ರ ಜಾತಿಯ ಹೆಣ್ಣು ನಾಯಿ. ಅದು ಮೆಲ್ಲನೆ ತಲೆಯೆತ್ತಿತು.

ಅದರ ಹೆಸರು ಬೂಫರ್. ಆಕಳಿಸಿ ನೆರಳಿನಿಂದ ಎದ್ದು ಬಿಸಿಲು ಬೀಳುವಲ್ಲಿಗೆ ಅದು ನಡೆಯಿತು. ಕಣ್ಣುಮುಚ್ಚಿ ಅರೆಕ್ಷಣ ಅಲ್ಲೇ ನಿಂತಿತು. ಅನಂತರ ಹಿಂದೆ ತಿರುಗಿ ಭುಜದ ಕಡೆಗೆ ನೋಡಿತು. ಕಡಿಯುವಾಗ ಹಾರಿದ ಮರದ ಚೆಕ್ಕೆ ಒಂದು ಅದರ ಪಕ್ಕದಲ್ಲಿ ಬಿತ್ತು. ಬೂಫರ್ ಅದನ್ನು ಮೂಸಿತು. ಅದಕ್ಕೆ ಬೇಸರ ಹಿಡಿದಿತ್ತು. ಏನು ಮಾಡುವುದೆಂದು ತೋರದೆ ಅದು ಪಕ್ಕಕ್ಕೆ ತಿರುಗಿ ಮರಗಳ ನಡುವೆ ನುಸುಳಿತು.

ತುಸು ಹೊತ್ತಿನ ಬಳಿಕ ಅದು ಜೋರಾಗಿ ಬೊಗಳಿತು. ಅದನ್ನು ಕೇಳಿ ಗುಂಪಿನ ಮಿಕ್ಕ ನಾಯಿಗಳು ಚುರುಕಾದವು. ಅವು ತಟ್ಟನೆ ಎದ್ದು ನಿಂತವು. ಅವುಗಳ ಕತ್ತುಗಳು ನೇರವಾದವು. ತಲೆಗಳು ಕಾತರದಿಂದ ಅತ್ತಿತ್ತ ಚಲಿಸತೊಡಗಿದವು.

ಬೂಫರ್ ಸ್ವಲ್ಪ ದೂರದಲ್ಲಿ ಓಡುತ್ತಿತ್ತು. ಅದರ ಮೂಗು ನೆಲವನ್ನು ಮೂಸಿ ಮೂಸಿ ಪರೀಕ್ಷಿಸುತ್ತಿತ್ತು. ಉಳಿದ ನಾಯಿಗಳು ಉತ್ಸಾಹದಿಂದ ಬೊಗಳಿ ರಾಶಿಬಿದ್ದ ನೀಲಗಿರಿ ಮರಗಳ ತರಗೆಲೆಗಳನ್ನು ಚೆದರಿಸುತ್ತಾ ಪೊದರಿನಲ್ಲಿ ರಭಸದಿಂದ ಅದರೆ ಹಿಂದೆ ಓಡಿದವು.

ಹುಡುಗರು ತಮ್ಮ ಕೆಲಸ ನಿಲ್ಲಿಸಿ, ಅತ್ತ ನೋಡಿದರು.

"ಅಲ್ಲಿದ್ದಾವೆ ನೋಡು... ಓ ಅಲ್ಲಿ ಬೆಟ್ಟದ ಮೇಲೆ, ನೋಡು. ಬೇಗ ನೋಡು," ಎಂದು ಅವರಲ್ಲಿ ಒಬ್ಬ ಇನ್ನೊಬ್ಬನಿಗೆ ತೋರಿಸಿದ. ಅವನು ಎರಡು ಬೆರಳುಗಳನ್ನು ಬಾಯಿಗೆ ತುರುಕಿ ಜೋರಾಗಿ ಸಿಳ್ಳು ಹಾಕಿದ.

ಮಿಕ್ಕ ನಾಯಿಗಳ ಗದ್ದಲವನ್ನು ಗಮನಿಸದೆ ಸುಮ್ಮಗೆ ಕುಳಿತಿದ್ದ ಸ್ಪ್ರಿಂಗರ್ ಈ ಸದ್ದು ಕಿವಿಗೆ ಬಿದ್ದೊಡನೆಯೇ, ರಣ ಕಹಳೆ ಕೇಳಿದ ಯೋಧನಂತೆ ತಟ್ಟನೆ ಎದ್ದು ನಿಂತಿತು.

ಅನಂತರ ಅದು ಪುಟಿಪುಟಿದು ಮುಂದೆ ನೆಗೆಯಿತು. ತನ್ನ ದೃಷ್ಟಿಪಥದ ಮುಂದೆ ಏನಾದರೂ ಅಡೆತಡೆಗಳಿವೆಯೋ ಎನ್ನುವಂತೆ ಕತ್ತನ್ನು ಎತ್ತರಿಸಿ ನೋಡಿತು. ತರುವಾಯ ಒಂದು ಮುಂಗಾಲನ್ನು ಮೇಲೆತ್ತಿ ಹಾಗೆಯೇ ಸೆಟೆದು ನಿಂತಿತು. ಈಗ ಅದು ಏದುಸಿರು ಬಿಡುತ್ತಿರಲಿಲ್ಲ. ಆದರೆ ತವಕದಿಂದ ಆಚೀಚೆ ದಿಟ್ಟಿಸುತ್ತಿತ್ತು.

ಸಿಳ್ಳು ಹೊಡೆದ ಹುಡುಗ ಮರದ ದಿಮ್ಮಿಯಿಂದ ಕೆಳಗೆ ಧುಮುಕಿದ. ಆ ನೀಲಿ ನಾಯಿಯ ಬಳಿ ಓಡಿದ. ಅದರ ತಲೆಯನ್ನು ಕೈಯಲ್ಲಿ ಹಿಡಿದು ಅದನ್ನು ನೆಲದಿಂದ ಅರ್ಧದಷ್ಟು ಎತ್ತಿದ. ಅವನ ಎಳೆತಕ್ಕೆ ನಾಯಿಯ ಕತ್ತು ಮುಂಚಾಚಲ್ಪಟ್ಟು ಚರ್ಮದ ನೆರಿಗೆಗಳು ಅದರ ಕಣ್ಣುಗಳನ್ನು ಅರ್ಧ ಮುಚ್ಚಿದವು.

"ಅದೋ ಅಲ್ಲಿ ಕಾಣಲ್ವೆ ಅವು ? ನೋಡು, ನೋಡು," ಎಂದು ಅವನು ಉತ್ಸಾಹದಿಂದ ಪಿಸುಗುಟ್ಟಿದ.

ಆದರೆ ಸ್ಪ್ರಿಂಗರ್‌ನಲ್ಲಿ ಅಂಥಾ ಚುರುಕಿನ ಪ್ರತಿಕ್ರಿಯೆ ಕಾಣಲಿಲ್ಲ. ಆದುದರಿಂದ ಹುಡುಗ ಅದನ್ನು ಎಳೆಯುತ್ತಾ ಮುಂದಕ್ಕೆ ಓಡಿದ. ಅಷ್ಟರಲ್ಲಿ ಸ್ಪ್ರಿಂಗರನ ದೃಷ್ಟಿಗೆ ಕೊಳ್ಳೆ ಕಾಣಿಸಿತು. ತಟ್ಟನೆ ಹುಡುಗನ ಹಿಡಿತದಿಂದ ಅದು ಬಿಡಿಸಿಕೊಂಡಿತು; ಬಿರುಸು ಬಾಣ ಗಕ್ಕನೆ ಸ್ಫೋಟಗೊಂಡಂತೆ ಅಪಾರ ಚೈತನ್ಯದಿಂದ ಮುನ್ನೆಗೆಯಿತು. ವೇಗ ಸಾಧಿಸುವ ತನಕ, ಒತ್ತಿಬಿಟ್ಟ ಸ್ಪ್ರಿಂಗಿನಂತೆ ಪುಟಿದೇಳುತ್ತ, ಅನಂತರ ಮಿಂಚಿನ ಬಳ್ಳಿಯಂತೆ ಅನಾಯಾಸವಾಗಿ ಅದು ಓಡಿತು.

ಹುಡುಗ ಪುನಃ ಮರದ ದಿಮ್ಮಿಯ ಮೇಲೆ ಹಾರಿದ. ಕಣ್ಣುಬಾಯಿ ಬಿಟ್ಟು ಮುಷ್ಟಿ ಬಿಗಿದು ನಿಂತು ಗೆಳೆಯನಿಗೆ ಹೇಳಿದ :

"ಲೋ! ಸ್ಟ್ರಿಂಗರ್ ಹೇಗೆ ಓಡ್ತಿದೆ ನೋಡು!"

ಬೇಟೆ ನಾಯಿಗಳ ಈ ಸದ್ದು ದೂರದ ಗುಡ್ಡದಲ್ಲಿದ್ದ ಕಾಂಗರೂ ಮಂದೆಗೆ ಕೇಳಿಸಿತು. ಪುಟ್ಟ ಬೂದು ಕಾಂಗರೂ ತಟ್ಟನೆ ತಲೆ ಎತ್ತಿತು. ಕಾತರ ತುಂಬಿದ ಕಣ್ಣುಗಳಿಂದ ಕೆಳಗಿನ ಕಣಿವೆಯನ್ನು ನೋಡುತ್ತಾ ಒಂದು ಕ್ಷಣ ಕಾಲ ಪ್ರತಿಮೆಯಂತೆ ಅದು ನಿಂತಿತು. ಅದರ ಪಾಲಿಗೆ ಅದೊಂದು ದೀರ್ಘ ಕ್ಷಣ. ಅದರ ಪುಟ್ಟ ಮರಿ ತುಸು ದೂರದಲ್ಲಿ ನಿಧಾನವಾಗಿ ಹುಲ್ಲು ಚಿಗುರನ್ನು ಮೆಲ್ಲುತ್ತಿತ್ತು. ಅದು ಒಮ್ಮೆಲೆ ಹೆದರಿ ರೊಯ್ಯನೆ ಅಮ್ಮನ ಬಳಿ ಬಂತು. ತಾಯಿ ತನ್ನ ಮುಂಗಾಲುಗಳಿಂದ ಹೊಟ್ಟೆಯ ಹೊರಚೀಲವನ್ನು ಸಕ್ಕರೆ ಚೀಲ ತೆರೆಯುವಂತೆ ಬಿಡಿಸಿ ನಿಂತಿತು. ತಲೆ ಮುಂದೆ ಮಾಡಿ ಗಂಡು ಮರಿ ದಡಬಡನೆ ಅದರೊಳಗೆ ಹಾರಿತು. ಅದು ಪೂರ್ಣ ಮರೆಯಾಗುವ ತನಕ ಒದ್ದಾಡುತ್ತಿದ್ದ ಅದರ ಪುಟ್ಟ ಕಾಲುಗಳು ಹೊರಗೆ ಕಾಣುತ್ತಿದ್ದುವು.

ಮರಿಗೆ ಈಗ ಸ್ವಲ್ಪ ಧೈರ್ಯ ಬಂತು. ತಾಯಿಯ ಈ ಒಡಲ ಸಂಚಿ ಎಷ್ಟು ಭದ್ರವಾದ ತಾಣ. ಕೋರೆಹಲ್ಲಿನ ನಾಯಿಗಳಿಂದ ಅಥವಾ ಕೋವಿ ಹಿಡಿದ ಮನುಷ್ಯರಿಂದ ತಾನೀಗ ಎಷ್ಟು ಸುರಕ್ಷಿತ ಎಂದೆನಿಸಿತು ಅದಕ್ಕೆ. ನಾಯಿ ಮಂದೆಯ ಉದ್ರಿಕ್ತ ಬೊಗಳುವಿಕೆಯಿಂದ ಡವಡವನೆ ಹೊಡೆದುಕೊಳ್ಳುತ್ತಿದ್ದ ಅದರ ಪುಟ್ಟ ಹೃದಯ ಈಗ ಶಾಂತವಾಯಿತು. ಅದು ಒಮ್ಮೆ ಹೊರಳಿ, ಬಾಲಿಶ ಕುತೂಹಲದಿಂದ ತಲೆಯೆತ್ತಿ ಚೀಲದೊಳಗಿಂದ ಇಣಕಿ ನೋಡಿತು.

ಅದರ ತಾಯಿ ಈಗಾಗಲೇ ಓಡತೊಡಗಿತ್ತು. ತಂಡದ ತರುಣ ಕಾಂಗರೂಗಳು ಅವಸರದಿಂದ ಧಾವಿಸುತ್ತಿದ್ದವು. ವಯಸ್ಸಾದವು ಸ್ವಲ್ಪ ನಿಧಾನವಾಗಿ ಚಲಿಸುತ್ತಿದ್ದವು.

ಇತ್ತ ನಾಯಿಗಳ ಗುಂಪು ಆರ್ಭಟಿಸುತ್ತ ಮರಗಳ ಸಂದಿಯಿಂದ ತೂರಿಬಂತು. ಗುಂಪಿನ ಮುಂದೆ ಸ್ಟ್ರಿಂಗರ್ ಈಟಿಯ ಮೊನೆಯಂತೆ ರೊಯ್ಯನೆ ಹಾರಿ ಬರುತ್ತಿತ್ತು.

ಕಾಂಗರೂಗಳು ಪ್ರಾಣದ ಆಸೆಯಿಂದ ವೇಗವಾಗಿ ನೆಗೆಯತೊಡಗಿದವು. ಆದರೆ ಅವು ಗುಡ್ಡದ ತುದಿ ತಲಪುವ ಮೊದಲು ಸ್ಟ್ರಿಂಗರ್ ಅವುಗಳ ಮಧ್ಯೆ ಧುಮ್ಮಿಕ್ಕಿತು. ಅವು ಚೆಲ್ಲಾಪಿಲ್ಲಿಯಾಗಿ ಓಡತೊಡಗಿದವು. ಅವುಗಳಲ್ಲಿ ಆ ತಾಯಿ ಕಾಂಗರೂ ಕೂಡ ಒಂದು.

ಆದರೆ ಅದರ ವಿಶಿಷ್ಟ ಬಣ್ಣದಿಂದಾಗಿಯೋ ಅಥವಾ ಅದು ಅಷ್ಟು ಚಿಕ್ಕದಾಗಿದ್ದುದರಿಂದಲೋ ಏನೋ, ಸ್ಟ್ರಿಂಗರ್‌ನ ಉರಿಗಣ್ಣು ಅದರ ಮೇಲೆಯೇ ಬಿತ್ತು. ಅದು ಇತರ ಕಾಂಗರೂಗಳನ್ನು ಕಡೆಗಣಿಸಿ, ಆ ತಾಯಿ ಕಾಂಗರೂವನ್ನು ಯಮದೂತನಂತೆ ಬೆನ್ನಟ್ಟ ತೊಡಗಿತು. ಅದರ ನಾಯಕತ್ವಕ್ಕೆ ತಲೆಬಾಗಿ ಮಂದೆಯ ಇತರ ನಾಯಿಗಳೂ ಆತುರದಿಂದ, ಉತ್ಸಾಹದಿಂದ ಅದನ್ನು ಹಿಂಬಾಲಿಸಿದವು. ಅವುಗಳ ಅಟ್ಟಹಾಸ ಬೆಟ್ಟಗಳಲ್ಲಿ ಪ್ರತಿಧ್ವನಿಸಿತು.

ಆದಷ್ಟು ಬೇಗ ಗುಡ್ಡ ಏರಿ, ಅಲ್ಲಿ ಹೆಚ್ಚು ದಟ್ಟವಾಗಿದ್ದ ಮರಗಳ ಎಡೆಯಲ್ಲಿ ಮರೆಯಾಗಬೇಕೆಂದು ಬೂದು ಕಾಂಗರೂ ಯೋಚಿಸಿತ್ತು. ಆದರೆ ಅದರ ಪರಿಸ್ಥಿತಿ ಈಗ ಅತ್ಯಂತ ಅಪಾಯಕರವಾಗಿತ್ತು. ಅದರೊಂದಿಗೇ ತನ್ನ ಪುಟ್ಟ ಕಂದನನ್ನು ಕಾಪಾಡಬೇಕಾದ ತಾಯ್ತನದ ಗುರುತರ ಹೊಣೆಗಾರಿಕೆ ಬೇರೆ. ಇವೆರಡೂ ಒಮ್ಮೆಲೆ ಅದರ ಮನಸ್ಸಿಗೆ ಹೊಳೆದವೋ ಎಂಬಂತೆ, ಆ ಮುದುಕ ಹೊನ್ನಬೇಟೆಗಾರನಿದ್ದ ದಿಕ್ಕಿನತ್ತ ಅದು ತನ್ನ ಓಟವನ್ನು ತಿರುಗಿಸಿತು.

ಕಮ್ಮೆಲರು ಸೂಸುವ ಹ್ಯಾಜೆಲ್* ಮರಗಳನ್ನು ಹಾದು, ಬಣ್ಣಬಣ್ಣದ ವ್ಯಾಟಲ್** ವೃಕ್ಷಗಳನ್ನು ಹಿಂದಿಕ್ಕಿ, ಜೋಲುಮೋರೆಯ ಜರಿಗಿಡಗಳನ್ನು ಬಳಸಿ, ಮರದ ಚೆಕ್ಕೆಗಳಿಂದ ತುಂಬಿದ್ದ ಖಾಲಿ ಜಾಗಗಳನ್ನು ದಾಟಿ ಅದು ಬಾಣದಂತೆ ಮುಂದಕ್ಕೆ ಓಡಿತು.

ಅದರ ಬೆನ್ನ ಹಿಂದೆ ಸ್ಟ್ರಿಂಗರ್. ಕಾಂಗರೂವಿನಂತೆ ನಾಯಿ ಕೂಡ ದಾರಿಯಲ್ಲಿದ್ದ ಮರಗಳ ಕಾಂಡಗಳು, ಕೊಂಬೆಗಳೇ ಮೊದಲಾದ ಅಡೆತಡೆಗಳನ್ನು ಹಾರಿ ದಾಟಿತು. ಚೂಪಾದ ಮರದ ಗೂಟಗಳಿಂದ ಅಡ್ಡತಿರುಗಿತು. ವಾಂಬಾಟ್*** ಬಿಲಗಳ ಮತ್ತು ಕಿರುದೊರೆಗಳ ಮೇಲಿಂದ ಅಷ್ಟೇ ಸಲೀಸಾಗಿ ಹಾರಿತು. ಗಾಳಿಯ ಮೇಲೆ ಸವಾರಿ ಮಾಡುತ್ತಿರುವ ಮೃತ್ಯುದೇವತೆಯೋ ಎಂಬಂತೆ ಆ ಬಡ ತಾಯಿ ಕಾಂಗರೂವನ್ನು ದುವ್ವಾಳಿಸುತ್ತಾ ಅದು ಮುಂದೊತ್ತಿತು.

ಹಾದಿಯಲ್ಲಿದ್ದ ನಾಚಿಕೆ ಮುಳ್ಳಿನ ಕೆಲವು ಪೊದರುಗಳು ಬೂದು ಕಾಂಗರೂವಿನ ಓಟಕ್ಕೆ ಅಡ್ಡಿಯಾದವು. ಅದು ಸ್ವಲ್ಪ ಹಿಂದೆ ಬಿತ್ತು. ಅದರ ಮತ್ತು ಸ್ಟ್ರಿಂಗರ್‌ನ ನಡುವಣ ಅಂತರ ಕಡಿಮೆಯಾಯಿತು. ಆ ನೀಲಿ ನಾಯಿ ತಕ್ಷಣ ತನ್ನ ಮೈಯನ್ನು ನಿಗುರಿಸಿ ಒಂದೇ ಓಟದಲ್ಲಿ ಅದರ ಮೇಲೆ ಹಾರಿತು. ಆದರೆ ಒಂದು ತಿರುವಿನಿಂದ ಹಾರಿದ ಕಾರಣ ಗುರಿ ತಪ್ಪಿ ನಡುದಾರಿಯಲ್ಲಿ ಅದು ಜೋಲಿ ಹೊಡೆಯಿತು. ಅದರ ಹಲ್ಲುಗಳು ಕಾಂಗರೂವಿನ ಹೆಗಲ ಮೇಲೆ ನೆಟ್ಟವು. ಅದರ ದೇಹ ಕಾಂಗರೂವನ್ನು ತಾಕಿತು. ಕಾಂಗರೂ ಮುಗ್ಗರಿಸಿ ಪಕ್ಕದ ಗಿಡವೊಂದಕ್ಕೆ ಡಿಕ್ಕಿ ಹೊಡೆಯಿತು. ಹಾರಿದ ರಭಸಕ್ಕೆ ನಾಯಿ ಅದನ್ನು ದಾಟಿ ಕಾಲೆಳೆಯುತ್ತಾ ಸ್ವಲ್ಪ ಮುಂದೆ ಹೋಯಿತು. ಒದ್ದೆ ಮಣ್ಣಿನಲ್ಲಿ ಅದರ ಹೆಜ್ಜೆ ಗುರುತುಗಳು ಮೂಡಿದವು.

ಮಹಾ ಪ್ರಯಾಸದಿಂದ ಬೂದು ಕಾಂಗರೂ ಪುನಃ ಎದ್ದು ನಿಂತು ಅಳಿದುಳಿದ ತನ್ನ ಶಕ್ತಿಯನ್ನೆಲ್ಲ ಬಳಸಿ ನಾಯಿಯಿಂದ ದೂರ ಸರಿಯಿತು. ನಾಯಿಯ ಹಲ್ಲಿನಿಂದ ಕೀಳಲ್ಪಟ್ಟ ಚರ್ಮ ಕೆಂಪಾಗಿ, ಹರಿದ ಬಾವುಟದಂತೆ ಅದರ ಬೆತ್ತಲೆ ಭುಜದಿಂದ ಜೋತಾಡುತ್ತಿತ್ತು.

ಗುಡ್ಡದ ಅಂಚಿನಲ್ಲಿದ್ದ ಕೆಲವು ಪೊದರುಗಳತ್ತ ಅದು ಓಡಿತು. ಅವುಗಳ ಒರಟು ಕಾಂಡಗಳು ಅದರ ಹರಿದ ಮೈಯನ್ನು ಗೀರಿದವು. ಅದನ್ನು ಲೆಕ್ಕಿಸದೆ ಆ ತಾಯಿ ಕಾಂಗರೂ ಮಿಂಚಿನ ವೇಗದಿಂದ ತನ್ನ ಪುಟ್ಟ ಕಂದನನ್ನು ಒಡಲ ಸಂಚಿಯಿಂದ ಕಿತ್ತು ಅವುಗಳ ಆಶ್ರಯಕ್ಕೆ ಎಸೆಯಿತು. ಆದರೆ ಇದರಿಂದಾಗಿ ಅದರ ಓಟಕ್ಕೆ ಭಂಗ ಬಂದಿರಲಿಲ್ಲ. ನಾಯಿಯ ಬಾಯಿಯಿಂದ ಮರಿಯನ್ನಾದರೂ ಕಾಪಾಡೋಣವೆಂಬ ಹತಾಶ ಭಾವನೆಯಿಂದ, ಓಡುತ್ತಿದ್ದಂತೆಯೇ ಈ ಕೆಲಸವನ್ನು ಅದು ಸಾಧಿಸಿತ್ತು.

---

* ಹ್ಯಾಜೆಲ್: ಓಕ್ ಜಾತಿಗೆ ಸೇರಿದ ಒಂದು ಮರ.

** ವ್ಯಾಟೆಲ್: ಅಂಟು ಸುರಿಸುವ ವೃಕ್ಷಗಳ ಜಾತಿಗೆ ಸೇರಿದ ಇನ್ನೊಂದು ಮರ. ಇದರ ರೆಂಬೆಗಳು ತೆಳುವಾಗಿದ್ದು ತಡಿಕೆ, ಬೇಲಿ, ಇತ್ಯಾದಿಗಳನ್ನು ಮಾಡಲು ಉಪಯೋಗಿಸಲಾಗುತ್ತದೆ. ಇದರ ಹೊಂಬಣ್ಣದ ಹೂವಿಗೆ ಆಸ್ಟ್ರೇಲಿಯದ ರಾಷ್ಟ್ರ ಲಾಂಛನದಲ್ಲಿ ಒಂದು ಸ್ಥಾನವಿದೆ.

*** ವಾಂಬಾಟ್ : ನೆಲವನ್ನು ಅಗೆದು ಬಿಲ ತೋಡಿ ಅದರೊಳಗೆ ವಾಸಿಸುವ ಚಿಕ್ಕ ಕರಡಿಯಂತಿರುವ ಆಸ್ಟ್ರೇಲಿಯದ ಒಂದು ವಿಶಿಷ್ಟ ಪ್ರಾಣಿ. ಕಾಂಗರೂಗಳಂತೆ ಇವುಗಳಲ್ಲಿಯೂ ಹೆಣ್ಣುಗಳ ಹೊಟ್ಟೆಯ ಹೊರ ಮೈಯಲ್ಲಿ ಮರಿಗಳಿಗಾಗಿ ಚೀಲಗಳಿವೆ.

ಅನಂತರ ಅದು ತಟ್ಟನೆ ಬಲಗಡೆಗೆ ತಿರುಗಿ ತನ್ನನ್ನು ಬೆನ್ನಟ್ಟಿ ಬರುತ್ತಿದ್ದ ನೀಲಿ ನಾಯಿಯನ್ನು ಮರಿಯಿಂದ ದೂರ ಸೆಳೆಯಿತು. ಇತ್ತ ಪೊದರುಗಳ ಮಧ್ಯೆ ಬಿದ್ದ ಮರಿ ಮುಗ್ಗರಿಸುತ್ತಾ, ಮೆಲ್ಲಗೆ ಎದ್ದು ದೆಸೆಗೆಟ್ಟ ಹಾಗೆ ಅಡ್ಡಾದಿಡ್ಡಿಯಾಗಿ ಕುಪ್ಪಳಿಸತೊಡಗಿತು. ಆದರೆ ಹಿಂದಿನಿಂದ ಬರುತ್ತಿದ್ದ ನಾಯಿ ಮಂದೆ ಅಟ್ಟಹಾಸದಿಂದ ಅರಚುತ್ತಾ, ಅದರ ಬಳಿ ಸಾರಿತು. ಅದು ನಿಸ್ಸಹಾಯಕ ದೃಷ್ಟಿಯಿಂದ ಒಮ್ಮೆ ಹಿಂದೆ ನೋಡಿ, ಪಲಾಯನ ಮಾಡಲು ಪ್ರಯತ್ನಿಸಿತು. ಆದರೆ ನಾಯಿಗಳು ಬಿರುಗಾಳಿಯಂತೆ ಅದರ ಮೇಲೆ ಎರಗಿದವು. ಅವುಗಳ ನಡುವೆ ಅದು ಕಣ್ಮರೆಯಾಯಿತು.

ಅವುಗಳ ವಿಜಯೋನ್ಮತ್ತ ಕೂಗು ಅದರ ಪುಟ್ಟ ತಾಯಿಗೆ ಕೇಳಿಸಿತು. ಅದಿನ್ನೂ ಬಹಳ ಪ್ರಯಾಸಪಟ್ಟು ಕೊಲೆಗಡಿಕ ಸ್ಪ್ರಿಂಗರ್‌ನನ್ನು ತುಸು ಹಿಂದೆ ಹಾಕಿ ಓಡುತ್ತಲೇ ಇತ್ತು. ನಾಯಿಗಳ ಮಂದೆಯಿಂದ ಹೊರಹೊಮ್ಮಿದ ಅವುಗಳ ರಕ್ತರಂಜಿತ ಉನ್ಮಾದದ ರಾಕ್ಷಸೀ ಮೊರೆತ ಅಲೆಅಲೆಯಾಗಿ ಅದರ ಕಿವಿಗಳನ್ನು ಅಪ್ಪಳಿಸಿತು.

ಈ ಸದ್ದು ಹೊನ್ನಿನ ಬೇಟೆಯ ಮುದುಕನಿಗೂ ಕೇಳಿಸಿತು. ಅವನು ತನ್ನ ತಟ್ಟೆಯನ್ನು ಕೆಳಗಿಟ್ಟು ಅವಸರವಸರವಾಗಿ ತೊರೆಯ ತಳದಿಂದ ಮೇಲೇರಿದ. ತನ್ನ ತಲೆ ತೊರೆಯ ದಂಡೆಯ ಮೇಲ್ಗಡೆ ಬಂದಾಗ, ಓಡಿ ಬರುತ್ತಿದ್ದ ಬೂದು ಕಾಂಗರೂವನ್ನೂ ಅದನ್ನು ಬೆನ್ನಟ್ಟುತ್ತಿದ್ದ ಬೇಟೆ ನಾಯಿಯನ್ನೂ ಕಂಡು ಒಂದು ಕ್ಷಣ ಕಾಲ ಆತ ತೆರೆದ ಬಾಯಿ, ಬಿಟ್ಟ ಕಣ್ಣುಗಳಿಂದ ಅಲ್ಲೇ ನಿಂತ. ಆದರೆ ಮರುಕ್ಷಣ ಚೇತರಿಸಿಕೊಂಡು ಆತ ಸರಸರನೆ ಅವುಗಳತ್ತ ಓಡಿದ. ಅಗಲವಾಗಿ ತೆರೆದ ಅವನ ಕಣ್ಣುಗಳಲ್ಲಿ ಕಳವಳ, ಕಾತರಗಳು ತುಂಬಿದ್ದವು. ಅವನು ಕೈಯೆತ್ತಿ ಗಂಟಲು ಕಟ್ಟಿದವನಂತೆ ಗೊಗ್ಗರು ದನಿಯಲ್ಲಿ ಕೂಗಿದ: "ಇಲ್ಲಿ ಬಾ! ನನ್ನ ಹಿಂದೆ, ಇತ್ತ ಬಾ!"

ಆದರೆ ಪೊದರು ಕಡಿಯಲ್ಪಟ್ಟ ಖಾಲಿ ಜಾಗವನ್ನು ತಲಪುವಾಗಲೇ ಬೂದು ಕಾಂಗರೂ ಸಾಮಾನ್ಯ ಸಂಪೂರ್ಣ ಸೋತಿತ್ತು.

ಅಷ್ಟರಲ್ಲಿ ಆ ನೀಲಿ ನಾಯಿ ಜರಿಗಿಡಗಳ ಪೊದೆಯೊಂದನ್ನು ಹಾದು ಅದರ ಹಿಂದೆ ವೇಗವಾಗಿ ಓಡಿಬಂತು. ಅದರ ತೆರೆದ ಬಾಯಿಯಿಂದ ರೇಶ್ಮೆಯ ದಾರಗಳಂತೆ ಜೊಲ್ಲು ಒಂದೇ ಸವನೆ ಸುರಿಯುತ್ತಿತ್ತು. ಬೂದು ಕಾಂಗರೂ ಉಸಿರುಕಟ್ಟಿ ನೋವು ನುಂಗಿ, ಮತ್ತೊಮ್ಮೆ ಕುಪ್ಪಳಿಸಿ ಖಾಲಿ ಜಾಗದ ಆಚೆಗಿದ್ದ ಹಸಿರು ಹುಲ್ಲಿನ ತಂಪನ್ನು ಸೇರಿದಾಗ, ನಾಯಿ ಒಂದು ಆಳುದ್ದದಷ್ಟು ಮಾತ್ರ ಅದರ ಹಿಂದೆ ಇತ್ತಷ್ಟೆ.

ಈಗ ಭೀಕರ ರಭಸದಿಂದ ಅದು ಕೊನೆಯ ಬಾರಿಗೆ ಮುನ್ನೆಗೆಯಿತು. ನಗ್ನ ನರ್ತಕನಂತೆ ಅಪಾರ ಚೈತನ್ಯದಿಂದ ಅದು ನೆಲ ಬಿಟ್ಟು ಮೇಲೆ ಹಾರಿದಾಗ, ಉಬ್ಬಿದ ಮಾಂಸ ಖಂಡಗಳಿಂದ ಕೂಡಿದ ಅದರ ದೇಹಾಕೃತಿ ಕಡೆದು ಮಾಡಿದಂತೆ ಕಂಡಿತು. ಅದರ ಕೋರೆ ಹಲ್ಲು ಬೂದು ಕಾಂಗರೂವಿನ ಭುಜದ ಮೇಲೆ ಆಳವಾಗಿ ಊರಿತು. ಬ್ರೇಕ್ ತಗಲಿದ ಗಾಡಿಯಂತೆ ಅದರ ಪತನದ ವೇಗ ಕಡಿಮೆಯಾಯಿತು. ಕಾಲುಗಳನ್ನು ಬಿಗಿಯಾಗಿ ಹಿಡಿದು, ದೇಹವನ್ನು ಸೆಟೆದು ಅದು ನೆಲವನ್ನು ಮುಟ್ಟಿತು.

ಬೂದು ಕಾಂಗರೂ, ತಲೆ ಕೆಳಗೆ ಕೊಡವಿ ಮೇಲೆ ಹಾರಿ ಒಂದು ಸುತ್ತು ತಿರುಗಿತು.

ಅದರ ದೇಹ ಸಂಪೂರ್ಣ ಅಡಿಮೇಲಾಯಿತು. ತನ್ನ ದೀರ್ಘ ಬಾಲವನ್ನು ವೃತ್ತಾಕಾರವಾಗಿ ತಲೆಯ ಮೇಲೆ ಸುತ್ತಿ ಅದು ನೆಲಕ್ಕೆ ಬೆನ್ನು ಮಾಡಿ ಧೊಪ್ಪನೆ ಕೆಳಗೆ

ಬಿತ್ತು. ಬಿದ್ದ ಪೆಟ್ಟಿನಿಂದ ಉಸಿರು ಬಿಡುವಷ್ಟರಲ್ಲಿ ಸ್ಪ್ರಿಂಗರ್ ಅದರ ಕತ್ತಿಗೆ ಬಾಯಿ ಹಾಕಿತು. ಹಸಿದ ದೈತ್ಯನಂತೆ ಅದು ಕಾಂಗರೂವಿನ ಮೆತ್ತಗಿನ ತುಪ್ಪಳವನ್ನು ಹರಿಯಿತು. ಮುಂಗಾಲುಗಳನ್ನು ಬಲವಾಗಿ ನೆಲದ ಮೇಲೂರಿ, ಬಾಲವನ್ನು ನೆಟ್ಟಗೆ ಮಾಡಿ ಹುಚ್ಚು ಹಿಡಿದಂತೆ ಅದು ಕಾಂಗರೂವನ್ನು ಅತ್ತಿಂದಿತ್ತ ಜಗ್ಗಿ ಜೋರಾಗಿ ಕುಲುಕಾಡಿಸಿತು.

ಕಾಂಗರೂ ನಿಸ್ಸಹಾಯಕತೆಯಿಂದ ತನ್ನ ಕಾಲುಗಳನ್ನು ಝಾಡಿಸಿತು.

ನಾಯಿ ಹಿಂದೆ ನೆಗೆದು ಪುನರಾಕ್ರಮಣಕ್ಕೆ ಸಿದ್ಧವಾಯಿತು.

ಮೂಕವಾಗಿ ದಯೆಯಾಚಿಸುವ ಪುಟ್ಟ ಕೈಗಳಂತೆ ಕಾಂಗರೂವಿನ ಮುಂಗಾಲುಗಳು ಅಲುಗಾಡಿದವು.

ಅದರ ಬಲ ಕುಂದಿತು. ಮೈ ಸಡಿಲವಾಯಿತು. ತಾಯಿಯ ಮಡಿಲು ಸೇರುವ ಮಗುವಿನಂತೆ ಅದು ನೆಲದ ಮೇಲೆ ಮತ್ತಷ್ಟು ಕುಸಿಯಿತು.

ಸ್ಪ್ರಿಂಗರ್ ಏದುಸಿರು ಬಿಡುತ್ತಾ ಅಲ್ಲಿಂದ ಮುಂದೆ ಹೆಜ್ಜೆ ಹಾಕಿತು. ಹೊರ ಚಾಚಿದ ಅದರ ನಾಲಗೆಯಿಂದ ಕೆಂಪು ರಕ್ತ ಹನಿ ಹನಿಯಾಗಿ ಉದುರುತಿತ್ತು.

ತಮ್ಮೆಡೆಗೆ ಧಾವಿಸಿ ಬರುತ್ತಿದ್ದ ಮುದುಕನನ್ನು ಅರೆ ತೆರೆದ ಕಣ್ಣುಗಳಿಂದ ಅದು ಗಮನಿಸಿತು. ಒದ್ದೆಯಾಗಿದ್ದ ಅವನ ಭಾರವಾದ ಬೂಟುಗಳು ಹಸಿರು ಹುಲ್ಲಿನ ಮೇಲೆ ಡಬಡಬ ಸದ್ದು ಮಾಡುತ್ತಿದ್ದವು. ○

○ ಬಿಲ್ ಸಟ್ಟನ್

ರುಂಡಗಳು ಮುಂಡಗಳ ಮೇಲೆಯೇ ಇರಲಿ

ಕಾರ್ಮಿಕ ಚಳವಳಿಯಲ್ಲಿ ನನಗೆ ಮೊತ್ತ ಮೊದಲು ಆಸಕ್ತಿ ಹುಟ್ಟಿದ ದಿನವನ್ನು ಜ್ಞಾಪಿಸಿಕೊಳ್ಳಲು ಇತ್ತೀಚೆಗೆ ನಾನು ಪ್ರಯತ್ನಿಸುತ್ತಿದ್ದಾಗ, ಕವನವೊಂದರ ಈ ಸೊಲ್ಲು ನನ್ನ ಮನಸ್ಸಿನಲ್ಲಿ ಸುಳಿಯಿತು.

"ಕಾಂಡಮೈನ್ ದಡದ ಮ್ಯಾಗೆ
ಗಂಡು ಕುರಿಯ ಮಾಂಸ ನಮಗೆ..."

ತಟ್ಟನೆ ನನಗೆ ಆ ದಿನದ ನೆನಪಾಯಿತು!

ಅದನ್ನೀಗ ನಿಮಗೆ ಹೇಳಲೆ ?...

ಅದು ಒಂದೆರಡು ವರ್ಷಗಳ ಹಿಂದಿನ ಕತೆ. ಕ್ವೀನ್ಸ್‌ಲ್ಯಾಂಡಿನ ಪಶ್ಚಿಮ ಭಾಗದಲ್ಲಿ ಕುರಿ ಸಾಕಣೆ ಕೇಂದ್ರವೊಂದರಲ್ಲಿ ಆಗ ನನ್ನ ದುಡಿಮೆ. ಅದು ನನಗೆ ದೊರೆತ ಮೊತ್ತ ಮೊದಲ ಉದ್ಯೋಗ. ನನ್ನ ಪರೋಪಕಾರಿ ಧನಿ ವಾರಕ್ಕೆ ನನಗೆ ಕೊಡುತ್ತಿದ್ದ ಸಂಬಳ ಹದಿನಾರು ಶಿಲ್ಲಿಂಗ್ ಹಣ ಹಾಗೂ ಉಚಿತ ಊಟ ಮತ್ತು ವಸತಿ. ಆದರೆ ನಾನು ಖರ್ಚು ಮಾಡಿ ಕೆಟ್ಟು ಹೋಗಬಾರದೆಂದು ದಿನಕ್ಕೆ ಹನ್ನೆರಡು ಗಂಟೆಗಳಂತೆ ವಾರದಲ್ಲಿ ಆರೂವರೆ ದಿನಗಳ ಕಾಲ ಆತ ನನ್ನನ್ನು ದುಡಿಸುತ್ತಿದ್ದ. ಇದರಲ್ಲೇನೂ ದೂರಿಗೆ ಅವಕಾಶವಿರಲಿಲ್ಲವೆನ್ನಿ. ಏಕೆಂದರೆ ಧನಿ ನನ್ನ ಪ್ರಾಯದವನಾಗಿದ್ದಾಗ ವಾರಕ್ಕೆ ಕೇವಲ ಎರಡೂವರೆ ಶಿಲ್ಲಿಂಗುಗಳಿಗೆ ಆತ ದುಡಿಯುತ್ತಿದ್ದಿರಲಿಲ್ಲವೇ ? ಆದುದರಿಂದ ಆ ಮಟ್ಟಿಗೆ ಅವನಿಗಿಂತ ನನ್ನ ಸ್ಥಿತಿ ಮೇಲು ಎಂದುಕೊಂಡಿದ್ದೆ – ಅಂದರೆ ಉಣ್ಣೆ ಕತ್ತರಿಸುವ ಮಂದಿ ಬರುವ ತನಕ.

ಕೆಲಸ ಶುರು ಆಗುವ ಮೊದಲು ಕುರಿಕ್ಷೇತ್ರದ ಇತರ ಇಬ್ಬರು ಕೆಲಸಗಾರರಾಗಿದ್ದ ಲೂ ಮತ್ತು ವಿಕ್ ಉಣ್ಣೆ ಕತ್ತರಿಸುವವರ ಕಲ್ಯಾಣ ಗುಣಗಳ ಕುರಿತು ನನಗೆ ಸಾಕಷ್ಟು ಎಚ್ಚರಿಕೆ ನೀಡಿದ್ದರು. ಅವನ ರೇಡಿಯೋವನ್ನು ಅವನಿಗೆ ಕೇಳಲು ಖುಷಿ ಇಲ್ಲದ ಕಾರ್ಯಕ್ರಮಗಳಿಗೆ ತಿರುಗಿಸುವಂತೆ ಅವರು ಒತ್ತಾಯ ಮಾಡಿದ್ದರಿಂದ ಲೂಗೆ ಅವರ ಮೇಲೆ ತುಂಬಾ ಅಸಮಾಧಾನ ಉಂಟಾಗಿತ್ತು. (ಆಗ ರೇಡಿಯೋಗಳು ಬಹಳ ಅಪರೂಪ.) ರೇಡಿಯೋದ ಮುಂದೆ ಕುಳಿತು ತನ್ನ

ಮೆಚ್ಚಿನ ಕಾರ್ಯಕ್ರಮವನ್ನು ಲೂ ಶ್ರದ್ಧೆಯಿಂದ ಕೇಳುತ್ತಿರುವುದನ್ನೂ ಪ್ರತಿ ರಾತ್ರಿಯೂ ವ್ಯತ್ಯಾಸವಿಲ್ಲದೆ ಒಂದೇ ಹೊತ್ತಿಗೆ ಅಷ್ಟೇ ಶ್ರದ್ಧೆಯಿಂದ ಅದನ್ನು ತಪ್ಪದೆ ನಿಲ್ಲಿಸುತ್ತಿರುವುದನ್ನೂ ನಾನು ಈಗ ಕೂಡ ಚಿತ್ರಿಸಬಲ್ಲೆ. ಲೂನ ಅಭ್ಯಾಸಗಳಲ್ಲಿ ಬದಲಾವಣೆ ಇರುತ್ತಿರಲಿಲ್ಲ. ಅವನ ಜೀವನ ಕ್ರಮ ಒಂದೇ ಜಾಡಿನಲ್ಲಿ ಸಾಗುತ್ತಿತ್ತು – ಅಂದರೆ ಉಣ್ಣೆ ಕತ್ತರಿಸುವವರು ಬರುವ ತನಕ. ಅವರು ಬಂದೊಡನೆ ಎಲ್ಲ ಅಸ್ತವ್ಯಸ್ತವಾಗುತ್ತಿತ್ತು. ಜಿಂಕ್ ಸವರಿದ ಕಬ್ಬಿಣದ ತಗಡುಗಳಿಂದ ಮಾಡಲ್ಪಟ್ಟ ಛಾವಣಿಯಿಲ್ಲದ ಕಟ್ಟಡವೊಂದು ವರ್ಷವಿಡೀ ನಮ್ಮ ಕೋಟೆಯಾಗಿತ್ತು. ಈ ಕೋಟೆಯೊಳಗಣ ಪ್ರಜಾಸತ್ತಾತ್ಮಕ ಸಂಪ್ರದಾಯಗಳನ್ನೂ ಉನ್ನತ ಸಾಂಸ್ಕೃತಿಕ ಮಟ್ಟವನ್ನೂ ಆ ಉಣ್ಣೆ ಕತ್ತರಿಸುವವರು ತಲೆಕೆಳಗೆ ಮಾಡುತ್ತಿದ್ದರು. ವಿಕ್ ನನ್ನೊಡನೆ ಹೇಳಿದ್ದ:

"ದೇವರೇ, ಆ ಜನಕ್ಕೆ ಜಗತ್ತಿನಲ್ಲೇ ಅತ್ಯುತ್ತಮವಾದ ಊಟ ತಿಂಡಿ ಆಗ್ಬೇಕು. ಬ್ಯಾಟರಿ ಲೈಟ್ ಬೇಕು. ಮಲಗೋದಕ್ಕೆ ಮೆತ್ತನೆಯ ಹುಲ್ಲಿನ ಹಾಸಿಗೆ ಬೇಕು. ಒಳ್ಳೇದು ಬೇಕು ಅನ್ನೋದು ಒಳ್ಳೇದೇ. ಆದರೆ ಈ ಉಣ್ಣೆ ಕತ್ತರಿಸೋ ಮಂದೀದು ಎಲ್ಲಾ ವಿಪರೀತ. ಅವರು ಇಲ್ಲಿ ಬರೋವಾಗ್ಲೇ ಚೆನ್ನಾಗಿ ಕುಡಿದಿರ್ತಾರೆ ಅಂತ ಖಡಾಖಂಡಿತವಾಗಿ ಹೇಳ್ಬಹುದು. ಅವರಿರೋ ತನಕ ಇಲ್ಲೆಲ್ಲ ರಮ್ ಬಾಟ್ಲಿಗಳೇ."

ಅಂದರೆ, ವಿಕ್ ಕುಡಿಯುವುದೇ ಇಲ್ಲ ಎಂದಲ್ಲ. ವಾರಕ್ಕೊಮ್ಮೆ ಅವನೂ ಒಂದು ಬಾಟ್ಲಿ ರಮ್ ತರುತ್ತಿದ್ದ. ಆದರೆ ಅದು ಬೇರೆ ವಿಚಾರ. ರಮ್ ಇಲ್ಲದೆ ತನ್ನ ಹೊಟ್ಟೆ ಸರಿಯಾಗಿ ಖಾಲಿಯಾಗುತ್ತಿರಲಿಲ್ಲವೆಂದು ಅವನು ನನಗೆ ತಿಳಿಸಿದ್ದ. ವಿಕ್ ಮತ್ತೂ ನುಡಿದಿದ್ದ:

"ಈ ಮಂದಿ ಹಾಗಲ್ಲ. ಕುರಿಗಳ ಮೈ ಏನಾದರೂ ಒಂದಿಷ್ಟು ವಾಸನೆ ಗೀಸನೆ ಬಂತೋ ಸರಿ – ಅವರು ಉಣ್ಣೆ ಕತ್ತರಿಸೋ ಕೆಲಸವನ್ನೂ ಮಾಡುವ ಜಾತಿ ಅಲ್ಲ."

"ಸೊಕ್ಕಿದ ಪಶುಗಳು!" ಅಂದುಕೊಂಡೆ ನಾನು ಮನಸ್ಸಿನಲ್ಲೇ.

ಉಣ್ಣೆ ಕತ್ತರಿಸುವ ಕೆಲಸ ವರ್ಷದ ಅತ್ಯಂತ ದೊಡ್ಡ ಕೆಲಸ. ಅದು ಸಾಕಷ್ಟು ಅಬ್ಬರದೊಂದಿಗೇ ಆರಂಭವಾಗುತ್ತದೆ. ಅವರ ತಂಡ ಹಂತಹಂತವಾಗಿ ಬಂದುಬಿಡುತ್ತದೆ. ಟ್ಯಾಕ್ಸಿಯಲ್ಲಿ ಐದು ಜನ. ಕಂಟ್ರಾಕ್ಟರನ ಲಾರಿಯಲ್ಲಿ ಮೂವರು. ಅವರೊಂದಿಗೆ ಕತ್ತರಿಸುವ ಯಂತ್ರೋಪಕರಣಗಳು. ಆಹಾರ ಸಾಮಾಗ್ರಿ. ಅಡಿಗೆಯವನಿಗೆ ವಿಪರೀತ ಗಡಿಬಿಡಿ. ನಡುರಾತ್ರಿಯಲ್ಲಿ ದೊಡ್ಡ ಸದ್ದು ಮಾಡುತ್ತಾ 'ಟಿ' ಮಾಡೆಲ್ ಫೋರ್ಡ್ ಕಾರೊಂದು ಬಂದು ರಾತ್ರಿಯನ್ನೇ ನಡುಗಿಸಿತು. ಕುಡಿದು ಅಮಲೇರಿ ಗುಲ್ಲೆಬ್ಬಿಸುತ್ತಿದ್ದ ನಾಲ್ವರು "ನೂರ ಇಪ್ಪತ್ತೈದು ಹಸಿರು ಬಾಟ್ಲಿಗಳು ತೂಗುತಿವೆ ಗೋಡೆಯಲಿ" ಎಂದು ಹಾಡುತ್ತ ಅದರಿಂದ ಇಳಿದರು.

ವಿಕ್ ಹಾಸಿಗೆಯಲ್ಲಿ ಮಲಗಿದ್ದಲ್ಲಿಂದಲೇ ನನ್ನ ಕಡೆಗೆ ತಿರುಗಿ "ನಾನು ಹೇಳಿರಲಿಲ್ಲವಾ?" ಎನ್ನುವಂತೆ ನೋಡಿದ.

"ಉಂಡಾಡಿ ಗುಂಡರು" ಅಂದುಕೊಂಡೆ ನಾನು ಮನಸ್ಸಿನಲ್ಲೇ.

ನಾನು ಹಾಲು ಕರೆಯಲೆಂದು ಏಳುವ ಮೊದಲೇ ಅಡಿಗೆಯ ಆಳು ಎದ್ದಿದ್ದ. ನನಗೆ ಆಶ್ಚರ್ಯ. ಬೆಳಗ್ಗಿನ ತಿಂಡಿಗೆಂದು ಬಂದಾಗ ಅವನು ಗಡದ್ದಾಗಿ ಬಡಿಸಿದ್ದ. ಉಪ್ಪು ಹಾಕಿ ಒಣಗಿಸಿದ ಹಂದಿ ಮಾಂಸ, ಲಿವರ್, ಕಟ್ಲೆಟ್ – ಹೀಗೆ ಬರೋಬರಿ! ವಿಕ್ ಮತ್ತು ಲೂ ತಮ್ಮ ಎಂದಿನ ಸ್ಥಳಗಳಲ್ಲೇ ಕುಳಿತಿದ್ದರು. ಎಲ್ಲಿಯಾದರೂ ತಮ್ಮ ಪವಿತ್ರ ಪೀಠಗಳಲ್ಲಿ ಹೊಸದಾಗಿ ಬಂದವರು ಕೂತು ಬಿಟ್ಟರೆ!

ಆದರೆ ಒಬ್ಬ ಧಡಿಯ ಬಂದು ನನ್ನ ಸ್ಥಳವನ್ನು ಮಾತ್ರ ಆಕ್ರಮಿಸಿಯೇ ಬಿಟ್ಟಿದ್ದ. ಅವನನ್ನು ಅಲ್ಲಿಂದ ಅಲುಗಾಡಿಸಲು ಸಾಧ್ಯವೇ ಇರಲಿಲ್ಲ. ಅಷ್ಟೇ ಅಲ್ಲ, ನನ್ನ ತಟ್ಟೆಯಲ್ಲಿದ್ದ ತಿಂಡಿಯ ರಾಶಿಯನ್ನು ನೋಡಿ, 'ಹೀಗೆ ತಿಂದು ತೇಗುವ ಕುರಿಗಾಹಿಗಳ ನಡುವೆ ನನಗೇನೂ ಉಳಿಯದೆ ನಾನು ಕೂಳಿಗೆ ದುಡ್ಡು ಕೊಟ್ಟು ಇಲ್ಲಿ ದಿವಾಳಿಯಾಗ ಬೇಕಾದೀತು' ಎಂದು ಊರಿಗೆಲ್ಲ ಕೇಳಿಸುವಂತೆ ಆತ ಗಟ್ಟಿಯಾಗಿ ದೂರುತ್ತಿದ್ದ. ಇದರಿಂದ ನನಗೆ ಸ್ವಲ್ಪ ಬೇಸರವಾಯಿತು.

ವಿಕ್ ಮತ್ತು ಲೂ ನನ್ನ ಮುಖ ನೋಡಿದರು. "ನಾನು ಹೇಳಿದ್ದೇನು ಮತ್ತೆ?" ಎನ್ನುವ ನೋಟ ಅದು.

ಇಂಥ ಹೊಟ್ಟೆಬಾಕ ಮುಠ್ಠಾಳನಾಗಬಾರದೆಂದು ತಂಡದ ಕೆಲವರು ಆ ಧಡಿಯನಿಗೆ ಹೇಳಿ, ತಟ್ಟೆ ಖಾಲಿ ಮಾಡುವಂತೆ ನನ್ನನ್ನು ಪ್ರೋತ್ಸಾಹಿಸಿದರು. ನಾನು ಹಾಗೆಯೇ ಮಾಡಿದೆ. ಧಡಿಯ ಗೊಣಗಾಡಿದ.

ಉಣ್ಣೆ ಕತ್ತರಿಸುವವರಿಗೆ ನೆರವಾಗಲು ಧನಿಯೊಂದಿಗೆ ನಾನೂ ಕುರಿಯ ತೊಟ್ಟಿಗೆ ಹೋಗಬೇಕಾಯಿತು. ಅವರು ಕೆಲಸ ಶುರು ಮಾಡುವ ಮೊದಲು ಒಟ್ಟಿಗೆ ಸೇರಿ, ಮೂವರು ಪ್ರತಿನಿಧಿಗಳ ಒಂದು ಸಮಿತಿಯನ್ನು ಚುನಾಯಿಸಿದರು. ಯಾಕೆ ಇದೆಲ್ಲ ಎಂದು ನಾನು ಧನಿಯೊಡನೆ ಕೇಳಿದೆ. "ಉಣ್ಣೆ ಕತ್ತರಿಸುವ ತಂಡಗಳು ಮಾಡುವ ತಿಳಿಗೇಡಿ ಕೆಲಸಗಳಲ್ಲಿ ಇದೂ ಒಂದು" ಎಂದು ಆತ ಉತ್ತರಿಸಿದ.

ಊಟದ ವೇಳೆಗೆ ಎಲ್ಲರೂ ಎದ್ದರು.

ನನ್ನ ನಿರೀಕ್ಷೆಗಿಂತಲೂ ಎಷ್ಟೋ ಭರ್ಜರಿ ಊಟ! ಒಂದು ಡಬ್ಬದಲ್ಲಿ ಸಾಮಾನ್ಯ ನಡುತರದ ಹೋಟೆಲೊಂದಕ್ಕೆ ಸಾಕಾಗುವಷ್ಟು ಫ್ರುಟ್ ಸಲಾಡ್! ಸುಮಾರು ಆರು ಜನರಿಗೆ ಆಗುವಷ್ಟು ನಾನು ಒಬ್ಬನೇ ತೆಗೆದುಕೊಂಡೆ. "ತಿಂಡಿ ಪೋತ" ಎಂದ, ಬೆಳಿಗ್ಗೆ ನನ್ನ ಸ್ಥಾನವನ್ನು ಆಕ್ರಮಿಸಿದ್ದ ಧಾಂಡಿಗ. ಅನಂತರ ಅವರು ಅಲ್ಲಿರುವ ತನಕ ಆ ಹೆಸರೇ ನನಗೆ ಖಾಯಂ.

ಮರುದಿನ ಸಂಜೆಯ ಊಟಕ್ಕೆ ನಾನು ಒಂದು ಕುರಿಯನ್ನು ಕೊಲ್ಲಬೇಕಾಗಿತ್ತು. ಆದರೆ ಒಂದು ಮುದಿ ಟಗರನ್ನು ಹಟ್ಟಿಗೆ ಸೇರಿಸಿ, ಧನಿ ನನ್ನೊಡನೆ ಹೇಳಿದ:

"ಉಣ್ಣೆ ಕತ್ತರಿಸುವ ಜನರು ಕೆಲಸ ಮುಗಿಸಲಿ. ಆಮೇಲೆ ಇದನ್ನು ಕೊಂದುಬಿಡು ಮತ್ತು ಅದರ ತಲೆಯನ್ನು ಹೂಳೋದಕ್ಕೆ ಮರೀಬೇಡ. ಇಲ್ಲವಾದರೆ ಆರೋಗ್ಯಕ್ಕೆ ಒಳ್ಳೆಯದಲ್ಲ."

ನನಗೆ ಮಾತ್ರ ಇದು ಅರ್ಥವಾಗಲಿಲ್ಲ. ಏಕೆಂದರೆ ಆರೋಗ್ಯದ ವಿವಿಧ ಹಂತಗಳಲ್ಲಿದ್ದ ಅನೇಕ ತರಹದ ರುಂಡಗಳು ಕಸಾಯಿಖಾನೆಯಲ್ಲಿ ಬಿದ್ದುಕೊಂಡಿದ್ದವು. ಆದರೆ ಧನಿಯ ವಿಧೇಯ ಸೇವಕ ನಾನು. ಆದುದರಿಂದ ಅವನು ಹೇಳಿದಂತೆ ಮಾಡಿದೆ.

ಮುದಿ ಟಗರಿನ ಮಾಂಸ ನೋಟಕ್ಕೇನೋ ಸೊಗಸಾಗಿ ಕಾಣುತ್ತದೆ. ಆದರೆ ಬೇಯಿಸಿದ ಮೇಲೆ ಅದರ ರುಚಿ ಮತ್ತು ವಾಸನೆ ಅಸಹನೀಯ. ಕಸಾಯಿಖಾನೆಯಲ್ಲಿ ಕೊಂಡಿಯಿಂದ ನೇತಾಡುತ್ತಿರುವಾಗ ಅದು ಉತ್ತಮ ಕುರಿಮಾಂಸದಂತೆ ತೋರುತ್ತದೆ. ಆದರೆ ತಲೆ ನೋಡಿದ ಕೂಡಲೇ ವ್ಯತ್ಯಾಸ ಗೊತ್ತಾಗಿಬಿಡುತ್ತದೆ.

ಮರುದಿನ ಸುಮಾರು ಹನ್ನೊಂದು ಗಂಟೆಗೆ ಅಡಿಗೆಯ ಆಳು ದೊಡ್ಡಿಗೆ ಹೋದ.

ಉಣ್ಣೆ ಕತ್ತರಿಸುವವರ ತಂಡದ ಪ್ರತಿನಿಧಿಯೊಬ್ಬನೊಂದಿಗೆ ಏನೋ ಹೇಳಿದ. ಅವನು ಕುರಿಯ ಕೈಮೇಲೆ ಓಡಿಸುತ್ತಿದ್ದ ಯಂತ್ರವನ್ನು ನಿಲ್ಲಿಸಿದ. ಅಡಿಗೆ ಆಳಿಗೆ ಸಿಟ್ಟು ಬಂದಂತೆ ಕಾಣುತ್ತಿತ್ತು. ಅವನು ಗಟ್ಟಿಯಾಗಿ ಏನನ್ನೋ ಹೇಳಿದ. ಅವರಿಬ್ಬರೂ ನಾನು ಮತ್ತು ಧನಿ ಇದ್ದಲ್ಲಿಗೆ ಬಂದರು.

ಮುದಿ ಟಗರಿನ ಮಾಂಸವನ್ನು ತಮಗೆ ಊಟಕ್ಕೆ ಬಡಿಸಿ ಮೋಸ ಮಾಡಿದುದೇತಕ್ಕೆ ಎಂದು ಪ್ರತಿನಿಧಿ ಧನಿಯೊಡನೆ ಕೇಳಿದ.

ಧನಿ ಮುಗ್ಧನಂತೆ "ಅದು ಒಳ್ಳೆ ಜಾತಿಯ ಎಳೆ ಟಗರು!" ಎಂದ.

ಅದಕ್ಕೆ ಅಡಿಗೆಯವನು ಹೇಳಿದ:

"ಇಂಥಾ ಎಳೆ ಟಗರಿನ ಅಡಿಗೆ ಇದುವರೆಗೆ ನಾನು ಮಾಡಿಲ್ಲ. ಅದರ ವಾಸನೆ ಎಲ್ಲ ಕಡೆಯೂ ಮೂಗಿಗೆ ಬಡೀತದೆ."

ಧನಿ ಈಗ ತಂತ್ರ ಬದಲಿಸಿದ.

"ಇಲ್ಲಿ ನಾನು ಧನಿ. ನನ್ನ ಇಚ್ಛೆಯಂತೆ ಇಲ್ಲಿಯ ಕೆಲಸ ಕಾರ್ಯ ನಡೀಬೇಕು." ಎಂದ.

ಪ್ರತಿನಿಧಿ ನನ್ನ ಕಡೆಗೆ ತಿರುಗಿ ನುಡಿದ:

"ಇನ್ನು ಮುಂದೆ ಕುರಿಗಳನ್ನು ಕೊಲ್ಲುವಾಗ ಅವುಗಳ ರುಂಡಗಳು ಮುಂಡಗಳ ಮೇಲೇಯೇ ಇರಲಿ, ಮರಿ!"

ಧನಿ ತಕ್ಷಣ ನನ್ನತ್ತ ನೋಡಿ ನಿಂತಲ್ಲಿಂದಲೇ ಅಬ್ಬರಿಸಿದ:

"ನಾನು ಧನಿ. ನಾನು ಹೇಳಿದ ಹಾಗೆ ಮಾಡೋದು ನಿನ್ನ ಕೆಲ್ಸ. ಗೊತ್ತಾಯ್ತೇನೋ?"

ಪ್ರತಿನಿಧಿ ಮತ್ತು ಅಡಿಗೆಯಾಳು ತಟ್ಟನೆ ಹಿಂದೆ ನಡೆದರು. ಅವರು ಕಮಿಟಿಯ ಮಿಕ್ಕ ಇಬ್ಬರು ಸದಸ್ಯರನ್ನೂ ಒಟ್ಟು ಸೇರಿಸಿ ಉಣ್ಣೆ ಕತ್ತರಿಸುವ ಆರು ಮಂದಿಯೊಡನೆ ಮಾತನಾಡಿದರು. ಒಬ್ಬರಾದ ಮೇಲೊಬ್ಬರಂತೆ ಅವರು ತಾವು ಹಿಡಿದ ಕುರಿಯನ್ನು ಮುಗಿಸಿದೊಡನೆ ಕೆಲಸ ನಿಲ್ಲಿಸಿದರು. ಕೊನೆಯ ತುಪ್ಪಳವನ್ನೂ ಕತ್ತರಿಸಿ ಸುರುಳಿ ಮಾಡಿಯಾಯಿತು. ಕುರಿಗಾಹಿಗಳು ನೆಲ ಗುಡಿಸಿದರು. ಉಣ್ಣೆ ಕತ್ತರಿಸುವವರು ಒಂದು ಕಡೆ ಗುಂಪುಗೂಡಿದರು. ಯಂತ್ರ ಚಾಲಕ ಯಂತ್ರವನ್ನು ನಿಲ್ಲಿಸಿದ.

ಧನಿಯ ಮುಖದಲ್ಲಿ ಈಗ ಚಿಂತೆ ಮೂಡಿತ್ತು. ಆತ ಉಣ್ಣೆ ಕತ್ತರಿಸುವವರ ಸಭೆಯತ್ತ ನಡೆದ. ಸಭೆ ಸ್ತಬ್ಧವಾಯಿತು. ಅವರ ಪ್ರತಿನಿಧಿ ಮತ್ತು ಧನಿಯ ನಡುವೆ ಬಿಸಿ ಬಿಸಿ ಮಾತುಕತೆ ನಡೆಯಿತು, ಕುರಿಗಾಹಿಗಳು ಹುಚ್ಚರಂತೆ ಕುಣಿಯತೊಡಗಿದರು. ಧನಿ ನನ್ನತ್ತ ಮರಳಿ ಬಂದ.

ಸಭೆ ಚದರಿತು... ಯಂತ್ರ ತನ್ನ ಕೆಲಸ ಪ್ರಾರಂಭಿಸಿತು. ಉಣ್ಣೆ ಕತ್ತರಿಸುವ ಕಾರ್ಯ ಪುನಃ ಶುರುವಾಯಿತು. ಧನಿ ಅವರನ್ನು ದಬಾಯಿಸಿರಬೇಕೆಂದು ನಾನು ಭಾವಿಸಿದೆ. ಆದರೆ ಅವನ ಮುಖದಲ್ಲಿ ವಿಜಯದ ಚಿಹ್ನೆಯಿರಲಿಲ್ಲ. ಅವನು ನನ್ನ ಬಳಿ ಬಂದು ಹೇಳಿದ:

"ಮರಿ, ಇವತ್ತು ರಾತ್ರಿ ಕುರಿ ಕೊಲ್ಲುವಾಗ ಎಳೆ ಟಗರನ್ನೇ ಹಿಡಿದು ಕಡಿ. ಮಾತ್ರವಲ್ಲ, ಅದರ ದರಿದ್ರ ಗುಂಡ ಆ ಹಾಳು ಮುಂಡದ ಮೇಲೆಯೇ ಇರಲಿ." ❍

○ ಪ್ರೈಸ್ ವಾರಂಗ್

ಜಾನ್ ಪ್ರೈಸ್‌ನ ಉಕ್ಕಿನ ಸರಳು

ಸರಕಾರೀ ಬಂಗ್ಲೆಯ ಮುಂದಿನ ಅರೋಕಾರಿಯಾ ಸಾಲು ಮರಗಳ ಮೇಲೆ ಕಡಲಗಾಳಿ ಲಲ್ಲೆಯಾಡಿತು. ಅದರ ಎಲೆಗಳು ಬಳುಕಿ, ಸದ್ದು ಮಧುರ ಗಾನದಂತೆ ಗಾಳಿಯಲ್ಲಿ ತೇಲಿ ಬಂತು. ತಲೆಮಾರುಗಳಿಂದ ಅಲ್ಲಿ ಮನೆ ಮಾಡಿದ್ದ ಮೌನದಲ್ಲಿ ಅದೂ ಎಂದಿನಂತೆ ಸೇರಿಕೊಂಡಿತು. ಆ ಗಿಡಗಳನ್ನು ಕರ್ನಲ್ ಫಾವೆಕ್ಸ್ ಅಲ್ಲಿ ನೆಟ್ಟಿದ್ದ. ಒಂಟಿಯಾಗಿ ತಲೆ ಎತ್ತಿ ನಿಂತ ಪಕ್ಕದ ಮೌಂಟ್ ಪಿಟ್ ಶಿಖರದ ಮೇಲೆ ಚಂದ್ರ ನಗುತ್ತಿದ್ದ. ಆಕಾಶದಲ್ಲಿ ಹರಡಿದ್ದ ಮುತ್ತಿನಂಥ ಕಾಂತಿ ಕಡಲಿನ ನೀಲ ಬಣ್ಣದೊಂದಿಗೆ ಕೂಡಿ ಇರುಳಿನ ಸೊಬಗು ಇನ್ನಷ್ಟು ಅರಳಿತ್ತು. ಕವಿಗಳು ಕನಸಿನಲ್ಲಿ ಕಂಡು ಮೈಮರೆಯು ವಂಥ ರಾತ್ರಿಯದು. ಇದಕ್ಕಿಂತ ಭಿನ್ನ ಹವಾಮಾನದ ಇತರ ನಾಡುಗಳಲ್ಲಾದರೆ, ಬಿರಿಯುತ್ತಿರುವ ಗುಲಾಬಿ ಹೂವು ಕೋಗಿಲೆಯ ಇಂಚರವನ್ನು ಆಲಿಸುತ್ತಿರುವಂತಹ ರಾತ್ರಿ. ಜಾನ್ ಪ್ರೈಸ್‌ನ ಮಟ್ಟಿಗೂ ಅಷ್ಟೆ. ಈ ಹೊಚ್ಚ ಹೊಸ ನಾಡಿನಲ್ಲಿ ಈ ಬಗೆಯ ರಾತ್ರಿಗಳನ್ನು ನೋಡುವುದೆಂದರೆ ಅವನಿಗೆ ಬಹಳ ಇಷ್ಟವಾಗಿತ್ತು.

ಆತ ಹುಟ್ಟು ನಾಯಕನಾಗಿದ್ದ. ಮನುಷ್ಯ ಸ್ವಭಾವದ ಕೀಳು ಬದಿಯ ಬಗ್ಗೆ ಈ ವಸಾಹತುಗಳಿಗೆ ಭೇಟಿ ನೀಡಿದ ಇತರ ಎಲ್ಲರಿಗಿಂತಲೂ ಹೆಚ್ಚು ಜ್ಞಾನ ಅವನಿಗಿತ್ತು. (ಇದರಿಂದಾಗಿ ದುಷ್ಟ ದೇವತೆಗಳಿಗೆ ಬಹಳ ಸಂಕಟವಾಗಿದ್ದಿರಬೇಕು !) ಇದರೊಂದಿಗೇ ಆತ ಭೌತಿಕ ಸೌಂದರ್ಯದ ಆರಾಧಕನೂ ಆಗಿದ್ದ. ಸುಂದರ ವಾದ ಪ್ರತಿಯೊಂದು ವಸ್ತುವೂ ಅವನಿಗೆ ಆನಂದವನ್ನು ನೀಡುತ್ತಿತ್ತು. ಭವ್ಯವಾದ ಒಂದು ನೈಸರ್ಗಿಕ ದೃಶ್ಯದ ಮುಂದೆ ನಿಂತಾಗ, ಕೈದಿಯಾಗಿದ್ದರು ಕೂಡಾ ಮಾಟವಾದ ಮೈಕಟ್ಟುಳ್ಳ ಒಬ್ಬ ಗಂಡಸನ್ನು ನೋಡಿದಾಗ ಅಥವಾ ಸುಂದರ ಸ್ತ್ರೀಯರನ್ನು ಕಂಡಾಗ, ಅವನು ತನ್ನ ಕಣ್ಣಿಗೆ ಕನ್ನಡಕ ಏರಿಸುವುದನ್ನು ಸಹ ಮರೆತುಬಿಡುತ್ತಿದ್ದ. ಬಡ ಕೈದಿಗಳನ್ನು ಮತ್ತು ಹೊಸದಾಗಿ ಬಂದ ಕಾರಾಗೃಹದ ಕಿರಿಯ ಅಧಿಕಾರಿಗಳನ್ನು ನಡುಗಿಸುತ್ತಿದ್ದ ಅವನ ಬೂದುಗಣ್ಣುಗಳ ತೀಕ್ಷ್ಣ

ನೋಟದ ಕಾಠಿಣ್ಯ ಆಗ ಮರೆಯಾಗುತ್ತಿತ್ತು. ಹೃದಯಶೂನ್ಯ ಕನ್ನಡಕಗಳಿಂದ ಜಾನ್ ಪ್ರೈಸ್‌ನ ಮುಖ ಹೀಗೆ ವಿಮುಕ್ತವಾದಾಗ, ಅವನ ಬರಿಗಣ್ಣುಗಳು ತಮ್ಮ ಕಾಠಿಣ್ಯವನ್ನು ಕಳೆದುಕೊಂಡಾಗ, ಆತ ಎಂದಿನ ಜಾನ್ ಪ್ರೈಸ್‌ಗಿಂತ ಬೇರೆಯಾಗಿ ಕಾಣುತ್ತಿದ್ದ.

ಅವನು, ಹೀಗೆ ಬೇರೆಯಾಗಿ ತೋರುತ್ತಿದ್ದ ಕ್ಷಣಗಳು ಅನೇಕ. ಆದರೆ ಹಳೆ ಆಡಳಿತದ ಅಳಿದುಳಿದ ಕೈದಿಗಳು ಹಾಗೂ ಕಿರಿಯ ಅಧಿಕಾರಿಗಳು ಈ ಮಾತನ್ನು ಒಪ್ಪುತ್ತಿರಲಿಲ್ಲ. ಜಾನ್ ಪ್ರೈಸ್ ತನ್ನ ಸಹಜ ಸ್ವಭಾವವನ್ನು ಕಳೆದು ಮೆತ್ತಗಿದ್ದುದೇ ಇಲ್ಲ ಎಂಬುದು ಅವರ ದೃಢ ಅಭಿಪ್ರಾಯ. ಅಂದರೆ ಅವನ ಶಿಸ್ತು ಅತ್ಯಂತ ಕಠಿಣ, ಅವನದ್ದು ಅತ್ಯಂತ ಸಂಶಯ ಪ್ರಕೃತಿ ಹಾಗೂ ಕೊಂಕು ಮಾತಿಗೆ ಮತ್ತು ಅಮಾನುಷ ಶಿಕ್ಷೆಗೆ ಅವನು ಎತ್ತಿದ ಕೈ ಎಂದರ್ಥ. ಜಾನ್ ಪ್ರೈಸ್‌ನ ಬಗ್ಗೆ ಇದು ಒಂದು ಚಿತ್ರವಾಗಿದ್ದರೆ, ಅವನ ಪಕ್ಷಪಾತಿಗಳಾಗಿದ್ದ ಮೇಲಧಿಕಾರಿಗಳು ಮತ್ತು ವೈಯಕ್ತಿಕ ಮಿತ್ರರು ನೀಡುತ್ತಿದ್ದ ಚಿತ್ರವೇ ಬೇರೆ. ಭ್ರಷ್ಟಾಚಾರ ಮಾಡಲು ಅವನ ಮುಂದಿದ್ದ ಪ್ರಲೋಭನೆಗಳನ್ನು ಗಣನೆಗೆ ತೆಗೆದುಕೊಂಡರೆ, ಅವನನ್ನು ಒಬ್ಬ ಸಂತನೆಂದೇ ಪರಿಗಣಿಸಬಹುದೆಂಬುದು ಅವರ ಅಭಿಮತವಾಗಿತ್ತು. ಆದರೆ ಇವೆರಡು ಚಿತ್ರಗಳೂ ಯಥಾರ್ಥ ವಾಗಿರಲಿಲ್ಲ. ಜಾನ್ ಪ್ರೈಸ್ ಸಂತನೂ ಆಗಿರಲಿಲ್ಲ, ಅಥವಾ ತಾನು ಸತ್ತಾಗ ನರಕದ ನಾಯಕರು "ಬಾರಯ್ಯ ಗೆಳೆಯಾ" ಎಂದು ಕರೆಯುವಂತಹ ದೈತ್ಯನೂ ಆಗಿರಲಿಲ್ಲ. ಆತ ನಿಜವಾಗಿಯೂ ಬಹುಮುಖ ವ್ಯಕ್ತಿಯಾಗಿದ್ದ. ಆದರೆ ಪ್ರಚಲಿತ ಸಾಮಾಜಿಕ ವ್ಯವಸ್ಥೆಯ ಸಾಣೆಕಲ್ಲಿನಿಂದ ಆತ ರೂಪಿಸಲ್ಪಟ್ಟಿದ್ದ. ಇದು ಅವನ ದುರ್ದೈವವಾಗಿತ್ತು. ಇತರ ಪರಿಸ್ಥಿತಿಗಳಲ್ಲಿ ಆತ ರಾಷ್ಟ್ರದ ವೈರಿಗಳನ್ನು ತತ್ತರಿಸುವ ಒಂದು ಖಡ್ಗವಾಗಬಹುದಿತ್ತು, ಅಸಾಧಾರಣ ದಿಟ್ಟತನದಿಂದ ಕೂಡಿದ ಒಬ್ಬ ಮಹಾಸೇನಾನಿಯಾಗಬಹುದಿತ್ತು, ಕೆಚ್ಚೆದೆಯ ಒಬ್ಬ ಮುಂದಾಳುವಾಗ ಬಹುದಿತ್ತು, ಅಥವಾ ದೂರ ದೃಷ್ಟಿಯುಳ್ಳ ಅತ್ಯುತ್ತಮ ಆಡಳಿತಗಾರನಾಗ ಬಹುದಿತ್ತು. ಆದರೆ... ವಿಧಿಯ ನಿರ್ಣಯ... ನ್ಯಾಯೋಚಿತವಾಗಿತ್ತು! ವ್ಯವಸ್ಥೆ ಮತ್ತು ಆಡಳಿತಗಳು ಹೆಚ್ಚು ಕಡಿಮೆ ಎಲ್ಲ ಕೈದಿಗಳನ್ನೂ ಹೇಗೆ ಹಾಳು ಮಾಡುತ್ತಿದ್ದವೋ, ಹಾಗೆಯೇ ಅಧಿಕಾರಿಗಳನ್ನೂ ಕೆಡಿಸುತ್ತಿದ್ದವು. ಅದರಲ್ಲೂ ಮೂರು ವಸಾಹತುಗಳಲ್ಲಿ ವಿವಿಧ ಹುದ್ದೆಗಳಲ್ಲಿದ್ದ ಜಾನ್ ಪ್ರೈಸ್, ಇತರ ಯಾವುದೇ ಒಬ್ಬ ಅಧಿಕಾರಿಗಿಂತಲೂ ಹೆಚ್ಚು ಜನರ ಭವಿಷ್ಯಗಳನ್ನು ಕಲುಷಿತಗೊಳಿಸುವ ಉಪಕರಣವಾಗಿ ರೂಪುಗೊಂಡುದರಿಂದ ಕೊನೆಯಲ್ಲಿ ಅವನಿಗೊದಗಿದ ವೈಯಕ್ತಿಕ ನಷ್ಟವೂ ವ್ಯವಸ್ಥೆಯ ಇತರ ಎಲ್ಲ ಸೇವಕರ ನಷ್ಟಗಳಿಗಿಂತ ಅಧಿಕವಾಗಿ ಪರಿಣಮಿಸಿದುದರಲ್ಲಿ ಆಶ್ಚರ್ಯವಿರಲಿಲ್ಲ. ಆದುದರಿಂದ ವೆಸ್ಟ್‌ಮಿನಿಸ್ಟರ್ ಇಗರ್ಜಿಯ ಹೊಸ್ತಿಲಲ್ಲಿ ಅಂತ್ಯವಾಗಬಹುದಾಗಿದ್ದ ಜೀವನ, ವಿಲ್ಲಿಯಮ್ಸ್ ಟೌನಿನ ಹಡಗು ಕಟ್ಟೆಯಲ್ಲಿ ಪಾತಕಿಯೊಬ್ಬನ ಕೈಗಳಿಂದ ಬಿಡುಗಡೆ ಪಡೆಯಿತು. ವ್ಯವಸ್ಥೆಯಿಂದ ಸೃಷ್ಟಿಸಲ್ಪಟ್ಟಾತ ಆ ವ್ಯವಸ್ಥೆಗೇ ಬಲಿಯಾದ. ವ್ಯವಸ್ಥೆಗೆ ಇದು ನ್ಯಾಯ ಎಂದೆನಿಸಿರಬೇಕು! ಇರಲಿ; ಅದು ಬೇರೆ ಕಥೆ.

ಪ್ರಸ್ತುತ ರಾತ್ರಿಯಲ್ಲಿ ನಾರ್‌ಫೋಕ್ ದ್ವೀಪವು ಆಗಸದ ದಿವ್ಯ ಕಾಂತಿಯಿಂದ ಆವರಿಸಲ್ಪಟ್ಟು ಸೊಬಗಿನಿಂದ ಕಂಗೊಳಿಸುತ್ತಿತ್ತು. ಆದರೆ ಅಲ್ಲಿ ಬಂಧಿತರಾಗಿದ್ದ ಸಾವಿರದ ಇನ್ನೂರುಮಂದಿ ಮಾನವ ಜೀವಿಗಳು ಮಾತ್ರ ನಿರಾಶೆಯ ಏಕಾಧಿಪತ್ಯಕ್ಕೆ ಒಳಗಾಗಿದ್ದರು. ಮುದ್ರೆಯೊತ್ತಿದ ಕಂಬಳಿಗಳಡಿಯಲ್ಲಿ ಭೀತಿಯ ಬೆವರುಹನಿಗಳನ್ನು ಸುರಿಸುತ್ತಾ, ಇಲ್ಲವೇ

ಬೇಡಿಗಳಿಂದ ಆಲಿಂಗಿಸಲ್ಪಟ್ಟು, ಹಗಲು ಹೊತ್ತು ಅವುಗಳಿಂದಾದ ಗಾಯಗಳನ್ನು ಒತ್ತುತ್ತಾ ಬಿದ್ದುಕೊಂಡಿದ್ದ ಈ ಬಡಪಾಯಿಗಳ ಸಂಕಟವನ್ನು ರಾತ್ರಿಯ ರಮಣೀಯತೆ ಅಣಕಿಸುವಂತೆ ತೋರುತ್ತಿತ್ತು. ಇಂತಹ ರಾತ್ರಿಯಲ್ಲಿ ಆಗ ಆ ದ್ವೀಪದ ಮುಖ್ಯಾಧಿಕಾರಿಯಾಗಿದ್ದ ಜಾನ್ ಪ್ರೈಸ್, ಅತಿಥಿಯೊಬ್ಬನೊಡನೆ ತನ್ನ ಬಂಗ್ಲೆಯ ಭೋಜನ ಶಾಲೆಯಿಂದ ಜಗಲಿಗೆ ಹೆಜ್ಜೆ ಹಾಕಿ ಹೊರಗಣ ಭವ್ಯ ದೃಶ್ಯವನ್ನು ತನ್ಮಯತೆಯಿಂದ ವೀಕ್ಷಿಸಿದ.

ಅತಿಥಿಗೆ ಪರಿಚಯವಿಲ್ಲದ ತನ್ನ ಇನ್ನೊಂದು ಮುಖವನ್ನು ತೋರಿಸುವಂತೆ ಅವನೀಗ ಉದ್ಗರಿಸಿದ :

"ಆಹ, ಸ್ವರ್ಗಸದೃಶ ಸಂಜೆ! ಇಷ್ಟೊಂದು ಸುಂದರ ಸಂಜೆಯನ್ನು ನಾನು ಕಂಡೇ ಇಲ್ಲ!"

"ನಿಜ. ನಾನು ಕೂಡ."

ಮಾತು ಮತ್ತೆ ಮುಂದುವರಿಯಲಿಲ್ಲ. ಇಬ್ಬರೂ ಅತಿಯಾದ ಆನಂದದಲ್ಲಿ ಮುಳುಗಿಬಿಟ್ಟರು. ಪರಸ್ಪರರನ್ನು ಮರೆತರು. ಪ್ರೈಸ್ ಫಿಲಿಪ್ ದ್ವೀಪದ ಕಡೆಗೆ ನೋಡುತ್ತಿದ್ದ. ಅತಿಥಿಯ ದೃಷ್ಟಿ ನಭೋಮಂಡಲದ ನೆತ್ತಿಯ ಮೇಲೆ ನೆಟ್ಟಿತ್ತು.

ಅಷ್ಟರಲ್ಲಿ ಒಂದು ಮಗುವಿನ ಸ್ವರ ಮೌನವನ್ನು ಮುರಿಯಿತು. ಅಚ್ಚ ಬಿಳುಪಿನ ಅಂಗಿಯ ಪುಟ್ಟ ಆಕೃತಿಯೊಂದು ಬಾಗಿಲಿನಿಂದ ಈಚೆ ಬಂದು ತನ್ನ ತಂದೆಯನ್ನು ಕರೆಯಿತು.

"ಪಪ್ಪಾ! ಎಯ್ಯಿಜ್ಜಿ ಪಪ್ಪಾ ನೀನು?"

"ಇಲ್ಲಿದ್ದೇನೆ ಮರಿ. ಆದರೆ ಥೂ! ನೀನಿನ್ನೂ ನಿದ್ದೆ ಮಾಡಿಲ್ಲ?"

ಪುಟ್ಟ ಮಗು ಬರಿಗಾಲಲ್ಲೇ ಜಗಲಿಯ ಅರ್ಧದಷ್ಟು ಬಂತು. ಅಪ್ಪನ ಬಳಿ ನಿಂತಿತು. ಅಪ್ಪ ಎತ್ತಿಕೊಳ್ಳಲಿ ಎನ್ನುವ ಆಸೆಯಿಂದ ತನ್ನ ಕೈಗಳನ್ನು ಮುಂದೆ ಚಾಚಿತು.

"ನಾನೂ... ನಿಜ್ಜೆ ಮಾಜಲ್ಲ ಪಪ್ಪಾ... ನನ್ನ ಹೊಚಾ ಪ್ವಾತನೆ ಹೇಳದೆ."

"ಹೊಸ ಪ್ರಾರ್ಥನೆ!"

ದರ್ಪವಂತ ಅಧಿಕಾರಿ ಬಾಗಿ ಮಗುವನ್ನು ತನ್ನ ತೋಳುಗಳಿಂದ ಬಾಚಿ ಎತ್ತಿಕೊಂಡ.

ತಾನು ತಂದೆಯೇನಾದರೂ ಆಗಿದ್ದರೆ ಮಗುವಿನ ನುಡಿಯನ್ನು ಪ್ರತಿಧ್ವನಿಸಲು ಅಳುಕುತ್ತಿದ್ದೆನೆಂದು ಅತಿಥಿ ಯೋಚಿಸಿದ. ಏಕೆಂದರೆ, ಸಾವಿರದ ಇನ್ನೂರು ಕೈದಿಗಳ ಸರ್ವೋಚ್ಚ ಅಧಿಕಾರಿಗೂ ತನ್ನ ಪುಟ್ಟ ಕಂದನ ತೊದಲು ನುಡಿಯ ಪ್ರಾರ್ಥನೆಯನ್ನು ಕೇಳಬಯಸುವ ಒಲವಿನ ತಂದೆಯ ಪಾತ್ರಕ್ಕೂ ಎಲ್ಲಿಯ ಸಂಬಂಧ? ಆದರೆ ಜಾನ್ ಪ್ರೈಸ್‌ನ ಅಭಿಪ್ರಾಯ ಹಾಗಿರಲಿಲ್ಲ. ಅವನಲ್ಲಿ ಎಷ್ಟೇ ದೋಷಗಳಿದ್ದರೂ, ದೇವರ, ದೆವ್ವದ ಅಥವಾ ಮಾನವನ ಭಯ ಅವುಗಳಲ್ಲಿ ಒಂದಾಗಿರಲಿಲ್ಲ. ಹೇಡಿಗಳು ಮಾತ್ರ ಇತರರ ಅಭಿಪ್ರಾಯಕ್ಕೆ ಬೆಲೆಕೊಡುವ ನಾಟಕ ಆಡುತ್ತಾರೆ. ಜಗತ್ತೇ ಅವನ ಎದುರು ನಿಂತು ನೋಡುತ್ತಿದ್ದರೂ ಸರಿಯೇ, ಪ್ರೈಸ್ ಮಗುವಿನ ಮುಂದೆ ಅದೇ ರೀತಿಯಲ್ಲಿ ವರ್ತಿಸುತ್ತಿದ್ದ.

"ಹ-ಹೌಜು, ಪಪ್ಪಾ, ಹೊಚಾ ಪ್ವಾತನೆ! ಡ್ಯಾನಿ ನಂಗೆ ಕಲಿಚಿಕೊಟ್ಟ. ಘತ್ತೆ ನಿಂಗೆ ಮಾತ್ವ ಹೇಯ್‌ಬೇಕಂತೆ."

"ಆಗಲಿ ಮರಿ ಹೇಳು."

ಮಗು ಅಪ್ಪನ ತೋಳಿನಿಂದ ಇಳಿಯಿತು. ಜಗಲಿಯ ಬರಿಯ ನೆಲದಲ್ಲಿ ಮಂಡಿ ಊರಿತು.

ಅತಿಥಿ ನಗುತ್ತಾ ಕೇಳಿದ :

"ನನಗೆ ಮೆಚ್ಚಿಗೆ ಆಗದಿದ್ದರೂ ಮಕ್ಕಳನ್ನು ಅವರ ದಾರಿಯಲ್ಲೇ ಬೆಳೆಯೋದಕ್ಕೆ ಬಿಡಬೇಕು ಅನ್ನೋದರಲ್ಲಿ ನಂಬಿಕೆಯಾ ನಿನಗೆ ?"

ನಲವತ್ತು ಸಾವಿರ ಜೀವಿಗಳಿಗೆ ಎರಡನೇ ವಿಧಿಯಂತಿದ್ದ ವಾನ್ ಡೆಮೋನಿಯಾದ ಗವರ್ನರ್, ಕೈದಿಗಳ ಹಡಗದ ಈ ಮಾಜಿ ವೈದ್ಯನಿಗೆ "ನಾರ್‌ಫೋಕ್ ದ್ವೀಪದ ನೈತಿಕ ಪರಿಸ್ಥಿತಿಯ ಕುರಿತು" ವರದಿ ಸಲ್ಲಿಸುವ ಅಧಿಕಾರ ಇತ್ತಿದ್ದ. ಆ ದೃಷ್ಟಿಯಲ್ಲಿ ಡಾ॥ ಹ್ಯಾಂಪ್ಟನ್ ಪ್ರೈಸ್‌ನ ಮೇಲಧಿಕಾರಿ. ಹೀಗಿದ್ದರೂ ಪ್ರೈಸ್ ಅತಿಥಿಗೆ ಸುಮ್ಮನಿರುವಂತೆ ಸೂಚಿಸಿದ.

"ಮಕ್ಕಳಿಗೆ ಮತ್ತು ಕೈದಿಗಳಿಗೆ ಧಾರ್ಮಿಕ ಶಿಕ್ಷಣ ಅಗತ್ಯ ಅನ್ನೋದು ನನ್ನ ನಂಬಿಕೆ" ಎಂದು ಸ್ವಲ್ಪ ಕಹಿಯಾಗಿಯೇ ಡಾಕ್ಟರ್‌ನ ಮಾತಿಗೆ ಆತ ಉತ್ತರ ನೀಡಿದ.

ಪ್ರೈಸ್‌ನ ಕಟೂಕ್ತಿಯಿಂದ ಸಿಟ್ಟಾಗದೆ – ಏಕೆಂದರೆ ಆತ ಒಬ್ಬ ಉಪಯುಕ್ತ ಅಧಿಕಾರಿಯಾಗಿದ್ದ – ಡಾಕ್ಟರ್ ನಸುನಗುತ್ತಾ ಮರು ನುಡಿದ :

"ಸರಿ, ಸರಿ, ಕೈದಿಗಳೆಂದರೆ, ಅವರೂ ಬೆಳೆದ ಮಕ್ಕಳು ಅಷ್ಟೆ. ಮಕ್ಕಳಂತೆ ಅವರನ್ನೂ ಊಟ ಮಾಡಿಸ್ಬೇಕಾಗ್ತದೆ, ಮಲಗಿಸ್ಬೇಕಾಗ್ತದೆ, ಪೆಟ್ಟುಕೊಟ್ಟು ಕೊಠಡಿಯೊಳಗೆ ಕೂಡಿಡಬೇಕಾಗ್ತದೆ... ಓ, ನಾನು ನಡುವೆ ಬಾಯಿಹಾಕಿ ಪ್ರಾರ್ಥನೆಗೆ ಅಡ್ಡಿಯಾದೆ ಅಲ್ವಾ? ಪರವಾ ಇಲ್ಲ; ಹೇಳು ನನ್ನ ಮಗೂ ಹೇಳು !"

"ನಾನು ನಿನ್ನ ಮಗು ಅಲ್ಲ...ನಾನು ಪಪ್ಪನ ಮಗು... ಹ–ಹೌಜಲ್ವ ಪಪ್ಪಾ ?"

"ಹೌದು, ಹೌದು. ಬೇಗ ಪ್ರಾರ್ಥನೆ ಹೇಳಿಬಿಡು ಮರಿ. ಇಲ್ಲಿ ಚಳಿ, ನಿನಗೆ ನೆಗಡಿ ಆಗಬಹುದು. ಒಳ ಹೋಗಿ ಅದನ್ನು ಅಮ್ಮ ಅಥವಾ ದಾದಿಯ ಮುಂದೆ ಹೇಳಬಹುದಲ್ಲ ?"

"ಊಹೂಂ ಹ್ಞಂ ! ಡ್ಯಾನಿ ಅಜನ್ನಾ ನಿನ್ ಮುಂಜೇನೇ... ಹೇಯ್‌ಬೇಕೂಂತ ಹೇಯಿದ್ದ."

"ಸರಿ ಸರಿ ಹೇಳು."

ಜೋಡಿಸಿದ ಕೈಗಳ ಮೇಲೆ ಗುಂಗುರು ಕೂದಲಿನ ತನ್ನ ಪುಟ್ಟ ತಲೆಯನ್ನು ಬಾಗಿಸಿ, ಮಗು ಪ್ರಾರ್ಥನೆ ಹೇಳಿತು.

ಎಲ್ಲ ದೇಶಗಳಲ್ಲೂ, ಎಲ್ಲ ಕಾಲಗಳಲ್ಲೂ ಕ್ರೈಸ್ತರಿಗೆ ಸುಪರಿಚಿತವಾದ ಪ್ರಾರ್ಥನೆಯನ್ನು ಹಾಡಿದ ಬಳಿಕ ಮಗು ಪಿಸುಗುಟ್ಟಿತು.

"ಕರುಣಾಳು, ಪ್ರೇಮಮಯಿ ಯೇಸು ಸ್ವಾಮೀ,

ಈ ಪುಟ್ಟ ಕಂದನ ಪೊರೆಯೋ ಪ್ರೇಮಿ."

ಅದರ ಬಳಿಕ ತೂಕಡಿಕೆಯೊಂದಿಗೆ ಹೆಣಗುತ್ತಾ ಮಗುವಿನ ಕಿರುದನಿ ತೊದಲಿತು.

"ಡ್ಯಾಡೀ... ಮಮ್ಮೀ... ಪುಟ್ಟ ತಂಗಿ...

ಎಲ್ಲರ ಕಾಪಾಡೋ ತಂದೆ..."

ತೂಕಡಿಸುವ ಮಗುವಿನ ತಲೆಬಾಗಿತು. ಗುಂಗುರು ಕೂದಲು ಕೈಯಲ್ಲಿ ಚೆಲ್ಲಿತು. ತೊದಲು ನುಡಿ ಅಲ್ಲಿಗೆ ನಿಂತುಹೋಯಿತು.

ತಂದೆ ಪುಟ್ಟ ಮಗುವನ್ನು ಎತ್ತಿಕೊಳ್ಳಲು ಬಾಗಿದ. ಅಷ್ಟರಲ್ಲಿ ಹ್ಯಾಂಪ್ಟನ್ ಗಟ್ಟಿಯಾಗಿ ಕೇಳಿದ :

"ನೀನು ನಿನ್ನ ಹೊಸ ಪ್ರಾರ್ಥನೆಯನ್ನು ಹೇಳಲೇ ಇಲ್ಲ ಮರೀ."

ಮಗು ಎಚ್ಚೆತ್ತಿತು. ಕಣ್ಣು ಒರೆಸಿಕೊಳ್ಳುತ್ತ ಅದು ಅಸ್ಪಷ್ಟವಾಗಿ ನುಡಿಯಿತು.

"ಓ! ನಂಗೆ ಮರೆತೇ ಹೋಗಿತ್ತು. ನಾನೀಗ ಹೇಳ್ತೇನೆ ಪಪ್ಪಾ."

ತಂದೆಯ ತೋಳುಗಳಿಂದ ಮಗು ಪುನಃ ನೆಲಕ್ಕೆ ಇಳಿಯಿತು. ಮತ್ತೊಮ್ಮೆ ಕೈಜೋಡಿಸಿ, ತಲೆ ತಗ್ಗಿಸಿ ಪ್ರಾರ್ಥನೆಯ ಭಂಗಿಯಲ್ಲಿ ನಿಂತು, ಅತ್ಯಂತ ಭಕ್ತಿಯಿಂದ ಉಸುರತೊಡಗಿತು. ಮಗುವಿನ ಮುಖದಲ್ಲಿ ನಿಚ್ಚಳವಾಗಿ ಕಾಣುತ್ತಿದ್ದ ಈ ಭಕ್ತಿಭಾವದಿಂದಾಗಿ ಅದರ ಬಾಯಿಯಿಂದ ಹೊರಟ ಭೀಕರ ಪದಗಳು ಮತ್ತಷ್ಟು ಭೀಕರವಾಗಿ ಕೇಳಿಸಿದವು:

"ದೇವರೆ, ಜಾನ್ ಪ್ರೈಸ್ ಹಾಳಾಗಿ ನರಕಕ್ಕೆ ಹೋಗುವಂತೆ ದಯತೋರು!"

ನಾಜೂಕಿನ ಕ್ರೌರ್ಯಕ್ಕೆ ಜಾನ್ ಪ್ರೈಸ್ ಹೆಸರುವಾಸಿಯಾಗಿದ್ದ. ಆದರೆ ಅವನ ಗರಡಿಯಲ್ಲಿ ಪಳಗಿದ ಕೆಲವು ಕೈದಿಗಳಾದರೂ ಈ ಕಲೆಯಲ್ಲಿ ಅಷ್ಟೇ ನಿಷ್ಣಾತರಾಗಿದ್ದರೆಂಬುದರಲ್ಲಿ ಈಗ ಸಂಶಯವಿರಲಿಲ್ಲ.

ಡಾ॥ ಹ್ಯಾಂಪ್ಟನ್ ಪಶ್ಚಿಮ ಆಸ್ಟ್ರೇಲಿಯಾದ ಗರ್ವನರ್ ಆಗಿದ್ದಾಗ ಹೇಳುತ್ತಿದ್ದ: ಎರಡು ಸಂದರ್ಭಗಳನ್ನು ಬಿಟ್ಟರೆ ಜಾನ್ ಪ್ರೈಸ್ ಧೃತಿಗೆಟ್ಟುದನ್ನು ಅವನೆಂದೂ ಕಂಡಾಗಲಿ ಅಥವಾ ಕೇಳಿಯಾಗಲಿ ಇರಲಿಲ್ಲ. ಮೊದಲ ಸಲ ಹಾಗಾಗಿದ್ದು ಅವನು ಟಾಸ್ಮಾನಿಯಾದಲ್ಲಿದ್ದಾಗ. ಆ ಕತೆಯನ್ನು ಇನ್ನೂ ಹೇಳಬೇಕಷ್ಟೆ. ಎರಡನೆಯ ಬಾರಿ ಅಂತಹ ಘಟನೆ ನಡೆದುದು ಈ ರಾತ್ರಿ.

ಮಗು ಅರಿವಿಲ್ಲದೆ ಮುಗ್ಧ ಮನಸ್ಸಿನಿಂದ ಉಸುರಿದ ಶಾಪವನ್ನು ಕೇಳುತ್ತಿದ್ದಂತೆ ತಂದೆ ತತ್ತರಿಸಿದ. ಅವನ ಮುಖ ವಾಸ್ತವವಾಗಿಯೂ ಬಿಳಿಚಿಕೊಂಡಿತು. ಅದೇನೂ ಚಂದ್ರನ ಬೆಳಕಿನಿಂದಾಗಿ ಹಾಗೆ ಕಾಣಿಸಿದ್ದಲ್ಲ.

"ಹೀಗೆ ಹೇಳೋದಕ್ಕೆ – ನಿನಗೆ–ಡ್ಯಾನಿ–ಕಲಿಸಿದ್ದಾ?"

ಆದರೆ ಮಗುವಿನ ತಲೆ ನಿದ್ದೆಯಿಂದ ಮೊಣಕಾಲ ಮೇಲೆ ಸರಿದಿತ್ತು. ತಂದೆ ಅವನನ್ನು ಎತ್ತಿ ಒಳಗೊಯ್ದ. ಅವನನ್ನು ಕಾಟಿನ ಮೇಲೆ ಮಲಗಿಸುತ್ತಿದ್ದಂತೆ ಅರೆಕ್ಷಣ ಅವನ ಮನಸ್ಸಿನಲ್ಲಿ ಹೊಯ್ದಾಟ ಆರಂಭವಾಯಿತು. ಈಗ ತಾನೇ ಮುಳ್ಳಿನಂತೆ ಚುಚ್ಚಿದ ಮುದ್ದು ತುಟಿಗಳನ್ನು ತಾನು ಮುಟ್ಟಲೇನು? ಅನಂತರ ಹಾಗೇ ಬಾಗಿ, ಕೆಂಪು ಕೆನ್ನೆಯ ಮೇಲೆ ಮುತ್ತಿಟ್ಟ.

ಮಗುವಿಗೆ ಇದರಿಂದ ಅರೆ ಎಚ್ಚರ. ಅದು ನಿದ್ದೆಗಣ್ಣಲೇ, ಮುದ್ದಿನಿಂದ "ಪಪ್ಪಾ" ಎಂದಿತು.

ಅವನು ಹೊರಗೆ ಬಂದಂತೆ ಹ್ಯಾಂಪ್ಟನ್ ಪ್ರಶ್ನಿಸಿದ:

"ಹೀಗೆ ಹೇಳುವಂತೆ ಮಗುವನ್ನು ಪುಸಲಾಯಿಸಿದ ಕೈದಿಯನ್ನು ಏನು ಮಾಡಬೇಕೂಂತ ನಿನ್ನ ಯೋಚನೆ?"

"ತಕ್ಷಣ ಏನಿಲ್ಲ! ಕಾದು ನೋಡೋಣ."

"ಯಾಕೆ?"

"ಮಗುವಿನ ಮುಂದೆ ಮುಖಾಮುಖಿ ನಿಲ್ಲಿಸದೆ ಅವನನ್ನು ಶಿಕ್ಷಿಸೋದು ಸಾಧ್ಯವಿಲ್ಲ. ಹಾಗೇನಾದರೂ ಮಾಡಿದರೆ ಮಗುವಿನ ಮನಸ್ಸಿನಲ್ಲಿ ಅದು ಗಟ್ಟಿಯಾಗಿ ಉಳಿದುಬಿಡ್ತದೆ. ಅಂಥ ಯಾವ ಕಾರ್ಯವನ್ನೂ ಮಾಡದಿದ್ದರೆ ಅವನ ನೆನಪಿನಿಂದ ಅದು ಮರೆತು ಹೋಗಬಹುದು. ಅಲ್ಲದೆ..."

"ಏನು?"

"ಅಲ್ಲದೆ ಕೈದಿಗೆ ತೋರಿಸಿಕೊಟ್ಟಂತಾಗ್ತದೆ, ಅವನು... ಅವನು..." ಮಾತು ಅರ್ಧಕ್ಕೆ ನಿಂತಿತು.

"ನಿನ್ನ ಮನಸ್ಸಿಗೆ ನೋವಾಗುವಂತೆ ಮಾಡಿದ ಅನ್ನೋದನ್ನ" ಎಂದು ನಯವಾದ ನಂಜಿನಿಂದ ಬೆಕ್ಕು ಪರಚಿದಂತೆ ನುಡಿದು ಹ್ಯಾಂಪ್ಟನ್ ವಾಕ್ಯವನ್ನು ಪೂರ್ತಿಗೊಳಿಸಿದ. ಇದು ಅವನ ಗುಣಗಳಲ್ಲಿ ಒಂದು.

ಡಾ॥ ಹ್ಯಾಂಪ್ಟನ್ ತನ್ನ ಹಿರಿಯ ಅಧಿಕಾರಿ ಮಾತ್ರವಲ್ಲ, ಅತಿಥಿ ಕೂಡ ಎನ್ನುವುದನ್ನು ಗಮನಿಸಿದ ಪ್ರೈಸ್ ತುಟಿ ಕಚ್ಚಿ ಹೇಳಿದ:

"ನೀವು ಹಾಗೆ ಹೇಳೋದಿದ್ರೆ ಸರಿ–ಸರ್! ಮಾತ್ರವಲ್ಲ, ನೀವಂದಂತೆ ನನಗೆ ನೋವಾಗಿದೆ ಅನ್ನೋದನ್ನ ಆತನಿಗೆ ತಿಳಿಸಿದರೆ, ಮಿಕ್ಕವರು ನನ್ನ ಕುರಿತು ಹಾಗೆ ವರ್ತಿಸೋದಕ್ಕೆ ಅವಕಾಶ ಕೊಟ್ಟ ಹಾಗೆ ಆಗ್ತದೆ. ಕೈದಿಗಳ ಕುರಿತು ತಮಗಿರುವ ಅನುಭವದಿಂದ ತಮಗೆ ಗೊತ್ತಿರಬೇಕಲ್ಲ ಡಾಕ್ಟರ್? ಸ್ಪಷ್ಟವಾಗಿ ನಿಯಮಬಾಹಿರವಲ್ಲದ ಯಾವುದೇ ಒಂದು ಚೇಷ್ಟೆಯನ್ನು ಅಥವಾ ವರ್ತನೆಯನ್ನು ಅವರು ಮರೆಯುವ ಹಾಗೆ ಮಾಡೋದಕ್ಕೆ ಆ ಬಗ್ಗೆ ಏನೂ ಹೇಳದಿರೋದೇ ಅತ್ಯುತ್ತಮ ಉಪಾಯವಲ್ವೆ? ಅವರನ್ನು ಶಿಕ್ಷಿಸಿದರೆ, ಅವರ ದೃಷ್ಟಿಯಲ್ಲಿ ಆ ವಿಚಾರಕ್ಕೆ ಇನ್ನಷ್ಟು ಮಹತ್ವಕೊಟ್ಟಂತೆ."

ಗ್ಲಾಡ್‌ಸ್ಟನ್‌ನ* ಅಭಿಪ್ರಾಯದಲ್ಲಿ ಕೈದಿಗಳ ಶಿಸ್ತಿಗೆ ಸಂಬಂಧಿಸಿದಂತೆ ಅತ್ಯಂತ ಪರಿಣತ ಅಧಿಕಾರಿ ಎನಿಸಿದ್ದ ಹ್ಯಾಂಪ್ಟನ್‌ಗೆ ತಾನು ಜಾನ್ ಪ್ರೈಸ್‌ನ ಮೇಲಧಿಕಾರಿ ಎಂಬ ತಿಳಿವಳಿಕೆ ಯಿದ್ದರೂ, ನಿರ್ದಿಷ್ಟ ಜ್ಞಾನಕ್ಕೆ ಸಂಬಂಧಿಸಿದ ಎಲ್ಲ ವಿಚಾರಗಳಲ್ಲೂ ಪ್ರೈಸ್‌ನ ಅಭಿಪ್ರಾಯಕ್ಕೆ ಆತ ತಲೆ ಬಾಗುತ್ತಿದ್ದ. ಅದನ್ನೇ ಆತ ಈಗ ಹೇಳಿದ. ಅಲ್ಲದೆ, ತನ್ನ ಮಾತು ಜಾನ್ ಪ್ರೈಸ್‌ನನ್ನು ಅಸ್ವಾಭಾವಿಕವಾದ ಔದಾರ್ಯಕ್ಕೆ ಪ್ರೇರಿಸಬಹುದೆಂಬ ಭಯ ಅವನಿಗಿರಲಿಲ್ಲ. ಆದುದರಿಂದ ಈ ವಿನೂತನ ಪೈಶಾಚಿಕ ತಂತ್ರವನ್ನು ಕಂಡುಹಿಡಿದ ಕೈದಿಯನ್ನು ಆತ ಯಾವ ರೀತಿ ಶಿಕ್ಷಿಸಬಹುದೆಂಬುದನ್ನು ತಿಳಿಯುವ ಕುತೂಹಲದಿಂದ ಹ್ಯಾಂಪ್ಟನ್ ಅವನೊಡನೆ ಕೇಳಿದ:

"ಈ ವಿಷಯವನ್ನು ಕಡೆಗಣಿಸೋದಕ್ಕೆ ನೀನು ಸಿದ್ಧನಾಗಿದ್ದೀಯಾ?"

"ನಾನು ಹೇಳಿದ್ದು, ಕಾದುನೋಡ್ತೇನೆ ಅಂತ." ಎಂದ ಪ್ರೈಸ್.

ಕಾಯಲು ಸಹನೆಯುಳ್ಳವನ ಬಳಿಗೆ ಎಲ್ಲವೂ ತಾವಾಗಿಯೇ ಬರುತ್ತವೆ.

ಮೇಲಿನ ಆಡಳಿತದ ಅನುಜ್ಞೆಯಂತೆ ಮುಖ್ಯಾಧಿಕಾರಿಯ ಮನೆಯ ಕೆಲಸಕ್ಕೆಂದು ನೇಮಿತ ರಾಗಿದ್ದ ನಾಲ್ವರು ಕೈದಿಗಳ ಪೈಕಿ ಇಂಗ್ಲೆಂಡ್‌ನಿಂದ ಗಡಿಪಾರು ಮಾಡಲ್ಪಟ್ಟು, ಇಲ್ಲಿ ಜೀವಾವಧಿ ಶಿಕ್ಷೆ ಅನುಭವಿಸುತ್ತಿದ್ದ ವೆಸ್ಟ್‌ಮೋರ್‌ಲ್ಯಾಂಡಿನ ಡ್ಯಾನಿಯಲ್ ಡಂಕನ್ ಒಬ್ಬ. ಹಿಂದಿನ ಅಧಿಕಾರಿ ಅವನನ್ನು ಆರಿಸಿಕೊಂಡಿದ್ದ. ಇವನಿಗಿಂತಲೂ ಚೆನ್ನಾಗಿ ಕೆಲಸ ಮಾಡ ಬಲ್ಲವನು ದೊರೆಯುವ ತನಕ ಇವನೇ ಇರಲಿ ಎಂದು ಪ್ರೈಸ್ ಅವನನ್ನೇ ಉಳಿಸಿಕೊಂಡಿದ್ದ.

ಆದರೆ ಡ್ಯಾನಿಯ ದುರದೃಷ್ಟ! ಅಂಥವನೊಬ್ಬ ಮುಖ್ಯಾಧಿಕಾರಿಯ ಗಮನಕ್ಕೆ ಬೇಗನೆ ಬಿದ್ದ. ದುಷ್ಟ ಶಿಕ್ಷಕರ ದೃಷ್ಟಿಯಲ್ಲಿ ಕೇವಲ ಏಳೇ ಏಳು ವರ್ಷಗಳಷ್ಟು ಸಣ್ಣ ಶಿಕ್ಷೆಗೆ ಮಾತ್ರ ಅರ್ಹ ಎನ್ನಿಸಿದ್ದ ಸಾಮಾನ್ಯ ಕೈದಿಯೊಬ್ಬನಿಗೆ ತೋಟಗಾರಿಕೆಯಲ್ಲಿ ಒಳ್ಳೇ ಕೌಶಲ್ಯವಿದೆಯೆಂಬ

---

* ಗ್ಲಾಡ್‌ಸ್ಟನ್ : ವಿಲ್ಲಿಯಮ್ ಎವರ್ಟ್ ಗ್ಲಾಡ್‌ಸ್ಟನ್ (1809–1898) 19ನೇ ಶತಮಾನದ ಸುಪ್ರಸಿದ್ಧ ಬ್ರಿಟಿಷ್ ರಾಜಕಾರಣಿ. ಈತ ನಾಲ್ಕು ಸಲ ಬ್ರಿಟನ್ನಿನ ಪ್ರಧಾನಿಯಾಗಿದ್ದ.

ಸಂಗತಿ ಅಧಿಕಾರಿಗೆ ತಿಳಿದುಬಂತು. ಬಂಗ್ಲೆಯ ಸೌಂದರ್ಯವನ್ನು ಹೆಚ್ಚಿಸಲು ತೋಟದಲ್ಲಿ ಒಂದೆರಡು ಬದಲಾವಣೆ ಮಾಡಬೇಕು ಎಂದು ಆತ ಸೂಚಿಸಿದ್ದ. ಇದರ ಪರಿಣಾಮವಾಗಿ ಡಂಕನ್ ತನ್ನ ಕೆಲಸ ಕಳೆದುಕೊಂಡು ಪುನಃ ಜೈಲಿನ ಕೋಣೆಯನ್ನು ಸೇರಬೇಕಾಯಿತು.

ಏಕೆಂದರೆ ಪ್ರಕೃತಿಯನ್ನು ತಿದ್ದಿ ಸುಧಾರಿಸಲು ಸದಾ ತವಕಿಸುತ್ತಿದ್ದ ಆಡಳಿತ – ವ್ಯವಸ್ಥೆಯು, ಅಪ್ಪಟ ಚಿನ್ನಕ್ಕೆ ಗಿಲೀಟು ಹಾಕಲು ಆ ಹೊಸ ಕೈದಿಗೆ ಒಂದು ಅವಕಾಶ ನೀಡಬೇಕೆಂದು ನಿರ್ಧರಿಸಿತು. ಬಂಗ್ಲೆಯ ಮುಂದಣ ಪೈನ್ ವನದ ಅವ್ಯವಸ್ಥಿತ ರಮಣೀಯತೆಯನ್ನೂ ಕಂಪು ಚಿಮ್ಮುವ ಸಸ್ಯಭರಿತ ಜಾಗಗಳ ಮಾಧುರ್ಯವನ್ನೂ ಕಾರಾಗೃಹ ಖಾತೆಯ ಆಡಳಿತವರ್ಗಕ್ಕೆ ಪ್ರಿಯವಾದ ಸುವ್ಯವಸ್ಥಿತ ಸ್ಥಿತಿಗೆ ಇಳಿಸಬೇಕು – ಎಂದು ಅವನಿಗೆ ಆದೇಶ ನೀಡಲಾಯಿತು.

ಸುವ್ಯವಸ್ಥೆ ಎನ್ನುವುದು ಬಹಳ ಒಳ್ಳೆಯ ಸಂಗತಿಯಲ್ಲವೆ? ಡ್ಯಾನಿಯಲ್ ಡಂಕನನಿಗೆ ಇದು ಗೊತ್ತಿರಬೇಕಿತ್ತು. ಅವನ ಆತ್ಮದಲ್ಲಿ ಸುವ್ಯವಸ್ಥೆಯ ಮನೋಭಾವ ಮೂಡುವಂತೆ ಮಾಡಲು ಆಡಳಿತೆಯು ಅವನ ಕೀಳು ಕಾಯದ ಮೇಲೆ ಅಸಂಖ್ಯಾತ ಪ್ರಯೋಗಗಳನ್ನು ನಡೆಸಿರಲಿಲ್ಲವೆ? ಆದುದರಿಂದ ತನ್ನ ಸ್ಥಾನಕ್ಕೆ ಆ ಮತ್ತೊಬ್ಬ ಕೈದಿಯನ್ನು ಮಿಸ್ಟರ್ ಪ್ರೈಸ್ ನೇಮಿಸಿದುದರ ಹಿಂದೆ ಅಡಗಿದ ಉದಾತ್ತ ಉದ್ದೇಶವನ್ನು ಆತ ಮೆಚ್ಚಬೇಕಿತ್ತು. ಆದರೆ ಅವನ ಬಾಲ್ಯದ ಪರಿಸರದಲ್ಲಿ ಇಲ್ಲಿನಂತಹ ದೈವಭಕ್ತಿಯ ವಾತಾವರಣವಿದ್ದಿರಲಿಲ್ಲ. ಅದು ಅವನಲ್ಲಿ ಸ್ವಾರ್ಥ ಪ್ರವೃತ್ತಿಯನ್ನು ಪ್ರೋತ್ಸಾಹಿಸಿತ್ತು. ಕೈದಿಗಳನ್ನು ಆಸ್ಟ್ರೇಲಿಯಕ್ಕೆ ಗಡಿಪಾರು ಮಾಡುವ ವ್ಯವಸ್ಥೆಯಂತಹ ಅತಿ ಶ್ಲಾಘ್ಯವಾದ ನೈತಿಕ ಯೋಜನೆಯಿಂದ ಸಹ ಅವನ ಈ ಸ್ವಾರ್ಥ ಪ್ರವೃತ್ತಿಯನ್ನು ಅಳಿಸಲು ಸಾಧ್ಯವಾಗಿರಲಿಲ್ಲ. ಆದ ಕಾರಣ ಪ್ರೈಸ್ ಕೈಗೊಂಡ ಕ್ರಮದಿಂದ ಆತ ಹರ್ಷಿತನಾಗಲಿಲ್ಲ; ಜೈಲು ಕೋಣೆಗೆ ತನ್ನನ್ನು ಹಿಂದೆ ಕಳುಹಿಸಿದುದನ್ನು ಸ್ವಾಗತಿಸಲಿಲ್ಲ; ಒಳ್ಳೆಯ ನಡತೆಯನ್ನು ರೂಪಿಸಿಕೊಳ್ಳಲು ಅತ್ಯಗತ್ಯವಾದ ಆತ್ಮಾನುಸಂಧಾನಕ್ಕೆ ಇದೊಂದು ಸದವಕಾಶವೆಂದು ಆತ ಭಾವಿಸಲಿಲ್ಲ. ಅದಕ್ಕೆ ಬದಲಾಗಿ ತನ್ನ ಸ್ಥಳಾಂತರದಿಂದ ಆತ ರೇಗಿದ್ದ. ಈ ಸಿಟ್ಟಿನಲ್ಲೇ, ಮುಖ್ಯಾಧಿಕಾರಿಯ ಎಳೆ ಕಂದ ತನ್ನ ಅಪ್ಪನನ್ನೇ ಶಪಿಸುವಂತೆ ಅದರ ಮುಗ್ಧತೆಯನ್ನು ಅವನು ದುರುಪಯೋಗಿಸಿದ್ದ. ಡ್ಯಾನಿಯ ಈ ವರ್ತನೆ ನಿಜವಾಗಿಯೂ ವಿವೇಕಶೂನ್ಯವಾದುದಾಗಿತ್ತು ಎನ್ನುವುದು ನಿಜ. ಆದರೆ ಈಡೆನ್ ತೋಟದಲ್ಲಿ ಆಡಮನ ಪತನದ ತರುವಾಯ ಮೂರ್ಖ ಮಾನವ ವಿವೇಕದಿಂದ ಎಲ್ಲಿಯಾದರೂ ವರ್ತಿಸಿದುದುಂಟೆ ಹೇಳಿ!

ತಾನಿಟ್ಟದ್ದು ಸರಿಯಾದ ಹೆಜ್ಜೆಯಲ್ಲ, ಮಾತ್ರವಲ್ಲ ಎಳೆಯ ಮಗುವಿಗೆ ಹಾಗೆಲ್ಲ ಕಲಿಸಬಾರದು ಎಂದೂ ಡಂಕನ್‌ಗೆ ಗೊತ್ತಿತ್ತು. ಅದರ ಪರಿಣಾಮದ ಅರಿವೂ ಅವನಿಗೆ ಇತ್ತು. ಇಷ್ಟಿದ್ದೂ ಈ ಹುಚ್ಚು ಸಾಹಸಕ್ಕೆ ಅವನು ಮುಂದಾಗಿದ್ದ.

ಮರುದಿನ ಬೆಳಿಗ್ಗೆ ತನ್ನ ಬಂಗ್ಲೆಯ ಜಗಲಿಯ ಮೇಲೆ ನಿಂತೇ ಡಂಕನ್‌ನನ್ನು ನೋಡಿ ಮುಖ್ಯಾಧಿಕಾರಿ ನಸುನಗುತ್ತಾ ಹೇಳಿದ: "ನಿನ್ನ ಕೊನೆಯ ದಿನವನ್ನು ಚೆನ್ನಾಗಿ ಬಳಸಿಕೋ ಡಂಕನ್. ನಾಳೆ ನೀನು ಪುನಃ ಜೈಲು ಕೋಣೆಗೇ ಹೋಗಬೇಕಾಗ್ತದಲ್ಲ?"

ತನ್ನ ಹುಚ್ಚು ಸಾಹಸದ ಪರಿಣಾಮದ ಮೊದಲ ಕಂತು ಇದು ಎಂದು ಡಂಕನ್ ಆಗ ಅರ್ಥವಾಯಿತು.

ಅಧಿಕಾರಿಯ ಕನ್ನಡಕದೆಡೆಗೆ ಅವನ ಪ್ರತಿಭಟನೆಯ ನೋಟ ಹರಿಯಿತು. ಆದರೆ ಸೆಟೆದು ನಿಂತು ಸೆಲ್ಯೂಟ್ ಹೊಡೆದಾಗ ಅವನ ಮೈ ಕಂಪಿಸಿತು.

"ಆಗಲಿ ಸರ್!"

"ಡಂಕನ್, ಇನ್ನೊಂದು ವಿಚಾರ..."

"ಸರ್..."

"ನಿನಗೆ ಮಕ್ಕಳ ಮೇಲೆ ತುಂಬಾ ಪ್ರೀತಿ ಅಲ್ವಾ ಡಂಕನ್?"

"ಹೌದು ಸರ್!"

"ನೀನು ನನ್ನ ಬಂಗ್ಲೆಯಲ್ಲಿ ಚೆನ್ನಾಗಿ ಕೆಲಸ ಮಾಡಿದ್ದೀ. ಅದಕ್ಕಾಗಿ ಒಂದು ರಿಯಾಯ್ತಿ ನಿನಗೆ. ನೀನು ಜೈಲು ಕೋಣೆಯಲ್ಲಿದ್ದರೂ ಎಳೆಯರು ಒಮ್ಮೊಮ್ಮೆ ನಿನ್ನ ಕಡೆಗೆ ಬರುವಂತೆ ಏರ್ಪಾಡು ಮಾಡ್ತೇನೆ. ಆದರೆ ಪ್ರಾರ್ಥನೆಗಳು ಮಾತ್ರ ಬೇಡ ಡಂಕನ್, ಪ್ರಾರ್ಥನೆಗಳು ಬೇಡ."

ಬಾನಲ್ಲಿ ಅಷ್ಟೆತ್ತರ ಏರಿದ್ದ ಸೂರ್ಯನ ಹಿತವಾದ ಬಿಸಿಲಿಗೆ ಪರಿಸರ ನಗುತ್ತಿತ್ತು. ಆದರೆ ಆ ಬಿಸಿಲಲ್ಲಿ ಕೂಡ ಡಂಕನ್ ಕಂಪಿಸಿದ. ಅವನ ತಲೆ, ಕೈಯಲ್ಲಿದ್ದ ಗುದ್ದಲಿಯ ಮೇಲೆ ಬಾಗಿತ್ತು. ತನ್ನ ಅವಿವೇಕದ ಬಗ್ಗೆ ಅವನಿಗೀಗ ಪಶ್ಚಾತ್ತಾಪವಾಗಿತ್ತು.

ಮೂರು ದಿನಗಳ ಬಳಿಕ ಡಾ॥ ಹ್ಯಾಂಪ್ಟನ್ ಮತ್ತು ಮುಖ್ಯಾಧಿಕಾರಿ ತನಿಖೆಗೆಂದು ಜೈಲಿಗೆ ಬಂದರು. ಪ್ರೈಸ್, ಜೈಲಿನ ಸಹಾಯಕ ಅಧಿಕಾರಿ ಟಫ್‌ನ ಕಡೆಗೆ ತಿರುಗಿ "ಹಾಜರಿ!" ಎಂದು ಆಜ್ಞಾಪಿಸಿದ.

ಬೀಗ ಹಾಕಿದ ಕೋಣೆಗಳೊಳಗೆ ಬೇಡಿಗಳಿಂದ ಬಿಗಿಯಲ್ಪಟ್ಟು ದ್ವಿಗುಣಿತ ಬಂಧನದಲ್ಲಿದ್ದ ವಿಚಾರಣೆ ಎದುರಿಸುತ್ತಿರುವ ಕೈದಿಗಳನ್ನು ಬಿಟ್ಟು ಇತರ ಕೈದಿಗಳೆಲ್ಲ ಜಗಲಿಯಲ್ಲಿ ಸಾಲಾಗಿ ನಿಂತರು. ಆ ದಿನ ಕೈದಿಗಳ ತಂಡಗಳನ್ನು ಪುನರ್ರಚಿಸಬೇಕು ಎಂದು ಆಡಳಿತ ವರ್ಗ ಯೋಚಿಸಿತ್ತು. ಇದರಿಂದಾಗಿ ಕೈದಿಗಳು ಹೊರಗೆ ಕೆಲಸಕ್ಕೆ ಹೋಗುವುದೂ ತತ್ಕಾಲಕ್ಕೆ ನಿಂತಿತ್ತು. ಟಫ್‌ಗೆ ಇದು ನುಂಗಲಾರದ ತುತ್ತಾಗಿದ್ದರೆ, ಡ್ಯಾನಿಗೆ ಇದು ವಿಪತ್ಕಾರಕ ವಾಗಿತ್ತು. ಕೈದಿಗಳನ್ನು ಒಂದೊಂದೇ ಗುಂಪಾಗಿ ನಿಲ್ಲಿಸಿ ಹಾಜರಿ ತೆಗೆದುಕೊಳ್ಳುವುದು ಅಲ್ಲಿಯ ಕ್ರಮ. ಟಫ್‌ನ ಗುಂಪನ್ನು ಒಂದು ನೋಟದಲ್ಲೇ ಲೆಕ್ಕ ಮಾಡಬಹುದಾಗಿತ್ತು. ಪುಸ್ತಕ ನೋಡದೇನೇ ಸಲೀಸಾಗಿ ಅವರ ಹೆಸರುಗಳನ್ನು ಅವನು ಹೇಳುತ್ತಿದ್ದ. ಆತನಿಗೆ ಮುದ್ರಿತ ಬರಹವನ್ನು ಮಾತ್ರ ಓದಲು ಸಾಧ್ಯವಾಗುತ್ತಿತ್ತು. ಈಗ ನಲವತ್ತು ಜನರ ಗುಂಪಿನಲ್ಲಿ ಹೀಗೆ ಯಾಂತ್ರಿಕವಾಗಿ ಹೆಸರು ಕರೆಯುವುದು ಅವನಿಗೆ ಸುಲಭವಾಗಿರಲಿಲ್ಲ. ಅದೇ ಸಮಯದಲ್ಲಿ ಹಾಜರಿ ಪುಸ್ತಕದಿಂದ ಅವರ ಹೆಸರುಗಳನ್ನು ಓದಿ ಹೇಳಲೂ ಅವನಿಂದ ಸಾಧ್ಯವಿರಲಿಲ್ಲ. ಏಕೆಂದರೆ ಅದು ಕೈಬರಹದಲ್ಲಿತ್ತು.

"ಹಾಜರಿ!!" ಮುಖ್ಯಾಧಿಕಾರಿ ಪುನರುಚ್ಚರಿಸಿದ.

ಅಧಿಕಾರಿಗಳಿಗೆ ಸೆಲ್ಯೂಟ್ ಹೊಡೆದ ಟಫ್ ಕಂಪಿಸುವ ಸ್ವರದಲ್ಲಿ ನುಡಿದ:

"ಹೆಸರುಗಳನ್ನು ಬಹಳ ಸಣ್ಣ ಅಕ್ಷರದಲ್ಲಿ ಬರೆದಿರೋದ್ರಿಂದ ಓದೋದಕ್ಕೆ ತುಸು ತ್ರಾಸ ಸರ್! ಯಾಕೆಂದರೆ ನನಗೆ ಒಂದಿಷ್ಟು ದೃಷ್ಟಿದೋಷ ಸರ್" ಎಂದು ಆತ ತನ್ನ ಸಂಕಟ ತೋಡಿಕೊಂಡ.

ಮುಖ್ಯಾಧಿಕಾರಿ ಅವನ ಮಾತುಗಳನ್ನು ಮರ್ದನಿಸಿದ:

"ಮಂದ ದೃಷ್ಟಿ! ನನಗೆ ಗೊತ್ತೇ ಇರಲಿಲ್ಲ ನಿನಗೆ ದೃಷ್ಟಿದೋಷ ಇದೆ ಅಂತ?"

ಟಫ್ ಗೋಗರೆದ:

"ಹೌದು ಸರ್! ಆದರೆ ಅದು ಈಚೆಗಷ್ಟೆ ಹಾಗಾದದ್ದು ಸರ್! ಖಂಡಿತ ಬೇಗ ಸರಿಯಾದೀತು ಸರ್."

ಆಸ್ಪತ್ರೆಯ ರೇಶನ್‌ನಿಂದ ಒಂದಿಷ್ಟು ರಮ್, ಹೊಗೆಸೊಪ್ಪು ಕೊಡಿಸಿ, ಓದುಬರಹ ಗೊತ್ತಿದ್ದ ಯಾವನಾದರೂ ಕೈದಿಯಿಂದ 'ಕೈಬರಹ'ವನ್ನು ಓದಲು ಕಲಿತುಕೊಳ್ಳಬೇಕು ಎಂದು ಆತ ಆಗಲೇ ಮನಸ್ಸಿನಲ್ಲಿ ಪ್ರತಿಜ್ಞೆ ಮಾಡಿಕೊಂಡು ಮತ್ತೆ ಹೇಳಿದ :

"ಬೇಗ ಸರಿ ಹೋಗ್ತದೆ ಸರ್. ಆದರೆ ಸದ್ಯ ಇಲ್ಲಿರುವ ಕೈದಿಗಳ ಪೈಕಿ ಯಾರಾದರೂ ಒಬ್ಬ ಹೆಸರು ಓದಿದ್ರೆ ಆದೀತೆ ಸರ್ ?"

ಮುಖ್ಯಾಧಿಕಾರಿ ಅವನ ಮಾತಿನ ಕಡೆಗೆ ಗಮನ ಹರಿಸುವ ಬದಲು ಟಫ್‌ನ ದೃಷ್ಟಿದೋಷದ ಬಗ್ಗೆಯೇ ಇನ್ನೂ ಯೋಚಿಸುತ್ತಿರುವವನಂತೆ ಪ್ರಶ್ನಿಸಿದ :

"ದೃಷ್ಟಿದೋಷ! ಅದೂ ಇತ್ತೀಚೆಗೆ ಬಂದದ್ದು! ಎಷ್ಟರ ಮಟ್ಟಿಗೆ? ನೋಡೋದಕ್ಕೆ ತೊಂದರೆ ಇದೆಯಾ? ಅಲ್ಲಿ ನೋಡು ಡಂಕನ್ ಕಡೆ. ಡಂಕನ್ 41-392. ವೆಸ್ಟ್‌ಮೋರ್ಲ್ಯಾಂಡಿನ ಡಂಕನ್. ಆ ಕಬ್ಬಿಣದ ಸರಳು-ಕೈದಿಗಳ ಬಳಿ ಇರಲೇ ಬಾರದಂತಹ ಮಾರಕ ಆಯುಧ - ಅವನ ಕೈಯಲ್ಲಿರೋದು ನಿನಗೆ ಕಾಣಿಸ್ತಿಲ್ವೇನು ?"

ಟಫ ಬೆಪ್ಪನಂತೆ ಡಂಕನ್ ಕಡೆಗೆ ನೋಡಿದ. ಅಷ್ಟೇ ಬೆಪ್ಪುತನದಿಂದ ಡಂಕನ್ ತನ್ನನ್ನು ತಾನೇ ನೋಡಿಕೊಂಡ. ಹಲವು ಕತ್ತುಗಳು ಅತ್ತ ತಿರುಗಿದವು – ಬಂಡೆಯ ಮೇಲೆ ಸಾಲಾಗಿ ಕುಳಿತ ಕಾಗೆಗಳ ಗುಂಪು ಕೊಳ್ಳೆಯೊಂದನ್ನು ಕಂಡಾಗ ತಮ್ಮ ಕೊಕ್ಕುಗಳನ್ನು ಚಾಚುವ ರೀತಿಯಲ್ಲಿ.

ಅರೆಕ್ಷಣ ಅವರಾರಿಗೂ ಅಂತಹದ್ದೇನೂ ಕಾಣಿಸಲಿಲ್ಲ. ಅಲ್ಲಿಯ ಶಿಸ್ತಿನಂತೆ ಡಂಕನ್ ತನ್ನ ಎರಡು ಕೈಗಳನ್ನೂ ಸೊಂಟದ ಇಬ್ಬದಿಗಳಲ್ಲಿ ಇಳಿಬಿಟ್ಟಿದ್ದ. ಆ ಉಕ್ಕಿನ ಸರಳು ಎಲ್ಲಿದೆ? ಅದು ಯಾವುದು ?

ಮುಖ್ಯಾಧಿಕಾರಿ ಜಾನ್ ಪ್ರೈಸ್ ಮುಂದೆ ಹೆಜ್ಜೆ ಹಾಕಿದ. ಕನ್ನಡಕ ಸರಿಪಡಿಸಿಕೊಳ್ಳಲು ಒಂದು ಕ್ಷಣ ನಿಂತ. ತರುವಾಯ ತನ್ನ ತೋರು ಬೆರಳಿನಿಂದ ಆ ಮಾರಕ ವಸ್ತುವನ್ನು ಮುಟ್ಟಿ ತೋರಿಸಿದ. ಅನಂತರ ಗಂಭೀರವಾಗಿ ಆಜ್ಞಾಪಿಸಿದ : "ಅಟೆಂಡೆನ್ಸ್ ಕರೆದ ಬಳಿಕ ಈ ಕೈದಿಯನ್ನು ನನ್ನ ಮುಂದೆ ಹಾಜರುಪಡಿಸು – ಮಾರಕ ಆಯುಧ ಒಂದನ್ನು ತನ್ನ ವಶ ಇರಿಸಿಕೊಂಡ ಅಪರಾಧದ ವಿಚಾರಣೆಗೆ ಮತ್ತು ನೀನು ಡಾಕ್ಟರಲ್ಲಿ ಹೋಗಿ ಕಣ್ಣು ಪರೀಕ್ಷೆ ಮಾಡಿಸಿಕೋ. ಕೈದಿಗಳು, ಅದರಲ್ಲೂ ಹೊರಗೆಲಸಕ್ಕೆ ಕಳಿಸೋ ತಂಡಗಳಲ್ಲಿರೋರು ಈ ರೀತಿ ಕಬ್ಬಿಣದ ಸರಳುಗಳಂಥಾ ಆಯುಧ ಇಟ್ಟುಕೊಂಡಿರೋದು ನಿನ್ನ ಗಮನಕ್ಕೆ ಬಾರದಿದ್ದರೆ ಹೇಗೆ? ನಿನ್ನ ದೃಷ್ಟಿದೋಷಕ್ಕೆ ಏನಾದರೂ ಮದ್ದು ಆಗಲೇಬೇಕು. ಎಲ್ಲಿ? ಪುಸ್ತಕ ಇಲ್ಲಿ ಕೊಡು."

ಹಾಜರಿ ಕೆಲಸ ಶುರು ಆಯಿತು. ನಿಧಾನವಾಗಿ ಸಾಗಿ ಮುಗಿದೂ ಹೋಯಿತು. ಬಳಿಕ ವೆಸ್ಟ್‌ಮೋರ್‌ಲ್ಯಾಂಡಿನ ಕೈದಿ ನಂ. 41-392 ಡಂಕನ್ ಡ್ಯಾನಿಯಲ್‌ನನ್ನು ಟಫ್ ನ್ಯಾಯಾಲಯದಲ್ಲಿ ಹಾಜರುಪಡಿಸಿದ. ಮುಖ್ಯಾಧಿಕಾರಿ ಜಾನ್ ಪ್ರೈಸ್ ನ್ಯಾಯಾಧಿಕಾರಿಯಾಗಿ ಪೀಠದ ಮೇಲೆ ಕುಳಿತ. ವಿಚಾರಣೆಯಲ್ಲಿ ಆಸಕ್ತನಾಗಿದ್ದ ಡಾ॥ ಹ್ಯಾಂಪ್ಟನ್ ಪಕ್ಕದ ಕುರ್ಚಿಯಲ್ಲಿ ಕುಳಿತುಕೊಂಡ.

"ಕೈದಿ, ನಿನ್ನ ಸಮರ್ಥನೆ ಏನು? ನಿನಗೇನಾದ್ರೂ ಹೇಳೋದಕ್ಕಿದೆಯಾ ?"

ನ್ಯಾಯಾಧೀಶರ ಪ್ರಶ್ನೆ.

"ತಮ್ಮ ಮಗುವೇ ಅದನ್ನು ನಂಗೆ ತಂದುಕೊಡ್ತು ಅಂತ ಮಾತ್ರ ಸರ್. ನನ್ನನ್ನು ಅಲ್ಲಿಂದ ವರ್ಗಾಯಿಸೋ ಮೊದಲು ಅವನ ಆಟದ ದೋಣಿಗೆ ನಾನು ಹಾಯಿ ಮಾಡ್ತಿದ್ದೆ. ಅದನ್ನು ಪೂರ್ಣಗೊಳಿಸೋದಕ್ಕೆ ಆಗಿಲ್ಲ. ನಿನ್ನೆ ಮಗು ನನ್ನನ್ನಿಲ್ಲಿ ನೋಡ್ತು. ಅದನ್ನು ಇಲ್ಲಿ ತಂದುಕೊಟ್ಟು, ಹಾಯಿ ಕೆಲಸ ಪೂರ್ತಿ ಮಾಡೋದಕ್ಕೆ ಅಮ್ಮನಿಂದ ಇಸಕೊಂಡು ತಂದದ್ದು ಅಂತ ಮಗು ಹೇಳ್ತು ಸರ್."

"ಅಂದ್ರೆ ಇನ್ನೊಂದು ಅಪರಾಧ ಮಾಡಿದ ಹಾಗಾಯಿತು. ಅದನ್ನೂ ಒಪ್ಪಿಕೊಳ್ತೀ ಏನು ? ಸ್ವತಂತ್ರ ನಾಗರಿಕರ ಮಕ್ಕಳೊಂದಿಗೆ ಮಾತಾಡೋದು ಕಾನೂನುಬಾಹಿರ ಅಂತ ನಿನಗೆ ಗೊತ್ತಲ್ಲ ? ಇರಲಿ ಅದನ್ನು ಇನ್ನೊಮ್ಮೆ ವಿಚಾರಿಸೋಣ. ಬೇರೇನಾದ್ರೂ ಸಮರ್ಥನೆ ಇದೆಯಾ ?"

ಕೈದಿ ಉಸಿರು ಬಿಗಿ ಹಿಡಿದು ನಿಂತಿದ್ದ. ಮುಖ್ಯಾಧಿಕಾರಿ ಮತ್ತು ಡಾ॥ ಹ್ಯಾಂಪ್ಟನ್ – ಇವರನ್ನು ಬಿಟ್ಟು ನ್ಯಾಯಾಲಯದ ಎಲ್ಲರ ಉಸಿರೂ ಸ್ತಬ್ಧ. ಅವರಿಬ್ಬರೂ ಸರಾಗವಾಗಿ ಉಸಿರಾಡುತ್ತಿದ್ದರೆಂದು ಬೇರೆ ಹೇಳಬೇಕಾಗಿಲ್ಲ. ರಾಜ್ಯಾಂಗ ಕಾರ್ಯದರ್ಶಿಯೊಬ್ಬನಿಂದ ಮಾತ್ರ ಅವರ ಉಸಿರಾಟದ ಮೇಲೆ ಪರಿಣಾಮಬೀರಲು ಸಾಧ್ಯವಿತ್ತಷ್ಟೆ.

ತೀರ್ಪು ಕೊಡಲೇ ಹೊರಬಿತ್ತು.

"ಹಾಗಿದ್ರೆ ಐವತ್ತು ಛಡಿ ಏಟುಗಳು ಮತ್ತು ಆರು ತಿಂಗಳು ಒದ್ದೆಗಣಿಯ* ಕೆಲಸ. ಮಾರಕ ವಸ್ತು ಕೈದಿಯಿಂದ ಜಪ್ತಿಯಾಗತಕ್ಕದ್ದು."

ತರುವಾಯ ಹ್ಯಾಂಪ್ಟನ್ನನ ಕಡೆ ತಿರುಗಿ ಪ್ರೈಸ್ ಕೇಳಿದ :

"ಇದು ನ್ಯಾಯಾಲಯದ ತೀರ್ಮಾನ. ತಮ್ಮ ಅಭಿಪ್ರಾಯ ಏನು ಸರ್ ?"

"ಸೂಕ್ತ ತೀರ್ಮಾನ. ಬಹಳ ಸೂಕ್ತ ತೀರ್ಮಾನ."

ಹೀಗೆ ನುಡಿದು, ಮುಖ್ಯಾಧಿಕಾರಿಯ ಕನ್ನಡಕದೊಳಗಿನ ಉಕ್ಕಿನ ನೋಟದಲ್ಲಿ ಶಿಕ್ಷೆಯ ಅರ್ಥ ಹುಡುಕಲು ಡಾ॥ ಹ್ಯಾಂಪ್ಟನ್ ಯತ್ನಿಸಿದ. ಅಲ್ಲಿ ತನ್ನ ಮನಸ್ಸಿನಲ್ಲಿದ್ದ ಅಭಿಪ್ರಾಯ ಪ್ರತಿಬಿಂಬಿತವಾಗಿದ್ದುದನ್ನು ಆತ ಕಂಡ. ಜಾನ್ ಪ್ರೈಸ್ ಕೇವಲ ಮೂರು ದಿನಗಳ ಕಾಲ ಮಾತ್ರ ಕಾದು ಕುಳಿತಿದ್ದ.

ಖ್ಯಾತಿ ಆಕಸ್ಮಿಕದ ಪರಿಣಾಮ. ಅಪಖ್ಯಾತಿಯೂ ಹಾಗೆಯೇ.

ಆದರೆ ವೆಸ್ಟ್‌ಮೋರ್‌ಲ್ಯಾಂಡ್‌ನ ಡ್ಯಾನಿ ಡಂಕನ್‌ನ ವಶದಲ್ಲಿ ನಂ. ಎರಡು ಗಾತ್ರದ ತೀರಾ ಸಾಮಾನ್ಯವಾದ ಆ ಹೊಲಿಯುವ ಸೂಜಿ ಇದ್ದುದು ಆಕಸ್ಮಿಕವಾಗಿತ್ತೇ ಎನ್ನುವುದು ಪ್ರಶ್ನಾರ್ಹವಾದ ಒಂದು ವಿಚಾರ. ○

---

* ಒದ್ದೆಗಣಿ : ಒದ್ದೆಗಣಿಯ ಕೆಲಸ ಕೈದಿಗಳ ಬಟ್ಟೆಗೆ ಎಷ್ಟೊಂದು ಹಾನಿಕರವಾಗಿತ್ತೆಂದರೆ, ಅಲ್ಲಿ ದುಡಿಯುವಾಗ ಹಳೆಯ ಕಂಬಳಿಗಳಿಂದ ಮಾಡಿದ ಬೇರೊಂದು ಜತೆ ಬಟ್ಟೆಯನ್ನು ಅವರು ಉಪಯೋಗಿಸಿಕೊಳ್ಳಬಹುದು ಎಂದು ಸಮ್ಮತಿಸುವಷ್ಟು ಕರುಣೆಯನ್ನು ಆಡಳಿತವು ತೋರಿಸಿತ್ತು. ನಾರ್‌ಫೋಕ್ ದ್ವೀಪದ ಧರ್ಮ ಛತ್ರದಲ್ಲಿ ಕೂಡ ಉಪಯೋಗವಿಲ್ಲವೆಂದು ಹೊರಗೆಸೆಯಲಾಗಿದ್ದ ಹುಳುಹಿಡಿದ ಕಂಬಳಿಗಳಿಂದ ತಯಾರಿಸಲ್ಪಟ್ಟ ಈ ಹೊಸ ಉಡುಪುಗಳಿಂದ ಕೈದಿಗಳಿಗೆ ಎಷ್ಟು ಸೌಕರ್ಯ ಮತ್ತು ರಕ್ಷಣೆ ದೊರೆಯುತ್ತಿತ್ತು ಎಂಬುದನ್ನು ನಾವು ಊಹಿಸಬಹುದು. ಆದರೆ ಅವುಗಳಿಗೆ ಬೆಲೆ ಕಟ್ಟಲು ಮಾತ್ರ ಸಾಧ್ಯವಿಲ್ಲ !

○ ಮೇರಿ ಗಿಲ್‌ಮೋರ್

ಫ್ಲೋರಾ

ನನ್ನ ತಂದೆಗೆ ಆಸ್ಟ್ರೇಲಿಯನ್ ಮೂಲವಾಸಿಗಳ ಹಲವು ಆಡುಭಾಷೆಗಳು ಗೊತ್ತಿದ್ದವು. ಅವುಗಳಲ್ಲಿ ಒಂದನ್ನು ಅವನು ಚೆನ್ನಾಗಿ ಮಾತಾಡುತ್ತಿದ್ದ. ಒಮ್ಮೆ ಒಬ್ಬ ಅಪರಿಚಿತ ಮತ್ತು ಸ್ಥಳೀಯ ಮೂಲ ನಿವಾಸಿಯೊಬ್ಬ – ಇವರ ನಡುವೆ ಅಪ್ಪ ನಿಂತು ಭಾಷಾಂತರದ ಕೆಲಸ ಮಾಡಿದ್ದು ನನಗಿನ್ನೂ ನೆನಪಿದೆ. ಅವರಿಬ್ಬರಿಗೂ ಪರಸ್ಪರರ ಭಾಷೆಗಳು ಗೊತ್ತಿರಲಿಲ್ಲ. ಗಾಲಿಕ್ ಭಾಷೆಯಲ್ಲಿ ಕೂಡ ಮಾತೃಭಾಷೆಯಲ್ಲಿ ಇದ್ದಷ್ಟೇ ಪರಿಣತಿ ಅಪ್ಪನಿಗಿತ್ತು. ಸಂಜೆ ನಮ್ಮ ಜೊತೆ ಕೂತು, ಗಾಲಿಕ್, ಸ್ಥಳೀಯ ಭಾಷೆ ಮತ್ತು ಇಂಗ್ಲಿಷ್ ನುಡಿಗಟ್ಟುಗಳೊಳಗಿನ ವ್ಯತ್ಯಾಸವನ್ನು ಆತ ವಿವರಿಸುತ್ತಿದ್ದ. ಇಲ್ಲಿನ ಮೂಲ ನಿವಾಸಿಗಳ ಆಡು ಭಾಷೆಗಳಲ್ಲಿನ ನೈಜತೆ, ಸೌಂದರ್ಯ – ಇವುಗಳ ಬಗೆಗೆ ಆಸಕ್ತಿ ಹುಟ್ಟುವ ಮೊದಲೇ ಆ ಭಾಷೆಗಳು ಕೊಲೆಯಾಗಿ ಹೋದವು; ಈಗ ಉಳಿದಿರುವುದು ಸಂಕುಚಿತ ಶಬ್ದಸಂಪತ್ತಿನಿಂದ ಕೂಡಿದ ಅವುಗಳ ಹಂದರಗಳು ಮಾತ್ರ – ಎಂದೂ ಅಪ್ಪ ಆಗಾಗ ಹೇಳುತ್ತಿದ್ದರು. ಬೇರೆ ಯಾರೂ ಹಾಗೆ ಹೇಳುವುದನ್ನು ನಾನು ಕೇಳಿರಲಿಲ್ಲ. ಈಗ ಉಳಿದಿರುವುದು ಅರ್ಥಕೋಶಗಳಲ್ಲಿ ಸಂಗ್ರಹಿಸಲ್ಪಟ್ಟಿರುವ ಅವರ ಕೆಲವು ಶಬ್ದಗಳು ಮತ್ತು ನುಡಿಗಳು ಮಾತ್ರವೇ ಹೊರತು ಅವರ ಬದುಕಿನಿಂದ ನೇರ ಹುಟ್ಟಿಕೊಂಡ ಶಬ್ದಗಳಲ್ಲ. ತಲೆಮಾರು ಗಳಿಂದ ಬೆಳೆದು ಬಂದ ಅವರ ಸಂಸ್ಕೃತಿಯ ಜೀವಂತಿಕೆಯೂ ಅದರಲ್ಲಿಲ್ಲ. ಅವರ ಪಂಗಡಗಳ ಹಿರಿಯರ ಬೇಟೆಯಿಂದಾಗಿ ತಲೆಮಾರುಗಳಿಂದ ಅವರು ಉಳಿಸಿಕೊಂಡು ಬಂದ ಅವರ ಭಾಷಾ ಸಂಪತ್ತೂ ಸತ್ತುಹೋಗ ತೊಡಗಿದೆ. ಉಳಿದ ಅಲ್ಪ ವಿದ್ಯಾವಂತರು ಆ ಸಂಪತ್ತನ್ನು ಉಳಿಸಲು, ಬೆಳೆಸಲು ಶಕ್ತಿ ಇಲ್ಲದವರು. ಸಾಲದುದಕ್ಕೆ ಆ ಪಂಗಡಗಳ ವಿದ್ಯಾವಂತ ಜನ ಕೂಡ ತಮ್ಮ ಭಾಷಾ ಪರಂಪರೆ ಯನ್ನು ಅಭಿವೃದ್ಧಿಗೊಳಿಸಿ ಬಿಳಿಯರಿಗೆ ಅದನ್ನು ವಿವರಿಸುವ ಪರಿಸ್ಥಿತಿಯಲ್ಲಿ ಇಲ್ಲ. ಅವರ ಚೈತನ್ಯವೆಲ್ಲ ಅಳಿವು ಉಳಿವುಗಳ ತುರ್ತು ಪ್ರಶ್ನೆಗೆ ಮೀಸಲಾಗಿರಬೇಕೆಂಬುದರಲ್ಲಿ ಸಂದೇಹವಿಲ್ಲ. ಸಿಡ್ನಿ ನಗರದ

ವಿಶ್ವವಿದ್ಯಾಲಯ, ಗ್ರಂಥಾಲಯಗಳು ಮತ್ತು ಶಾಲಾ ಕಾಲೇಜುಗಳು ನಾಶವಾದರೆ ಅದರ ಸ್ಥಿತಿ ಹೇಗಿರಬಹುದೋ, ಹೆಚ್ಚು ಕಡಿಮೆ ಅಂಥದೇ ಸ್ಥಿತಿ ಈ ಮೂಲ ನಿವಾಸಿಗಳಿಗೆ ಒದಗಿತ್ತು. ಏಕೆಂದರೆ ಅವರ ಭಾಷೆಗೆ ಲಿಪಿಯಿಲ್ಲ. ಅದರಲ್ಲಿ ಲಿಖಿತ ಸಾಹಿತ್ಯವಿಲ್ಲ. ಇದಲ್ಲದೆ ಅವರ ಪಂಗಡಗಳ ವಿರುದ್ಧ ಕೈಗೊಂಡ ಹತ್ಯಾಕಾಂಡದ ತೀವ್ರತೆಯಿಂದಾಗಿ, ಅವರ ವಾಕ್ಸಂಪ್ರದಾಯದ ಪರಂಪರೆ ವಿಚ್ಛಿನ್ನಗೊಂಡು, ಅದು ಸಾಮಾನ್ಯ ಅಳಿದೇ ಹೋಗಿದೆ. ಪರಿಣಾಮವಾಗಿ ಈಗ ಉಳಿದಿರುವುದು ಭಾಷೆಯ ಅಸ್ಥಿಪಂಜರ ಮಾತ್ರ. ಭಾಷಾಂತರಕ್ಕೆ ಸಿಲುಕದ, ಆಯಾ ಸಂದರ್ಭದಿಂದ ಒದಗಿಸಲ್ಪಟ್ಟ ಅದರ ಜೀವಂತ ಅರ್ಥದ ಸಮೇತ ಉಳಿದ ಎಲ್ಲವೂ ಮಾಯವಾಗಿದೆ. ಅಷ್ಟೇ ಅಲ್ಲ; ಹೀಗೆ ಮಾಯವಾದುದನ್ನು ಆಯ್ದು ಪುನಃ ಬಳಕೆಗೆ ತರಲು ಈಗ ಯಾರೂ ಬದುಕಿ ಉಳಿದಿಲ್ಲ. ಪ್ರಾಚೀನ ಈಜಿಪ್ಟಿನವರೇ ಮೊದಲಾದವರಂತೆ ಈ ಮೂಲ ನಿವಾಸಿಗಳು ತಮ್ಮ ಸಾಹಿತ್ಯವನ್ನು ಕಲ್ಲಿನಲ್ಲಿ ಕಡೆದು ಇಟ್ಟಿಲ್ಲ. ಅದರ ಬಗೆಗೆ ವಿವರಿಸುವ ಇತರ ಅವಶೇಷಗಳೂ ಸಾಕಷ್ಟಿಲ್ಲ. ಪರಿಣಾಮವಾಗಿ ಬಾಹ್ಯ ವ್ಯವಹಾರಗಳಲ್ಲಿ ಅವರು ಬಳಸುತ್ತಿದ್ದ ವಸ್ತುಗಳಿಗೆ ಸಂಬಂಧಿಸಿದ ಭಾಷೆಯ ಅಂಶವನ್ನು ಮಾತ್ರ ನಮಗೀಗ ಪುನರ್ರೂಪಿಸಲು ಸಾಧ್ಯ. ಉದಾಹರಣೆಗೆ ಹಿಂದಿನ ದೃಷ್ಟಾಂತವನ್ನೇ ಇನ್ನೊಂದು ರೀತಿಯಲ್ಲಿ ನೋಡೋಣ. ಕ್ಯಾಂಪರ್‌ಡೌನ್ ಒಂದು ಪ್ರದೇಶ ಬಿಟ್ಟು ಸಿಡ್ನಿ ನಗರವಿಡೀ ನಿರ್ನಾಮವಾಯಿತು ಎಂದಿಟ್ಟುಕೊಳ್ಳೋಣ. ಆಗ, ಈ ಮಹಾನಗರದ ಮಹತ್ವವನ್ನರಿಯಲು, ಅದರ ಸಾಹಿತ್ಯ, ಕಾವ್ಯ ಅಥವಾ ಧಾರ್ಮಿಕ ವಿಚಾರಗಳ ಬಗ್ಗೆ ತಿಳಿಯಲು, ನಾಳಿನ ವಿಜ್ಞಾನಿಗೆ, ತತ್ವಜ್ಞಾನಿಗೆ ಮತ್ತು ವಿಮರ್ಶಕನಿಗೆ ಏನು ಉಳಿದೀತು ? ಸಾಮಾನ್ಯ ಏನೂ ಉಳಿಯಲಾರದು. ನಾವು ಪುಸ್ತಕಗಳಲ್ಲಿ, ಕಲ್ಲಿನಲ್ಲಿ, ಲೋಹದಲ್ಲಿ ಬರೆದಿಡುತ್ತೇವೆ, ನಾಳಿನವರಿಗೆ ಇರಲಿ ಎಂದು. ಆದರೆ ಈ ಮೂಲ ನಿವಾಸಿಗಳ ಸಂಗ್ರಹ ಅಂತಹ ಶಾಶ್ವತ ರೀತಿಯದಲ್ಲ. ನಾವು ಕಾಡುಗಳಿಗೆ ಬೆಂಕಿ ಇಟ್ಟು ಅವರನ್ನೂ ಅವರದನ್ನೂ ಸುಟ್ಟೆವು. ಅದರ ಜೊತೆಗೆ ಅವರ ಜ್ಞಾನ ಭಂಡಾರವನ್ನೂ ಅವರ ಇತಿಹಾಸವನ್ನೂ ಭಸ್ಮ ಮಾಡಿದೆವು.

ಅವರ ಭಾಷೆಯ ಕುರಿತು ಅಪ್ಪ ಯಾವಾಗಲೂ ಮಾತನಾಡುತ್ತಿದ್ದರು. ವಾಕ್ಯ ರಚನೆಯಲ್ಲಿ ಹೋಲಿಕೆ ಇಲ್ಲದಿದ್ದರೂ, ಇಂಗ್ಲಿಷಿಗಿಂತ ಗಾಲಿಕ್ ಭಾಷೆಗೆ ಅದು ಹತ್ತಿರ. ಪದಗಳನ್ನು ಸಂದರ್ಭಕ್ಕೆ ಸರಿಯಾಗಿ ವಿಭಿನ್ನ ಅರ್ಥವಾಗುವಂತೆ ಇಲ್ಲಿಯೂ ಬಳಸಬಹುದು. ಅದು ಅವರದ್ದೇ ರೀತಿಯ ಕಾವ್ಯಮಯ ಭಾಷೆ. 'ಕಾವ್ಯಮಯ' ಎನ್ನುವ ಶಬ್ದವನ್ನೇ ಅಪ್ಪ ಬಳಸುತ್ತಿದ್ದರು. ಮಾತನಾಡುತ್ತಿದ್ದಂತೆ, ಅವರ ಭಾಷೆಯನ್ನು ಅನುವಾದಿಸಿ ಇದಕ್ಕೆ ಅವರು ದೃಷ್ಟಾಂತಗಳನ್ನು ನೀಡುತ್ತಿದ್ದರು. ಉದಾಹರಣೆಗೆ – ಹೆಂಗಸರ ಮತ್ತು ಬಾಲಕಿಯರ ಹೆಸರುಗಳು ಕೋಮಲ, ಸುಂದರ ವಸ್ತುಗಳಿಗೆ ಅಥವಾ ಹೆಣ್ಣುತನಕ್ಕೆ ಸಂಬಂಧಿಸಿರುತ್ತಿತ್ತು. ಗಂಡಸರ ಹೆಸರೂ ಅದೇ ತರಹ. ದೃಢತೆ ಧೈರ್ಯ, ಚಟುವಟಿಕೆ, ಬೇಟೆಯಲ್ಲಿ ಚಾತುರ್ಯ – ಇವುಗಳಿಗೆ ಸಂಬಂಧಿಸಿದ್ದು. ಮಕ್ಕಳೂ ತಮ್ಮ ಹೆಸರಿನಂತೆ ಬೆಳೆಯಲಿ ಎಂದು ಅವರಿಗೆ ಚಂದದ, ಸೊಗಸಾದ ಹೆಸರನ್ನು ಇಡಲಾಗುತ್ತಿತ್ತು ಎಂದು ಬೇಸ್‌ಡೌ ತನ್ನ ಪುಸ್ತಕದಲ್ಲಿ ಬರೆದಿರುವುದು ಇದಕ್ಕೆ ಇನ್ನೊಂದು ಪುಷ್ಟೀಕರಣ. ಒಂದು ರೀತಿಯಲ್ಲಿ ಇದರ ಹಿನ್ನೆಲೆ ನಿಸರ್ಗ ತತ್ವ. ವ್ಯಕ್ತಿಯ ಗುಣ ನಡತೆ ಬೆಳೆಯಲು ಅವನ ಹೆಸರು ನೆರವಾಗಬೇಕೇ ಹೊರತು ಅದಕ್ಕೆ ಅಡ್ಡಿಯಾಗಬಾರದು ಎನ್ನುವ ಭಾವನೆಯೇ ಇದಕ್ಕೆ

ಪ್ರೇರಣೆ. ಇಲ್ಲಿನ ಜನ ನನಗೆ ಇಟ್ಟ ಮೊದಲ ಹೆಸರು “ಪುಟ್ಟ ಕೋಮಲ ಶ್ವೇತ ಪುಷ್ಪ” ಎಂಬ ಅರ್ಥ ಕೊಡುವಂಥಾದ್ದು. ನನ್ನ ಆರೈಕೆ ನೋಡುತ್ತಿದ್ದ ದಾದಿಯ ಹೆಸರು (ಅಮ್ಮ ಅದನ್ನು ಸರಿಯಾಗಿ ಉಚ್ಚರಿಸಲಾಗದೆ ಅವಳನ್ನು 'ಕ್ಲೋ' ಎನ್ನುತ್ತಿದ್ದಳು) 'ನಕ್ಷತ್ರದ ಹೊಳಪುಳ್ಳವಳು' ಎಂದಾಗಿತ್ತು. ಅವಳು 'ತಾರೆಯಂತೆ ಮಿನುಗುವವಳು ಅಥವಾ ನಕ್ಷತ್ರ ಸದೃಶಳು' ಎನ್ನುವುದು ಅದರ ಅರ್ಥ ಎಂದು ಇನ್ನಷ್ಟು ವಿವರ ನೀಡಿದ್ದರು ಅಪ್ಪ. ನಮ್ಮ 'ಸ್ಟೆಲ್ಲಾ' ಇದಕ್ಕೆ ಹೋಲುವ ಶಬ್ದ. ನಮ್ಮಲ್ಲಿದ್ದ ಮೂವರು ಕೆಲಸದ ಹೆಂಗಸರಲ್ಲಿ ಒಬ್ಬಳು ಫ್ಲೋರಾ. 'ಅವಳು ಹೂವಿನ ಗೊಂಚಲಿನಂತೆ, ಅದರಷ್ಟೆ ಮಧುರ' ಎಂಬುದು ಅವಳ ಮೂಲ ಹೆಸರಿನ ಅರ್ಥವಾಗಿದ್ದುದರಿಂದ ಇಂಗ್ಲಿಷ್‌ನಲ್ಲಿ 'ಫ್ಲೋರಾ' ಎಂದು ನನ್ನ ತಾಯಿ ಅವಳನ್ನು ನಾಮಕರಣ ಮಾಡಿದ್ದಳು.

ಫ್ಲೋರಾ ಸುಂದರಿ. ಪ್ರಮಾಣಬದ್ಧ ದೇಹ ಅವಳದ್ದು. ಎಲ್ಲ ತರುಣಿಯರಂತೆ ಸುಂದರ ಕಣ್ಣುಗಳು. ಎತ್ತರದ ಮೈಕಟ್ಟು, ಸುಮಾರು ಐದು ಅಡಿ ಹತ್ತು ಇಂಚು ಎತ್ತರ. ಸದ್ಯ ಹಸಿವು, ಬಡತನ ಈ ಗುಡ್ಡಗಾಡಿನ ಜನರ ಬೆಳವಣಿಗೆಯನ್ನು ಇನ್ನೂ ನುಂಗಿರಲಿಲ್ಲ. ಹೊಳೆಯುವ ತನ್ನ ಮೈಕಾಂತಿಯಂತೆ ಅವಳ ಸ್ವಭಾವ ಕೂಡ ತುಂಬಾ ಸ್ವಚ್ಛ. ಗುಡ್ಡಗಾಡಿನ ಚಟುವಟಿಕೆ. ಸಂಗೀತ ಎಂದರೆ ಚುರುಕಾಗುವ ಕಿವಿ. ಒಳ್ಳೆಯ ಕಂಠ. ಇದಲ್ಲದೆ ಅವಳು ಬಹಳ ಚೆನ್ನಾಗಿ ಚಿತ್ರಗಳನ್ನೂ ಬರೆಯುತ್ತಿದ್ದಳು. ಬಿಳಿಯರ ಜೊತೆ ಸಂಪರ್ಕ ಪಡೆಯುವ ಮೊದಲೇ ಇಷ್ಟೆಲ್ಲ ಗುಣ ಅವಳಲ್ಲಿತ್ತು. ಏಕೆಂದರೆ ಅವಳು ನೋಡಿದ ಮೊದಲ ಬಿಳಿಯ ಹೆಂಗಸು ನನ್ನ ತಾಯಿ ಹಾಗೂ ಅವಳ ದೃಷ್ಟಿಗೆ ಬಿದ್ದ ಮೊದಲ ಬಿಳಿಯ ಮಗು ನಾನು.

ನನ್ನ ತಂದೆ ಅವರ ಠಾಣ್ಯಕ್ಕೆ ಹೋಗುತ್ತಿರಲಿಲ್ಲ. ತನ್ನ ಕೈಕೆಳಗಿನವರನ್ನು ಸಹ ಅವರ ಒಪ್ಪಿಗೆ ಇಲ್ಲದೆ ಹೋಗಲೂ ಬಿಡುತ್ತಿರಲಿಲ್ಲ. ಭೇಟಿಗೆ ಗುಂಪಿನ ಹಿರಿಯನ ಇಲ್ಲವೇ ಮುಖ್ಯಸ್ಥನ ಅನುಮತಿ ಅಗತ್ಯ. ಇಂಥ ಒಪ್ಪಿಗೆ ಅತ್ಯಂತ ನಂಬಿಗಸ್ಥರಿಗೆ ಮಾತ್ರ ಮೀಸಲು. ಆ ಕರಿಜನರು ನನ್ನ ತಂದೆಗೆ 'ನ್ಯಾಯಶೀಲ ಮನುಷ್ಯ' 'ಮಾತಿಗೆ ತಪ್ಪದವರು' ಅಥವಾ 'ನಂಬಿಕೆಗೆ ಪಾತ್ರನಾದ ಗೆಳೆಯ' ಎಂಬರ್ಥದ ಹೆಸರು ನೀಡಿದ್ದರು. ಅಪ್ಪ ವಾರ್ಜರಿ ಪಂಗಡದವರ ಸೋದರ ಎಂದೇ ಅನ್ನಿಸಿಕೊಂಡಿದ್ದರು. ಫ್ಲೋರಾ ಮಿಕ್ಕವರಿಗಿಂತ ಜಾಣೆ ಯಾಗಿದ್ದುದರಿಂದ ಒಂದು ದಿನ ಅವಳೊಡನೆ ಅಪ್ಪ, “ನಿನ್ನ ಜೊತೆ ಅಮ್ಮಾವರನ್ನು ಠಾಣ್ಯಕ್ಕೆ ಕರೆದುಕೊಂಡು ಹೋಗಿ ನಿಮ್ಮ ಚಿತ್ರಗಳನ್ನು ನೋಡುವ, ಹಾಡನ್ನು ಕೇಳುವ ಅವಕಾಶ ಯಾಕೆ ಕೊಡಬಾರದು?” ಎಂದು ಕೇಳಿದ್ದರು. ಇದಕ್ಕೆ ಅನುಮತಿ ದೊರೆಯಿತು. ಆ ದಿನ ತಂಡದ ಮುಖ್ಯಸ್ಥ ಇತರ ಗಂಡಸರು ಮತ್ತು ಹುಡುಗರನ್ನೆಲ್ಲ ತನ್ನ ಜೊತೆ ಬೇಟೆಗೆ ಕರೆದುಕೊಂಡು ಹೋದ. ಏಕೆಂದರೆ ಒಬ್ಬ 'ಸೋದರ' ತಂಡದ 'ಸೋದರಿ'ಯರೊಂದಿಗೆ ಮಾತನಾಡಿದ್ದನೆಂಬುದು ಅವರಿಗೆ ಗೊತ್ತಾಗಬಾರದು. ಆದರೆ ಅಮ್ಮನ ಭಾಷಾಂತರಕಾರನಾಗಿ ಅಪ್ಪ ಅವಳ ಜೊತೆ ಇರಬೇಕಾಗಿದ್ದುದರಿಂದ ಇದು ಅನಿವಾರ್ಯವಾಗಿತ್ತು.

ನಾವು ತಂಡದ ಠಾಣ್ಯಕ್ಕೆ ಬಂದಾಗ ಅಪ್ಪ ಹೆಂಗಸರಿಂದ ದೂರ ನಿಂತು ಮಾತಾಡಿದರು. ತಂಡದ ಅತ್ಯಂತ ಹಿರಿಯ ಹೆಂಗಸು ಹೊರಗೆ ಬಂದು ಅಪ್ಪ ಹೇಳುವುದನ್ನು ಆಲಿಸಿದಳು. ನನ್ನ ತಾಯಿಗೆ ಫ್ಲೋರಾ ಚಿತ್ರ ಬಿಡಿಸುವುದನ್ನು ನೋಡುವ, ಹಾಡುವುದನ್ನು ಕೇಳುವ ಆಸೆ.

ಅದಕ್ಕಾಗಿ ನಿಮ್ಮ ಸಮ್ಮತಿ ಪಡೆಯಲು ನಾವು ಬಂದಿದ್ದೇವೆ ಎಂದು ತಂದೆ ವಿವರಿಸಿದರು. ತುಸು ಹೊತ್ತಿನ ಚರ್ಚೆಯ ಬಳಿಕ, ಫ್ಲೋರಾ ಮುಂದೆ ಬಂದಳು. ಇತರ ಹೆಂಗಸರು ಮಗ್ಗುಲಾಗಿ ನಮ್ಮ ದೃಷ್ಟಿ ಅವರನ್ನು ನೇರ ಎದುರಿಸದಂತೆ ಕುಳಿತುಕೊಂಡರು. ಫ್ಲೋರಾಳ ಹಲವು ಹಾಡುಗಳನ್ನು ಕೇಳಿದ ಅಮ್ಮನಿಗೆ ಅವು ರಾಗಬದ್ಧವಾಗಿಲ್ಲ ಅನ್ನಿಸಿತು. ಅನ್ನಿಸಿದ್ದು ಮಾತ್ರವಲ್ಲ, ದುರದೃಷ್ಟವಶಾತ್ ಹಾಗೆ ಹೇಳಿಬಿಟ್ಟಳು ಕೂಡ. ಅವಳ ಮುಖದಲ್ಲಿ ಈ ಭಾವನೆ ಕಾಣುತ್ತಿತ್ತು. ಅವರ ಸಂಗೀತದ ಸ್ವರಶ್ರೇಣಿ ನಮ್ಮದಲ್ಲ; ಪಿಟೀಲು ಅಥವಾ ಹಾರ್ಪ್ ಮಾತ್ರ ಅದನ್ನು ಬಿತ್ತರಿಸಬಹುದು, ಎಂದು ತಂದೆ ವಿವರಣೆ ನೀಡಿದರು. ಅಮ್ಮನಿಗೆ ಒಳ್ಳೆಯ ಕಂಠ ಇತ್ತು. ನಿಜವಾದ ಹಾಡುವಿಕೆ ಎಂದರೇನೆಂಬುದನ್ನು ತೋರಿಸಲು ಅವಳು "ಸ್ಕಾಟ್ಲೆಂಡಿನ ಸೊಬಗಿನ ಬೆಟ್ಟಗಳು" ಗೀತೆಯನ್ನು ಹಾಡಿದಳು. ಅಲ್ಲಿನ ಶ್ರೋತೃಗಳಿಗೆ ಅದು ಖುಷಿ ಆಗಲಿಲ್ಲ. ಅದರಲ್ಲಿ ಹಕ್ಕಿಯ ಇಂಚರ ಇಲ್ಲ, ಸ್ವರ ತಾರಕ, ಅದು ಹಾಡು ಅಲ್ಲ, ಬರಿಯ ಸದ್ದು, ಎಂದು ಅವರು ಹೇಳಿದರು.

ನಾಗರಿಕ ಜಗತ್ತಿನ ಮೆಚ್ಚಿನ ಹಾಡನ್ನು ಅಮ್ಮ ಹಾಡಿದ್ದಳು. ಅವರಿಗೆ ತಮ್ಮ ಹಾಡಿಗಿಂತಲೂ ಇದು ಕಳಪೆ ಅನ್ನಿಸಿತು! ಅಮ್ಮನಿಗೆ ಇದರಿಂದ ತುಂಬಾ ಬೇಜಾರಾಯಿತು.

ಹಾಡುವುದು ಮುಗಿದ ಬಳಿಕ ಚಿತ್ರಲೇಖನ ಆರಂಭ. ಫ್ಲೋರಾ ಒಂಟಿಕಾಲಲ್ಲಿ ನಿಂತು ಇನ್ನೊಂದು ಪಾದದಿಂದ ನೆಲವನ್ನು ಒರಸಿದಳು. ನೆಲ ಸಾಕಷ್ಟು ನಯವಾದ ಮೇಲೆ ಒಂದು ರೆಂಬೆಯನ್ನು ಕಾಲು ಬೆರಳುಗಳ ನಡುವೆ ಸಿಕ್ಕಿಸಿದಳು, ಸರಿಯಾಗಿ ಅಳತೆಯಷ್ಟು ತುಂಡು ಮಾಡಿ, ನಾವು ಹೇಳಿದ ಚಿತ್ರವನ್ನು ಆ ಕಡ್ಡಿಯಿಂದ ಕಾಲುಬೆರಳ ಸಹಾಯದಿಂದಲೇ ಅವಳು ಚಿತ್ರಿಸತೊಡಗಿದಳು. ಕುಳಿತ ಕಾಂಗರೂ, ಓಡುವ ಗಂಡು ಕಾಂಗರೂ, ಅದನ್ನು ಬೆನ್ನಟ್ಟುವ ಹೆಣ್ಣು ಕಾಂಗರೂ ಮತ್ತು ಎರಡು ಮರಿಗಳು. ಅವುಗಳಲ್ಲಿ ಒಂದು ಅರ್ಧ ಬೆಳೆದಿದ್ದು, ಇದಾದ ಮೇಲೆ ಮರದ ಕೊಂಬೆಯಲ್ಲಿ ಅಂಟಿಕುಳಿತ ಒಂದು ಒಪೋಸ್ಸಮ್‌ನ* ಚಿತ್ರ. ಇದರಲ್ಲಿ ಮರದ ಕಾಂಡ, ರೆಂಬೆಗಳು, ಹಿನ್ನೆಲೆಯಲ್ಲಿ ಕುಂಬಳಕಾಯಿ ತರಹದ ಚಂದ್ರ ಎಲ್ಲಾ ಸ್ಪಷ್ಟವಾಗಿತ್ತು. ಅನಂತರ ಅವಳು ಅಂಕು ಡೊಂಕಾದ ಗೆರೆ ಎಳೆದು ಒಂದು ಹಾವನ್ನು ಚಿತ್ರಿಸಿದಳು. ಬಳಿಕ ಕಾಗೆ, ಕೋಗಿಲೆ ಇನ್ನೂ ಹಲವು ಚಿತ್ರಗಳು. ಕೊನೆಗೆ ಅವಳು ಬಿಡಿಸಿದ್ದು ಒಬ್ಬ ಗಂಡಸು ಮತ್ತು ಒಬ್ಬಳು ಹೆಂಗಸಿನ ಚಿತ್ರ. ಗಂಡಸು ನೇರ ಸಪೂರ, ಹೆಂಗಸು ಸೊಂಟದ ಕೆಳಗೆ ದಪ್ಪ. ಒಂದೇ ಒಂದು ಗೆರೆಯನ್ನೂ ಬದಲಿಸದೆ ಬಹಳ ಬೇಗ ಅವಳು ಇದನ್ನು ಚಿತ್ರಿಸಿದ್ದಳು.

ನನ್ನ ತಾಯಿ ಆ ಗಂಡಸು ಮತ್ತು ಹೆಂಗಸಿನ ಚಿತ್ರ ಚೆನ್ನಾಗಿಲ್ಲ ಎಂದಳು. ನಮ್ಮ ದೃಷ್ಟಿಯಲ್ಲಿ ಅದು ಹೇಗಿರಬೇಕಿತ್ತು ಎಂದು ತೋರಿಸಿದಳು. ಕರಿಯ ಜನ ಉಪೇಕ್ಷೆಯ ನೋಟ ಬೀರಿ, ಅಮ್ಮ ಬಿಡಿಸಿದ್ದು ಗಂಡಸು ಮತ್ತು ಹೆಂಗಸಿನ ಚಿತ್ರ ಅಲ್ಲ. ಅದರಲ್ಲಿರುವುದು ಬರಿಯ ಉಡುಪು, ಬಟ್ಟೆಗಳು – ಮನುಷ್ಯರಲ್ಲ ಎಂದರು.

ಆ ಬಳಿಕ ಅವಳು ಹಕ್ಕಿಗಳನ್ನು ಅನುಕರಣೆ ಮಾಡಿದಳು. ಅದು ಎಷ್ಟು ನೈಜವಾಗಿತ್ತೆಂದರೆ, ಆ ಸದ್ದು ಕೇಳಿ ಬಗೆಬಗೆಯ ಹಕ್ಕಿಗಳು ಹಾರಿ ಬಂದು ಮರದಲ್ಲಿ ಕೂತವು.

---

* ಒಪೋಸ್ಸಮ್ : ಕಾಂಗರೂವಿನಂತೆ ಒಡಲ ಸಂಚಿಯಿರುವ ಆಸ್ಟ್ರೇಲಿಯದ ಇನ್ನೊಂದು ಸಸ್ತನಿ ಪ್ರಾಣಿ. ಇದು ವೃಕ್ಷವಾಸಿಯಾಗಿದ್ದು, ರಾತ್ರಿ ಹೊತ್ತು ಚಟುವಟಿಕೆಯಿಂದಿರುತ್ತದೆ.

ಕೆಲವು ಪುಟ್ಟ ಜಾತಿಯ ಹಕ್ಕಿಗಳು ಪೊದೆಯಿಂದ ನಮ್ಮ ಕಡೆಗೆ ಕುಪ್ಪಳಿಸಿ ಬರತೊಡಗಿದವು. ಅವುಗಳಲ್ಲೊಂದನ್ನು ಒಬ್ಬಳು ಹಿಡಿದು ನನ್ನ ಕೈಗೆ ಕೊಟ್ಟಳು. ಆದರೆ ನನ್ನ ಕೈಯಿಂದ ಅದು ಹಾರಿಹೋಯಿತು. ಅವಳು ಅನುಕರಣೆ ಮಾಡದ ಹಕ್ಕಿ ಯಾವುದೂ ಇರಲಿಲ್ಲ. ನಮಗೆ ಹಾಗೆ ಮಾಡಲು ಸಾಧ್ಯವಾಗುತ್ತಿರಲಿಲ್ಲ. ನಮ್ಮ ಧ್ವನಿ ಪೆಟ್ಟಿಗೆ ಹೊರಡಿಸುವ ಸದ್ದಿನ ರೀತಿಯೇ ಬೇರೆ. ನಮ್ಮ ಕಿವಿಗಳೂ ಅಷ್ಟೆ. ಹಕ್ಕಿಗಳ ಇಂಚರ, ಚಿಲಿಪಿಲಿ ಸದ್ದು ಮತ್ತು ಮೌನ – ಇವನ್ನೆಲ್ಲ ಕೇಳಿ ನಮ್ಮ ಕಿವಿಗೆ ಅಭ್ಯಾಸ ಇಲ್ಲ.

ಆಮೇಲೆ ನಾನು ಫ್ಲೋರಾಳನ್ನು ಕಂಡಿಲ್ಲ. ಮೂಲ ನಿವಾಸಿಗಳ 'ನಿರ್ಮೂಲನೆ'ಗೆ ಸಿಡ್ನಿಯಿಂದ ಗುಟ್ಟಿನ ಸೂಚನೆ ಬಂದಿತ್ತು. ಅಂದಿನಿಂದ ಈ ಕರಿಯ ಮಂದಿ ಸದಾ ಪಲಾಯನ ಮಾಡಬೇಕಾಗಿ ಬಂದ ನಿರಾಶ್ರಿತರಾದರು. ⚭

○ ವಿಲ್ಲಿಯಂ ಹ್ಯಾಟ್‌ಫೀಲ್ಡ್

ನಮ್ಮದೀ ನೆಲ

ವರ್‍ರಮುಂಗ ಪಂಗಡದ ಅತ್ಯಂತ ಹಿರಿಯವನಾಗಿದ್ದ ವುಂಗನ ಮಾತಿಗೆ ಅವರ ಹಿರಿಯರ ಸಭೆಯಲ್ಲಿ ಎಲ್ಲಿಲ್ಲದ ಗೌರವ. ಇದರಿಂದ ಬಿಳಿಯ ಜನ ಅವನನ್ನು ತಂಡದ ಮುಖ್ಯಸ್ಥ ಎಂದೇ ಕರೆಯುತ್ತಿದ್ದರು. ತಮ್ಮಂತೆ ಪ್ರತಿಯೊಂದು ಸಮಾಜದಲ್ಲೂ ಒಬ್ಬ ಮುಖಂಡ ಇದ್ದೇ ಇರುತ್ತಾನೆ ಎನ್ನುವ ನಂಬಿಕೆ ಅವರದ್ದು. ಅದನ್ನು ಅಲ್ಲಗಳೆದು ನಿಜಸಂಗತಿ ವಿವರಿಸುವ ವ್ಯರ್ಥ ಸಾಹಸ ಮಾಡದೆ ವುಂಗ ನಿಜವಾಗಿಯೂ ತನ್ನದಲ್ಲದ ಈ ಬಿರುದನ್ನು ಒಪ್ಪಿಕೊಂಡೂ ಇದ್ದ. ತಾವು ಹಾಗೆ ನಡೆದುಕೊಳ್ಳಲೇಬೇಕೆಂದು ಕಟ್ಟುಪಾಡು ಇಲ್ಲದಿದ್ದರೂ ವರ್‍ರಮುಂಗ ಪಂಗಡದ ಹಿರಿಯರ ಸಮಿತಿ ಅವನ ಸಲಹೆಯಂತೆ ಚಾಚೂ ತಪ್ಪದೆ ನಡೆದುಕೊಳ್ಳುತ್ತಿದ್ದುದು ನಿಜ. ಅವರು ಅವನ ಸಲಹೆಯನ್ನು ಉಲ್ಲಂಘಿಸುವುದು ಸಾಧ್ಯವಿತ್ತು. ಆದರೆ ವಯಸ್ಸಿನ ಹಿರಿತನ ಮತ್ತು ಅನುಭವಗಳಿಂದ ಅವನು ಬುದ್ಧಿವಂತನಾಗಿದ್ದ ಎನ್ನುವುದು ಅವರಿಗೆ ಗೊತ್ತು. ಹೀಗಾಗಿ ಅವನ ಮಾತಿಗೆ ಅವರೆಂದೂ ಎದುರಾಡುತ್ತಿರಲಿಲ್ಲ.

ವುಂಗನ ಮನಸ್ಸಿನ ಪರದೆಯಲ್ಲಿ ನೆನಪಿನ ಚಿತ್ರಗಳು ಸುಳಿಯುತ್ತಿದ್ದವು. ಟೆಲಿಗ್ರಾಫ್ ಕಂಬಗಳನ್ನು ನೆಡುತ್ತಿದ್ದ ಕಾಲ. ಮೇಲೇಳುತ್ತಿದ್ದ ಮರದ ಕಂಬಗಳನ್ನು ಕಡಿದು ಹಾಕುವ ಹಾಗೂ ಅವುಗಳನ್ನು ಸರಿಪಡಿಸಲು ತಪ್ಪದೆ ಬರುತ್ತಿದ್ದ ಬಿಳಿಯರ ತಂಡಕ್ಕೆ ತೊಂದರೆ ಕೊಡುವ ಗುಂಪಿನಲ್ಲಿ ಆಗ ಅವನೂ ಒಬ್ಬನಾಗಿದ್ದ. ಈ ಆಗಂತುಕರ ಕೇಂದ್ರ ಶಿಬಿರದಂತೆ ತೋರುತ್ತಿದ್ದ ಬ್ಯಾರೋಕ್ರೀಕಿನ ಠಾಣೆಯನ್ನು ನಿರ್ನಾಮ ಮಾಡಿದ ದಾಳಿಯಲ್ಲೂ ಆತ ಪಾಲುಗೊಂಡಿದ್ದ. ಅನಂತರ ಭೂಮಿಯ ನಾಲ್ದೆಸೆಗಳಿಂದಲೂ ಬಿಳಿಯ ಸೈನಿಕರು ಬಂದು, ತಮ್ಮ ಕೈಗಳಲ್ಲಿದ್ದ ಚಿಕ್ಕ ಕೋಲುಗಳಿಂದಸಿಡಿಲು ಮಿಂಚುಗಳನ್ನು ಉಗುಳಿಸುತ್ತಾ ಕರಿಯರ ನರಮೇಧ ನಡೆಸಿದ್ದರು. ಈ ಹತ್ಯಾಕಾಂಡವನ್ನೂ ಆತ ಕಂಡಿದ್ದ; ಕಂಡು ಬದುಕಿ ಉಳಿದಿದ್ದ.

ಗುಡುಗಿನಂತಹ ಸದ್ದಿನೊಡನೆ ಬಂದ ಒಂದು ಗುಂಡು, ಅವನ ಕೊರಳಿಗೆ ತಾಗಿತ್ತು. ಅವನು ಸತ್ತೇಹೋದ ಎಂದು

ಕೊಂಡು ಜನ ಅವನನ್ನು ಅಲ್ಲಿ ಬಿಟ್ಟು ಹೋಗಿದ್ದರು. ಆದರೆ ಗುಂಡು ನೇರ ಬೆನ್ನೆಲುಬಿಗೆ ತಾಗಿರಲಿಲ್ಲ. ಸಾಕಷ್ಟು ಘಾಸಿಯಾದರೂ ಪ್ರಾಣ ಉಳಿದಿತ್ತು. ಆಮೇಲೆ ಈಟಿ ಹಿಡಿಯುವ ಅವನ ಕೈ ಮಾತ್ರ ಮುಂಚಿನಷ್ಟು ಚುರುಕಾಗಿರದಿದ್ದರೂ, ಇದರಿಂದಾಗಿ ಅವನ ಆರೋಗ್ಯ ಮತ್ತು ಶಕ್ತಿಗಳಿಗೆ ಹೆಚ್ಚು ಹಾನಿಯಾಗಿರಲಿಲ್ಲ. ಇದೆಲ್ಲ ಈಗಿನ ತಲೆ ಹಣ್ಣಾದವರು ಹುಟ್ಟುವ ಮೊದಲಿನ ಘಟನೆ. ಆದರೆ ಪಂಗಡದ ವೀರಗಾಥೆಗಳಲ್ಲಿ ಈ ಕುರಿತು ಅವರಿಗೆ ಬೇಕಾದಷ್ಟು ಸಾಕ್ಷ್ಯಗಳಿದ್ದವು.

ವುಂಗನಲ್ಲಿ ಯಾವುದೋ ಒಂದು ವಿಶಿಷ್ಟ ಶಕ್ತಿ ಅಥವಾ ಗುಣವಿದ್ದಿತೆಂಬುದನ್ನು ಯಾರೂ ಅಲ್ಲಗಳೆಯುವ ಹಾಗಿರಲಿಲ್ಲ. ಇತ್ತೀಚೆಗಿನ ಇನ್ನೊಂದು ಹತ್ಯಾಕಾಂಡದಲ್ಲೂ ಅವನು ಬದುಕಿ ಉಳಿದಿದ್ದ. ಅದು ನಡೆದದ್ದು ಬ್ರೂಕ್ಸ್ ತೊರೆಯ ಬಳಿ. ಬಿಳಿಯರ ಲೆಕ್ಕ ಪ್ರಕಾರ 1928ರಲ್ಲಿ. ಅಂದು ಪೊಲೀಸರು ಅವರ ಮೇಲೆ ದಾಳಿ ಮಾಡಿ ಗಂಡಸರು, ಹೆಂಗಸರು ಮತ್ತು ಮಕ್ಕಳೆನ್ನದೆ, ತಂಡದ ಮೂವತ್ತೆಂಟು ಮಂದಿಯನ್ನು ಗುಂಡುಹಾರಿಸಿ ಬಲಿ ತೆಗೆದುಕೊಂಡಿದ್ದರು. ಬ್ರೂಕ್ಸ್ ಎಂಬ ಬಿಳಿಯನೊಬ್ಬನ ಕೊಲೆ ಇದಕ್ಕೆ ಕಾರಣವಾಗಿತ್ತು. ಡಿಂಗೋಗಳನ್ನು* ಬೇಟೆಯಾಡುವ ನೆಪದಲ್ಲಿ ಆತ ಕರಿಯನಂತೆ ಅವರೊಂದಿಗೆ ಜೀವಿಸುತ್ತಿದ್ದ. ಆದರೆ ವಾಸ್ತವವಾಗಿ ಅವನು ತಂಡದ ಹೆಣ್ಣು ಮಕ್ಕಳಿಂದ ಡಿಂಗೋಗಳನ್ನು ಹಿಡಿಸುತ್ತಿದ್ದ. ಅನಂತರ ಅವುಗಳ ರುಂಡಗಳನ್ನು ಪೊಲೀಸ್ ಸ್ಟೇಶನ್‌ಗೆ ತೆಗೆದುಕೊಂಡು ಹೋಗಿ ಬಹುಮಾನದ ಹಣವನ್ನು ತಾನೇ ಗಿಟ್ಟಿಸಿ ಅಲ್ಲಿಂದ ಹಿಟ್ಟು, ಚಾ, ಸಕ್ಕರೆ ಮತ್ತು ಕೆಲವೊಮ್ಮೆ ರಮ್ ತರುತ್ತಿದ್ದ.

ಆ ಬಾರಿ ವುಂಗನ ಎದೆಯನ್ನು ಗುಂಡು ತಾಕಿತ್ತು; ಅದು ಎದೆಯಲ್ಲಿ ಹೊಕ್ಕು ಬೆನ್ನಿನಿಂದ ಹೊರಹೊಮ್ಮಿತ್ತು. ಗಾಯ ಅಷ್ಟೇನೂ ದೊಡ್ಡದಾಗಿರಲಿಲ್ಲ ನಿಜ. ಆದರೆ ಅವನ ಆಗಿನ ಪ್ರಾಯದಲ್ಲಿ ಈ ಆಘಾತವನ್ನು ಆತ ಸಹಿಸಿದ್ದುದೇ ಒಂದು ದೊಡ್ಡ ಸಾಹಸ.

ಈ ಪ್ರಕರಣದ ಬಗ್ಗೆ ಕರಿಯರ ಹೇಳಿಕೆಯನ್ನು ಕೇಳುವ ಸಲುವಾಗಿ ಉತ್ತರದಲ್ಲಿದ್ದ ಬಿಳಿಯರ ದೊಡ್ಡ ದೊರೆ ಅವರನ್ನು ಕರೆಸಿದ್ದ. ಅವನಿಗೆ ಕುದುರೆಯ ರೋಮದಂಥ ಕೂದಲಿತ್ತು. ಆತ ವುಂಗನ ಕತೆಯನ್ನು ದುಭಾಷಿಯ ನೆರವಿನಿಂದ ಕೇಳಿದ್ದ. ಕರಿಯ ಪೊಲೀಸನೊಬ್ಬ ಭಾಷಾಂತರದ ಕೆಲಸ ಮಾಡಿದ್ದ. ಎಲ್ಲವನ್ನೂ ಕೇಳಿದ ದೊರೆ ಅಚ್ಚರಿಯಿಂದ ತಲೆ ಅಲ್ಲಾಡಿಸಿ ಅದನ್ನು ತಿರಸ್ಕರಿಸಿದ್ದ. ಆ ಗಾಯ ಗುಂಡಿನಿಂದ ಆದದ್ದಲ್ಲ; ಅವನೇ ಮಾಡಿಕೊಂಡದ್ದು; ಅವನ ಎದೆಯಲ್ಲಿದ್ದ ಇತರ ಗಾಯಗಳಷ್ಟು ಅಪಾಯಕಾರಿಯಂತೂ ಅದು ಅಲ್ಲವೇ ಅಲ್ಲ; ಅವುಗಳಂತೆ ಇದು ಕೂಡ ಹರಿತವಾದ ಕಲ್ಲಿನಿಂದ ಮಾಡಲ್ಪಟ್ಟು, ಆಮೇಲೆ ಕೆಸರಿನಿಂದ ತುಂಬಿಸಲಾದ ಗಾಯ ಎಂದಿದ್ದ ದೊರೆ. ದುಭಾಷಿ ಹಾಗೆಂದು ವುಂಗನಿಗೆ ತಿಳಿಸಿದ್ದ.

ಪೊಲೀಸ್ ಸಮವಸ್ತ್ರ ತೊಟ್ಟು, ಪೊಲೀಸ್ ಸಂಬಳ ತಿಂದು ತನ್ನವರನ್ನೇ ಬೇಟೆ ಯಾಡುತ್ತಿದ್ದ ಕರಿಯನೊಬ್ಬ ಬಿಳಿಯ ದೊರೆ ಹೇಳಿದ್ದರಲ್ಲಿ ಎಷ್ಟನ್ನು ತನ್ನ ಭಾಷಾಂತರದಲ್ಲಿ

---

* ಡಿಂಗೋ : ಆಸ್ಟ್ರೇಲಿಯದ ಕಾಡು ನಾಯಿ. ಇವು ಕುರಿಗಳನ್ನು ನಾಶ ಮಾಡುವುದರಿಂದ ಆಸ್ಟ್ರೇಲಿಯನ್ನರು ಇವುಗಳನ್ನು ಬೇಟೆಯಾಡುತ್ತಾರೆ. ಇವುಗಳನ್ನು ಕೊಂದವರಿಗೆ ತಲೆಗೆ ಇಂತಿಷ್ಟರಂತೆ ಹಿಂದೆ ಬಹುಮಾನವನ್ನೂ ನೀಡಲಾಗುತ್ತಿತ್ತು.

ತಿಳಿಸಿದ್ದ ಎಂದು ಹೇಳಲು ಸಾಧ್ಯವಿರಲಿಲ್ಲ. ಬಿಳಿಯರ ಸಂಬಳಕ್ಕೆ ಕೈಯೊಡ್ಡಿ ತನ್ನವರಿಗೇ ಎರಡು ಬಗೆಯುವ ಮನುಷ್ಯರಲ್ಲಿ ಸತ್ಯ ಉಳಿಯುವುದಂತೂ ಹೇಗೆ?

ಆದರೆ ವರ್ರಮುಂಗದ ಹಿರಿಯರಿಗೆ ಗೊತ್ತಿತ್ತು. ಅವರು ಅವನು ಹೇಳಿದಂತೆ ಗಾಯಕ್ಕೆ ಚಿಕಿತ್ಸೆ ನಡೆಸಿದ್ದರು. ಅದರ ನೋವನ್ನು ಅವನು ತಡೆದುಕೊಂಡಿದ್ದ. ಎರಡು ಬಾರಿ ಗುಂಡಿನೇಟು ಬಿದ್ದು ಉಳಿದುಕೊಂಡಿದ್ದ, ಇನ್ನೂ ಚತುರ ಬೇಟೆಗಾರರ ಸಾಲಿನಲ್ಲೇ ತನ್ನ ಸ್ಥಾನವನ್ನು ಭದ್ರವಾಗಿ ಉಳಿಸಿಕೊಂಡಿದ್ದ ಮನುಷ್ಯನೊಬ್ಬ ಇತರರಿಗಿಂತ ಖಂಡಿತವಾಗಿಯೂ ಭಿನ್ನವಾಗಿದ್ದಿರಲೇಬೇಕು. ಈಗ ಅವನ ಕೂದಲು ಹಣ್ಣಾಗಿದೆ – ಬೇಸಿಗೆಯ ಬಿಳಿಯ ಮೋಡದಂತೆ. ಕಣ್ಣು ಮಂಜಾಗಿದೆ.

ಆದುದರಿಂದ ಬಿಳಿಯ ಜನ ಕಲ್ಲುಬಂಡೆಗಳ ಅಡಿಯಲ್ಲಿರುವ ಬಂಗಾರವನ್ನು ಅರಸುತ್ತ, ಗುಡ್ಡ ಬೆಟ್ಟಗಳನ್ನೇರಿ ಬಂದಾಗ ಪಂಗಡದ ಹಿರಿಯರು ಅವನ ಮಾತಿಗೆ ಲಕ್ಷ್ಯ ಕೊಟ್ಟು ಅವರನ್ನು ತಡೆಯಲಿಲ್ಲ. ಅವರೊಂದಿಗೆ ಇದ್ದ ಒಂಟೆ ಕುದುರೆಗಳು ತಮ್ಮ ಪ್ರಾಣಿಗಳ ಆಹಾರ ತಿಂದರೂ, ಬಂಡೆಗಳ ಅಡಿಯಲ್ಲಿನ ಒರತೆಯನ್ನು ಹಾಳು ಮಾಡಿದರೂ, ಅವರತ್ತ ತಮ್ಮ ಈಟಿ ಎಸೆಯಲಿಲ್ಲ. ಅವರ ಪೈಕಿ ಬಿಳಿಯರ ಭಾಷೆ ಗೊತ್ತಿದ್ದವರು, ದೇಶದ ಈ ಭಾಗ ತಮಗೋಸ್ಕರ 'ಕಾದಿಟ್ಟ ಪ್ರದೇಶ'ವೆಂದು ಘೋಷಿಸಲ್ಪಟ್ಟಿದೆ ಎನ್ನುವುದನ್ನು ಅರಿತಿದ್ದರು. ಅವನ ತೀರ್ಪಿನ ವಿರುದ್ಧ ಅವರು ಆಗಾಗ ಸ್ವರ ಎಬ್ಬಿಸಿದರೂ, ಕೊನೆಗೆ ಅವನ ಮಾತಿಗೆ ಸಮ್ಮತಿ ಸೂಚಿಸಿದ್ದರು. ಈ ಬಂಗಾರದ ಬೇಟೆಗಾರರು ತಮ್ಮ ಹೆಂಗಸರನ್ನು ಹಿಡಿದೆಳೆದು, ಅವರು ನೀರು ಸೇದಲು, ಕಟ್ಟಿಗೆ ತರಲು, ಅಡಿಗೆ ಕೆಲಸ ಮಾಡಲು ಮತ್ತು ಕೊನೆಗೆ ತಮ್ಮೊಂದಿಗೆ ಮಲಗಲು ಬಳಸಿಕೊಂಡಾಗ ಸಹ, ಅವರ ಮೇಲೆ ಕೈ ಎತ್ತಬಾರದೆಂದು ವುಂಗ ಸಲಹೆ ಮಾಡಿದ್ದ. ಬಂಗಾರದ ಕಡೆಗೇ ಗಮನಕೊಟ್ಟು ವೈರಿಗಳ ಕುರಿತು ಕುರುಡಾಗಿದ್ದ ಅವರು ನಿದ್ದೆ ಮಾಡುತ್ತಿದ್ದಾಗ ಅವರನ್ನು ಈಟಿಗೆ ಬಲಿ ಕೊಡುವುದು ಬಹಳ ಸುಲಭವಾಗಿತ್ತು. ಆದರೂ ವುಂಗನ ಮಾತನ್ನು ಪಂಗಡದವರು ತೆಗೆದು ಹಾಕಿರಲಿಲ್ಲ.

ಈ ಬಿಳಿಯರಲ್ಲಿ ಕೆಲವರಿಗೆ ಬಹಳಷ್ಟು ಬಂಗಾರ ಸಿಕ್ಕಿತು. ಹೀಗಾಗಿ ಬಿಳಿ ಜನರ ದೊಡ್ಡ ಜಾತ್ರೆಯೇ ಅಲ್ಲಿ ನೆರೆಯತೊಡಗಿತು. ರಾತ್ರಿ ಹಗಲೆನ್ನದೆ ಲಾರಿಗಳು ಟೆಲಿಗ್ರಾಫ್ ಲೈನಿನ ದಾರಿಯಲ್ಲಿ ಅತ್ತಿತ್ತ ಓಡಾಡತೊಡಗಿದುವು. ಟ್ರಕ್ಕುಗಳ ಕಣ್ಣು ಕುಕ್ಕುವ ಬೆಳಕು ಕತ್ತಲೆಯನ್ನು ಓಡಿಸಿತು. ಸುತ್ತಮುತ್ತ ಹಗಲಿನಷ್ಟು ಪ್ರಕಾಶ ಬೀರಿತು. ಟೆಲಿಗ್ರಾಫ್ ಸ್ಟೇಷನ್ನಿನ ಪಕ್ಕದಲ್ಲಿ ಬಿಳಿಯ ಮಂದಿಯ ಮನೆಗಳು ತಲೆ ಎತ್ತಿದವು – ಕೆಲವು ಗುಡಿಸಲುಗಳು, ಕೆಲವು ಮರ ಮತ್ತು ಕಬ್ಬಿಣದಿಂದ ಕಟ್ಟಿದ ದೊಡ್ಡ ಮನೆಗಳು. ನೀರು ಬೆರೆಸಿದ ಮರಳಿನಿಂದ ಮಾಡಿದ ಗೋಡೆಗಳು ಬಂಡೆಗಳಂತೆ ತಲೆ ಎದ್ದು ನಿಂತವು. ಕೆಲವರು ಬಂಗಾರದ ಗನಿಗಳ ಸುತ್ತ ದೊಡ್ಡ ಚಕ್ರಗಳನ್ನು ಮತ್ತು ಮುಳ್ಳುಬೇಲಿಗಳನ್ನು ಹಾಕಿದರು. ದೊಡ್ಡ ಬಾಯ್ಲರ್‌ಗಳು ಉಗಿ ಕಾರುತ್ತಾ ಚಕ್ರಗಳನ್ನು ತಿರುಗಿಸಿ ಬಂಗಾರ ಇರುವ ಮಣ್ಣನ್ನು ಹೊರತಂದವು. ಬಲು ದೊಡ್ಡ ಸುತ್ತಿಗೆಗಳು ನೆಲವನ್ನು ಬಡಿಯತೊಡಗಿದವು. ಆದರೆ ಸದ್ದು ಮೈಲು ದೂರದ ತನಕ ಕೇಳುತ್ತಿತ್ತು. ಯಂತ್ರಾಗಾರದ ಉಕ್ಕಿನ ದೈತ್ಯ ಝೂಂ–ಝೂಂ ಎಂದು ಹುಯ್ಯಲಿಡುತ್ತಿತ್ತು. ಆದರೆ ಸುತ್ತಮುತ್ತ ಕೆಲವು ಮೈಲುಗಳವರೆಗೆ, ನೆಲದಲ್ಲಿ ಮುದುಡಿ ಮಲಗಿದ ಮಣ್ಣಿನ ಮಕ್ಕಳ ತಲೆಯನ್ನು ಈ ಸದ್ದು ಕೊರೆಯುತ್ತಿತ್ತು.

ಅನಂತರ ಇನ್ನಷ್ಟು ಜನ, ಬಹಳಷ್ಟು ಜನ – ಟ್ರಕ್ಕುಗಳಲ್ಲಿ ಬಂದರು. ಕೆಲವರು ಗಿಡುಗನಿಗಿಂತಲೂ ಎತ್ತರದಲ್ಲಿ ಮತ್ತು ಅದಕ್ಕಿಂತಲೂ ವೇಗವಾಗಿ ಹಾರುವ ಬೆಳ್ಳಿಯ ಬಣ್ಣದ ಖಗಗಳಲ್ಲಿ ಬಂದರು. ಅವುಗಳ ಸದ್ದು ಕಾಳ್ಗಿಚ್ಚಿನ ಮತ್ತು ಬಿರುಗಾಳಿಯ ಗರ್ಜನೆಯಂತೆ ಭಯಂಕರವಾಗಿತ್ತು. ಮರಳು ಮತ್ತು ನೀರಿನ ಮಿಶ್ರಣದಿಂದ ಮಾಡಿದ ಬಂಡೆಯಂತಹ ಮನೆಗಳಲ್ಲಿ ಬೇಕಷ್ಟು ರಮ್ ದೊರೆಯುತ್ತಿತ್ತು. ಪಂಗಡದ ಹೆಂಗಸರು ಕುಡಿದು ತಾವೂ ಹಾಳಾದರು, ತಮ್ಮ ಗಂಡಸರಿಗೂ ಕಾಯಿಲೆ ಹಂಚಿದರು. ಅವರು ಶಕ್ತಿಗುಂದಿದರು. ಆದರೆ ಬೈದು ಹೊಡೆದರೂ ಹೆಂಗಸರು ಅಲ್ಲಿಗೆ ಹೋಗುವುದನ್ನು ತಡೆಯಲು ಸಾಧ್ಯವಾಗಲಿಲ್ಲ.

ವುಂಗನ ಯಾವ ಮದ್ದೂ ಈ ಮಾರಿಬೇನೆಯನ್ನು ತಡೆಯಲಿಲ್ಲ. ಆದರೂ ಎಲ್ಲರೂ ಸೇರಿ ಬಿಳಿಯರ ಶಿಬಿರಕ್ಕೆ ಮುತ್ತಿಗೆ ಹಾಕಿ ಅವರನ್ನು ಮಣ್ಣುಗೂಡಿಸಬೇಕೆಂಬ ಸಲಹೆಯನ್ನು ಮಾತ್ರ ವುಂಗ ಒಪ್ಪಲಿಲ್ಲ. "ಅವರು ಇರುವೆಗಳಿಗಿಂತ ಕಡೆ. ಒಬ್ಬರನ್ನು ಕೊಂದರೆ ನೂರು ಜನ ಅಂಥವರು ಹುಟ್ಟಿಕೊಳ್ಳುತ್ತಾರೆ. ಇರಲಿ ಬಿಡಿ, ನಾನು ಅವರ ದೊಡ್ಡ ಸಾಹೇಬರೊಡನೆ ಮಾತಾಡ್ತೇನೆ" ಎಂದಿದ್ದ ಆತ.

ಈ ಕೆಲಸಕ್ಕೆ ತನ್ನ ಜತೆ ಎಳೆಯ ವಿರ್ರಿಂಡಿಡ್ಗನನ್ನು ಆತ ಕರೆದುಕೊಂಡ. ಅವನನ್ನು ಬಿಳಿಯ ಜನ ಬಿಲ್ಲಿಸ್ಮಿತ್ ಎಂದು ಕರೆಯುತ್ತಿದ್ದರು. ಅವರು ಅವನನ್ನು ದಕ್ಷಿಣದ ಶಾಲೆಗೆ ಕೊಂಡುಹೋಗಿದ್ದರು. ಅವನಿಗೆ ಓದಲು ಬರೆಯಲು ಕಲಿಸಿ ಬಿಳಿಯರು ಉಡುವಂಥ ಬಟ್ಟೆ ಕೊಟ್ಟಿದ್ದರು. ಅವರ ಜತೆ ಇದ್ದು ಆತ ಅವರ ಕುದುರೆಗಳ ಮೇಲ್ವಿಚಾರಣೆ ನೋಡುತ್ತಿದ್ದ. ಚುರುಕಿನ ಚಿಕ್ಕ ದೇಹದ ಅವನನ್ನು ಎಂಥಾ ಜೋರಿನ ಕುದುರೆಯಿಂದಲೂ ಕೆಳಗೆ ಕೆಡವಲು ಸಾಧ್ಯವಾಗುತ್ತಿರಲಿಲ್ಲ. ಲಾಗ ಹಾಕುತ್ತಿದ್ದ ಕುದುರೆಯ ಮೇಲೆ ಅವನು ನಗುತ್ತಾ ಕುಳಿತಿರುವುದನ್ನು ನೋಡುವುದಕ್ಕೇ ಬಿಳಿಯ ಜನ ಹಣ ಕೊಡುತ್ತಿದ್ದರು. ಹಾಗೆ ದೊರೆತ ಹಣವನ್ನು ಮಾತ್ರ ಬಿಳಿಯರೇ ಇಟ್ಟುಕೊಳ್ಳುತ್ತಿದ್ದರು. ಗೇಟಿನ ಹಿಂದೆ ಇದ್ದ ಪೆಟ್ಟಿಗೆಯಿಂದ ಒಂದಿಷ್ಟು ಹಣ ಒಮ್ಮೆ ಬಿಲ್ಲಿಸ್ಮಿತ್ ತೆಗೆದುಕೊಂಡಿದ್ದ. ಸಿಗರೇಟು, ಚಾಕ್ಲೆಟ್, ಡಬ್ಬದ ಹಣ್ಣು ಮತ್ತು ಹಾಲು ಕೊಂಡುಕೊಂಡಿದ್ದ. ಈ ಅಪರಾಧಕ್ಕೆ ಪೊಲೀಸರು ಅವನನ್ನು ಬಂಧಿಸಿ ಕಲ್ಲಿನ ಗೋಡೆಗಳ ನಡುವೆ ಕೂರಿಸಿದ್ದರು. ಈ ಘಟನೆಯ ಬಳಿಕ ಅವನು ತನ್ನ ಜನರ ಬಳಿ ಬಂದಿದ್ದ.

ಆಲ್ಲಿಸ್ಪ್ರಿಂಗಿನಲ್ಲಿದ್ದ ಆ ಬಿಳಿ ದೊರೆಯನ್ನು ಕಾಣುವುದು ಬಹಳ ಕಷ್ಟವಾಗಿತ್ತು. ಆದರೆ ಬಿಳಿಯರು ಅವನಿಗೆ ಕೊಟ್ಟಿದ್ದ ಹಿತ್ತಾಳೆ ಪದಕವನ್ನು ತೋರಿಸಿ ವುಂಗ, "ನಾನು ದೊಡ್ಡ ಸಾಹೇಬನನ್ನು ಮಾತ್ರ ಕಾಣೋದು. ಯಾಕಂದರೆ ನಾನು ಎಲ್ಲಾ ವರ್ರಮುಂಗರ ದೊಡ್ಡ ದೊರೆ," ಎಂದು ನುಡಿದಿದ್ದ.

ತಾನು ಹಾಗೆ ಹೇಳಿದ್ದು ತಪ್ಪು ಎಂದು ಅವನಿಗೆ ಗೊತ್ತಿತ್ತು; ಆದರೆ ಬಿಳಿ ದೊರೆಯನ್ನು ಕಾಣುವುದಕ್ಕಾಗಿ ಹಾಗೇ ಹೇಳಲೇಬೇಕಿತ್ತು. ಆದುದರಿಂದ ತನ್ನ ಪಿತೃಗಳ ಆತ್ಮ ಈ ತಪ್ಪಿಗೆ ತನ್ನನ್ನು ಖಂಡಿತ ಕ್ಷಮಿಸೀತು ಎಂದು ಅವನು ಯೋಚಿಸಿದ್ದ.

ಹೀಗಾಗಿ ಉಪ ಆಡಳಿತಾಧಿಕಾರಿ ಎಂದು ಕರೆಯಲ್ಪಡುತ್ತಿದ್ದ ಬಿಳಿ ಸಾಹೇಬ ಕೊನೆಗೂ ಅವನಿಗೆ ಭೇಟಿ ನೀಡಿದ.

ವುಂಗ ವಿರ್ರಿಂಡಿಡ್ಗನ ಕಡೆ ತಿರುಗಿ "ಅವನಿಗೆ ಹೀಗೆ ಹೇಳು" ಎಂದು ತಿಳಿಸಿ ಮುಂದರಿಸಿದ :

"ಬಿಳೀ ದೊರೆ, ಇಲ್ಲಿ ಕೇಳು. ನಿನ್ನ ಜನ ನಮಗೆ ಹೀಗೆ ಅನ್ಯಾಯ ಮಾಡೋದಕ್ಕೆ ನೀನು ಯಾಕೆ ಬಿಟ್ಟೆ? ಬಹಳ ವರ್ಷದ ಮೊದಲು ಪೋಲೀಸರು ನನ್ನೊಡನೆ ಒಂದು ಒಪ್ಪಂದಕ್ಕೆ ಸಹಿ ಹಾಕಿದ್ದರು. ಕಾಗದದಲ್ಲಿ ನೀರಿನ ಊಟೆ, ಗುಡ್ಡಗಳ ಸಾಲುಗಳನ್ನು ಗುರುತಿಸಿದ್ದರು. ಅದು ನನ್ನ ನೆಲ, ಅಂತ ಅವರು ಹೇಳಿದ್ದರು. ಅಲ್ಲಿ ಬಿಳಿ ಜನರು ಪ್ರಾಣಿ ಅಥವಾ ಪಕ್ಷಿಗಳನ್ನು ಬೇಟೆ ಆಡೋ ಹಾಗಿಲ್ಲ. ಅವರ ಪ್ರಾಣಿಗಳು ಅಲ್ಲಿನ ಹುಲ್ಲು ತಿಂದು ನೀರುಕುಡಿದು ಹಾಳು ಮಾಡೋ ಹಾಗಿಲ್ಲ. ಅಷ್ಟೇ ಅಲ್ಲ, ಟೆಲಿಗ್ರಾಫ್ ಲೈನಿನ ಪಕ್ಕದ ಮಾರ್ಗ ಬಿಟ್ಟು ನಿಮ್ಮ ಜನ ಅತ್ತಿತ್ತ ಚಲಿಸಬಾರದು. ನಿಮ್ಮ ನೆಲ ಆ ಮಾರ್ಗಕ್ಕೆ ಮಾತ್ರ ಸೀಮಿತ ವಾದುದರಿಂದ, ನೀವು ನೇರವಾಗಿ ಅದರಲ್ಲೇ ಹೋಗಬೇಕು. ಆದರೆ ನಿನ್ನ ಕರಾರು ಸುಳ್ಳಾಗಿದೆ. ನಿನ್ನ ಕಣ್ಣೆದುರೇ ಜನ ಅದನ್ನು ಉಲ್ಲಂಘಿಸ್ತಿದ್ದಾರೆ. ನಿಮ್ಮ ಜನ ಇರುವೆಗಳಂತೆ ಗುಂಪಾಗಿ ಬಂದು ವರ್‍ರಮುಂಗರ ನೆಲವನ್ನು ಮುತ್ತಿದ್ದಾರೆ. ಪರ್ವತಗಳನ್ನು ಹಾಳುಗೆಡವಿದ್ದಾರೆ. ನೀವು ಬಂಗಾರ ಅಂತ ಕರೆಯುವ ಮಿಂಚುವ ಸೂರ್ಯನ ಕಿರಣಗಳಿಗಾಗಿ ನೆಲದ ಹೊಟ್ಟೆ ಬಗಿದು ಮಣ್ಣು ಹೊರ ಚೆಲ್ಲುತ್ತಿದ್ದಾರೆ.

"ಇದು ಸರಿಯಲ್ಲ. ಭೂಮಿ ಸೂರ್ಯ ದೇವನ ಮಡದಿ ಅನ್ನೋದು ಯಾರಿಗೆ ಗೊತ್ತಿಲ್ಲ? ಸೂರ್ಯನಿಲ್ಲವಾದರೆ ಅವಳು ಬಂಜೆ. ನೀವು ನನ್ನ ನಾಡಿನ ಹೊಟ್ಟೆಯಿಂದ ಬಂಗಾರ ಅಗೆದು ತೆಗೆದರೆ ಭೂಮಿ ಇಡೀ ಬಂಜರಾಗ್ತದೆ. ಮರ ಬೆಳೆಯೋ ಹಾಗಿಲ್ಲ. ಹುಲ್ಲೂ ಚಿಗುರೋದಿಲ್ಲ. ತೊರೆಗಳಲ್ಲಿ ನೀರೂ ಹರಿಯೋದಿಲ್ಲ. ನಾನು ನಮ್ಮ ತಂಡದ ಮಾಂತ್ರಿಕ ಮತ್ತು ಮಳೆ ತರಿಸುವವನು ಗೊತ್ತಾ? ನಾನು ಸೂರ್ಯನಿಗೆ ತೋರಿಸುವ ಮಳೆಕಲ್ಲಿ ನೊಳಗಿರುವ ಬಂಗಾರದ ಎಳೆಗಳೇ ಮೋಡಗಳು ಕಣ್ಣೀರು ಸುರಿಸುವಂತೆ ಮಾಡೋದು.

"ಬಿಳಿಯರ ದೊಡ್ಡ ದೊರೆಯಾಗಿರೋ ನೀನು, ನಿಮ್ಮ ಜನಕ್ಕೆ ಬಂಗಾರವನ್ನು ಅಲ್ಲೇ ಬಿಟ್ಟು ನಮ್ಮ ಊರಿನಿಂದ ಹೊರಗೆ ಹೋಗುವಂತೆ ಹೇಳು. ನಮ್ಮ ಹೆಣ್ಣುಮಕ್ಕಳ ಮೇಲೆ ಮೋಡಿ ಬೀಸಿ, ಅವರು ನಮ್ಮಲ್ಲಿ ನಿಲ್ಲದ ಹಾಗೆ ಮಾಡೋ ಆ ಮದ್ಯವನ್ನೂ ತಮ್ಮ ಜತೆ ಕೊಂಡುಹೋಗೋದಕ್ಕೆ ಹೇಳು. ಅದರಿಂದಾಗಿ ನಮ್ಮ ಗಂಡಸರೂ ಶಕ್ತಿ ಕಳೆದುಕೊಂಡು, ಓಡೋದಕ್ಕೂ, ಈಟಿ ಎಸೆಯೋದಕ್ಕೂ ಶಕ್ತಿ ಇಲ್ಲದೆ ಕಂಗಾಲಾಗಿ, ಚೀಲ ಹಿಡಿದು ಒಂದಿಷ್ಟು ಹಿಟ್ಟಿಗಾಗಿ ಪೊಲೀಸ್ ಸ್ಟೇಶನಿಗೆ ಹೋಗೋ ಸ್ಥಿತಿ ಬಂದಿದೆ.

"ಅವರಿಗೆ ಹೇಳು, ಹೋಗಿ–ಹೋಗಿ, ಹೋಗಿ!"

ಬಿಳಿ ದೊರೆ ನಸುನಗುವಿನೊಂದಿಗೆ ನಿಧಾನವಾಗಿ ತಲೆದೂಗುತ್ತಾ ಇದನ್ನು ಕೇಳಿದ. ಕಾಗದದಲ್ಲಿ ಗುರುತು ಹಾಕಿಕೊಂಡ. ವುಂಗ ತಲೆ ಎತ್ತಿ ಅಲ್ಲಿಂದ ಹೊರ ನಡೆದ; ಹಿರಿಯರ ಮುಂದೆ ತನ್ನ ಗೆಲುವಿನ ಕತೆ ಹೇಳಲು ಟೆಲಿಗ್ರಾಫ್ ಲೈನಿನ ದಾರಿಯಲ್ಲಿ ಹಿಂದೆ ಹೋದ.

ಇದಾಗಿ ಒಂದು ತಿಂಗಳೂ ಆಗಿರಲಿಲ್ಲ. ಪೋಲೀಸರು ವುಂಗನ ಪಂಗಡವಿದ್ದ ಕಡೆಗೆ ಬಂದರು. ಎಲ್ಲಾ ಜನ ಅಲ್ಲಿ ಕಲೆತು ತಾವು ಹೇಳುವುದನ್ನು ಕೇಳಬೇಕು ಎಂದರು. ತಂಡದ ಎಲ್ಲ ಜನರನ್ನೂ ಕಲೆಹಾಕಲು ಎರಡು ದಿನ ಬೇಕಾಯಿತು. ಪೋಲೀಸರು ಅಲ್ಲೇ ಠಿಕಾಣಿ ಹೂಡಿದರು. ಕರಿಯ ಹುಡುಗರು ಅವರ ಕುದುರೆಗಳನ್ನು ನೋಡಿಕೊಂಡರು.

ಕೊನೆಗೆ ಗುಂಪನ್ನು ನೋಡಿ ಸಾರ್ಜೆಂಟ್ ಪ್ರಶ್ನಿಸಿದ :

"ಎಲ್ಲಾ ಸೇರಿದ್ದಾರಾ?"

"ಹೌದು" ಎಂದ ಬಿಲ್ಲಿಸ್ಮಿತ್.

"ಸರಿ, ಕೇಳಿ! ಇಲ್ಲಿ ಇಂಗ್ಲಿಷ್ ಚೆನ್ನಾಗಿ ಗೊತ್ತಿರೋನು ನೀನು ಅಂತ ಕಾಣ್ತದೆ. ದಕ್ಷಿಣದಲ್ಲಿ ಶಾಲೆಗೆ ಹೋಗಿರ್ಬೇಕಲ್ಲ! ಒಳ್ಳೆದು! ಇದು ಮೂಲ ನಿವಾಸಿಗಳ ಮುಖ್ಯ ಹಿತರಕ್ಷಣಾ ಅಧಿಕಾರಿಯ ಅಪ್ಪಣೆ. ಈ ಕಾದಿರಿಸಿದ ಪ್ರದೇಶವನ್ನು ಇಲ್ಲಿಂದ ಐವತ್ತು ಮೈಲು ಪಶ್ಚಿಮಕ್ಕೆ ಸ್ಥಳಾಂತರಿಸಬೇಕು. ತಿಳಿಯಿತೇನು?"

ಇದನ್ನು ಸರಿಯಾಗಿ ವಿವರಿಸಿದಾಗ ವುಂಗ ಪ್ರತಿಭಟಿಸಿ ನುಡಿದ:

"ನೀವು ನೆಲವನ್ನು ಸ್ಥಳಾಂತರಿಸೋದಾದ್ರೂ ಹೇಗೆ? ಈ ನೆಲ ನಮ್ಮದು. ಈ ನೆಲ ಮತ್ತಾರದೂ ಅಲ್ಲ. ಇದು ನಮ್ಮ ಹಿರಿಯರ ನೆಲ. ನಾವು ಹುಟ್ಟಿದ ಮಣ್ಣು. ಈ ಮಣ್ಣಿನಲ್ಲೇ ನಮ್ಮ ದೇಹ ಮಣ್ಣಾಗೋದು. ಆಗ ಮಾತ್ರ ನಮ್ಮ ಆತ್ಮಗಳು ನಮ್ಮ ಪೂರ್ವಜರ ಆತ್ಮಗಳೊಂದಿಗೆ ಸೇರೋದು. ಈ ಮಣ್ಣಿನ ಮರಗಿಡಗಳಲ್ಲಿ, ಪ್ರಾಣಿಗಳಲ್ಲಿ, ಪಕ್ಷಿಗಳಲ್ಲಿ ಮತ್ತು ನೆಲದ ಮೇಲೆ ಹರಿಯುವ ಜಂತುಗಳಲ್ಲಿ ಇರುವ ಆ ಆತ್ಮಗಳನ್ನು ನಾವು ಪ್ರೀತಿಸ್ತೇವೆ. ಇದನ್ನು 'ಸ್ಥಳಾಂತರಿಸಬೇಕು' ಅನ್ನುತ್ತೀರಲ್ಲ? ಈ ಬಂಡೆಗಳನ್ನು ಮತ್ತು ಮರಗಿಡಗಳನ್ನು, ಬೆಟ್ಟಗಳನ್ನು ಮತ್ತು ತೊರೆಗಳನ್ನು, ಮಣ್ಣು, ಮರಳು, ಹುಲ್ಲು ಮತ್ತು ಮುಳ್ಳಿನ ಪೊದರುಗಳನ್ನು ಬೇರೆ ಕಡೆಗೆ ಒಯ್ಯೋದು ಹೇಗೆ ಸಾಧ್ಯ?"

ಬಿಲ್ಲಿಸ್ಮಿತ್ ಇದನ್ನು ವಿವರಿಸಿದಾಗ ಸಾರ್ಜೆಂಟ್ ಹೇಳಿದ:

"ನಾನು ನಿಮ್ಮೊಡನೆ ವಾದ ಮಾಡೋದಕ್ಕೆ ಅಲ್ಲ ಬಂದಿರೋದು. ನೀವು ಪಶ್ಚಿಮಕ್ಕೆ ಹೋಗಬೇಕು ಅಂತ ಅಪ್ಪಣೆಯಾಗಿದೆ. ಇದಕ್ಕಿಂತ ವಿಸ್ತಾರವಾದ ಸ್ಥಳ ಅಲ್ಲಿದೆ. ಹುಲ್ಲು, ನೀರು, ಬೇಕಷ್ಟು ಕಾಂಗರೂಗಳು, ಮರಗಿಡ ಎಲ್ಲ ಇವೆ. ಅಲ್ಲಿ ನೀವು ಸುಖವಾಗಿರ್ಬಹುದು. ಬೇಸಿಗೆ ಕಾಲದಲ್ಲಿ ಹುಲ್ಲು ಸಾಕಷ್ಟು ಇಲ್ಲದೆ ನಿಮ್ಮ ಪ್ರಾಣಿಗಳಿಗೆ ತೊಂದರೆ ಆದಾಗ ನೀವು ಸ್ಟೇಷನಿಗೆ ಬರ್ಬಹುದು. ನಿಮ್ಮ ರೇಷನ್ ತೆಗೆದುಕೊಳ್ಳಬಹುದು. ಇದಕ್ಕಿಂತ ಹೆಚ್ಚು ಬೇರೆ ಏನು ಬೇಕು?"

ಇದನ್ನು ಕೇಳಿದ ವುಂಗ ಕ್ಯಾಕರಿಸಿ ನೆಲಕ್ಕೆ ಉಗುಳಿದ. ಜೋರಾಗಿ ಈಟಿಯನ್ನು ಎಸೆದ. ಆ ರಭಸಕ್ಕೆ ಅದು ನೆಲದಲ್ಲಿ ಅರ್ಧ ಹೂತು ಹೋಗಿ, ಉಳಿದರ್ಧ ತುಂಡಾಗಿ ಬಿತ್ತು. ಆ ತುಂಡು ಈಟಿಯನ್ನು ಕೈಗೆತ್ತಿಕೊಂಡು ಆವೇಶದಿಂದ 'ಟೆನೆಂಟ್ಸ್ ಕ್ರೀಕ್'ನ ದಿಕ್ಕಿನತ್ತ ಅದನ್ನು ಬೀಸುತ್ತಾ ಅವನು ಕಿರಿಚಿದ:

"ನೀನು ಅವರಿಗೆ ಹೋಗೋದಕ್ಕೆ ಹೇಳು! ಹೇಳು ಅವರಿಗೆ. ಅವರು ಪರದೇಶದವರು. ಆಕ್ರಮಣಕಾರರು. ಈ ನೆಲ ನಮ್ಮದು! ನಮ್ಮದು!! ನಮ್ಮದು!!! ತಿಳೀತೇನು?"

ಪೊಲೀಸರೊಂದಿಗಿದ್ದ ಮಾರ್ಗದರ್ಶಿಗಳಲ್ಲಿ ಒಬ್ಬ ಅವನ ಕೈಯಿಂದ ಮುರಿದ ಈಟಿಯನ್ನು ಕಿತ್ತುಕೊಂಡು ಗದರಿಸಿದ:

"ಸಾಕು ನಿಲ್ಲಿಸು ಮುದುಕಪ್ಪ! ಪೊಲೀಸರೊಡನೆ ಹಾಗೆ ಮಾತಾಡೋದಕ್ಕೆ ಸಾಧ್ಯವಿಲ್ಲ. ಬಾಯಿ ಮುಚ್ಚಿದರೆ ಸರಿ, ಹೊಲಸು ಮಾಟಗಾರ – ಇಲ್ಲವಾದರೆ ಒಂದೇಟು ಕೊಡ್ತೇನೆ ನೋಡು."

ಸಾರ್ಜೆಂಟ್ ನಕ್ಕ, "ಚರ್ಚೆ ಬೇಡ. ನಿಮ್ಮಲ್ಲಿ ಬಹಳ ಮಂದಿಗೆ ಇಂಗ್ಲಿಷ್ ಗೊತ್ತು. ಹ್ಞೂಂ, ಹೋಗಿ ಮುಂದೆ. ನಿಮ್ಮನ್ನು ಹೊಸ ಸ್ಥಳಕ್ಕೆ ತಲುಪಿಸೋದು ನನ್ನ ಕೆಲಸ!"

ಮಾರ್ಗದರ್ಶಿಗಳು ಒಬ್ಬೊಬ್ಬರಂತೆ ಅವರನ್ನು ಕೂಡಿ ಹಾಕಿದರು. ಹೆಂಗಸರು ತಮ್ಮ ಪುಟ್ಟ ಗಂಟುಗಳನ್ನೂ ಎಳೆಯ ಕೂಸುಗಳನ್ನೂ ಎತ್ತಿಕೊಂಡರು. ಗಂಡಸರು ತಮ್ಮ ಈಟಿಗಳನ್ನು ಕೈಗೆತ್ತಿಕೊಂಡು ಮುಂದೆ ಹೆಜ್ಜೆಹಾಕಿದರು. ಪೊಲೀಸರು ಮತ್ತು ಮಾರ್ಗದರ್ಶಿಗಳು ಹರಟೆ

ಹೊಡೆಯುತ್ತಾ, ಹೊಗೆಬತ್ತಿ ಸೇದುತ್ತಾ ತುಸು ಹಿಂದಿನಿಂದ ಹಿಂಬಾಲಿಸುತ್ತಿದ್ದರು. ಸಾಗುವ ಆ ಮಂದೆಯ ಮೇಲೆಯೇ ಇತ್ತು ಅವರ ಕಣ್ಣು. ಯಾರಾದರೂ ಪ್ರತಿಭಟಿಸಿ ಹಿಂದೆ ಓಡದಂತೆ ಅವರು ನೋಡಿಕೊಳ್ಳುತ್ತಿದ್ದರು. ವಾರದ ಹಿಂದೆ ಮಳೆ ಬಂದಿತ್ತು. ಟೆಲಿಗ್ರಾಫ್ ಲೈನಿನ ನಡುವಿನ ಒರತೆಯಿರುವ ಸ್ಥಳ ಒಂದನ್ನು ಗುಂಪು ತಲಪುವಷ್ಟರಲ್ಲಿ ಸೂರ್ಯ ಮುಳುಗಿದ್ದ. ಅವರು ಅಲ್ಲೇ ತಂಗಿದರು. ಮಾರ್ಗದರ್ಶಿಗಳು ಸುತ್ತ ಹರಡಿಕೊಂಡು ರಾತ್ರೆ ಇವರನ್ನು ಕಾವಲು ಕಾಯುವ ಕಾಯಕ ನಡೆಸಿದರು.

ಮರುದಿನ ಅವರು ಗುಡ್ಡಗಳ ಸಾಲೊಂದರ ನಡುವೆ ನೀರ ಬುಗ್ಗೆ ಚಿಮ್ಮುವ ಇನ್ನೊಂದು ಸ್ಥಳ ಸೇರಿದರು. ಇದು ಇನ್ನು ಮುಂದೆ ಇವರ ಮುಖ್ಯ ಕೇಂದ್ರ ಎಂದು ಪೊಲೀಸರು ವುಂಗನಿಗೆ ತಿಳಿಸಿದರು. ಅವನ ಹೊಸ ವಾಸಸ್ಥಾನದ ಗಡಿಯ ಸ್ಥಳಗಳ ಪರಿಚಯ ಮಾಡಿದರು. ಈ ಮಾತುಗಳು ವಿರ್ರಿಂಡಿಡ್ಗನ ಬಾಯಿಯಿಂದ ಬರುತ್ತಿದ್ದಂತೆ ವುಂಗ ತೆಪ್ಪಗೆ ಆಲಿಸಿದ. ಮೂಕ ಸಮ್ಮತಿಯಲ್ಲಿ ತಲೆ ಅಲ್ಲಾಡಿಸಿದ. ಅವನ ಗಲ್ಲ, ಒಣಗಿ ಸುಕ್ಕುಗಟ್ಟಿದ ಅವನ ಎದೆಯ ಮೇಲೆ ಬಾಗಿತು.

ಅವರೆಲ್ಲರೂ ಹೋಗಿ ಎಲ್ಲ ಶಾಂತವಾದ ಬಳಿಕ, ಎಲ್ಲ ಜನ ನಿದ್ದೆ ಮಾಡುತ್ತಿರುವಂತೆ ವುಂಗನಿಗೆ ತೋರಿದಾಗ, ಅವನು ಪೊಲೀಸರು ಕೊಟ್ಟಿದ್ದ ಹೊಸ ಕಂಬಳಿಯ ಮುಸುಕಿನಿಂದ ತಲೆ ಹೊರಹಾಕಿದ. ಅನಂತರ ಎದ್ದು, ಮರಗಳ ಮಧ್ಯೆ ಪಿಶಾಚಿಯಂತೆ ಮೌನವಾಗಿ, ತೀರಾ ಮೌನವಾಗಿ ಹೆಜ್ಜೆ ಹಾಕಿದ. ಬಂದ ದಾರಿಯಲ್ಲೇ ಅವನ ಸೋತ ಕಾಲುಗಳು ಹಿಂದೆ ಸಾಗಿದವು. ಬಂದ ದಾರಿಯಲ್ಲೇ ಹಿಂದೆ. ಆ ಕತ್ತಲಲ್ಲಿ ಯಾವ ತಡೆಯೂ ಇಲ್ಲದೆ ಎಲ್ಲವೂ ಸ್ಪಷ್ಟವಾಗಿ ತನಗೆ ಗೋಚರಿಸುತ್ತಿದ್ದಂತೆ ಆತ ಟೆಲಿಗ್ರಾಫ್ ಲೈನ್ ದಾಟಿ ತಾನು ಹುಟ್ಟಿದ ಮಣ್ಣಿನ ಕಡೆಗೆ ನಡೆದ. ತನ್ನ ಪಂಗಡದ ಮೇಲೆ ಗಡಿಪಾರಿನ ಆಜ್ಞೆಯನ್ನು ಎಲ್ಲಿ ವಿಧಿಸಲಾಗಿತ್ತೋ, ಆತಾಣದಲ್ಲೇ ನಿಂತ. ಬಳಿಕ ಸಾರ್ಜೆಂಟ್ ಅವನಿಗೆ ಕೊಟ್ಟಿದ್ದ ಹೊಚ್ಚ ಹೊಸ ಪುಟ್ಟ ಕೊಡಲಿಯನ್ನು ಬಲವಾಗಿ, ತನ್ನೆಲ್ಲ ಶಕ್ತಿಯನ್ನೂ ಬಳಸಿ ಬೀಸಿದ; ನೇರ ತನ್ನ ಹಣೆಯ ನಡುವಿಗೇ ಗುರಿಯಿಟ್ಟು ಬೀಸಿದ.

ಕೊನೆಗೂ ತನ್ನ ದೇಹ ತಾನು ಹುಟ್ಟಿದ ಮಣ್ಣನ್ನೇ ಪೋಷಿಸಬೇಕು ಎನ್ನುವ ಅವನ ಹಂಬಲವನ್ನು ತಡೆಯುವುದು ಅವರಿಂದ ಆಗಲಿಲ್ಲ!

O ರಾಡೆರಿಕ್ ಕ್ವಿನ್

ಸರದಾರ ಕ್ಯಾಸಿಗೆ ಇನ್ನೊಂದು ಗೌರವಪಟ್ಟಿ

ಮ್ಯಾಗ್‌ಪೈ* ಹಕ್ಕಿಗಳು ಮುಳುಗುವ ಸೂರ್ಯನಿಗೆ ವಿದಾಯ ಹೇಳಿದವು. ಕಾಡಿನ ಮೌನದ ನಡುವೆ ಕತ್ತಲೆ ನಿಧಾನವಾಗಿ ನುಸುಳತೊಡಗಿತು. ಗುಡ್ಡದ ಅಂಚಿನಿಂದ ರಾತ್ರಿ ಹಕ್ಕಿಗಳ ಕೂಗು ಕೇಳಿಬಂತು. ತೊರೆಯ ಜೊಂಡಿನಲ್ಲಿ ನೀರುಹಕ್ಕಿ ಯೊಂದು ರೋದಿಸಿತು.

ನನ್ನ ಅಣ್ಣ ವಿಲ್ಲಿ, ಕುದುರೆಯ ಮೇಲೆ ಹೊರಟ.

"ಹೋಗಿ ಬರ್ತೀನಮ್ಮ, ಬೇಗ ಬಂದು ಬಿಡ್ತೀನಿ" ಅಂದ.

ನಾನು ನಸು ನಕ್ಕೆ. ವಿಲ್ಲಿ ಹೊರಟಿದ್ದು ಲಿಝಿ ಲೇಸಿಯನ್ನು ಕಾಣಲೆಂದು. ಲಿಝಿ ಮುದ್ದು ಮುಖದ ಹುಡುಗಿ. ಪ್ರೇಮ ವ್ಯವಹಾರದ ನಡುವೆ ಹೇಳಿದ ಮಾತು ಎಲ್ಲಿ ನೆನಪಿಗೆ ಬರುತ್ತದೆ? ಹೀಗಾಗಿ ನನ್ನ ಅಣ್ಣ ಬೆಳಗ್ಗಿನ ಜಾವದ ತನಕ ಬರಲಿಕ್ಕಿಲ್ಲವೆಂದು ನನಗೆ ಗೊತ್ತಿತ್ತು. ಆದರೆ ನನ್ನಂಥ ಹಳ್ಳಿಯ ಹುಡುಗಿಯ ಮಟ್ಟಿಗೆ ಪ್ರೇಮ ಅರ್ಥ ಇಲ್ಲದ್ದು. ಹೃದಯ ಅರ್ಪಿಸುವವರಿದ್ದರೂ ಅದನ್ನು ಕೊಳ್ಳುವವರು ಬೇಕಲ್ಲ?

ಚಳಿಗಾಳಿಯಿಂದ ನನ್ನ ಬೆರಳುಗಳು ಮರಗಟ್ಟತೊಡಗಿದವು. ನಾನು ಗಡಗಡ ನಡುಗಿದೆ. ಮನೆಯಲ್ಲಿ ನಾನೊಬ್ಬಳೆ. ತಂದೆ ಮತ್ತು ತಾಯಿ ಬಾಥರ್ಸ್ಟ್‌ಗೆ ಹೋಗಿದ್ದರು. ಬೀದಿಗಳಲ್ಲಿ ದುಷ್ಟ ವ್ಯಕ್ತಿಗಳು ಅಡ್ಡಾಡುತ್ತಿದ್ದರು. ಬಂಗಾರದ ಹೊಳಪು ಅವರನ್ನು ಪಶ್ಚಿಮಕ್ಕೆ ಆಕರ್ಷಿಸಿತ್ತು. ವಿಲ್ಲಿಯ ಆಕೃತಿ ದೂರದಲ್ಲಿ ಮರೆಯಾದ ಬಳಿಕ ಶೀತಗಾಳಿಯಂತೆ ಭೀತಿ ನನ್ನ ಎದೆಯನ್ನು ಚುಚ್ಚಿತು.

ಸ್ಟಾಂಟನ್ ಗೃಹದಲ್ಲಿ ಇವತ್ತು ಒಂದು ನೃತ್ಯ ಕಾರ್ಯಕ್ರಮ ಇತ್ತು. ಮೇರಿ ಅದಕ್ಕೆ ನನ್ನನ್ನು ಕರೆದಿದ್ದಳು. ನಾನು ಬರುವುದಿಲ್ಲ ವೆಂದು ಹೇಳಿದ್ದು ತಪ್ಪಾಯಿತೆಂದು ನನಗೆ ಈಗ ಅನ್ನಿಸ ತೊಡಗಿತು. ಅಲ್ಲ, ಮೇರಿಯ ಮುಖದಂತೆ ಅವಳ ಹೃದಯವೂ ಸ್ವಚ್ಛ ಇದ್ದಿದ್ದರೆ ನನ್ನಂಥ ಪಾಪದ ಹುಡುಗಿಗೆ ಅವಳು ಬಿರುನುಡಿ ಉಪಯೋಗಿಸುತ್ತಿರಲಿಲ್ಲ.

---

* ಮ್ಯಾಗ್‌ಪೈ : ಸದಾ ಚಿಲಿಪಿಲಿಗುಟ್ಟುತ್ತಿರುವ ಒಂದು ಬಗೆಯ ಪಾರಿವಾಳ.

ಅವಳು ಒಳ್ಳೆಯ ಹುಡುಗಿ ಆಗಿದ್ದರೂ (ಅವಳ ಕುರಿತು ಪೋಲೀಸ್ ಸರದಾರ ಕ್ಯಾಸಿಯ ಅಭಿಪ್ರಾಯ ಅದು) ಆಕೆ ನಾಲಗೆಯ ಮೇಲೆ ಹಿಡಿತ ಇಡಲು ಕಲಿಯಬೇಕಿತ್ತು. ಒಂದಿಷ್ಟು ಹೊಗಳಿಕೆ, ಮೆಚ್ಚುಗೆ ಅವಳ ತಲೆಕೆಡಿಸಿಬಿಟ್ಟಿತ್ತು. ನನ್ನ ಕಣ್ಣುಗಳು ಬೂದು ಬಣ್ಣದ್ದಾಗಿದ್ದರೆ ಏನಂತೆ? ಅದು ದೇವರು ಕೊಟ್ಟದ್ದು. ಆದರೆ ತದನಂತರ ಕೆಲವರು ಅದೇ ತುಂಬಾ ಚಂದದ ಬಣ್ಣ ಅಂತ ನನ್ನೊಡನೆ ಹೇಳಿದ್ದರಲ್ಲ? ನನ್ನ ಕೆನ್ನೆ ಕೆಂಪು – ಹಳ್ಳಿ ಹುಡುಗಿಯರ ತರಹ ಎನ್ನುವುದು ಅವಳ ಇನ್ನೊಂದು ಟೀಕೆ. ಆದರೆ ಅದಕ್ಕೆ ನಾನು ದೇವರಿಗೆ ಕೃತಜ್ಞಳು. ಕಂಪು ಕೆನ್ನೆ ಆರೋಗ್ಯ ಮತ್ತು ಶಕ್ತಿಯ ಗುರುತು. ಹಾಗಿದ್ದರೂ ನನ್ನ ಕೆನ್ನೆಗಳು ಒಮ್ಮೊಮ್ಮೆ ಸಾಕಷ್ಟು ಬಿಳಿಚಿಕೊಳ್ಳುವುದೂ ಉಂಟು. ಅಂಥಾ ಸಂದರ್ಭದಲ್ಲಿ ಅವಳ ಕೆನ್ನೆಯ ಅವಸ್ಥೆ ಹೇಳುವುದೇ ಬೇಡ. ಬರಿಯ ಬೂದಿ ಬಣ್ಣ.

ಈ ನೆನಪಿನ ಸುಳಿಯಿಂದ ಎಚ್ಚೆತ್ತು ನಾನು ನಕ್ಕುಬಿಟ್ಟೆ. ವಿಲ್ಲಿ, ಲಿಝಿ ಲೇಸಿಯನ್ನು ಭೇಟಿಯಾಗಲು ಹೊರಟಿದ್ದಾನೆ. ಆದರೆ ನನ್ನ ಕೈಯನ್ನು ಚುಂಬಿಸಲು ಯಾರೂ ಬರುವ ಹಾಗಿಲ್ಲ ಎನ್ನುವುದೇ ಈ ಕಹಿ ಭಾವನೆಗಳಿಗೆ ಕಾರಣವಲ್ಲವೆ? 'ಕ್ಯಾರಿ, ನೀನು ಹುಚ್ಚಿ' ಎಂದು ನನಗೆ ನಾನೇ ಹೇಳಿಕೊಂಡೆ. 'ಅವಕಾಶ ಬರುವತನಕ ಕಾಯಬೇಕು. ಈ ಕುರಿತು ಚಿಂತಿಸುವುದಕ್ಕೆ ನೀನಿನ್ನೂ ಚಿಕ್ಕವಳು. ನಿನ್ನ ಬದುಕಿನಲ್ಲೂ ಗುಲಾಬಿ ಅರಳೀತು. ಅದರೊಡನೆ ಮುಳ್ಳೂ ಬಂದೇ ಬರಬಹುದು.'

ಮನೆಯ ಬಳಿಗೆ ಹೆಜ್ಜೆ ಹಾಕುವಷ್ಟರಲ್ಲಿ ಸ್ಯಾಲಿ ದೂರದಿಂದ ಕೆನೆಯುತ್ತಾ, ಗದ್ದೆಗಳ ನಡುವಣ ಹಸಿರು ಓಣಿಯಲ್ಲಿ ಕುಪ್ಪಳಿಸಿ ಬರುತ್ತಿದ್ದುದು ಕಂಡಿತು. ಅದರ ಬೆಳ್ಳಿಯ ಬಾಲ ಬೆನ್ನ ಹಿಂದೆ ಎತ್ತರಕ್ಕೆ ಹಾರಾಡುತ್ತಿತ್ತು. ಗೇಟಿನ ತಡಿಕೆಯ ಬಳಿ ನಿಂತು ಅದರ ಸರಳುಗಳ ಮೇಲಿಂದ ಕತ್ತನ್ನು ಮುಂಚಾಚಿ ತನ್ನನ್ನು ಮುದ್ದಿಸಬೇಕೆಂದು ಅದು ವಯ್ಯಾರದಿಂದ ಆಹ್ವಾನಿಸಿತು. ನಾನು ಅದಕ್ಕೆ ತಿಂಡಿ ಕೊಟ್ಟು ರೇಶ್ಮೆಯಷ್ಟು ನುಣುಪಿನ ಅದರ ಮೂಗಿನ ಮೇಲೆ ಕೈ ಆಡಿಸಿದೆ. ಮುದ್ದು ಮಾಡುತ್ತಾ ಅದರ ಜೊತೆ ಹರಟತೊಡಗಿದೆ. ಆದರೆ ಅದರ ಗಮನ ಬೇರೆಲ್ಲೋ ಇದ್ದಂತೆ, ಅದು ಒಂದು ಕಿವಿಯಲ್ಲಿ ಮಾತ್ರ ನನ್ನ ಮಾತು ಕೇಳಿಸಿಕೊಂಡು, ಇನ್ನೊಂದರ ಮೂಲಕ ದೂರದಲ್ಲಿ ಅದರ ಗಮನ ಸೆಳೆದ ಯಾವುದೋ ಸದ್ದನ್ನು ಆಲಿಸುತ್ತಿದ್ದಂತೆ ನನಗೆ ತೋರಿತು. ನಾನೂ ಕಿವಿಗೊಟ್ಟು ಕೇಳಿದೆ. ಏನೂ ಕೇಳಿಸಲಿಲ್ಲ. ಕಣ್ಣಿಗೆ ಕಾಣಿಸುವಷ್ಟು ದೂರ ಹೊರಗೆ ನೋಡಿದೆ. ಕತ್ತಲಲ್ಲಿ ಮರೆಯಾಗುತ್ತಿರುವ ಮರಗಳ ಹೊರತು ಬೇರೇನೂ ಕಾಣಿಸಲಿಲ್ಲ. ಆದರೂ ಹೀಗೆ ಕಾಣದ ವಸ್ತುವಿಗಾಗಿ ತಡಕಾಡಿ, ಇನ್ನೂ ಸ್ಪಷ್ಟವಾಗದ ಸದ್ದಿಗಾಗಿ ಕಾತರಿಸಿ ನನ್ನಲ್ಲಿ ಚಡಪಡಿಕೆ, ಭೀತಿ ಹುಟ್ಟಿದುವು. ಸ್ಯಾಲಿಯನ್ನು ಕೊನೆಯ ಬಾರಿ ತಬ್ಬಿ, ಒಲ್ಲದ ಮನಸ್ಸಿನಿಂದ ನಾನು ಮನೆಯ ಒಳಗೆ ನಡೆದೆ.

ಬೆಂಕಿ ನಿಧಾನವಾಗಿ ಉರಿಯುತಿತ್ತು. ಉರಿಯುವಾಗ ಸದ್ದು ಮಾಡುವ ಕಸ, ಕಡ್ಡಿ, ಎಲೆಗಳು ಸುಟ್ಟು ಬೂದಿಯಾಗಿದ್ದುವು. ಎರಡು ದೊಡ್ಡ ಕಟ್ಟಿಗೆಯ ತುಂಡುಗಳು ಮಾತ್ರ ಮಂದವಾಗಿ ಉರಿಯುತ್ತಿದ್ದುವು. ದೀಪ ಹಚ್ಚಿ ಬೆಂಕಿಯ ಬಳಿ ಕೂತು ಉರಿಯುವ ಬೆಂಕಿಯನ್ನೇ ದಿಟ್ಟಿಸಿದೆ. ಯೋಚನೆ ಕಾಡುವ ಮನಸ್ಸಿಗೆ ಸಮಯ ಕಳೆಯಲು ಇದು ಖುಷಿಯ ದಾರಿ! ಕನಸು ಕಾಣುವ ಈ ಹರೆಯದಲ್ಲಿ ನೂರು ಪ್ರಶ್ನೆಗಳು ಜಗ್ಗನೆ ಮನಸ್ಸನ್ನು ಮುತ್ತುವ ಕೆಂಪಗೆ ಹೊಳೆಯುವ ಬೆಂಕಿಯೂ ಸುಂದರ ಕನಸಿಗೆ ಸೊಗಸಿನ ತುತ್ತು. ನನ್ನ ತಲೆ ಭುಜದ ಮೇಲೆ ಬಾಗಿತು. ದೃಷ್ಟಿ ಕೆಳಗೆ ಇಳಿಯಿತು. ಬೆಂಕಿಯ ಕಾವಿಗೆ

ರೆಪ್ಪೆ ಅರ್ಧ ಮುಚ್ಚಿತು. ತುಸು ಹೊತ್ತಿನ ಬಳಿಕ ರೆಪ್ಪೆಗಳನ್ನು ಭದ್ರವಾಗಿ ಕಣ್ಣುಗಳಿಗೆ ನಿದ್ದೆ ಅಂಟಿಸಿಬಿಟ್ಟಿತು...

ಬೆಚ್ಚಿಬಿದ್ದಂತೆ, ಹೊಡೆದು ಎಬ್ಬಿಸಿದಂತೆ ನನಗೆ ಒಮ್ಮೆಲೆ ಎಚ್ಚರ ಆಯಿತು. ಬಾಗಿಲ ಕಡೆ ನೋಡಿದೆ. ಕೋಣೆಯಲ್ಲಿ ಇಬ್ಬರು ಗಂಡಸರು ನಿಂತಿದ್ದರು. ಒಬ್ಬ ಎತ್ತರದ ಆಳು – ಇನ್ನೊಬ್ಬ ಗಿಡ್ಡ. ಇಬ್ಬರೂ ನಾವಿಕರ ಉಡುಪು ಧರಿಸಿದ್ದರು. ಅವರಲ್ಲಿ ಒಬ್ಬನದು ಭಯಂಕರ ಕೋಸುಕಣ್ಣು.

ನಾನು ಹೆದರಿ ಕಂಗಾಲಾಗಿದ್ದೆ. ಆದರೂ ಏಳಲು ಯತ್ನಿಸುತ್ತ "ಯಾರು ನೀವು ?" ಎಂದೆ.

"ಕಂಗಾಲಾದ ಪ್ರಯಾಣಿಕರು ಅಮ್ಮಣ್ಣೀ," ಎತ್ತರದವನು ಹೇಳಿದ.

"ನೇರ ಸಿಡ್ನಿಯಿಂದ ಬರುತ್ತಿರೋದು," ಇನ್ನೊಬ್ಬ ಮುಂದರಿಸಿದ.

"ಎರಡು ದಿನ ಏನೂ ತಿಂದೇ ಇಲ್ಲ," ಎಂದ ಮೊದಲಿನವ.

"ಊಟವಂತೂ ನೋಡೇ ಇಲ್ಲ," ಎರಡನೆಯವ ಹೇಳಿದ.

ಅವರು ಹೇಳಿದ ಸುಳ್ಳಿನ ಕತೆಯನ್ನು ನಂಬಿ ಸಹಾನುಭೂತಿ ತೋರಿಸುವಂತೆ ನಾನು ನುಡಿದೆ :

"ಓಹೋ, ಹಾಗೇನು ? ಪಾಪ ! ತುಂಬಾ ಅನ್ಯಾಯ ! ಆಗಲಿ ನಾನು ನಿಮಗೆ ಹೊಟ್ಟೆ ತುಂಬಾ ತಿಂಡಿ ಕೊಡ್ತೇನೆ. ಆದರೆ ಆಮೇಲೆ ನೀವಿಲ್ಲಿಂದ ಹೋಗ್ಬೇಕು."

ಅನಂತರ ಈ ಮಾತಿನ ಕಾಠಿಣ್ಯವನ್ನು ಮೆದುಗೊಳಿಸಲು ಪುನಃ ಹೇಳಿದೆ :

"ಯಾಕೆಂದರೆ, ಪರಿಚಯ ಇಲ್ಲದವರನ್ನು ಇಲ್ಲಿ ಮಲಗೋದಕ್ಕೆ ನಾವು ಬಿಡೋದಿಲ್ಲ."

"ಆಗಲಿ. ಜಾಣೆ ಹುಡುಗಿ, ಮೊದಲು ತಿನ್ನೋದಕ್ಕೆ ಏನಾದರೂ ಕೊಡು," ಎಂದ ಎತ್ತರದವನು.

"ತಿಂದು ತೃಪ್ತಿ ಆದಮೇಲೆ ನಿನ್ನನ್ನು ಒಬ್ಬಳನ್ನೇ ಬಿಟ್ಟು ಹೋಗ್ತೇವೆ," ಮತ್ತೊಬ್ಬ ಉತ್ತರಿಸಿದ.

ಅವರು ತಮ್ಮಲ್ಲೇ ನಕ್ಕು, ಮೇಜಿನ ಬಳಿ ಬಂದರು.

ನಾನು ಅವರಿಗೆ ಶೈತ್ಯೀಕರಿಸಿದ ಮಾಂಸ, ಕ್ರೀಂ, ಜೇನು, ಬಡಿಸುತ್ತಿದ್ದಂತೆ ನನ್ನ ಮನಸ್ಸು ನಡುಗಿತು. ಇದರಿಂದಾಗಿ ಕೈ ಜೋರಾಗಿ ಕಂಪಿಸಿತು. ಕೊನೆಗೆ ಕುರ್ಚಿಗೆ ಒರಗಿ ಎತ್ತರದವನು ಪ್ರಶ್ನಿಸಿದ :

"ಒಬ್ಬಳೇ ಇದೀಯ ಅಮ್ಮಣ್ಣಿ ?"

"ಹೌದು."

ತಕ್ಷಣ ನನ್ನ ತಪ್ಪಿನ ಅರಿವಾಗಿ ಮುಂದರಿಸಿದೆ :

"ಆದರೆ ನನ್ನ ಅಣ್ಣ ಈ ಕ್ಷಣ ಬರಬಹುದು. ಅವನು ಪೋಲೀಸ್ ಸರದಾರ ಕ್ಯಾಸಿ ಜತೆ ಇದ್ದಾನೆ."

ಕುಳ್ಳ ತನ್ನ ಪೈಪಿಗೆ ಬೆಂಕಿ ಮುಟ್ಟಿಸಿದ. ಬಳಿಕ ಎತ್ತರದವನೂ ತನ್ನದಕ್ಕೆ ಕಡ್ಡಿ ಸೋಂಕಿಸಿ ಹೇಳಿದ :

"ಹೊರಡೋದಕ್ಕೆ ಹೊತ್ತಾಯಿತು ಹಾಗಾದರೆ."

ಇನ್ನೊಬ್ಬ ಕಚ್ಚಿದ ಪೈಪನ್ನು ಹೊರತೆಗೆದ. ಬಿಳಿಯ ಹೊಗೆಯ ರಾಶಿಯನ್ನು ಉಗುಳಿ ಕೇಳಿದ :

"ಯಾವುದು ಮೊದಲು ?"

"ಗಿಲೀಟು" ಎಂದ ಎತ್ತರದವನು.

ಮಾತು ನನ್ನ ಕಿವಿಗೆ ಬಿದ್ದೊಡನೆ ಗಕ್ಕನೆ ಬಾಗಿಲ ಕಡೆಗೆ ಓಡಿದೆ.

ಮೊದಲು ಹಣ! ಹಾಗಾದರೆ ಆ ಬಳಿಕ? – ಯೋಚನೆ ಕಾಡಿತು.

"ಓಡ್ತೀಯೇನು ?" ಕುಳ್ಳ ಅಡ್ಡ ನಿಂತ.

"ನನ್ನನ್ನು ಹೋಗೋದಕ್ಕೆ ಬಿಡು. ಯಾರೋ ಬರ್‍ತಿದ್ದಾರೆ." ನಾನು ಚೀರಿದೆ.

ಅವನು ಅಲ್ಲಾಡಲಿಲ್ಲ. ಕೈಕಟ್ಟಿ ಒರಟಾಗಿ ನಕ್ಕ.

"ಅಮ್ಮಣ್ಣಿಯ ಪ್ರೇಮಿ ಇರಬೇಕು ಅಲ್ವಾ?"

"ನನ್ನ ಅಣ್ಣ!"

ಎತ್ತರದವನು ಬಾಗಿಲು ತೆರೆದ. ಹೊರಗೆ ತಲೆ ಹಾಕಿ ಕಿವಿಗೊಟ್ಟ. ಮರುಕ್ಷಣ ಒಳಗೆ ಬಂದು ಕದ ಹಾಕಿದ.

"ಯಾರೂ ಇಲ್ಲ. ಹುಡುಗಿಯ ಭ್ರಮೆ ಅಷ್ಟೆ."

"ಬಾ ಇಲ್ಲಿ!" ಕುಳ್ಳ ಕೈಚಾಚಿದ.

ಅವನು ಮುಂದೆ ಬಂದಂತೆ ನಾನು ಹಿಂದೆ ಸರಿಯತೊಡಗಿದೆ. ನಾನು ಬೆಂಕಿಯ ಬಳಿ ಬಂದಿದ್ದೆ. ಸಿಟ್ಟಿನಿಂದ ನನ್ನ ಮುಖ ಕೆಂಪಾಗಿತ್ತು. ಭೀತಿಯಿಂದ ಮೈ ಮರಗಟ್ಟಿತ್ತು.

"ನನ್ನ ಅಣ್ಣ ದೊಡ್ಡ ಆಳು. ಒಂದೇ ಪೆಟ್ಟಿಗೆ ನಿಮ್ಮಿಬ್ಬರನ್ನೂ ಅವನು ಕೊಲ್ಲಬಹುದು," ಎಂದೆ.

ಇಬ್ಬರೂ ತುಂಬಾ ಒರಟಾಗಿ ನಕ್ಕರು. "ಅವನಿಗೊಬ್ಬಳು ಮುದ್ದಾದ ತಂಗಿ ಇದ್ದಾಳೆ," ಎಂದ ಕುಳ್ಳ.

"ನೀವು ಗಂಡಸರೂಂತಾದರೆ ನನಗೆ ತೊಂದರೆ ಕೊಡಲಾರಿರಿ. ನಿಮಗೇನು ಬೇಕು ಹೇಳಿ, ನಾನು ಕೊಡ್ತೇನೆ."

"ಅವಳ ಮಾತು ಕೇಳು!" ಎನ್ನುತ್ತ ಎತ್ತರದವನು ಮಧ್ಯೆ ಬಾಯಿ ಹಾಕಿ ಮುಂದೆ ಬಂದ!

"ಕೇಳ್ತೇನೆ," ಎಂದ ಇನ್ನೊಬ್ಬ, ನನ್ನೊಡನೆ "ನಮಗೆ ಏನು ಕೊಡ್ತೀಯಾ ?" ಎಂದ.

"ನಿಮಗೇನು ಬೇಕು ?" ಉತ್ಸಾಹ ನಟಿಸುತ್ತ ನಾನು ಕೇಳಿದೆ.

"ಒಂದು ಮತ್ತು ಇನ್ನೊಂದು ಅಮ್ಮಣ್ಣಿ."

"ತಂಬಾಕು, ಚಾ, ಸಕ್ಕರೆ ಮತ್ತು ಹಿಟ್ಟು..." ಅವನ ಗೆಳೆಯ ಸೂಚಿಸಿದ.

"ಒಂದು ಮಾತು ನಿನ್ನ ಕಿವಿಯಲ್ಲಿ ಹೇಳ್ತೇನೆ ಅಮ್ಮಣ್ಣೀ!" ಎಂದು ನಡುವೆ ಬಾಯಿ ಹಾಕಿ, ಕುಳ್ಳ ಕೈಚಾಚಿ ನನ್ನನ್ನು ಮುಟ್ಟಿದ.

ನಾನು ದೂರ ಸರಿದು ಕೆಳಗೆ ನೋಡಿ ಹೇಳಿದೆ:

"ಹೊರಗೆ ಹೋಗಿ ಸ್ವಾಮಿ! ಇದು ನನ್ನ ತಂದೆಯ ಮನೆ."

"ಮುದ್ದು ತುಟಿಗಳಿಂದ ದಿಟ್ಟ ಮಾತು!" ಎಂದು ನುಡಿದು, ಕುಳ್ಳ ಮುಂದರಿಸಿದ:

"ಒಂದು ಮುತ್ತು! ಒಂದು ಮುತ್ತು!!"

ಇಷ್ಟು ಹೇಳಿ ಅವನು ತನ್ನ ತೋಳುಗಳಲ್ಲಿ ನನ್ನನ್ನು ಬಂಧಿಸಿದ. ನಾನು ಚಡಪಡಿಸಿದೆ. ಮೊದಲು ಮೌನ ಹೋರಾಟ. ಬಳಿಕ ಒರಟು ಗಡ್ಡದ ಅವನ ಮುಖ ಹತ್ತಿರ ಬಂದಂತೆ, ಪಕ್ಕಕ್ಕೆ ಕತ್ತು ತಿರುಗಿಸಿ ಜೋರಾಗಿ ಮನೆಯೆಲ್ಲಾ ಪ್ರತಿಧ್ವನಿಸುವಂತೆ ಚೀರಿದೆ. ಅವನು

ಹೆದರಲಿಲ್ಲ. ಹಿಂಸ್ರಪ್ರಾಣಿಯಾದ ಅವನ ಸಂಗಾತಿಯೂ ನನ್ನನ್ನು ಬಿಡಿಸುವ ಗೋಜಿಗೆ ಬರಲಿಲ್ಲ. ಅವನದ್ದು ಉಕ್ಕಿನ ಹಿಡಿತ. ಆ ಒತ್ತಡದಿಂದ ಆದ ನೀಲ ಗುರುತು, ಬಹಳ ಸಮಯ ಹಾಗೆಯೇ ಉಳಿದಿತ್ತು. ಹೋರಾಟದಲ್ಲಿ ಒಮ್ಮೆ ನನಗೆ ನಕ್ಷತ್ರಗಳು ಕಾಣಿಸಿದವು. ಕೆಟ್ಟ ಕನಸೊಂದು ಮುಗಿಯಿತೇನೋ ಅಂದುಕೊಂಡೆ. ಹೊರಗಿನ ಕುಳಿರುಗಾಳಿ ನನ್ನ ಕೆನ್ನೆಗೆ ಸೋಕಿತು. ಬಿಡುಗಡೆಗಾಗಿ ಇನ್ನೊಮ್ಮೆ ಹೊಡೆದಾಡಿದೆ. ಗಾಳಿ ಮತ್ತೊಮ್ಮೆ ಬೀಸಿತು. ಪುನಃ ನಕ್ಷತ್ರಗಳು ಕಾಣಿಸಿದವು. ಬಾಗಿಲು ತೆರೆದಿತ್ತು! ಯಾರೋ ಬಾಗಿಲ ಬಳಿ ನಿಂತಿದ್ದರು. ಒಬ್ಬ ಗಂಡಸು. ದೈತ್ಯನಂತೆ ಎತ್ತರ ಅನ್ನಿಸಿತು. ಅವನು ಗುಡುಗಿದ. ಅದು ನನಗೆ ಸಂಗೀತದಂತೆ ಕೇಳಿಸಿತು.

ನಾವಿಕ ನನ್ನನ್ನು ಬಿಟ್ಟು ಪಕ್ಕಕ್ಕೆ ಸರಿದ. ತನ್ನ ಅಪರಾಧವನ್ನು ಹಗುರಗೊಳಿಸುವ ಸಲುವಾಗಿ ನಕ್ಕ.

ಜೋರಾಗಿ ಹೊಡೆದುಕೊಳ್ಳುತ್ತಿದ್ದ ಎದೆಯ ಮೇಲೆ ಎರಡೂ ಕೈಗಳನ್ನಿರಿಸಿ ಬಾಗಿಲಿನೆಡೆಗೆ ಹೆಜ್ಜೆಹಾಕುತ್ತಾ ನಾನೆಂದೆ :

"ದೇವರು ನಿನಗೆ ಒಳ್ಳೇದು ಮಾಡಲಿ!"

ಆದರೆ ಅವನ ಬಳಿ ಹೋಗುತ್ತಿದ್ದಂತೆ, ಅಲ್ಲೇ ನಿಲ್ಲುವಂತೆ ಅವನು ನನಗೆ ಸೂಚಿಸಿದ. ಅವನ ಹೆಗಲಲ್ಲಿ ಒಂದು ಬಂದೂಕು ನೇತಾಡುತ್ತಿತ್ತು. ಅದರ ಉದ್ದ ನಳಿಗೆ ಮಿರಿಮಿರಿ ಮಿಂಚುತ್ತಿತ್ತು.

ಶಾಂತವಾಗಿ ಅವನು ಕೇಳಿದ :

"ಸರಿಯಾದ ಸಮಯದಲ್ಲಿ ... ಯಾರು ಮೊದಲು ?"

ನಾನು ನಾವಿಕರತ್ತ ನೋಡಿದೆ. ಇಬ್ಬರೂ ಭಯಭೀತರಾಗಿ ಒಬ್ಬರಿಗೊಬ್ಬರು ಒತ್ತಿಕೊಂಡು ನಿಂತಿದ್ದರು. ಗಾಳಿಗೆ ಬಳುಕಿದ ಸಸಿಯಂತೆ, ಎತ್ತರದ ವ್ಯಕ್ತಿ ಒಂದು ಬದಿಗೆ ಬಾಗಿದ್ದ. ಬರಲಿರುವ ಏಟನ್ನು ತಡೆಯಲೋ ಎಂಬಂತೆ, ಕುಳ್ಳ ಒಂದು ಕೈಯನ್ನು ಎತ್ತಿ ಹಿಡಿದು, ಅದರ ಹಿಂದೆ ತತ್ತರಿಸುತ್ತಿದ್ದ.

"ಯಾರು ಮೊದಲು ?" ಅಪರಿಚಿತ ಪುನಃ ಪ್ರಶ್ನಿಸಿದ.

"ಯಾರೂ ಇಲ್ಲ." ನಡುಗುತ್ತಾ ನಾನು ನುಡಿದೆ.

ಅವನು ಕೋವಿಯನ್ನು ತುಸು ಬಗ್ಗಿಸಿ ನನ್ನತ್ತ ಸಿನಿಕ ನೋಟ ಬೀರಿದ. ನನ್ನ ಮಾತಿಗೆ ಅವನು ಅಪಾರ್ಥ ಕಲ್ಪಿಸಿದ್ದ. ನಾನು ಲಜ್ಜೆಯಿಂದ ತಲೆ ತಗ್ಗಿಸಿ ಉದ್ವೇಗದಿಂದ ಹೇಳಿದೆ :

"ಇಲ್ಲ. ಇಲ್ಲ. ಹಾಗೆ ಹೇಳ್ಬೇಡಿ. ನಾನು ಅವರನ್ನು ಈ ಮೊದಲು ನೋಡಿಯೇ ಇಲ್ಲ. ನಾನು... ಅಂಥ ಹುಡುಗಿ ಅಲ್ಲ."

ಅವನ ತುಟಿಗಳಲ್ಲಿ ನಗೆ ಚಿಮ್ಮಿತು. ಅವನ ದೊಡ್ಡ ಕಪ್ಪು ಕಣ್ಣುಗಳು ಮೃದುವಾದವು.

"ಅದನ್ನು ನಾನು ನಂಬ್ತೇನೆ." ಆತ ಚುಟುಕಾಗಿ ಹೇಳಿದ. ಅನಂತರ ಮುಂದೆ ಬಂದು ಕೋಣೆಯ ಮಧ್ಯೆ ನಿಂತ.

"ನಿಮಗೆ ಹಸಿವೆ ಆಗಿತ್ತಾ ?" ಕುಳ್ಳನ ಕಡೆ ನೋಡಿ ಆತ ಪ್ರಶ್ನಿಸಿದ. ಕುಳ್ಳ ಹೌದೆನ್ನುವಂತೆ ತಲೆಯಾಡಿಸಿದ.

"ಅವಳು, ತನ್ನಲ್ಲಿದ್ದ ಒಳ್ಳೆಯ ತಿಂಡಿಯನ್ನು – ಕ್ರೀಮು, ಜೇನು ಎಲ್ಲಾ ನಿಮಗೆ ಬಡಿಸಿದಳು ಅಲ್ವಾ ?"

ಕುಳ್ಳ ತುಟಿ ತೆರೆಯಲಿಲ್ಲ.

ಬಂದೂಕು ಪುನಃ ಅವನ ಹೆಗಲ ಮೇಲೆ ಏರಿತು. ಕಪ್ಪು ಕಣ್ಣುಗಳು ಅದರ ನಳಿಗೆಯನ್ನು ಗಮನಿಸಿದವು. ಅವನು ಮಾತು ಮುಂದರಿಸಿದ:

"ಅಂಥವಳಿಗೆ ನೀವು ಕೊಡಬೇಕೆಂದಿದ್ದ ಪ್ರತಿಫಲ ಈ ದೈತ್ಯಕೃತ್ಯ!

ನಿಮ್ಮ ಮೆದುಳಿನಲ್ಲಿ ಬಿಸಿ ಗುಂಡನ್ನು ತೂರಿದರೆ ತಪ್ಪಾಗದು ಅಂತ ನನಗೆ ಕಾಣ್ತದೆ."

ಅವನು ಹೇಳಿದ ಹಾಗೆ ಮಾಡಿ ಬಿಟ್ಟರೆ ಏನು ಗತಿ ಎನ್ನುವ ಭೀತಿಯಿಂದ ನಾನು ಮುಂದೆ ನುಗ್ಗಿದೆ.

ನಾವಿಕರನ್ನು ನೋಡಿ ನಾನು ಕಿರಿಚಿದೆ:

"ಹೊರಗೆ ಹೋಗಿ, ಅಪಾಯ ತಂದುಕೊಳ್ಳೋ ಮೊದಲು ಹೊರಟುಹೋಗಿ!"

ಇಬ್ಬರೂ ನುಣುಚಿಕೊಳ್ಳಲು ಯತ್ನಿಸಿದರು. ಆದರೆ ಅವನು ಕದಲದೆ ಇರಲು ಅವರಿಬ್ಬರಿಗೂ ಅಪ್ಪಣೆಯಿತ್ತ.

"ಈ ರಾತ್ರಿಯ ನಿಮ್ಮ ಕೆಲಸಕ್ಕೆ ನೀವು ಶಿಕ್ಷೆ ಅನುಭವಿಸಲೇಬೇಕು ಮತ್ತೆ ಬೇಕಾದರೆ ಇಬ್ಬರೂ ಹೋಗಬಹುದು – ಬೆರ್ರಿಮಾದವರೆಗೂ..."

ಇಬ್ಬರೂ ಹೌಹಾರಿ ಅವನ ಮುಖವನ್ನೇ ದಿಟ್ಟಿಸಿದರು.

ಆತ ಒಬ್ಬನ ಬಳಿಯಿಂದ ಇನ್ನೊಬ್ಬನ ಕಡೆಗೆ ದೃಷ್ಟಿ ಹರಿಸಿ ನುಡಿದ:

"ಹೌದು ಹಾಗೆಯೇ, ಹೌದು ಹಾಗೆಯೇ. ಅಪರಾಧಿ ಮನೋಭಾವ ಕಾಡ್ತಿದೆಯೇನು?"

ಅವರು ಮುಖಗಂಟಿಕ್ಕಿ ನೆಲ ನೋಡಿದರು. ಅವನು ನನ್ನ ಕಡೆಗೆ ತಿರುಗಿದ:

"ನಿನ್ನ ಚಾಟಿ ತಾ."

ಏನು ಮಾಡುವುದೆಂದು ತೋಚದೆ ನಾನು ಹಾಗೆಯೇ ನಿಂತೆ.

ಅವನು ಮುಂದರಿಸಿದ:

"ಬಂದೂಕು ಹೊತ್ತು ನನ್ನ ತೋಳು ಬಳಲಿದೆ. ಈ ಮೊದಲೇ ಅವರು ಸತ್ತು ಹೋಗಬೇಕಿತ್ತು. ನಿನ್ನ ಚಾಟಿ ತಾ ಇಲ್ಲಿ."

ಓಡಿ ಹೋಗಿ ನಾನು ಚಾಟಿ ತಂದೆ.

"ಹೋಗು ಮುಂದೆ. ಅವನ ಮುಖದ ಮೇಲೆ ಬಾರಿಸು."

"ತುಂಬಾ ಕ್ರೂರ ಶಿಕ್ಷೆ." ನಾನು ಗೊಣಗಿದೆ.

"ಬೇಗ! ಇಲ್ಲವಾದರೆ ನೀನು ಅವನ ಹತ್ತಿರಕ್ಕೆ ಹೋಗೋ ಮೊದಲೇ ಅವನು ಗುಂಡಿಗೆ ಬಲಿ ಆಗ್ತಾನೆ."

ನಾವಿಕನ ಎದುರು ನಾನು ನಿಂತುಕೊಂಡೆ. ಅಪರಿಚಿತ ನನ್ನೊಡನೆ ಹೇಳಿದ:

"ತೋಳು ಮೇಲೆತ್ತು."

ಅನಂತರ ನನ್ನ ಎಲ್ಲಾ ಶಕ್ತಿಯನ್ನೂ ಉಪಯೋಗಿಸಿ 'ಒಂದು ದುಷ್ಟ ಎತ್ತಿಗೆ ಏಟು ಕೊಡುವ ರೀತಿಯಲ್ಲಿ' ನಾವಿಕನ ಮುಖಕ್ಕೆ ಬಲವಾಗಿ ಹೊಡೆಯುವಂತೆ ಅವನು ನನಗೆ ಆಜ್ಞಾಪಿಸಿದ.

ನಾನು ಅಳುಕುತ್ತಾ ಅವನು ಹೇಳಿದಂತೆ, ಆದರೆ ಮೆಲ್ಲಗೆ ಬಾರಿಸಿದೆ. ಆದರೆ ಎರಡನೆ ಬಾರಿ ಚಾಟಿ ಎತ್ತುವಾಗ ನನ್ನ ತೋಳಿಗೆ ದೈತ್ಯ ಶಕ್ತಿ ಬಂದಂತೆ ಅನ್ನಿಸಿತು. ಹೀಗಾಗಿ ಜೋರಾಗಿ ಬಾರಿಸಿದೆ. ನಾವಿಕ ಕಣ್ಣಿನ ಎದುರು ಕೈಹಿಡಿದ. ಕರುಣೆ ತೋರುವಂತೆ

ಜೋರಾಗಿ ಕೂಗಿದ. ಫಕ್ಕನೆ ನನಗೆ ಪ್ರಜ್ಞೆ ಬಂದು, ನನ್ನ ಆವೇಶ ತೊಲಗಿತು. ನಡುಗುತ್ತಾ ಹಿಂದೆ ಸರಿದೆ. ನನ್ನ ಕಣ್ಣುಗಳಲ್ಲಿ ನೀರು ತುಂಬಿತ್ತು.

"ಸರಿ, ಈಗ ಇನ್ನೊಬ್ಬನ ಸರದಿ. ಅವರು ಜೊತೆಗಾರರು," ಎಂದ ಅವನು.

"ಅವನು ನನಗೇನೂ ತೊಂದರೆ ಮಾಡಿರಲಿಲ್ಲ."

ಅಪರಿಚಿತ ಅವನ ಕಡೆಗೆ ನೋಡಿದ್ದ. "ನಿನ್ನ ಅದೃಷ್ಟ ಒಳ್ಳೆಯದು," ಎಂದ. ನಾವಿಕನ ಕಣ್ಣುಗಳಲ್ಲಿ ಸಂತೋಷ ಚಿಮ್ಮಿತು.

ಅಪರಿಚಿತ ಮತ್ತೂ ಅಂದ: "ಆದರೆ ನೀನು ತಿಳಕೊಂಡಷ್ಟು ಒಳ್ಳೇದಲ್ಲ."

ಎತ್ತರದ ವ್ಯಕ್ತಿಯ ಮುಖ ಹೆದರಿಕೆಯಿಂದ ಬಿಳಿಚಿತು. ಅವನ ಸಂಗಾತಿ ಥಟ್ಟನೆ ಮೇಲೆ ನೋಡಿದ.

"ಬಾ ಇಲ್ಲಿ" ಕುಳ್ಳನ ಕಡೆಗೆ ತಿರುಗಿ ಅವನು ಆಜ್ಞಾಪಿಸಿದ. ಆತ ನಡುಗುತ್ತಾ ಹೆಜ್ಜೆ ಇಟ್ಟ. ಕೆಲವು ಹೆಜ್ಜೆಗಳಷ್ಟೇ ಬಂದಿರಬೇಕು.

"ನಿಲ್ಲು."

ಅವನು ಅಲ್ಲೇ ನಿಂತ.

"ಕೋಸು ಕಣ್ಣು. ಕಾಲಿನ ಬೇಡಿಯಿಂದಾದ ಕುಂಟು ನಡಿಗೆ. ನಾವಿಕನ ವೇಷ." ಗಟ್ಟಿಯಾಗಿ ಸ್ಪಷ್ಟವಾಗಿ ಆಗಂತುಕ ಮುಂದರಿಸಿದ. ಬಳಿಕ ನನ್ನ ಕಡೆ ತಿರುಗಿ ಹೇಳಿದ:

"ಕುದುರೆ ಜೀನಿನ ಪಟ್ಟಿ ಇದ್ದರೆ ತೆಗೆದುಕೊಂಡು ಬಾ ಮಗೂ,"

"ಯಾಕೆ ?"

"ತಾ ಬೇಗ."

ನಾನು ಅಲ್ಲಿಂದ ಹೋದೆ. ಅವನ ಒರಟು ಮಾತು ನನಗೆ ಹಿತವೆನಿಸಲಿಲ್ಲ. ಸಿಟ್ಟಿನಿಂದ ನನ್ನ ಕೆನ್ನೆ ಕೆಂಪಾಯಿತು. ಅದನ್ನು ಅವನೂ ಗಮನಿಸಿರಬೇಕು. ನಾನು ಬಂದೊಡನೆ ಅವನು ಮೃದು ಧ್ವನಿಯಲ್ಲಿ ಹೇಳಿದ:

"ಹೆಂಗಸರ ಜತೆ ವ್ಯವಹರಿಸಿ ನನಗೆ ತಿಳೀದು. ನಿನ್ನ ಮನಸ್ಸನ್ನು ನೋಯಿಸಬೇಕು ಅನ್ನೋ ಇಚ್ಛೆ ನನಗಿಲ್ಲ."

ನಾನು ಅವನನ್ನು ಕ್ಷಮಿಸಿದೆ. ನನಗೇನೂ ಬೇಸರ ಆಗಿಲ್ಲ ಅಂದೆ. "ನಿನ್ನ ಇವತ್ತಿನ ವರ್ತನೆ ನೀನು ಒಳ್ಳೆಯವನು ಅನ್ನೋದಕ್ಕೆ ಸಾಕ್ಷಿ," ಎಂದು ನುಡಿದೆ.

ಅವನು ಉತ್ತರಿಸಿದ:

"ಇರಬಹುದು. ಆದರೆ ಒಂದು ನಕ್ಷತ್ರದಿಂದ ಆಕಾಶದ ರಚನೆ ಆಗೋದಿಲ್ಲ."

ಇಷ್ಟು ಹೇಳಿ ಅವನು ಮೌನ ತಳೆದ. ಆದುದರಿಂದ ಅವನ ಮಾತಿನ ಅರ್ಥ ಕೇಳಲು ನಾನು ಹಿಂಜರಿದೆ. ಜೀನಿನ ಪಟ್ಟಿ ಕೊಡುವಂತೆ ಆತ ನನಗೆ ಸೂಚಿಸಿದ. ಅದನ್ನು ಅವನ ಕೈಗಿತ್ತೆ. ಆ ಬಳಿಕ ಅವನು ಅವರಿಬ್ಬರ ಕಡೆ ತಿರುಗಿದ. ಅವನ ಸ್ವರ ಒರಟಾಯಿತು.

"ಮುಖ ಕೆಳಗೆ ಮಾಡಿ ಮಲಗಿ. ಇಬ್ಬರೂ... ಬೇಗ... ಹ್ಞೂಂ ಬೇಗ. ಇಲ್ಲವಾದರೆ..."

ಕ್ರಿಮಿಗಳಂತೆ ನಡುಗಿ ಅವರು ಕೆಳಮೊಗವಾಗಿ ಮಲಗಿಕೊಂಡರು. ತರುವಾಯ ಅವನು ನನ್ನನ್ನು ಉದ್ದೇಶಿಸಿ ನುಡಿದ:

"ಈ ಬಂದೂಕು ತೆಗೆದುಕೊಳ್ಳಮ್ಮಾ. ಅವನು ಕೊಸರಾಡಿದರೆ ಗುಂಡು ಹಾರಿಸು. ಇನ್ನೊಬ್ಬನನ್ನು ನಾನು ನೋಡಿಕೊಳ್ತೇನೆ."

ಆಜ್ಞೆ ಕೊಡುವುದೇ ಅಭ್ಯಾಸವಾಗಿದ್ದ ಮನುಷ್ಯ! ನಾನು ಕೋವಿ ಕೈಗೆತ್ತಿಕೊಂಡೆ. ಮಲಗಿದ್ದ ವ್ಯಕ್ತಿಗಳು ಒಂದಿಷ್ಟು ಚಲಿಸಿದ್ದರೂ ಸಾಕು. ಅದೇ ಅವರ ಕೊನೆಯ ಚಲನೆಯಾಗುತ್ತಿತ್ತು. ಆದರೆ ಅವರಿಬ್ಬರೂ ಹೆದರಿ ಹೋಗಿದ್ದರು. ಅವನು ಅವರಿಬ್ಬರ ಕೈಗಳನ್ನು ಹಿಂದಕ್ಕೆ ಕಟ್ಟಿದಾಗಲೂ ಅವರು ತುಟಿ ತೆರೆಯಲಿಲ್ಲ. ಇಷ್ಟು ಮಾಡಿ ಆತ ಅವರನ್ನು ಮೇಲ್ನೋಗವಾಗಿ ಹೊರಳಿಸಿದ. ಸೂಕ್ಷ್ಮವಾಗಿ ಅವರನ್ನೇ ದಿಟ್ಟಿಸಿದ.

"ಏನಿದರ ಅರ್ಥ ?" ನಾನು ಕೇಳಿದೆ.

"ಪೊಲೀಸ್ ಸರದಾರ ಕ್ಯಾಸಿಗೆ ಒಂದು ಗೌರವ ಪಟ್ಟಿ." ಅವನು ನಗುತ್ತಾ ನುಡಿದ.

"ಪೊಲೀಸ್ ಸರದಾರ ಕ್ಯಾಸಿಗೆ? ನನಗೆ ಅರ್ಥ ಆಗ್ತಾ ಇಲ್ಲ."

"ಸಮಯ ಬಂದಾಗ ಗೊತ್ತಾದೀತು."

ಈ ಚುಟುಕು ಉತ್ತರದಿಂದಲೇ ನಾನು ತೃಪ್ತಳಾಗಬೇಕಾಯಿತು. ಆಜ್ಞೆ ಕೊಡಲೆಂದೇ ಹುಟ್ಟಿಕೊಂಡ ತುಟಿಗಳ, ಎದೆಗಾರಿಕೆ ಇದ್ದರೆ ನನ್ನನ್ನು ವಿರೋಧಿಸು ನೋಡೋಣ ಎನ್ನುವ ಕಣ್ಣುಗಳ ಈ ಮನುಷ್ಯ ಯಾರೆಂದು ನನಗೆ ಗೊತ್ತಿರಲಿಲ್ಲ. ಆದರೆ ಅವನಲ್ಲಿನ ಸಜ್ಜನಿಕೆಯ ಖನಿ, ಬಿರುಗಾಳಿಯ ನಡುವೆ ತೇಲಿಬಂದ ಹಕ್ಕಿಯ ಇಂಚರದಂತೆ, ಅವನ ಒರಟು ಮಾತಿನಲ್ಲೂ ನನ್ನ ಗಮನಕ್ಕೆ ಬಂದಿತ್ತು.

"ವೆದರ್ಲಿ ಕುಟುಂಬದ ಮನೆಯಲ್ಲಿ ಈಗ ಏನು ಮಾಡ್ತಾ ಇದ್ದಾರೆ ಅನ್ನೋದು ಗೊತ್ತಾ ನಿನಗೆ ?" ಕುಳ್ಳನೊಡನೆ ಅವನು ಕೇಳಿದ.

ಕುಳ್ಳ ತುಟಿ ಬಿಚ್ಚದೆ ಮುಖ ಪಕ್ಕಕ್ಕೆ ತಿರುಗಿಸಿದ.

"ಅಥವಾ ನಿನಗೆ ?" ಈಗ ಪ್ರಶ್ನೆ ಎತ್ತರದವನಿಗೆ.

ಆತ ಉತ್ತರಿಸಿದ : "ಇಲ್ಲ. ವೆದರ್ಲಿ... ಎಲ್ಲಿದೆ ?"

"ಸುಳ್ಳುಗಾರರು – ಇಬ್ಬರೂ ! ವೆದರ್ಲಿಯ ಮನೆ ಗುಡ್ಡದ ತಪ್ಪಲಲ್ಲಿ ಇದೆ," ಎಂದ ಆಗಂತುಕ.

"ಅವರು ಏನು ಮಾಡ್ತಿದ್ದಾರೆ ?" ನಡುವೆ ನಾನು ಪ್ರಶ್ನಿಸಿದೆ.

"ಸತ್ತ ಹೆಂಗಸೊಬ್ಬಳನ್ನು ಮಣ್ಣು ಮಾಡ್ತಿದ್ದಾರೆ." ಅಡ್ಡ ಬಿದ್ದ ಅವರಿಬ್ಬರ ಕಡೆಗೆ ನೋಡಿ ಆತ ಹೇಳಿದ.

"ಅಯ್ಯೋ ಪಾಪ ! ಶ್ರೀಮತಿ ವೆದರ್ಲಿ ನಿರ್ಭಾಗ್ಯೆ ! ಅವಳು ಸತ್ತದ್ದು ಯಾವಾಗ ?"

"ನಿನ್ನೆ"

"ಅವಳು ಗಟ್ಟಿಮುಟ್ಟಾಗಿದ್ದಳಲ್ಲ !"

"ಅವಳಿಗಿಂತ ಬಲಿಷ್ಠರ ದರ್ಶನ ಅವಳಿಗಾಯಿತು."

"ಮೃತ್ಯು ಎಂದು ತಾನೇ ನೀನು ಹೇಳೋದು ?"

"ಮೃತ್ಯು ಮತ್ತು ಇಬ್ಬರು ಸೈತಾನರು." ಅವನು ಔಡು ಕಚ್ಚಿದ. ಆಶ್ಚರ್ಯದಿಂದ ನಾನು ಅವನನ್ನೇ ನೋಡಿದೆ.

"ಇಬ್ಬರು ಸೈತಾನರು ! ಹಾಗಂದರೆ ?"

ಹೊಡೆತ ತಿಂದ ನಾಯಿ ಯಜಮಾನನ ಕಡೆಗೆ ನೋಡುವಂತೆ ಕುಳ್ಳ ಮೇಲೆ ನೋಡಿದ. ಆಗಂತುಕ ಅವನನ್ನು ಕಾಲಿನಿಂದ ತಿವಿದು ಕೇಳಿದ:

"ಹೇಳು. ನಿಮ್ಮಿಬ್ಬರಲ್ಲಿ ಅವಳನ್ನು ಯಾರು ಕೊಂದದ್ದು ?"

"ನಾವಲ್ಲ. ಅದು ಪೊದರುಗಾಡಿನ ದರೋಡೆಕೋರರ ಕೆಲಸ."

ಅವನು ತನ್ನ ಕಿವಿಗಳನ್ನೇ ನಂಬದವನಂತೆ ವಿಸ್ಮಯದಿಂದ ಸ್ವರ ಏರಿಸಿ ಹೇಳಿದ:

"ಸುಳ್ಳುಗಾರ! ನಾವು ಮಾಡೋದಿಲ್ಲ ಅಂಥ..."

ಅವನು ಥಟ್ಟನೆ ತಡೆದು ನನ್ನತ್ತ ದೃಷ್ಟಿ ಹಾಯಿಸಿದ. ತನ್ನ ಪರಿಚಯ ತಿಳಿಸಿಬಿಟ್ಟೆ ಎಂದು ನನ್ನ ಮುಖ ನೋಡಿದೊಡನೆ ಅವನಿಗೆ ಗೊತ್ತಾಯಿತು.

"ಆಹಾ!" ಅವನು ಮುಖ ತಿರುಗಿಸಿದಂತೆ ನಾನು ಉದ್ಗರಿಸಿದೆ. ಅವನು ಯಾರು ಎನ್ನುವುದು ನನಗೆ ಈಗ ತಿಳಿಯಿತು. ಆದರೆ ಜನ ಹೇಳುವಷ್ಟು ಕೆಟ್ಟವನಾಗಿ ಆತ ನನಗೆ ತೋರಲಿಲ್ಲ. ಅವನೀಗ ಹೇಳಿದ:

"ಅಡಗಿಸಬೇಕು ಅಂತ ಯತ್ನಿಸಿದೆ. ನಾಲಗೆ ತಪ್ಪಿನಿಂದ ಹೇಳಿ ಬಿಟ್ಟೆ. ಆದರೂ ಹಾಗಾಗಬಾರದಿತ್ತು."

ಅವನು ಬಹಳ ಖಿನ್ನನಾದಂತೆ ನನಗೆ ಅನ್ನಿಸಿತು. ಅವನ ಬಗ್ಗೆ ಕನಿಕರ ಹುಟ್ಟಿತು. ದೈವೀ ಪ್ರೇರಣೆಯೊಂದು ನನ್ನನ್ನು ಪ್ರಚೋದಿಸಿತು. ನಾನು ಮುಂದೆ ಹೆಜ್ಜೆ ಹಾಕಿದೆ. ಮುಖ ಮೇಲೆತ್ತಿದೆ. ಅವನನ್ನು ಮುತ್ತಿಟ್ಟೆ.

ಅಂದವಾಗಿದ್ದ ಅವನ ಕಣ್ಣುಗಳು ಮತ್ತಷ್ಟು ಹೊಳೆದವು. ಆತ ಉದ್ಗರಿಸಿದ: "ದೇವರೆ! ಎಷ್ಟೋ ಸಮಯದಿಂದ..."

ಬಳಿಕ ಸಣ್ಣ ಸ್ವರದಲ್ಲಿ ತನಗೆ ತಾನೇ ನುಡಿಯುತ್ತಿರುವಂತೆ ಅವನು ಮುಂದರಿಸಿದ:

"ಆದರೇನಾಯಿತು? ಇವಳಿನ್ನೂ ಮಗು."

"ಈ ರಾತ್ರಿ ನನ್ನನ್ನು ಹೆಣ್ಣಾಗಿ ಮಾಡಿತು," ನಾನೆಂದೆ.

"ಇಲ್ಲ, ಇಲ್ಲ! ನೀನು ಬರಿಯ ಮಗು. ಈ ರೀತಿ ಯಾವ ಹೆಣ್ಣೂ ಮಾಡುವುದಿಲ್ಲ. ಆದರೆ ಬೇಗನೆ ನೀನೂ ಒಬ್ಬಳು ಹೆಣ್ಣಾಗುತ್ತಿ. ಆಗ ನಿನ್ನ ತುಟಿಗಳಿಂದ ಮಾತ್ರ ಮುತ್ತಿಡುತ್ತಿ, ನಿನ್ನನ್ನು ಪ್ರೀತಿಸುವ ಹೃದಯವನ್ನು ವಂಚಿಸಿ ಮುತ್ತಿಡುತ್ತಿ."

ಕೆಲವು ನಿಮಿಷ ಮೌನವಾಗಿದ್ದು, ಅವನು ಮತ್ತೆ ಹೇಳಿದ:

"ಹೊರಗೆ ಕುದುರೆಯೊಂದನ್ನು ನೋಡಿದೆ. ಅದನ್ನು ಇಲ್ಲಿ ತಾ. ನೀನು ಇಲ್ಲಿಂದ ಬೇರೆ ಕಡೆಗೆ ಹೋಗಬೇಕು."

ಸ್ಯಾಲಿಯನ್ನು ಬಾಗಿಲಿಗೆ ತಂದು ನಾನದರ ಬೆನ್ನೇರಿದ ಮೇಲೆ, ಆತ ಮೆಲುದನಿಯಲ್ಲಿ ನಗುತ್ತಾ ನುಡಿದ:

"ಸ್ಟಾಂಟನ್ ಮನೆಗೆ ಹೋಗು. ಕ್ಯಾಸಿ ಅಲ್ಲಿದ್ದಾನೆ. ಅವನ ಕುದುರೆಯನ್ನು ವೆದರ್ ಬೋರ್ಡಿನಲ್ಲಿ ತೆಗೆದುಕೊಂಡಿದ್ದವನು, ಅದಕ್ಕೆ ಬದಲಾಗಿ ಅವನಿಗೆ ಗೌರವ ಪಟ್ಟಿಯೊಂದನ್ನು ಕೊಡಲು ಕಾಯುತ್ತಿದ್ದಾನೆ ಅಂತ ಅವನೊಂದಿಗೆ ಹೇಳು. ಆತನನ್ನು ಕರೆದುಕೊಂಡು ಬಾ."

ನಾನು ಹೊರಡಲು ಸಿದ್ಧಳಾದೆ.

"ತಾಳು. ಇನ್ನೊಂದು ಮಾತು. ನಾನು ಸಾಯುವುದನ್ನು ನೀನು ಬಯಸ್ತೀಯೋ? ಅಲ್ಲ ಕ್ಯಾಸಿಯ ಸಾವನ್ನೋ?"

"ಓ! ಬೇಡ ಬೇಡ! ಹಾಗೆ ಕೇಳೋದಕ್ಕೆ ನಿನಗೆ ಹೇಗೆ ಮನಸ್ಸು ಬಂತು?"

"ಹೆಣ್ಣಿನ ಉಡುಗೆಯಲ್ಲಿ ವಂಚನೆಯೇ ಮೈವೆತ್ತು ನಿಂತದ್ದನ್ನು ಒಮ್ಮೆ ಕಂಡ ಮೇಲೆ, ನಾನು ಹೆಂಗಸರನ್ನು ನಂಬೋದಿಲ್ಲ."

"ನನ್ನನ್ನು ಪರೀಕ್ಷೆ ಮಾಡಿ ನೋಡು. ಉಪಕಾರ ಮಾಡಿದ ನಿನಗೆ ದ್ರೋಹ ಬಗೆಯಲು ನನ್ನಿಂದ ಸಾಧ್ಯವೇ ಇಲ್ಲ."

"ಸೇತುವೆ ಬಳಿ ಬಂದಾಗ ಸಿಳ್ಳು ಹಾಕು. ಈ ಪ್ರಾಣಿಗಳನ್ನು ಕಾಯುತ್ತಾ ನಾನು ಇಲ್ಲಿರ್ತೇನೆ. ನಿನ್ನ ಸಿಳ್ಳು ಕೇಳಿದೊಡನೆ ಎದ್ದು ಹೊರಡ್ತೇನೆ."

ಸ್ಯಾಲಿ ಮುಂದೆ ಸಾಗಿತು. ಬಾಗಿಲಿನ ಬಳಿ ಅವನು ನಿಂತಲ್ಲಿಂದ ಇನ್ನೂ ಒಂದು ಮಾತು ನನ್ನ ಹಿಂದೆ ತೇಲಿ ಬಂತು.

"ಗುಡ್ ಬೈ ಪುಟ್ಟ ತರುಣಿ !"

"ಗುಡ್ ಬೈ. ನಾನು ಎಂದೆಂದೂ ನಿನ್ನನ್ನು ಮರೆಯೋದಿಲ್ಲ."

"ನೀರುಹಕ್ಕಿಯೊಂದು ವಿಕಾರವಾಗಿ ಕೂಗಿತು. ಅಗಲಿಕೆಯ ನೋವನ್ನು ಹಗುರ ಮಾಡುವಂತೆ ಅವನು ನಕ್ಕ. ಆದರೂ ಹಕ್ಕಿಯ ಕೂಗಿನಲ್ಲಿ ಪ್ರಕೃತಿಯಿಂದಲೇ ಬೆರೆಸಲ್ಪಟ್ಟಿದ್ದ ಯಾವುದೋ ಒಂದು ಭಾವ ಅವನ ಸ್ವರದಲ್ಲಿಯೂ ಅಡಕವಾಗಿತ್ತು. ಮುಂದೆ ಹಲವು ದಿನಗಳ ಕಾಲ ಅದನ್ನು ಮರೆಯಲಾಗದೆ ನಾನು ವಿಷಣ್ಣಳಾಗಿದ್ದೆ. ಮನುಷ್ಯ ಮತ್ತು ಹಕ್ಕಿ ಇಬ್ಬರೂ ಏನನ್ನೋ ಕಳೆದುಕೊಂಡಿದ್ದಿರಬೇಕು.

ಹಸಿರು ಬೆಟ್ಟದ ಮೇಲೆ, ತೊರೆಯನ್ನು ಬಳಸಿದ ಕಾಲುದಾರಿಯಲ್ಲಿ ನಾನು ಕುದುರೆ ಓಡಿಸಿದೆ. ಸ್ಯಾಲಿಯ ಗೊರಸುಗಳು ಸೇತುವೆಗೆ ಹಾಸಿದ ಗಟ್ಟಿ ಹಲಗೆಗಳ ಮೇಲೆ ಸದ್ದು ಮಾಡಿದವು. ಕಲ್ಲುಗಳಿಗೆ ಬಡಿದು ಕಿಡಿ ಚಿಮ್ಮಿತು. ಬಳಸು ದಾರಿಯ ಮುಂದೆ ಒಂದಿಷ್ಟು ವಿಶಾಲ ಬಯಲು. ಅಲ್ಲಿ ಕಡಿವಾಣದ ಹಿಡಿತ ಸಡಿಲಿಸಿದೆ. ತುಸು ಹೊತ್ತಿನಲ್ಲಿ ಇನ್ನೊಂದು ತೋಡು ಎದುರಾಯಿತು. ಸ್ಯಾಲಿ ನೀರು ಚೆಲ್ಲಿ ನೆಗೆಯಿತು. ಇನ್ನೂ ಒಂದು ಮೈಲು ಬರುವಷ್ಟರಲ್ಲಿ ಸ್ಟಾಂಟನ್ ಗೃಹದ ದೊಡ್ಡ ಬೇಲಿ ಕಾಣಿಸಿತು. ಮರಗಳ ನಡುವೆ ದೂರದ ಕಿಟಕಿಯಲ್ಲಿ ಬೆಳಕು ಗೋಚರಿಸಿತು. ತುಸು ಹೊತ್ತಿನ ಬಳಿಕ ಸಂಗೀತ ಮತ್ತು ಸಂತೋಷ ಕೊಟದಂಥ ಇತರ ಚಟುವಟಿಕೆಗಳ ಸದ್ದು ಕೇಳಿ ಬಂತು.

ಸ್ಯಾಲಿಯನ್ನು ಕೊಟ್ಟಿಗೆಯ ಗೇಟಿಗೆ ಕಟ್ಟಿ, ಬಾಗಿಲನ್ನು ದಾಟಿ ನಡೆದೆ. ಅಲ್ಲಿ ಹಲವು ಜೋಡಿಗಳು ಕುಣಿಯುತ್ತಾ ಸುತ್ತು ಸುತ್ತು ಬರುತ್ತಿದ್ದರು.

ಕೋಣೆಯ ಒಳಗೆ ಹೋದೆ. ಆ ಪರಿಸರದಲ್ಲಿ ನಾನು ಒಂಟಿ ಅನ್ನಿಸಿತು. ಸಂಗೀತದ ಸದ್ದಿಗೆ ನನ್ನ ಪಾದಗಳಲ್ಲೂ ಉತ್ಸಾಹ ಬಂದಂತಾಯಿತು.

ಮೇರಿ ಸ್ಟಾಂಟನ್ ಕ್ಯಾಸಿಯೊಂದಿಗೆ ನರ್ತಿಸುತ್ತಿದ್ದಳು. ಅವಳದ್ದು ಆಕರ್ಷಕ ರೂಪು. ಒಂದಿಷ್ಟು ಬಿಳಿಚಿದ ಬಣ್ಣ. ಹತ್ತಿರ ಬಂದಾಗಲೂ ಅವಳು ನನ್ನನ್ನು ಗಮನಿಸಲಿಲ್ಲ. ಕ್ಯಾಸಿಯದು ಆರು ಅಡಿ ಎತ್ತರದ, ಗುಂಗುರು ಕೂದಲಿನ, ಹೆಣ್ಣನ್ನು ಆಕರ್ಷಿಸಬಲ್ಲ ವ್ಯಕ್ತಿತ್ವ ಅವನು ಸುತ್ತು ತಿರುಗುವಾಗ ಅವನ ಲೋಹದ ಗುಂಡಿಗಳು ಮಿಂಚುತ್ತಿದ್ದವು. ನೃತ್ಯ ಮುಗಿಯುವ ಹೊತ್ತಿಗೆ ಅವನು ನನ್ನ ತೀರಾ ಸಮೀಪ ಇದ್ದ. ನಾನು ಅವನ ತೋಳು ಹಿಡಿದು, "ಮಿ। ಕ್ಯಾಸಿ" ಎಂದೆ.

"ಹಾಯ್ ಕ್ಯಾರಿ ! ಎಷ್ಟು ತಡವಾಗಿ ಬಂದೆ !" ಎಂದು ಸ್ವಾಗತಿಸುವ ಕೃತಕ ದನಿಯಲ್ಲಿ ಮೇರಿ ಸ್ಟಾಂಟನ್ ನುಡಿದಳು.

"ನಾನು ನೃತ್ಯಕೂಟಕ್ಕೆ ಬಂದಿಲ್ಲ ಮೇರಿ. ಮಿ। ಕ್ಯಾಸಿಯವರನ್ನು ಕಾಣಲು ಬಂದೆ."

"ಓ ! ನನಗೆ ಮೊದಲೇ ಹೊಳೆಯಲಿಲ್ಲ ನೋಡು."

ತೊರೆ ದಾಟುವಾಗ ಸ್ಯಾಲಿ ಎರಚಿದ ನೀರಿನಿಂದ ಒದ್ದೆಯಾದ ನನ್ನ ಬಟ್ಟೆಯನ್ನು ನೋಡಿ ಆಕೆ ವ್ಯಂಗ್ಯ ಬೆರೆತ ನಗೆಯ ಉತ್ತರ ಕೊಟ್ಟಳು.

ಅವಳಿಗೆ ಬೆನ್ನು ಹಾಕಿ ನಾನು ಕ್ಯಾಸಿಯನ್ನು ಪ್ರಶ್ನಿಸಿದೆ :

"ಸರದಾರ ಕ್ಯಾಸಿ, ಒಂದು ಕ್ಷಣ ಮಾತಾಡೋ ಅವಕಾಶ ಇದೆಯಾ ?"

ಮೇರಿ ಒತ್ತಾಯಿಸಿದಳು :

"ಏನು ಬೇಕು ? ನಾವೂ ಕೇಳೋದಕ್ಕೆ ಅಡ್ಡಿ ಇಲ್ಲವಾದರೆ ನಿನಗೇನು ಬೇಕು ಅಂತ ಇಲ್ಲೇ ಹೇಳಿ ಬಿಡು."

ಕ್ಯಾಸಿಯನ್ನು ನೋಡಿ ನಾನು "ನಿನಗೊಬ್ಬನಿಗೇ ಹೇಳಬೇಕು ಅಂತ ಇದ್ದೆ. ಆದರೆ ಈಗ" – ಅವನ ಇನಿಯಳ ಕಡೆಗೆ ತಿರುಗಿ –" ಎಲ್ಲರೂ ಕೇಳಬಹುದು ಅನಿಸ್ತದೆ" ಅಂದೆ.

"ಏನು ವಿಶೇಷ ಮಿಸ್ ಆ್ಯನ್ಸನ್ ?"

"ನಿನಗೆ 'ಗೌರವಪಟ್ಟಿ' ಬೇಕಾ ?"

"ಯಾಕೆ, ನಿನ್ನ ಮಾತು ಕೇಳಿದರೆ ನಿನ್ನನ್ನು ಗವರ್ನರನ ಹೆಂಡತಿ ಅಂತ ಯಾರಾದರೂ ತಿಳಿದುಕೊಂಡಾರು," ಎಂದು ಮೇರಿ ಸ್ಟಾಂಟನ್ ನಗುತ್ತಾ ಹೇಳಿದಾಗ, ನಾಚಿಕೆಯಿಂದ ನನ್ನ ಕೆನ್ನೆ ಕೆಂಪಾಯಿತು.

ಆದರೆ ಅವಳನ್ನು ಅಲಕ್ಷಿಸುವಂತೆ ಮೆಲ್ಲನೆ ನಗುತ್ತಾ ನಾನು ಮುಂದರಿಸಿದೆ :

"ವೆದರ್‌ಬೋರ್ಡಿನಲ್ಲಿ ನಿನ್ನಿಂದ ಎರವಲು ಪಡೆದ ಕುದುರೆಯ ಮೌಲ್ಯವನ್ನು ಕೊಡೋದಕ್ಕೆ ನಮ್ಮ ಮನೆಯಲ್ಲಿ ನಿನಗಾಗಿ ಒಬ್ಬ ಕಾಯ್ತಿದ್ದಾನೆ."

ಈ ಸುದ್ದಿಯ ಪ್ರತಿಕ್ರಿಯೆಗಾಗಿ ನಾನು ಅವನ ಮುಖವನ್ನೇ ದಿಟ್ಟಿಸಿದೆ. ಅವನ ಕೆನ್ನೆಗಳಲ್ಲಿ ಎರಡು ಕೆಂಪು ಕಲೆಗಳು ಮೂಡಿದವು. ಆತ ತನ್ನ ಕೆಳತುಟಿಯನ್ನು ಕಚ್ಚಿದ. ಅದುಮಿದ ಕೋಪದಿಂದ ಅವನ ಕಣ್ಣುಗಳು ಮುಚ್ಚಿಟ್ಟು ಬೆಂಕಿಯಂತೆ ಮಿನುಗಿದವು. ಸುತ್ತಲ ಜನ ಜೋರಾಗಿ ನಕ್ಕರು. ಕ್ಯಾಸಿಗೆ ಅದು ಇಷ್ಟವಾಗಲಿಲ್ಲ. ನಗುವನ್ನು ಹೆಚ್ಚು ಸಮಯ ಮುಂದುವರಿಸಿದ ಒಂದು ಗುಂಪಿನತ್ತ ಅಸಹನೆಯ ನೋಟ ಬೀರಿ, ಆತ ಅವರಿಗೆ ಸವಾಲು ಹಾಕಿದ :

"ನೀವು ಬರೀ ನಗೋ ಮಂದಿ. ಆದರೆ ಹೊಡೆದಾಟಕ್ಕೆ ಯಾರಾದರೂ ತಯಾರು ಇದ್ದಾರೇನು ನಿಮ್ಮಲ್ಲಿ ?"

ಈ ಆಹ್ವಾನ ಸ್ವೀಕರಿಸುವ ಎದೆಗಾರಿಕೆ ಯಾರೂ ತೋರಲಿಲ್ಲ. ಅದಕ್ಕೆ ಬದಲಾಗಿ ಕುಣಿಯುತ್ತಿದ್ದ ನಗೆ ಮಾಯವಾಯಿತು. ಎಲ್ಲರ ಮುಖದಲ್ಲೂ ಆತಂಕ ಮನೆ ಮಾಡಿತು.

ಮೇರಿ ಮೌನ ಮುರಿದಳು. ನಡುಗುವ ನಿಸ್ತೇಜ ತುಟಿಗಳಿಂದ ಮಾತು ಹೊರಟಿತು:

"ಕ್ಯಾರಿ ಆ್ಯನ್ಸನ್, ನೀನು ನಮ್ಮನ್ನು ಅವಮಾನಿಸಬೇಕು ಅಂತ ಬಂದಿದ್ದರೆ ದೂರ ಹೋಗೋದೇ ಒಳ್ಳೆಯದು."

ಕ್ಯಾಸಿ ಹೇಳಿದ :

"ಅವಳ ಮಾತನ್ನು ಮನಸ್ಸಿಗೆ ಹಚ್ಚಿಕೋಬೇಡ ಮೇರಿ. ಯಾವನೋ ಮೂರ್ಖನ ಹುಚ್ಚಾಟಕ್ಕೆ ಇವಳು ಬಲಿಪಶು ಅಷ್ಟೇ."

ಅದಕ್ಕೆ ನಾನೆಂದೆ :

"ಖಂಡಿತ ಮೋಸ ಅಲ್ಲ. ಈ ಸಂದೇಶ ಕಳಿಸಿದಾತ ನಮ್ಮ ಮನೆಯಲ್ಲಿ ಇಬ್ಬರು

ನಾವಿಕರ ಜತೆ ಕಾಯ್ತಾ ಇದ್ದಾನೆ. ಅವರಲ್ಲಿ ಒಬ್ಬ" – ಸ್ವರ ತಗ್ಗಿಸಿ, ಅವನಿಗೆ ಮತ್ತು ಮೇರಿಗೆ ಮಾತ್ರ ಕೇಳುವಂತೆ – "ಶ್ರೀಮತಿ ವೆದರ್ಲಿಯನ್ನು ಕೊಂದವನು," ಎಂದು ನಾನು ವಾಕ್ಯವನ್ನು ಪೂರ್ತಿಗೊಳಿಸಿದೆ.

ಸರದಾರ ಗುಂಡು ತಾಗಿಸಿಕೊಂಡವನಂತೆ ಸೆಟೆದು ನಿಂತ. ನನ್ನ ಕಣ್ಣುಗಳನ್ನೇ ದಿಟ್ಟಿಸಿದ. ಬಳಿಕ ದೀರ್ಘವಾದ ನಿಟ್ಟುಸಿರುಬಿಟ್ಟು, "ದೇವರೆ!" ಎಂದು ಉದ್ಗರಿಸಿ ಬಾಗಿಲ ಬಳಿ ನಡೆಯುತ್ತಾ, ಮೇರಿಯನ್ನು ಉದ್ದೇಶಿಸಿ ನುಡಿದ :

"ಮೂವರ ಎದುರು ಒಬ್ಬ, ಮೇರಿ."

"ಹೋಗಬೇಡ. ನಿನ್ನ ಕೊಲೆಯೂ ಆಗಬಹುದು," ಎಂದಳು ಮೇರಿ. ನಾನು ನಡುವೆ ಬಾಯಿ ಹಾಕಿ ಹೇಳಿದೆ :

"ಸರದಾರ, ಇಲ್ಲಿ ಒಬ್ಬನನ್ನು ಇನ್ನೊಬ್ಬ ಎದುರಿಸೋದು. ಬೇರೆ ಇಬ್ಬರನ್ನು ಹೆಡೆಮುರಿ ಕಟ್ಟಲಾಗಿದೆ. ಮೂರನೆಯಾತ ಅವರನ್ನು ಕಾಯ್ತಿದ್ದಾನೆ."

"ಶುದ್ಧ ತಲೆಹರಟೆ! ಆತ ಕಾಯ್ತಿದ್ದಾನೆ! ನೀನೊಬ್ಬನೇ ಹೋಗಕೂಡದು ಸರದಾರ" ಎಂದು ಆತುರದಿಂದ ಮೇರಿ ಉದ್ಗರಿಸಿದಳು.

"ಒಬ್ಬನೇ! ಅವನನ್ನು ನಾನು ಸೆರೆಹಿಡೀಲೇಬೇಕು. ನನ್ನ ಬಂದೂಕು ಮತ್ತು ಹ್ಯಾಟ್ ಎಲ್ಲಿ ?"

"ಜೊತೆಗೆ ಯಾರನ್ನಾದರೂ ಕರೆದುಕೊಂಡು ಹೋಗು," ಎಂದು ಮೇರಿ ಅಂಗಲಾಚಿದಳು.

"ಇಲ್ಲ. ಇದನ್ನು ನಾನು ಒಬ್ಬನೇ ಮಾಡ್ಬೇಕು. ನಾನು ಗೆದ್ದರೆ ಅದರ ಅರ್ಥ ಏನು ಅಂತ ನಿನಗೆ ಗೊತ್ತು," ಎಂದು ಕ್ಯಾಸಿ ಅವಳ ಕಣ್ಣುಗಳನ್ನೇ ದಿಟ್ಟಿಸಿದ.

ನಾನು ಹರ್ಷಿತಳಾಗಿ ನಕ್ಕೆ.

"ನಾನು ಮದುಮಗಳ ಸಂಗಾತಿ. ಅಲ್ವಾ ಮೇರಿ ?" ಎಂದೆ.

ಆದರೆ ಅವಳು ನಗಲಿಲ್ಲ. ಮುಖ ಗಂಟಿಕ್ಕಿ ಲಂಗವನ್ನು ನೆಲದ ಮೇಲೆ ಎಳೆದುಕೊಂಡು ಮುಂದೆ ನಡೆದಳು.

ಒಂದು ಗುಟ್ಟು ಹೇಳುವಂತೆ ಕ್ಯಾಸಿ ನನ್ನೊಡನೆ ಪಿಸುದನಿಯಲ್ಲಿ ನುಡಿದ :

"ದೇವರ ದಯದಿಂದ ಈ ರಾತ್ರಿ ಮೂವರು ನನ್ನ ಬಂದಿಗಳು ಮಿಸ್ ಆ್ಯನ್ಸನ್."

"ದೇವರ ಕೃಪೆಯಿದ್ದರೆ ನಿನ್ನಿಂದ ಆಗೋದಿಲ್ಲ ಸರದಾರ ಕ್ಯಾಸಿ!" ಎಂದು ನಾನು ನನ್ನಷ್ಟಕ್ಕೆ ಪಿಸುಗುಟ್ಟಿದೆ.

ಸರದಾರ ಕೋಣೆಯಿಂದ ಹೊರ ನಡೆದ. ಅವನ ಬೆನ್ನಲ್ಲಿ ತುಪಾಕಿ ನೇತಾಡುತಿತ್ತು. ಒಂದು ಬದಿಯಲ್ಲಿ ಬಿಚ್ಚುಗತ್ತಿ. ತಲೆಯ ಟೊಪ್ಪಿಗೆ ಗುಂಗುರು ಕೂದಲಿನ ರಾಶಿಯನ್ನು ಒತ್ತಿ ನಿಂತಿತ್ತು. ಕಣ್ಣಿಗೆ ಹಬ್ಬವಾಗುವಂಥ ವ್ಯಕ್ತಿತ್ವ! ಮೇರಿ ಸ್ಟಾಂಟನ್ ಅವನನ್ನು ಮೆಚ್ಚಿದ್ದರಲ್ಲಿ ಆಶ್ಚರ್ಯವಿಲ್ಲ ಎಂದು ನನಗೆ ತೋರಿತು.

ನೆರವಿಗೆ ಜತೆಯಲ್ಲಿ ಬರಲು ಒಬ್ಬಿಬ್ಬರು ಮುಂದೆ ಬಂದರು. ಆದರೆ ಅವನು ಅದನ್ನು ತಿರಸ್ಕರಿಸಿದ. ಅವನು ಕುದುರೆ ಹತ್ತುವ ಮೊದಲೇ ನಾನು ನನ್ನ ಕುದುರೆಯ ಬೆನ್ನ ಮೇಲಿದ್ದೆ. ಇದನ್ನು ಕಂಡು ಆತ ಆಶ್ಚರ್ಯದಿಂದ ಹೇಳಿದ :

"ಮಿಸ್ ಆ್ಯನ್ಸನ್. ನೀನು ಇಲ್ಲಿ ಇರ್ಬೇಕು."

"ನಾನು ಮನೆಗೆ ಹೋಗಬೇಕು ಸರದಾರ ಕ್ಯಾಸಿ."

"ಅಲ್ಲಿ ನೆತ್ತರ ಹೊಳೆ ಹರೀಬಹುದು."

"ಇಲ್ಲ. ಹಾಗೇನೂ ಆಗೋದಿಲ್ಲ."

"ದಿಟ್ಟ ಹುಡುಗಿ. ಇದರಲ್ಲಿ ಮೋಸ ಇಲ್ಲ ಅಂತ ನಿನಗೆ ಖಾತರಿಯಾ ?"

ನಾನು ಹೇಳಿದೆ :

"ಹೇಡಿ ಅಲ್ಲದಿದ್ದರೆ ನನ್ನನ್ನು ಹಿಂಬಾಲಿಸು !"

ನಾನು ಮೇರಿಯನ್ನು ಹಾದು ಮುಂದೆ ಹೋಗುವಾಗ "ಮಾನಗೆಟ್ಟ ಗಯ್ಯಾಳಿ" ಎಂದು ಅವಳು ಗೊಣಗಿದಳು. ಹುಷಾರಾಗಿರುವಂತೆ ಸರದಾರನಿಗೆ ಎಚ್ಚರಿಕೆ ನೀಡಿದಳು. ಮೇರಿಯ ದೃಷ್ಟಿಯಲ್ಲಿ ಅವನ ಗಂಡಾಂತರಕ್ಕೆ ನಾನೇ ಹೊಣೆ ಎನ್ನುವ ಭಾವನೆ ಇತ್ತು.

ಸರದಾರ ನನ್ನನ್ನು ಹಿಂಬಾಲಿಸಿದ. ಅವನ ಕಡಿವಾಣದ ಸದ್ದು ಮೌನ ಮುರಿಯಿತು. ಮುಂದೆ ಹೋಗುತ್ತಿದ್ದಂತೆ ಆತ ಕೇಳಿದ :

"ಮಿಸ್ ಆ್ಯನ್ಸನ್, ನೀನು ಹೇಳಿದ ನಾವಿಕರಲ್ಲಿ ಒಬ್ಬ ಎತ್ತರದವನಾ ?"

"ಹೌದು."

"ಇನ್ನೊಬ್ಬ ಗಿಡ್ಡ ?"

"ಹೌದು. ಕೋಸು ಕಣ್ಣಿನೋನು."

"ಅದು ಸರಿ."

ದಾರಿಯಲ್ಲಿ ಎರಡು ಕುದುರೆಗಳೂ ಜೊತೆಯಾಗಿ ಹೋಗುವ ಹಾಗಿರಲಿಲ್ಲ. ಅವನಿಂದ ಮುಂದೆ ಹೋಗಿ ಮಾತು ತಪ್ಪಿಸಲು ಒಂದು ರೀತಿಯಲ್ಲಿ ಇದು ಅನುಕೂಲವಾಯಿತು. ಕೆಲವು ಸಲ ನನ್ನಿಂದ ಮುಂದೆ ಹೋಗುವಂತೆ ಕ್ಯಾಸಿ ಅವನ ಕುದುರೆಯನ್ನು ಚುಡಾಯಿಸಿದ್ದ. ಆದರೆ ನಾನು ಮಾತ್ರ ಬಿಟ್ಟುಕೊಟ್ಟಿರಲಿಲ್ಲ. ತೊರೆ ದಾಟುವಾಗಲಂತೂ ನನ್ನನ್ನು ಹಿಂದಕ್ಕೆ ಹಾಕಲು ಆತ ಪ್ರಯತ್ನಿಸಿದ. ಆದರೆ ಸ್ಯಾಲಿ, ಇನ್ನೊಂದು ಬದಿಯಿಂದ ಕುಪ್ಪಳಿಸಿ ಮುಂದೆ ಬಂತು.

"ಬದಿಗೆ ಸರಿ, ನಾನು ಮುಂದೆ ಹೋಗ್ತೇನೆ ಮಿಸ್ ಆ್ಯನ್ಸನ್."

"ನನಗೆ ದಾರಿ ಚೆನ್ನಾಗಿ ಗೊತ್ತಿದೆ" ಎಂದೆ ನಾನು.

"ಆಗಿರಬಹುದು. ಆದರೆ ಬೇರೆ ಕಾರಣ ಇದೆ."

ಉತ್ತರ ಹೊಳೆಯದೆ, ನಾನು ಮೌನವಾಗಿ ಮುಂದರಿದೆ.

"ಮುಂದೆ ಅಪಾಯ ಎದುರಾಗಬಹುದು. ನಿನಗೆ ಬುದ್ಧಿ ಇಲ್ಲ."

ಇದಕ್ಕೆ ಉತ್ತರ ನೀಡಲು ನಾನು ಮನಸ್ಸಿನಲ್ಲೇ ತಡಕಾಡಿದೆ. ಕೊನೆಗೆ ಕಳೆದ ವಾರದ ಬಿರುಗಾಳಿಯನ್ನು ನೆನಪಿಗೆ ತಂದುಕೊಂಡು ಹೇಳಿದೆ :

"ದಾರಿಯಲ್ಲಿ ಒಂದು ಮರ ಉರುಳಿ ಬಿದ್ದಿದೆ. ಅದರ ಕೊಂಬೆಗಳ ಮಧ್ಯೆ ನೀನು ಸಿಕ್ಕಿ ಹಾಕಿಕೊಳ್ಳಬಹುದು."

ಅವನು ಏನೋ ಗೊಣಗಿದ. ಏನೆಂದು ಅರ್ಥವಾಗಲಿಲ್ಲ. ತುಸು ಹೊತ್ತಿನಲ್ಲಿ, ಉರುಳಿದ ಮರದ ಬಳಿ ಬಂದೆವು. ಅದನ್ನು ಬಳಸಿ ಮುಂದೆ ಸಾಗಿದೆವು.

ಆತನೆಂದ :

"ಈಗಲಾದರೂ ನಿನ್ನ ಅಡ್ಡಿ ಇಲ್ಲವಲ್ಲ."

"ಖಂಡಿತ ಇಲ್ಲ. ಆದರೆ, ಸ್ವಲ್ಪ ಮುಂದೆ ಒಂದು ಕೊಂಬೆಯಲ್ಲಿ ಜೇನು ಹುಟ್ಟು ತಲೆಗೆ ತಾಗುವ ಹಾಗಿದೆ. ನೀನದನ್ನು ಗೊತ್ತಿಲ್ಲದೆ ತಡಕಿ ತೊಂದರೆ ಆದೀತು. ಅಷ್ಟೆ" ಎಂದು

ನಕ್ಕೆ. ಕ್ಯಾಸಿ ಮೌನವಾಗಿದ್ದ.

ಅಲ್ಲಿಗೆ ಬಂದಾಗ ಜೇನು ಗೂಡಿನ ಬಗ್ಗೆ ಕ್ಯಾಸಿಯನ್ನು ಎಚ್ಚರಿಸಿದೆ. ಆತ ಜೇನಿನ ಮೇಲಿಂದ ಒಂದು ಬದಿಗೆ ವಾಲಿ, ಜೇನುಗೂಡನ್ನು ದಾಟಿದ ಬಳಿಕ ಪುನಃ ಕೇಳಿದ :

"ಈಗ ?"

"ಇನ್ನೂ ಆಗಿಲ್ಲ ಸರ್ದಾರ. ದಾರಿಯಲ್ಲಿ ತುಂಬಾ ಪೊದರುಗಳು. ನೀನು ಮುಂದೆ ಹೋದರೆ ಅದರ ರೆಂಬೆಗಳು ಸ್ಟಾಲಿಯ ಕಣ್ಣಿಗೆ ಬಡಿಯುತ್ತವೆ."

"ಅಸಂಬದ್ಧ !"

ಪೊದೆಗಳನ್ನು ದಾಟಿ ಮುಂದೆ ಹೋಗುತ್ತಿದ್ದಂತೆ ಥಟ್ಟನೆ ಅವನು ಹೇಳಿದ.

"ಚೇಷ್ಟೆ ಮಾಡಬೇಡ ಮಿಸ್ ಆ್ಯನ್ಸನ್"

"ಓ ! ಯಾರು ಚೇಷ್ಟೆ ಮಾಡ್ತಾ ಇರೋದು ಮಿ. ಕ್ಯಾಸಿ ?"

"ನಿನ್ನ ಮನೆಯಲ್ಲಿರೋನು ದರೋಡೆಕೋರ."

"ಹೌದಾ ?" ಮುಗ್ಧತೆಯಿತ್ತು ನನ್ನ ಪ್ರಶ್ನೆಯಲ್ಲಿ.

"ಆದ್ದರಿಂದ ನೀನು ಸಹಾಪರಾಧಿ."

"ಅಯ್ಯೋ ! ಹಾಗಂದರೆ ಏನು ಸರದಾರ ?"

"ಅದರ ಅರ್ಥ ನೀನು ಇಲ್ಲೇ ನಿಲ್ಲಬೇಕು ಅಂತ."

"ನನಗೆ ಮನೆಗೆ ಹೋಗ್ಬೇಕು."

"ಹಾಗಿದ್ದರೆ ನಿನ್ನನ್ನು ನಾನು ಬಂಧಿಸಬೇಕಾಗ್ತದೆ."

"ನನ್ನನ್ನು ಬಂಧಿಸು. ಆ ಮೂರು ಜನ ಹೋಗಲಿ ಅಲ್ವಾ ?"

"ನೀನು ಅಂಥಾ ಪರಿಸ್ಥಿತಿ ತೊಂದೊಡ್ಡುತ್ತೀ."

"ನೀನು ಹೇಳೋ ದರೋಡೆಕೋರ ಧೈರ್ಯಶಾಲಿ. ನೀನು ಅವನನ್ನು ಕೊಲ್ಲಬಲ್ಲೆ; ಹಾಗೆಯೇ ಅವನೂ ನಿನ್ನನ್ನು ಮುಗಿಸಬಹುದು."

"ನನ್ನ ಪ್ರಾಣದ ಯೋಚನೆ ನಿನಗೆ ಬೇಡ."

"ನನಗೆ ಯಾರ ಯೋಚನೆಯೂ ಇಲ್ಲ."

"ಹಾಗಾದರೆ ಯೋಚನೆ ಆ..."

"ನನ್ನನ್ನು ರಕ್ಷಿಸಿದವನಿಗಾ ?" ಇಷ್ಟು ಹೇಳಿ ನಾನು ಬಾಣದಂತೆ ಮುಂದೆ ನೆಗೆದೆ. ಕಾನೂನಿನೊಂದಿಗೆ ನಾನು ಘರ್ಷಣೆಗೆ ಒಳಗಾಗಿದ್ದು ಇದೇ ಮೊದಲ ಬಾರಿ. ಆದುದರಿಂದ ಪರಿಸ್ಥಿತಿ ನನ್ನ ಮೈಯಲ್ಲಿ ಉತ್ಸಾಹ ತಂದಿತ್ತು. ಕ್ಯಾಸಿ ನನ್ನ ಬೆನ್ನ ಹಿಂದೆ ಗುಡುಗಿದ. ನಿಲ್ಲುವಂತೆ ಸೂಚಿಸಿದ. ಇದರ ಪರಿಣಾಮ ಎದುರಿಸಬೇಕಾದೀತು ಎಂದ. ನಾನು ನಕ್ಕುಬಿಟ್ಟೆ. ಸ್ಟಾಲಿಯ ಬೆನ್ನು ತಟ್ಟಿದೆ. ಅದು ಅತ್ಯಂತ ವೇಗದಿಂದ ಓಡಿತು. ಅವನ ಕುದುರೆ ಪ್ರತಿಯೊಂದು ಹೆಜ್ಜೆಗೂ ಹೆಚ್ಚು ಮುಂಬರುತ್ತಿದ್ದುದರಿಂದ, ಈ ವೇಗ ಅಗತ್ಯವಾಗಿತ್ತು. ಆದರೂ ಅವನ ಕುದುರೆಯ ಮುಖ ನನ್ನದರ ಬೆನ್ನಿಗೆ ಸೋಕಿತು. ಅನಂತರ ಸ್ಟಾಲಿಯ ಭುಜಕ್ಕೆ ತಾಗಿತು. ಕೊನೆಗೆ ಭುಜಕ್ಕೆ ಭುಜ ತಾಗಿ ನಾವು ಸೇತುವೆಯ ಬಳಿ ಓಡತೊಡಗಿದೆವು.

ನಾನು ಜೀನಿನಿಂದ ಎದ್ದುನಿಂತೆ. ಬಾಗಿ ಜೋರಾಗಿ, ಬಹಳ ಜೋರಾಗಿ 'ಕೂ' ಎಂದು ಕೂಗಿದೆ.

"ಶ್ಛ ! ವಂಚಕಿ ಹೆಣ್ಣೆ !"

ಲಗಾಮಿನ ಬಳಿ ಬಾಗಿ, ಸ್ಯಾಲಿಯ ಪಕ್ಕೆ ತಿವಿದು ನಾನು ಇನ್ನೊಮ್ಮೆ ಜೋರಾಗಿ 'ಕೂ' ಎಂದು ಕೂಗಿದೆ.

ಮರುಕ್ಷಣ ಸರಿಯಾಗಿ ಕುಳಿತು ಆಲಿಸಿದೆ. ಸರದಾರ ಕತ್ತಲೆಯನ್ನು ಸೀಳಿ ಓಡುತ್ತಿದ್ದ. ಅವನದ್ದು ನಾಗಾಲೋಟ. ಓಡುವ ಭರಕ್ಕೆ ಅವನ ಖಡ್ಗ ಮತ್ತು ಕಡಿವಾಣಗಳು ಭಯಂಕರ ಸ್ವರ ಎಬ್ಬಿಸತೊಡಗಿದವು.

ಒಂದು, ಎರಡು, ಮೂರು – ಕಬ್ಬಿಣದ ಗೂಟಗಳು ಉರುಳಿ ಬಿದ್ದ ಸದ್ದು. ನಾನು ತೃಪ್ತಿಯ ನಿಟ್ಟುಸಿರು ಬಿಟ್ಟು ಕುದುರೆಯ ಬೆನ್ನ ಮೇಲೆ ಕುಳಿತೆ. ಹಿಂದಿನ ಕೆಲವು ನಿಮಿಷಗಳ ಕಾಲ ಉಸಿರು ಬಿಗಿಹಿಡಿದಿದ್ದ ನಾನು ಈಗ ಸರಾಗವಾಗಿ ಉಸಿರಾಡಿದೆ. ದೂರದಲ್ಲಿ ಇನ್ನೊಂದು ಕುದುರೆಯ ಗೊರಸಿನ ಸಪ್ಪಳ ಕೇಳಿಸಿತು – ಖಾಲಿ ಮನೆಯಲ್ಲಿ ಹೆಜ್ಜೆ ಇಟ್ಟರೆ ಉಂಟಾಗುವಂಥ ಸದ್ದು ಅದು.

ಸ್ವಲ್ಪ ಸಮಯದ ಬಳಿಕ ನಾನು ಕೋಣೆಯೊಳಗೆ ಪ್ರವೇಶಿಸಿದಾಗ ಕ್ಯಾಸಿ ಹೇಳಿದ:

"ನೀನು ಈ ರಾತ್ರಿ ಬಹಳ ಒಳ್ಳೇ ಕೆಲಸ ಮಾಡಿದೆ. ಆತ್ಮಾಭಿಮಾನ ಇರೋ ಸಭ್ಯ ಹೆಣ್ಣು ಮಾಡೋ ಕೆಲಸ."

ಬೆಳ್ಳಿಯ ಒಂದು ಪಟ್ಟಿಯಿಂದ ಸುತ್ತುವರಿಯಲ್ಪಟ್ಟಿದ್ದ ಅವನ ಅಂಗಿಯ ತೋಳಿನ ಮೇಲೆ ಕೈ ಇಟ್ಟು ನಾನು ನುಡಿದೆ:

"ಇದು ಒಂದೇ ಚೆನ್ನಾಗಿರಲ್ಲ. ಇನ್ನೊಂದು ಇದ್ದರೆ ಇನ್ನೂ ಚಂದ ಕಾಣಬಹುದು, ಸರದಾರ."

ಅವನು ಹುಳ್ಳಗೆ ನಕ್ಕ. ಅದನ್ನು ಕಂಡು, ಅಪರಿಚಿತ ಅಷ್ಟೊಂದು ಕೆಟ್ಟವನಲ್ಲವೆಂದು ಕ್ಯಾಸಿಗೆ ಹೇಳುವ ಧೈರ್ಯ ನನಗೆ ಬಂತು.

ಕ್ಯಾಸಿ ತಲೆ ಅಲ್ಲಾಡಿಸಿದ.

"ಸಾಕಷ್ಟು ಕೆಟ್ಟವನು," ಅಂದ.

ತುಸು ಹೊತ್ತಿನಲ್ಲಿ ಅಣ್ಣ ವಿಲ್ಲಿ ಬಂದ. ಆಮೇಲೆ ನಡೆದದ್ದು ಮಾತುಕತೆ.

"ನೀನು ಅವನನ್ನು ಎಲ್ಲಿ ಕಂಡೆ ?"

ವಿಲ್ಲಿ ಹೇಳಿದ :

"ಗಡಿಯ ಗೇಟಿನ ಬಳಿ."

ಅವನು ಏನಂದ ?"

"ಬಂದೂಕನ್ನು ತೋರಿಸಿ ಕೈ ಮೇಲೆತ್ತೋದಕ್ಕೆ ಹೇಳಿದ."

"ಆಮೇಲೆ ?"

"ನನ್ನ ಕುದುರೆ ಮತ್ತು ವಾಚು ತೆಗೆದುಕೊಂಡ. ನನಗೆ ಈ ಕುದುರೆ ಕೊಟ್ಟ."

ಅಷ್ಟರಲ್ಲಿ ಸರದಾರ ಮೆಲುದನಿಯಲ್ಲಿ ಹೇಳಿದ:

"ಪರವಾಗಿಲ್ಲ. ನನ್ನ ಬಳಿ ಇಬ್ಬರು ಕೈದಿಗಳಿದ್ದಾರೆ. ಅಲ್ಲದೆ ಅವನು ಅಷ್ಟೊಂದು ಕೆಟ್ಟವನಲ್ಲ ಅಲ್ವಾ, ಮಿಸ್ ಆ್ಯನ್ಸನ್ ?"

"ನಿಜ; ಅದರಲ್ಲೂ ತಾನು ತೆಗೆದುಕೊಂಡಿದ್ದ ಕುದುರೆಯನ್ನೇ ತಿರುಗಿ ಬಿಟ್ಟಿರೋದಾದರೆ ಖಂಡಿತವಾಗಿಯೂ ಅವನು ಕೆಟ್ಟವನಲ್ಲ ಸರದಾರ."

ಕ್ಯಾಸಿ ಎದ್ದು ನಿಂತ. ಮುಂಜಾನೆಯ ಕೆಂಪು ಬಣ್ಣಕ್ಕೆ ತಿರುಗುತ್ತಿದ್ದ ಆಕಾಶದ ಕಡೆಗೆ ನೋಡಿದ.

○ ಲೂಯಿ ಬೆಕ್

ಕರೆಗಂಟೆ

ಸಿಡ್ನಿ ಬಂದರದ ಚಿತ್ತಾಕರ್ಷಕ ದಂಡೆಗಳಲ್ಲಿ ಒಂದು ಮೊಸ್ ಮ್ಯಾನ್ ಕೊಲ್ಲಿ. ನಾನು ಎಂಟು ವರ್ಷದವನಿದ್ದಾಗ, ಈ ಪ್ರದೇಶದಲ್ಲಿದ್ದ ನಮ್ಮ ಮನೆಯಲ್ಲಿ ಒಂದು ವಿಚಿತ್ರ ಘಟನೆ ನಡೆಯಿತು. ಆಗ ಅಲ್ಲಿ ಮನೆಗಳಿದ್ದುದು ಕಡಿಮೆ. ಇದ್ದರೂ ಒಂದರಿಂದ ಇನ್ನೊಂದು ದೂರ. ನಮ್ಮ ಮನೆಯಂತೂ ಸೈಂಟ್ ಲಿಯೊನಾರ್ಡ್ ಬಡಾವಣೆಯಿಂದ ಮಿಡ್ಲ್ ಹಾರ್ಬರಿಗೆ ಹೋಗುವ ಹೆದ್ದಾರಿಯಿಂದ ತುಂಬಾ ಒಳಗೆ. ಸುತ್ತಮುತ್ತ ಆಸ್ಟ್ರೇಲಿಯದ ಮರಗಳ ಕಾಡು. ಮನೆ ಚೌಕಾಕಾರವಾಗಿದ್ದು ಬಹುತೇಕ ಎಲ್ಲ ಕೋಣೆಗಳೂ ನಡುವಂಗಳಕ್ಕೆ ಮುಖ ಮಾಡಿದ್ದುವು. ಪ್ರತಿಯೊಂದು ಕೋಣೆಯ ಬಾಗಿಲಿನ ಮೇಲೂ ಒಂದೊಂದು ಕರೆಗಂಟೆಯಿದ್ದು, ಅವುಗಳ ತಂತಿಗಳನ್ನು ಮನೆಯ ಸುತ್ತ ಕಟ್ಟಲಾಗಿತ್ತು; ಹಜಾರದಲ್ಲಿ ತೂಗಾಡುತ್ತಿದ್ದ ಮುಂದಣ ಪ್ರವೇಶ ದ್ವಾರದ ಗಂಟೆ ಮಾತ್ರ ಮಿಕ್ಕವುಗಳಿಗಿಂತ ದೊಡ್ಡ ದಾಗಿದ್ದು, ಅದರ 'ಸೆಳೆಗೋಲು' ಹಳೆ ಮಾದರಿಯ ದಾಗಿತ್ತು. ಅದೊಂದು ಕಬ್ಬಿಣದ ಸರಳು ಅಷ್ಟೆ. ಹೊರ ಗೋಡೆಯ ಮೇಲಣ ಹಲಿಗೆಯಿಂದ ಅದು ನೇತಾಡುತ್ತಿತ್ತು. ಅಲ್ಲಿ ಅದನ್ನು ಗಂಟೆಯ ತಂತಿಗೆ ಜೋಡಿಸಲಾಗಿತ್ತು.

ಒಂದು ರಾತ್ರಿ ಸುಮಾರು ಎಂಟು ಗಂಟೆ ಹೊತ್ತು. ಶೀತ ಗಾಳಿ ಜೋರಾಗಿ ಬೀಸುತ್ತಿತ್ತು. ಅಮ್ಮ, ಅಕ್ಕಂದಿರು ಮತ್ತು ನಾನು ಊಟದ ಕೋಣೆಯಲ್ಲಿ ಕುಳಿತು ಅಣ್ಣಂದಿರು ಬರುವುದನ್ನು ನಿರೀಕ್ಷಿಸುತ್ತಾ ಇದ್ದೆವು. ಅವರು ಸಿಡ್ನಿಯಿಂದ ಬರಬೇಕಾಗಿತ್ತು. ಅಲ್ಲಿ ಅವರು ಶಾಲೆಗೆ ಹೋಗುತ್ತಿದ್ದರು. ಅವರು ದಿನಾ ಆರು ಮೈಲು ನೀರು ದಾಟಿ ಅಲ್ಲಿಗೆ ಹೋಗಿ, ಸಂಜೆ ಹಿಂದೆ ಬರುವಾಗ ಹೆಚ್ಚು ಕಡಿಮೆ ಹೊತ್ತು ಮುಳುಗುತ್ತಿತ್ತು. ಆ ದಿನ ಅವರು ಬರುವುದು ಎಂದಿಗಿಂತಲೂ ತಡವಾಗಿತ್ತು. ಚಳಿಗಾಳಿ, ಅದೂ ಆಗತಾನೇ ಈಶಾನ್ಯ ದಿಕ್ಕಿನಿಂದ ಸ್ವಲ್ಪ ಬಲವಾಗಿ ಬೀಸುತ್ತಿತ್ತು. ಹೀಗಾಗಿ ತಡವಾಗಿದ್ದಿರಬೇಕು. ಆದರೆ ಅಷ್ಟರಲ್ಲಿ ಮುಂದಣ ಬಾಗಿಲಿನ ಕರೆಗಂಟೆ ಮೆಲ್ಲನೆ ಸದ್ದು ಮಾಡಿತು.

"ಕೊನೆಗೂ ಬಂದುಬಿಟ್ಟರಪ್ಪ. ಆದರೆ ಈ ಭಯಂಕರ

ಚಳಿಯಲ್ಲಿ, ಇಷ್ಟು ರಾತ್ರಿಗೆ ಮುಂದಣ ಬಾಗಿಲಿಗೆ ಯಾಕೆ ಹೋಗಬೇಕಿತ್ತು ? ತಲೆ ತಿನ್ನೋ ಹುಡುಗರು," ಎಂದಳು ಅಮ್ಮ .

ಕೈಯಲ್ಲಿ ಮೇಣದ ಬತ್ತಿ ಹಿಡಿದುಕೊಂಡು ಪಡಸಾಲೆ ದಾಟಿ ನಮ್ಮ ಕೆಲಸದ ಹುಡುಗಿ ಜೂಲಿಯಾ ಬಾಗಿಲು ತೆರೆದಳು. ಅಲ್ಲಿ ಯಾರೂ ಇರಲಿಲ್ಲ! ಅವಳು ನಗುತ್ತಾ ಊಟದ ಕೋಣೆಗೆ ಹಿಂದಿರುಗಿ ಹೇಳಿದಳು :

"ಚಿಕ್ಕ ಯಜಮಾನ ಎಡ್ವರ್ಡ್ ಚೇಷ್ಟೆ ಮಾಡುತ್ತಿದ್ದಾರೆ ಮೇಡಮ್."

ಅವಳು ಮಾತು ಮುಗಿಸುವಷ್ಟರಲ್ಲಿ ಇನ್ನೊಮ್ಮೆ ಗಂಟೆ ಸದ್ದು ಮಾಡಿತು. ಮೊದಲಿಗಿಂತ ಜೋರಾಗಿ. ನನ್ನ ದೊಡ್ಡ ಅಕ್ಕ ಓದುತ್ತಿದ್ದ ಪುಸ್ತಕವನ್ನು ಕೆಳಗೆ ಕುಕ್ಕಿ, ಬಾಗಿಲ ಬಳಿಗೆ ಹೋದಳು. ಅವಳಿಗೆ ಸಿಟ್ಟಿನ ಜೊತೆಗೆ ಆಶ್ಚರ್ಯವೂ ಆಗಿರಬೇಕು. ಬಾಗಿಲು ತೆಗೆದವಳೇ ಅವಳು ಜೋರಾಗಿ "ಬೇಗ ಬನ್ರೋ ಒಳಗೆ" ಎಂದಳು.

ಉತ್ತರವಿಲ್ಲ. ಅವಳು ಹೊರಗೆ ಜಗಲಿಗೆ ಹೋಗಿ ಇಣುಕಿ ನೋಡಿದಳು. ಯಾರೂ ಕಾಣಿಸಲಿಲ್ಲ. ಆದರೆ ಹಜಾರದ ಆ ದೊಡ್ಡ ಗಂಟೆ ಪುನಃ ಸದ್ದು ಮಾಡಿತು.

ಅವಳು ಸಿಟ್ಟಿನಿಂದ ಬಾಗಿಲು ಮುಚ್ಚಿ ತಿರುಗಿ ಬಂದು ಕೂತುಕೊಂಡಳು. ಆದರೆ ಅಷ್ಟರಲ್ಲಿ ಇನ್ನೊಮ್ಮೆ ಮೃದುವಾಗಿ ಗಂಟೆ ಝುಣಝುಣಿಸಿತು.

"ಅದಕ್ಕೆ ಲಕ್ಷ್ಯ ಕೊಡಬೇಡ. ಅವರಿಗೆ ಸಾಕಾಗಿ, ಹಸಿವಾದ ಕೂಡಲೇ ಬರ್ತಾರೆ. ಸುಮ್ಮನಿರು ನೀನು," ಎಂದಳು ಅಮ್ಮ.

ತಕ್ಷಣ ಇನ್ನೊಮ್ಮೆ ಗಂಟೆ ಬಾರಿಸಿದ ಸದ್ದು. ಸ್ಪಷ್ಟವಾಗಿ ಮೂರು ಬಾರಿ. ನಾವು ಒಬ್ಬರ ಮುಖ ಇನ್ನೊಬ್ಬರು ನೋಡಿ ಮೆಲ್ಲಗೆ ನಕ್ಕೆವು. ಇಷ್ಟಾಗಿ ಐದು ನಿಮಿಷ ಕಳೆದ ಬಳಿಕ ಗಂಟೆ ಎಡೆಬಿಡದೆ ಸುಮಾರು ಎಂಟು ಹತ್ತು ಸಲ ಸದ್ದು ಮಾಡಿತು.

ಅಮ್ಮ ಎದ್ದು ನಿಂತಳು. ಮೌನವಾಗಿರುವಂತೆ ನಮಗೆ ಸಂಜ್ಞೆ ಮಾಡಿದಳು. "ಅವರನ್ನು ಹೋಗಿ ಹಿಡಿಯೋಣ" ಅಂದಳು. ನಾವು ಸದ್ದಿಲ್ಲದೆ ಅವಳನ್ನು ಹಿಂಬಾಲಿಸಿದೆವು.

ಮೆಲ್ಲನೆ ಬಾಗಿಲ ಹಿಡಿಯನ್ನು ತಿರುಗಿಸಿ ಅಮ್ಮ ಒಮ್ಮೆಲೆ ಬಾಗಿಲು ತೆರೆದಳು. ಗಂಟೆ ಮತ್ತೊಮ್ಮೆ ಢಣ್ ಎಂದಿತು. ವಿಚಿತ್ರ ಎಂದರೆ, ಯಾವ ಪ್ರಾಣಿಯೂ ನಮ್ಮ ಕಣ್ಣಿಗೆ ಬೀಳಲೇ ಇಲ್ಲ!

ಅಮ್ಮ ತುಂಬಾ ಸೌಮ್ಯ ಸ್ವಭಾವದವಳು. ಎಂದೂ ಸಿಟ್ಟಾದವಳೇ ಅಲ್ಲ. ಆದರೆ ಈಗ ಅವಳಿಗೂ ಸಿಟ್ಟು ಬಂದಿತ್ತು. ಜಗಲಿಗೆ ಬಂದು ಅವಳು ಕತ್ತಲೆಯಲ್ಲಿ ಕರೆದಳು :

"ಬೇಗ ಒಳಗೆ ಬನ್ರೋ. ನನಗೆ ಸಿಟ್ಟು ಬರಿಸೋದು ಬೇಡ. ಗಂಟೆಯ ತಂತಿಗೆ ಇನ್ನೊಂದು ಹಗ್ಗ ಸೇರಿಸಿ ಅದನ್ನು ಎಳೆಯೋದೆಲ್ಲ ನನಗೆ ಗೊತ್ತು. ಈ ಹುಡುಗಾಟ ನಿಲ್ಲಿಸದಿದ್ದರೆ ನಿಮಗೆ ರಾತ್ರಿ ಊಟ ಇಲ್ಲ. ಗೊತ್ತಾಯಿತಾ ?"

ಗಂಟೆ ಇನ್ನೊಮ್ಮೆ ಮೃದುವಾಗಿ ಬಾರಿಸಿದ್ದಲ್ಲವೆ, ಬೇರೆ ಉತ್ತರವೇ ಇಲ್ಲ.

"ಒಂದು ಏಣಿ ಮತ್ತು ಮೇಣದ ಬತ್ತಿ ತೆಗೆದುಕೊಂಡು ಬಾ ಜೂಲಿಯಾ. ಈ ಹುಚ್ಚು ಮುಂಡೇವು ಗಂಟೆಯ ತಂತಿಗೆ ಏನು ಕಟ್ಟಿದ್ದಾರೆ ಅಂತ ನೋಡೇ ಬಿಡೋಣ," ಎಂದು ಬೇಸರದಿಂದ ಅಮ್ಮ ಹೇಳಿದಳು.

ಜೂಲಿಯಾ ಏಣಿ ತಂದಳು. ನನ್ನ ದೊಡ್ಡ ಅಕ್ಕ ಮೇಲೆ ಹತ್ತಿ ಗಂಟೆಯ ಕಡೆ ಪರೀಕ್ಷಕ ನೋಟ ಬೀರಿದಳು. ಅವಳಿಗೆ ಏನೂ ವಿಶೇಷ ಕಾಣಿಸಲಿಲ್ಲ. ಹಗ್ಗ ಅಥವಾ ತಂತಿ

ಒಂದೂ ಇಲ್ಲ. ಅವಳು ಕೆಳಗೆ ಇಳಿಯತೊಡಗಿದಳು. ಅಷ್ಟರಲ್ಲಿ ಗಂಟೆ ನಿಧಾನವಾಗಿ ತೊನೆದಾಡಿ ಇನ್ನೊಮ್ಮೆ ಮೆಲ್ಲನೆ ಹೊಡೆದುಕೊಂಡಿತು.

ನಾವೆಲ್ಲ ನಡುಮನೆಗೆ ಹೋದೆವು. ಐದು ನಿಮಿಷದೊಳಗೆ ಅಣ್ಣಂದಿರು ಎಂದಿನಂತೆ ಮನೆಯ ಹಿಂದಿನ ಬಾಗಿಲಿನ ಮೂಲಕ ಒಳಗೆ ಬಂದರು. ಅವರು ಸಾಕಷ್ಟು ಒದ್ದೆಯಾಗಿದ್ದು, ಅವರ ಮೈಕೈಗಳಲ್ಲಿ ಕೆಸರು ಕೊಳೆ ತುಂಬಿಕೊಂಡಿತ್ತು. ಎಂದಿನಂತೆ ಜೋರಾಗಿ ಹರಟುತ್ತಾ ಅವಗು ನಡುಮನೆಗೆ ಬಂದರು. ತುಂಬಾ ಹಸಿವೆ ಕೂಡಾ ಆಗಿರಬೇಕು. ಎಲ್ಲರೂ ಒಟ್ಟಾಗಿ ಗಟ್ಟಿಯಾಗಿ, ಕೂಡಲೇ ಊಟ ಹಾಕುವಂತೆ ಕೇಳಿದರು. ಅಮ್ಮ ಅವರನ್ನು ದುರುಗುಟ್ಟಿ ನೋಡಿದಳು. "ನಿಮಗೆ ಏನೂ ಇಲ್ಲ," ಎಂದಳು. ಅಮ್ಮನ ಮಾತಿನಿಂದ ದಂಗಾಗಿ, ಟೆಡ್ ಪ್ರಶ್ನಿಸಿದ :

"ಯಾಕೆ ಮಮ್ಮಿ? ಏನ್ಸಮಾಚಾರ? ನಾವೇನು ಅಂಥದ್ದು ಮಾಡಿದ್ದು? ಇಷ್ಟೊಂದು ಸಿಟ್ಟಾಗಿ ಊಟ ಹಾಕೋದಿಲ್ಲಾಂತ ಹೇಳೋದಕ್ಕೆ? ಹುಯ್ಯಲಿಡುವ ಈ ಚಳಿಗಾಳಿಗೆ ಎದುರಾಗಿ ಎರಡು ಗಂಟೆ ಕಾಲ ದೋಣಿಗೆ ಹುಟ್ಟು ಹಾಕಿ ಸಾಕಾಗಿ ಹೋಗಿದೆ."

"ನಾನು ಯಾಕೆ ಹಾಗೆ ಹೇಳಿದ್ದು ಅಂತ ನಿಮಗೆ ಚೆನ್ನಾಗಿ ಗೊತ್ತು. ಇಂಥಾ ಹುಚ್ಚಾಟ – ಅದೂ ನಮ್ಮ ಜತೆ – ಇಷ್ಟು ಹೊತ್ತು ಆಡೋದು ಸರಿಯಾ?"

ಟೆಡ್ ಬೆರಗಾಗಿ ಅಮ್ಮನ ಮುಖ ನೋಡಿದ. "ಹುಚ್ಚಾಟ! ಎಂಥಾ ಹುಚ್ಚಾಟ ಮಮ್ಮೀ?" (ಅಷ್ಟರಲ್ಲಿ ಗಂಟೆಯ ಸದ್ದಾಯಿತು. ಜೂಲಿಯಾ ಹೆದರಿಕೆಯಿಂದ ನಡುಗಿ, ಮೌನವಾಗಿ ದೇವರ ಪ್ರಾರ್ಥನೆ ಮಾಡಿದಳು)

ಈ ವಿಚಿತ್ರ ಗಂಟೆಯ ಸದ್ದಿನ ಕುರಿತು ಟೆಡ್ ಮತ್ತು ನನ್ನ ಇತರ ಅಣ್ಣಂದಿರಿಗೆ ಏನೇನೂ ಗೊತ್ತಿಲ್ಲವೆಂದು ಅಮ್ಮನಿಗೆ ಈಗ ನಂಬಿಕೆ ಬಂತು. ಅವಳು ತನ್ನ ಕೋಪದ ಕಾರಣವನ್ನು ವಿವರಿಸಿದಳು.

ಅದನ್ನು ಕೇಳಿ ಟೆಡ್ ಹೇಳಿದ :

"ನಾವೆಲ್ಲರೂ ಹೋಗಿ ನೋಡೋಣ. ನೀವಿಬ್ಬರು ಹುಡುಗರು ಮತ್ತು ಜೂಲಿಯ, ನೀವು ಕೊಟ್ಟಿಗೆಗೆ ಹೋಗಿ ಅಲ್ಲಿರೋ ಎಲ್ಲ ಲಾಟಾನುಗಳನ್ನು ತೆಗೆದುಕೊಂಡು ಬನ್ನಿ. ದೀಪ ಉರಿಸಿ ಎಲ್ಲರೂ ಹುಡುಕೋಣ. ಇಬ್ಬರು ಮನೆಯ ಒಂದು ದಿಕ್ಕಿನಿಂದ. ಇನ್ನಿಬ್ಬರು ಇನ್ನೊಂದು ದಿಕ್ಕಿನಿಂದ. ಯಾರೋ ಆಟ ಆಡ್ತಿರಬೇಕು."

ಜೂಲಿಯ ಎತ್ತಿನಂಥಾ ಬಲಿಷ್ಠ ಹೆಣ್ಣು. ನೋಡಲು ಮಾತ್ರ ಅಷ್ಟು ಚೆನ್ನಾಗಿರಲಿಲ್ಲ. ಅವಳು ಪುನಃ ಶಿಲುಬೆಯ ಗುರುತು ಮಾಡಿ ಅಳುವುದಕ್ಕೆ ಶುರು ಮಾಡಿದಳು.

"ಏನಾಯಿತು? ಯಾಕೆ ಅಳೋದು?" ಎಂದು ಟೆಡ್ ಸಿಟ್ಟಿನಿಂದ ಕೇಳಿದ.

"ಹಿಂದೆ ಇಲ್ಲಿ ಬಂದೀಖಾನೆಯಿದ್ದಾಗ ಭಯಂಕರ ಕೊಲೆಗಳು ನಡೆದಿದ್ವಂತೆ. ಪೋಲೀಸ್ ಸಾರ್ಜೆಂಟನ ಹೆಂಡ್ತಿ ನಂಗೆ ಹೇಳಿದ್ದು. ಕೈದಿಗಳು ಮೂವರು ಸೈನಿಕರನ್ನು ಅವರು ಊಟ ಮಾಡ್ತಿದ್ದಾಗ ಅಲ್ಲಿ ಕಡಲ ದಂಡೇ ಮ್ಯಾಲೆ ಕೊಂದಿದ್ರಂತೆ. ಅಲ್ಲೆಲ್ಲ ರಕ್ತ ಇದ್ದದ್ದನ್ನು ಕಂಡೋರು ಈಗ್ಲೂ ಇದ್ದಾರೆ."

ಟೆಡ್ ಜೋರಾಗಿ ಹೇಳಿದ :

"ಸಾಕು ಮಾಡು ನಿನ್ನ ಅಜ್ಜಿಕತೆ."

ಅಕ್ಕ ಗಹಗಹಿಸಿ ನಗತೊಡಗಿದಳು. ಪುಟ್ಟ ತಂಗಿ ಮಾತ್ರ ಹೆದರಿ ಅಮ್ಮನ ಸ್ಕರ್ಟಿನಲ್ಲಿ ಮುಖ ಹುದುಗಿದಳು.

ಟೆಡ್‌ನ ಸಿಟ್ಟಿನ ಸ್ವರ, ಬೆದರಿಸುವ ನೋಟ ಜೂಲಿಯಾಳನ್ನೂ ತೆಪ್ಪಗಿರುವಂತೆ ಮಾಡಿತು. ನಡುಗುತ್ತಾ ಅವನ ಅಪ್ಪಣೆಯಂತೆ ಅವಳು ಇನ್ನೊಮ್ಮೆ ಬಾಗಿಲ ಬಳಿ ಹೋದಳು. ಈಗ ಪುನಃ ಅತ್ಯಂತ ಜೋರಾಗಿ ಗಂಟೆ ಬಾರಿಸತೊಡಗಿತು. ಹೆದರಿದ ಜೂಲಿಯಾ ಅಲ್ಲೇ ಕುಸಿದು ಹುಚ್ಚಿಯಂತೆ ಜೋರಾಗಿ ಅರಚತೊಡಗಿದಳು.

ಅಮ್ಮನಿಗೆ ಇಂಥ ಹುಚ್ಚು ಹಿಡಿದವರೊಡನೆ ವ್ಯವಹರಿಸುವುದು ಹೇಗೆಂದು ಗೊತ್ತು. ನಮ್ಮನ್ನೆಲ್ಲ ಅಲ್ಲಿಂದ ಬೇರೆ ಕೋಣೆಗೆ ಕಳಿಸಿ, ಅವಳು ಜೂಲಿಯಾ ಒಬ್ಬಳನ್ನೇ ಅಲ್ಲಿ ಬಿಟ್ಟು, ಕೋಣೆಯ ಕದ ಮುಚ್ಚಿ ಬೀಗ ಹಾಕಿದಳು.

"ಅವಳು ಅಲ್ಲೇ ಇರಲಿ ಮಕ್ಕಳೇ. ಅವಳಿಂದ ಪೀಠೋಪಕರಣಗಳಿಗೆ ಎಲ್ಲಾದ್ರೂ ಹಾನಿ ಯಾಗ್ಬಹುದೇ ಹೊರತು, ಅವಳಿಗೇನೂ ಆಗಲಾರದು. ಹುಚ್ಚು ಹುಡುಗಿ! ಟೆಡ್, ನೀನು ಮತ್ತು ನಿನ್ನ ತಮ್ಮಂದಿರು ಲಾಟಾನುಗಳನ್ನು ತನ್ನಿ. ನಾನು ಚಿಕ್ಕ ಮಕ್ಕಳ ಜತೆ ಅಡಿಗೆ ಮನೆಗೆ ಹೋಗ್ತೇನೆ."

ನಾನು ಮತ್ತು ನನ್ನ ಹಿರಿಯ ಅಣ್ಣ ಕುದುರೆ ಲಾಯಕ್ಕೆ ಹೋಗಿ ಮೂರು ಲಾಟಾನುಗಳನ್ನು ಉರಿಸಿದೆವು. ಈ ವಿಚಿತ್ರ ಘಟನೆಯಿಂದಾಗಿ ಹೆದರಿ ನಡುಗುತ್ತಿದ್ದರೂ ಟೆಡ್‌ನ ಸಿಟ್ಟಿನ ಮುಖ ಕಂಡು ನಾವು ಧೈರ್ಯದ ಸೋಗು ಹಾಕಿದೆವು. "ನೀವು ಎಡದಿಕ್ಕಿನಿಂದ ಬನ್ನಿ. ನಾನು ಬಲಗಡೆಯಿಂದ ಹೋಗುತ್ತೇನೆ" ಎಂದು ಟೆಡ್ ಹೇಳಿದ.

ನಾವಿಬ್ಬರೂ ನಡುಗುತ್ತಿದ್ದೆವು. ಭಯದಿಂದ ಮೇಲುಸಿರು ಬರುತ್ತಿತ್ತು. ಒಬ್ಬರ ಮೈಗೆ ಇನ್ನೊಬ್ಬರು ತಾಗುವಂತೆ ನಮ್ಮ ದಾರಿಯಲ್ಲಿ ನಡೆದೆವು. ತೋಟ ದಾಟಿ ನಾವು ಟೆಡ್‌ನನ್ನು ಸೇರಬೇಕಿತ್ತು. ಅಲ್ಲಿಗೆ ಬರುವ ಐದು ನಿಮಿಷಗಳ ಮೊದಲೇ ನಾವು ಜಗಲಿಯನ್ನು ಸೇರಿ ಹಜಾರದ ಬಾಗಿಲನ್ನು ತಲುಪಿದ್ದೆವು.

ಕೈಯಲ್ಲಿ ಲಾಟಾನು ಹಿಡಿದುಕೊಂಡು ಮೆಟ್ಟಲು ಹತ್ತುತ್ತಿದ್ದಂತೆ, "ಏನಾದರೂ ಕಾಣ ಸಿಕ್ಕಿತಾ ?" ಎಂದು ಅವನು ಪ್ರಶ್ನಿಸಿದ.

"ಏನಿಲ್ಲ..." ಬಾಗಿಲಿಗೆ ಒತ್ತಿ ನಿಲ್ಲುತ್ತ ನಾವು ಉತ್ತರಿಸಿದೆವು.

ಟೆಡ್ ನಮ್ಮ ಕಡೆಗೆ ತಿರಸ್ಕಾರದ ನೋಟ ಬೀರಿದ.

"ಥತ್ ಬೆಪ್ಪುಗಳು ! ಯಾಕೆ ಹೆದರೋದು ? ಮಕ್ಕಳಿಗಿಂತ, ಹೆಂಗಸರಿಗಿಂತ ಕಡೆ! ಗಾಳಿಯಿಂದ ಗಂಟೆ ಶಬ್ದ ಮಾಡ್ತಿರಬೇಕು. ಗಾಳಿ ಅಲ್ಲದಿದ್ದರೆ ಬೇರೆ ಏನಾದರೂ ಒಂದು. ಏನು ಅಂತ ಹೇಳೋದಕ್ಕಾಗಲ್ಲ. ನನಗೆ ಬೇಗ ಊಟ ಮಾಡಬೇಕು. ಕಾಯುತ್ತಾ ಕೂರೋದಕ್ಕೆ ಸಾಧ್ಯವಿಲ್ಲ. ನಿಮ್ಮಲ್ಲಿ ಒಬ್ಬರು ಗಂಟೆ ಎಳೀರಿ."

ರಾತ್ರಿಯ ಭೀಕರತೆಗಳಿಂದ ಇಷ್ಟು ಬೇಗ ಪಾರಾಗುವ ಹುಮ್ಮಸ್ಸಿನಲ್ಲಿ ನಾವು ಹೆದರಿಕೆ ಮರೆತು ಕೂಡಲೇ ಗಂಟೆಯ ಸೆಳೆಗೋಲನ್ನು ಎಳೆದೆವು.

"ಅದು ಅಂಟಿಕೊಂಡಿದೆ. ಕೆಳಗೆ ಬರೋದಿಲ್ಲ."

"ಬರೇ ಅಜ್ಜಮ್ಮಗಳು ! ಅದನ್ನು ಎಳೆಯೋವಷ್ಟು ತ್ರಾಣವೂ ಇಲ್ಲ." ನಮ್ಮನ್ನು ಪಕ್ಕಕ್ಕೆ ತಳ್ಳಿ ಅವನು ನೇತಾಡುತ್ತಿದ್ದ ಹಿಡಿಯನ್ನು ಎಳೆದ. ಗಂಟೆಯ ಶಬ್ದ ಕೇಳಿಸಲಿಲ್ಲ.

"ಹೌದು, ಎಲ್ಲೋ ಸಿಕ್ಕಿಹಾಕಿಕೊಂಡಿರಬೇಕು."

ಇಷ್ಟು ಹೇಳಿ ಸರಿಯಾಗಿ ಪರೀಕ್ಷಿಸಲೆಂದು ಆತ ದೀಪವನ್ನು ಮೇಲೆ ಎತ್ತಿ ಹಿಡಿದು ನೋಡತೊಡಗಿದ. ಥಟ್ಟನೆ ಅವನು ಕಿರಿಚಿದ :

"ಓ ! ಅಲ್ಲಿ ನೋಡಿ !"

ನಾವು ಅತ್ತ ನೋಡಿದೆವು. ಅಲ್ಲಿ ದೊಡ್ಡ ಹಚ್ಚಡ ಹಾವೊಂದು* ಗೋಡೆಹಲಿಗೆಯ ತುದಿಯಲ್ಲಿದ್ದ ಗಂಟೆಯ ತಂತಿಯ ಮೇಲೆ ಸುರುಳಿ ಸುರುಳಿಯಾಗಿ ಸುತ್ತಿಕೊಂಡಿತ್ತು. ಅದರ ತಲೆ ಕೆಳಗಿತ್ತು. ನಮ್ಮನ್ನು ನೋಡಿ ಅದು ಹೆದರಿದಂತೆ ಕಾಣಲಿಲ್ಲ. ಬದಲು ಬಹಳ ಉಲ್ಲಾಸದಿಂದ ತಂತಿಯ ಸುತ್ತ ಇದ್ದ ತನ್ನ ಮೈಯ ಸುರುಳಿಯನ್ನು ಇನ್ನಷ್ಟು ಬಲಪಡಿಸುತ್ತಿತ್ತು.

ಟೆಡ್ ಕುದುರೆ ಲಾಯಕ್ಕೆ ಓಡಿ ಒಂದು ದೊಡ್ಡ ದೊಣ್ಣೆ ತಂದು ಬಲವಾಗಿ ಅದರ ಬೆನ್ನಿಗೆ ಬಡಿದ. ನಮ್ಮನ್ನು ಇಷ್ಟು ಹೆದರಿಸಿ ಕಂಗಾಲು ಮಾಡಿದ್ದ ಆ ಹಾವಿನ ಎಲುಬು ಪುಡಿಪುಡಿ ಯಾಗುವ ತನಕ ಹೊಡೆದ. ಅನಂತರ ಒಂದು ಏಣಿಯನ್ನು ತಂದು ತುಂಬಾ ಕಷ್ಟದಿಂದ ತಂತಿಗೆ ಸುತ್ತಿಕೊಂಡಿದ್ದ ಅದರ ದೇಹವನ್ನು ಬಿಡಿಸಿ ಕೆಳಗೆ ಎಸೆದ.

ಅದು ಸುಮಾರು ಒಂಭತ್ತು ಅಡಿಗಿಂತ ಹೆಚ್ಚು ಉದ್ದ ಇತ್ತು. ತಂತಿಯ ಮೇಲಿಂದ ಗೋಡೆಯ ತುದಿಯ ತನಕ ಮೈ ಎಳೆಯುತ್ತಾ, ತನ್ನ ಹಳೆ ಪೊರೆಯನ್ನು ಕಳಚಲು ಅದು ಪ್ರಯತ್ನಿಸುತ್ತಿತ್ತು. ಟೆಡ್ ಅದನ್ನು ಕೊಲ್ಲುವಷ್ಟರಲ್ಲಿ ಆ ಬಡ ನಿರುಪದ್ರವಿ ಪ್ರಾಣಿ ಹಳೆಯ ಚರ್ಮ ಕೀಳುವ ತನ್ನ ಕೆಲಸವನ್ನು ಹೆಚ್ಚುಕಡಿಮೆ ಪೂರ್ತಿಗೊಳಿಸಿತ್ತು.

---

* ಮೈಮೇಲೆ ಚೌಕುಳಿಗಳಿರುವ, ವಿಷರಹಿತವಾದ ಒಂದು ಜಾತಿಯ ಆಸ್ಟ್ರೇಲಿಯದ ಹಾವು.

○ ವಾನ್ಸ್ ಪಾಮರ್

ಮೀನಿನ ಶಿಕಾರಿ

ಆ ಎಳೆಯ ತನ್ನ ಬಟ್ಟೆಗಳನ್ನು ಕಳಚಿದ. ಅಲೆಗಳ ಹೊಡೆತದಿಂದ ಮುಕ್ತವಾಗಿ ಸಮತಟ್ಟಾದ ಹಾಸುಗಲ್ಲುಗಳ ನಡುವಿನ ಪುಟ್ಟ ಕೊಳಗಳ ಕಡೆಗೆ ಸಾಗಿದ. ಬಿಸಿ ಏರುತ್ತಿದ್ದ ಸುಣ್ಣದ ಕಲ್ಲು ಅವನ ಪಾದಗಳಿಗೆ ಚುರುಕು ಮುಟ್ಟಿಸಿತು. ಸಂಜೆಯ ಗಾಳಿ ರೇಶ್ಮೆಯಷ್ಟು ನವಿರಾಗಿ ಅವನ ಮೈಯನ್ನು ಸೋಕಿತು. ಉಪ್ಪುಪ್ಪಾದ ದ್ರಾಕ್ಷೆಯಂಥ ಹಣ್ಣುಗಳಿದ್ದ ಕಡಲು ದ್ರಾಕ್ಷೆಯ ಬಳ್ಳಿಯೊಂದನ್ನು ಕಿತ್ತುಕೊಂಡು ಆತ ಅದನ್ನು ಗಾಳಿಯಲ್ಲಿ ರೊಂಯ್ಯನೆ ತಿರುಗಿಸಿದ. ಬೀಸುವಾಗ ನೀರಿನ ತುಂತುರ್ವನಿಗಳು ತಂಪಾದ ಇಬ್ಬನಿಯಂತೆ ಅವನನ್ನು ತೋಯಿಸಿದವು. ಸಂತೋಷದಿಂದ ಅವನು ಕೇಕೆ ಹಾಕಿದ.

"ಕಲ್ಲಿನ ಅಂಚಿನ ತೀರಾ ಹತ್ತಿರ ಹೋಗಬೇಡಪ್ಪಾ."

ಗಾಳಕ್ಕೆಂದು ಸಂಗ್ರಹಿಸಿಟ್ಟ ಹುಳುಗಳ ಡಬ್ಬವನ್ನು ನೋಡುತ್ತಾ ನಿಂತಿದ್ದ ಮನುಷ್ಯ ಇವನಿಗೆ ಎಚ್ಚರವಿತ್ತ. ಕಡಲ ದ್ರಾಕ್ಷೆಯನ್ನು ಬೆರಳಿನಲ್ಲಿ ಒತ್ತುತ್ತಿದ್ದಂತೆ ಹುಡುಗ ಮುಖ ಗಂಟಿಕ್ಕಿದ. ತಾನೇನೂ ಬೆಟ್ಟು ಚೀಪುವ ಮಗುವಲ್ಲ ಹಾಗೆ ಎಚ್ಚರಿಸುವುದಕ್ಕೆ – ಎಂದುಕೊಂಡ ಮನಸ್ಸಿನಲ್ಲೇ.

ಈ ಪುಟ್ಟ ಕೊಳಗಳೇ ಸಾಕಷ್ಟು ಚೇತೋಹಾರಿಯಾಗಿದ್ದವು. ಸೊಂಟದ ತನಕ ಬರುವ ಸ್ಫಟಿಕದಂಥಾ ನೀರು. ತಳದ ನೀಲಿ ನಿಯಾನ್ ಬೆಳಕಿನಲ್ಲಿ ಮಿರುಗುವ ಹುಲ್ಲು, ಕಲ್ಲು, ಮರಳು ಇವನ್ನು ನೋಡುವುದೇ ಒಂದು ಮಜಾ. ಬಣ್ಣ ಬಣ್ಣದ ಮೀನುಗಳು, ಸರ್ರನೆ ಒಂದು ಹೊಂಡದಿಂದ ಇನ್ನೊಂದಕ್ಕೆ ಕುಪ್ಪಳಿಸುತ್ತಿದ್ದವು. ಏಡಿಗಳು, ತಮ್ಮ ಬಿಲಗಳಿಂದ ಇಣುಕುತ್ತಿದ್ದವು. ನಸು ಬೂದು ಬಣ್ಣದ ಕಡಲ ಹಾವುಗಳೂ ಒಮ್ಮೊಮ್ಮೆ ತಲೆ ಹೊರಗೆ ಹಾಕುತ್ತಿದ್ದವು.

ಹಾಸುಗಲ್ಲುಗಳ ಕೊನೆಯ ಅಂಚು ಕಡಿದಾಗಿತ್ತು. ಭರತದ ಸಮಯದಲ್ಲಿ ಭೀಕರವಾಗಿ ಮೊರೆಯುತ್ತಿದ್ದ ತೆರೆಗಳು ಈಗ ಬಳಲಿದ ಪ್ರಾಣಿಯೊಂದರಂತೆ ಗುರುಗುಟ್ಟುತ್ತಾ, ಆಗೊಮ್ಮೆ ಈಗೊಮ್ಮೆ ಬಂಡೆಗಳಿಗೆ ಅಪ್ಪಳಿಸಿ ನೀರ್ವನಿಗಳ ಮೋಡಗಳನ್ನು ಮೇಲೆ ಹಾರಿಸುತ್ತಿದ್ದವು. ಇವು ಹಿಂತಿರುಗಿ ನೆಲಕ್ಕೆ ಬೀಳುವ

ಮೊದಲೇ ಆವಿಯಾಗುತ್ತಿದ್ದವು. ಅಲ್ಲಿಂದ ನೂರಿನ್ನೂರು ಗಜಗಳಷ್ಟು ದೂರದಲ್ಲಿ ಬಿದಿಗೆಯ ಚಂದ್ರನ ತರಹ ಬಾಗಿದ ಮೀಯುವ ದಂಡೆ. ದಂಡೆಯ ಬಿಳಿಯ ಮರಳಿನಲ್ಲಿ ಅಲ್ಲಲ್ಲಿ ಮಲಗಿದ್ದ ಜನ ಕಂದು ಚುಕ್ಕಿಗಳಂತೆ ಕಾಣಿಸುತ್ತಿದ್ದರು. ಅದರ ಹಿಂದೆ ಕಡಿದಾದ ಗುಡ್ಡದ ಬದಿಯಲ್ಲಿ ಬ್ಯಾಂಕ್ಸಿಯಾ ಮರಗಳ ನಡುವೆ ಕೆಲವು ಮನೆಗಳ ಕೆಂಪು ಮಾಡುಗಳು ಗೋಚರಿಸುತ್ತಿದ್ದವು. ಅದಕ್ಕಿಂತ ಇನ್ನಷ್ಟು ದೂರದಲ್ಲಿ ಸಮುದ್ರ ದಂಡೆಗೆ ತಾಗಿ ಬಾಲ್ಕನಿ, ಟೆನಿಸ್ ಅಂಗಳದ ಸೌಲಭ್ಯಗಳಿರುವ ಒಂದು ಹೋಟೆಲ್.

ತೂಕಡಿಸುವಂತೆ ಮಾಡುತ್ತಿದ್ದ ಅಪರಾಹ್ನದ ಸೂರ್ಯನ ಬಿಸಿಲಿನಲ್ಲಿ ಒಂದೇ ಒಂದು ಕಡಲ ಹಕ್ಕಿ ಕೂಡ ಹಾರಾಡುತ್ತಿರಲಿಲ್ಲ. ಗಾಳವನ್ನು ತನ್ನ ಬೆನ್ನ ಹಿಂದೆ ಹಿಡಿದು ನೀರಿನ ಕಡೆಗೆ ನೋಡುತ್ತಿದೆ, ಆ ಮನುಷ್ಯನೂ ತೂಕಡಿಸುತ್ತಿರುವಂತೆ ತೋರುತ್ತಿತ್ತು. ತನ್ನ ಕೆಲಸದ ಬಗ್ಗೆ ಅವನಿಗೆ ಪೂರ್ಣ ಪ್ರಜ್ಞೆಯಿದ್ದಂತೆ ಕಾಣುತ್ತಿರಲಿಲ್ಲ. ಆತ ದಷ್ಟಪುಷ್ಟ ವ್ಯಕ್ತಿಯಾಗಿದ್ದು, ನೀಲಿ ಶರ್ಟು, ಖಾಕಿ ಚಡ್ಡಿ ತೊಟ್ಟಿದ್ದ. ಅವನ ಫೆಲ್ಟ್ ಹ್ಯಾಟ್ ತಲೆಯ ಮೇಲೆ ಓರೆಯಾಗಿ ಕೂತಿತ್ತು. ಅವನ ಬಾಯಿಯಲ್ಲಿ ವಕ್ರಾಕೃತಿಯ ಒಂದು ತಂಬಾಕಿನ ಪೈಪ್ ಇತ್ತು. ಬಂಡೆಯ ಅಂಚಿನಲ್ಲಿ ಬೆತ್ತಲೆಯಾಗಿ ನಿಂತಿದ್ದ ಹುಡುಗ ತನ್ನನ್ನೇ ಮರೆತುಬಿಡುವಷ್ಟು ತನ್ಮಯನಾಗಿ ಅವನನ್ನು ದಿಟ್ಟಿಸಿದ.

"ಬ್ರಿಯಾನ್, ಅವನನ್ನು ಹೊರಗೆ ಬಂಡೆಯ ಕಡೆಗೆ ಕರೆದುಕೊಂಡುಹೋಗು. ನಿನ್ನ ಜತೆ ತಿರುಗಾಟಕ್ಕೆ ಹೋಗೋದೂಂದ್ರೆ ಅವನಿಗೆ ಅಷ್ಟೊಂದು ಇಷ್ಟ. ಅಲ್ಲದೆ ಇದು ಅವನ ಕೊನೆಯ ಅವಕಾಶ ಕೂಡಾ."

ಮಧ್ಯಾಹ್ನದ ಊಟದ ಬಳಿಕ ಅಮ್ಮ ಅವನೊಡನೆ ಹೀಗೆ ಪಿಸುಗುಟ್ಟಿದ್ದನ್ನು ಹುಡುಗ ಕೇಳಿದ್ದ.

ಅವಳು ಇಡೀ ಬೆಳಿಗ್ಗೆ ಯೋಚನಾಮಗ್ನಳಂತೆ ತೆಪ್ಪಗೆ ಇದ್ದಳು. ಮುಂಜಾನೆಯ ಮೊದಲೇ ಬ್ರಿಯಾನ್ ಹೋಗುತ್ತಾನೆ ಎಂಬುದು ಅದಕ್ಕೆ ಕಾರಣವಾಗಿತ್ತೆ? ಬ್ರಿಯಾನ್ ಹೋಗುವ ವಿಷಯ ನೆನಪಿಗೆ ಬಂದೊಡನೆ ಅವನಿಗೂ ಕಸಿವಿಸಿ ಆಗುತ್ತಿತ್ತು. ನಾಳೆ ಪಟ್ಟಣದಿಂದ ಅವನ ಅಪ್ಪ ಬರಲಿದ್ದ. ಇಷ್ಟರತನಕ ಅವರು ಕಡಲ ಕಿನಾರೆಯಲ್ಲಿ ಪಿಕ್‌ನಿಕ್ ಮಾಡುತ್ತಿದ್ದರು. ಅದರಾಚಿನ ಮರಳದಂಡೆಗಳಿಗೆ ದೋಣಿಯಲ್ಲಿ ಯಾನ ಮಾಡುತ್ತಿದ್ದರು. ಹೀಗೆ ದೋಣಿಯಲ್ಲಿ ಕುಳಿತು ಹುಟ್ಟು ಹಾಕುವಾಗ ಬ್ರಿಯಾನ್ ಹಾಸ್ಯ ಪದ್ಯಗಳನ್ನು ಹಾಡುತ್ತಿದ್ದ. ಅವನ ಅಮ್ಮ ಎಳೆಯ ಹುಡುಗಿಯಂತೆ ಉಲ್ಲಾಸದಿಂದ ಇರುತ್ತಿದ್ದಳು. ಆದರೆ ಅಪ್ಪ ಬಂದ ಮೇಲೆ ಇವು ಯಾವುದಕ್ಕೂ ಅವಕಾಶ ಇಲ್ಲ. ದೋಣಿಯಲ್ಲಿ ಹೊರಗೆ ಹೋಗುವುದೆಂದರೆ ಅಪ್ಪನಿಗೆ ಆಗುತ್ತಲೇ ಇರಲಿಲ್ಲ. ಊಟ ಮಾಡಿ ಮಲಗಿದರೆ ಅವನಿಗೆ ಗಟ್ಟಿ ನಿದ್ದೆ. ಯಾವಾಗಲಾದರೂ ಹೊರಗೆ ಹೋಗುವುದಿದ್ದರೆ ಉಪ್ಪು ನೀರಿನ ಕೆರೆಯ ಬಳಿಯಿದ್ದ ಮೈದಾನಿಗೆ ಗೋಲ್ಫ್ ಆಡುವುದಕ್ಕೆ ಮಾತ್ರ. ಅದೂ ಅಪರೂಪಕ್ಕೆ.

ಬ್ರಿಯಾನ್ ಗಾಳ ಬೀಸಿದ. ಅದರ ಹಗ್ಗ ಸಿಳ್ಳಿನಂತೆ ಸದ್ದು ಮಾಡುತ್ತಾ ಗಾಳಿಯನ್ನು ಸೀಳಿತು. ಅದರ ನಿಮಜ್ಜಕವು ದೂರದ ಬಂಡೆಯೊಂದರ ಆಚೆಗಿನ ಆಳವಾದ ನೀರಿನಲ್ಲಿ ಚುಳುಂಕನೆ ಬಿತ್ತು. ಬೆಂಕಿ ನಂದಿದ ಪೈಪನ್ನು ತುಟಿಯಲ್ಲಿ ಕಚ್ಚಿ ಹಿಡಿದು, ಹ್ಯಾಟನ್ನು ಕಣ್ಣುಗಳಿಗೆ ಅಡ್ಡವಾಗಿ ಕೆಳಗೆಳೆದು, ಗಾಳವನ್ನು ಮೀನು ಕಚ್ಚುವತನಕ ಕಾಯಲು ಅವನೀಗ ಸರಿಯಾಗಿ ಕುಳಿತುಕೊಂಡ. ಐವತ್ತು ಗಜದ ಅಂತರವನ್ನು ದಾಟಿ ಅವನ ಮಾತು ತೇಲಿ ಬಂತು.

"ನೀರು ಹೇಗಿದೆ ಲಿಯೋ?"

"ಓಹ್! ಚೆನ್ನಾಗಿದೆ ಬ್ರಿಯಾನ್."

"ತುಂಬಾ ತಣ್ಣಗಿಲ್ವಾ?"

"ಇಳಿದ ಮೇಲೆ ಹಾಗೇನೂ ಅನಿಸೋದಿಲ್ಲ, ಇಲ್ಲಿ ನೋಡು. ನನ್ನ ಮೈ ಮುಳುಗುವಷ್ಟು ಮಾತ್ರ ನೀರಿರೋದು ಇಲ್ಲಿ."

"ಆಗಲಿ. ಆ ಹವಳ ಕಲ್ಲುಗಳಿಂದ ಮಾತ್ರ ತರಚಿಸಿಕೊಳ್ಳಬೇಡ. ಈ ಸಲ ಜಖಂ ಏನಾದರೂ ಆಗಬಾರದು ಗೊತ್ತಾಯಿತಾ?"

ಇದನ್ನು ಯಾಕೆ ಅವನು ಮರೆಯುವುದಿಲ್ಲವೆಂದು, ನೀರಿನಲ್ಲಿ ತೇಲುತ್ತಾ, ಹುಡುಗ ಯೋಚಿಸಿದ. ಅವನ ಕಣ್ಣುಗಳು ಮಾತ್ರ ನೀರಿನಿಂದ ಮೇಲೆ ಇದ್ದುವು. ಅದರ ಅರ್ಥ ಅವನಿಗೆ ಗೊತ್ತು. ಬ್ರಿಯಾನ್ ಮತ್ತು ತಾಯಿ ಇಬ್ಬರೂ ಕಳೆದ ಸಲದ ಘಟನೆಯ ಕುರಿತು ಅವನನ್ನು ಇನ್ನೂ ಕ್ಷಮಿಸಿರಲಿಲ್ಲ. ಅದು ಹಿಂದಿನ ಸೆಕೆಗಾಲದಲ್ಲಿ ನಡೆದದ್ದು. ಒಂದು ಸಂಜೆ ಬ್ರಿಯಾನ್ ತನ್ನ ಹೊಸ ಸ್ಪೋರ್ಟ್ಸ್ ಕಾರನ್ನು ಹೋಟೆಲು ಗ್ಯಾರೇಜಿನಿಂದ ಹೊರಗೆ ತಂದನೇ ಎಂದು ನೋಡುವ ಸಲುವಾಗಿ ಜಗಲಿಯ ಸರಳಿನ ಮೇಲೆ ಹತ್ತಿದ್ದ ಆತ ಜಾರಿ ಬಿದ್ದಿದ್ದ. ಅನಂತರ ಅವನ ಅಮ್ಮ ಓಡಿ ಬಂದು, ಹುಲ್ಲು ಹಾಸಿನ ದಾರಿಯಲ್ಲಿ ಅವನನ್ನು ಹೋಟೆಲಿಗೆ ಎತ್ತಿಕೊಂಡು ಹೋದಾಗ ತನ್ನ ಭುಜದ ಪಕ್ಕದಲ್ಲಿ ಆಗುತ್ತಿದ್ದ ನೋವಿನ ಹೊರತು ಬೇರಾವುದರ ನೆನಪೂ ಅವನಿಗಿರಲಿಲ್ಲ. ಬ್ರಿಯಾನ್ ತನ್ನ ಕಾರಿನಲ್ಲಿ ಹತ್ತು ಮೈಲು ದೂರದ ವೈದ್ಯರ ಬಳಿ ಅವನನ್ನು ಕರೆದೊಯ್ದು ಮರಳಿ ಕರೆದುಕೊಂಡು ಬರಬೇಕಾಗಿತ್ತು. ಮರದ ಪುಟ್ಟ ಸೇತುವೆ ಮೇಲೆ ಬರುವಾಗ ಮನೆಯಲ್ಲಿನ ದೀಪ ಕಾಣಿಸಿತ್ತು. ಅಪ್ಪ ಆಗಲೇ ಮನೆಗೆ ಬಂದಿರಬೇಕು ಎಂದು ಎಲ್ಲರಿಗೂ ಹೊಳೆದಿತ್ತು. ಕಾರಿನ ಹೆಡ್‌ಲೈಟಿನಲ್ಲಿ ಅಪ್ಪನ ಮುಖದ ಸಿಟ್ಟನ್ನು ಅವನು ಗುರುತಿಸಿದ್ದ. ತನ್ನ ಹೆಗಲಿನ ಮೂಳೆ ಮುರಿಯಿತು ಎಂದು ಮಾತ್ರ ಅಪ್ಪ ಸಿಟ್ಟಾಗಿದ್ದುದಲ್ಲ. ಆತ ಎಲ್ಲರ ಮೇಲೆ ಸಿಟ್ಟಾಗಿದ್ದ. ಈ ಸಿಟ್ಟಿನಿಂದಾಗಿ ಅನಂತರದ ರಜೆ ಎಲ್ಲಾ ಹಾಳು.

ಹೊಳೆಯುವ ನೀರಿನಲ್ಲಿ ಚಳಪಳನೆ ಚಲಿಸುತ್ತಿದ್ದಂತೆ ಅಪ್ಪನ ವಿಚಾರ ಕರಿ ನೆರಳಿನಂತೆ ಅವನ ಮನಸ್ಸನ್ನು ಮುಸುಕತೊಡಗಿತು. ಅಪ್ಪ ಬಂದಾಗ ಆತ ಎಲ್ಲರ ಮೇಲೂ ಏಕೆ ಉರಿದು ಬೀಳುತ್ತಿದ್ದ? ಬ್ರಿಯಾನ್ ತರಹ ಸಿಳ್ಳು ಹೊಡೆದು, ಬೆಸ್ತರ ಜತೆ ಹರಟೆ ಹೊಡೆದುಕೊಂಡು, ಮರಳಿನಲ್ಲಿ ಓಡುವ ಏಡಿಗಳ ಬೆನ್ನು ಹತ್ತಿ – ಅಪ್ಪನೂ ಯಾಕೆ ಖುಶಿಯಾಗಿ ಇರಬಾರದು?

"ಅಪ್ಪ ಮಲಗಿದ್ದಾರೆ ಲಿಯೋ, ರಗಳೆ ಮಾಡ್ಬೇಡ. ಆ ಚಿಪ್ಪು, ನೀರುಗಿಡ ಇದನ್ನೆಲ್ಲಾ ಅಪ್ಪ ನೋಡೋ ಮೊದಲೇ ಜಗಲಿಯಿಂದ ದೂರ ಕೊಂಡುಹೋಗು."

ಎಷ್ಟು ಬಾರಿ ಈ ರೀತಿಯ ಎಚ್ಚರಿಕೆ ಕೇಳಿ ಅವನು ನಡುಗಿರಲಿಲ್ಲ! ಈ ಸಾಮಾನನ್ನೆಲ್ಲಾ ಹಿಡಿದುಕೊಂಡು ಮನೆಯ ಹಿಂದೆ ಯಾರೂ ಇಲ್ಲದ ಕಡೆ ಹಸಿರು ಹುಲ್ಲಿನ ಮೇಲೆ ಅಂಗಾತ ಮಲಗಿ, ತನ್ನನ್ನೊಂದು ಹಾವಾದರೂ ಕಚ್ಚಬಾರದೇ ಎಂದು ಆಶಿಸಿರಲಿಲ್ಲ!

ನೀರಿನಲ್ಲಿ ಬಳುಕುತ್ತಿದ್ದ ಜೊಂಡಿನ ಹಿಂಬದಿಯ ಬಿಲಗಳನ್ನು ನೋಡುತ್ತಾ ಆತ ಒಂದು ಕೊಳದಿಂದ ಇನ್ನೊಂದಕ್ಕೆ ಸರಿದ. ಕವಡೆ ಮತ್ತು ಚಿಪ್ಪುಗಳಿಗೋಸ್ಕರ ಕಲ್ಲುಗಳನ್ನು ಹೊರಳಿಸಿ ನೋಡಿದ. ಕವಡೆಗಳಲ್ಲಿ ಎಷ್ಟು ವಿಧಗಳಿದ್ದವು! ಕೆಲವು ಬಣ್ಣಬಣ್ಣದ ಕವಡೆಗಳು. ಕೆಲವು ದೊಡ್ಡ ಜಾತಿಯವು. ಕೆಲವಂತೂ ರೇಷ್ಮೆಯಷ್ಟು ನಯ! ಇಂಥವನ್ನೆಲ್ಲಾ ಅವನು ಕೂಡಿಡುವ

ರಟ್ಟಿನ ಪೆಟ್ಟಿಗೆ ಈಗಾಗಲೇ ತುಂಬಿಬಿಟ್ಟಿತ್ತು. ಆದರೆ ಅವುಗಳ ವಾಸನೆಯಿಂದಾಗಿ ಆ ಪೆಟ್ಟಿಗೆಯನ್ನಾತ ಮನೆಯ ಹಿಂದೆ ಅಡಗಿಸಿಡಬೇಕಿತ್ತು. ಬೆಡ್‌ರೂಮಿನ ಹತ್ತಿರ ಒಂದಿಷ್ಟು ವಾಸನೆ ಬಂದರೆ ಸಾಕು, "ಈ ಹುಡುಗ ಎಂಥ ಹೊಲಸನ್ನು ಸಂಗ್ರಹಿಸಿದ್ದಾನೆ?" ಎಂದು ಅಪ್ಪ ಗದರುತ್ತಿದ್ದ.

(ಅಪ್ಪ ನಾಳೆ ಬರುತ್ತಾರೆ. ಬೆಳಗ್ಗಿನ ಊಟ ಮುಗಿದ ತುಸು ಹೊತ್ತಿನೊಳಗೆ ಬರುತ್ತಾರೆ. ಸರ್ವಿಸ್ ಕಾರಿನಿಂದ ಇಳಿಯುತ್ತಲೇ ನನ್ನ ಕಾಲಿನಲ್ಲಿ ಚಪ್ಪಲಿ ಇದೆಯಾ ಅಂತ ಪರೀಕ್ಷಿಸುತ್ತಾರೆ. ಆಮೇಲೆ ಖುಷಿಯಾಗಿ ಕಾಲ ಕಳೆಯಲು ಅವಕಾಶ ಇಲ್ಲ.)

ವಸತಿಗೃಹದಿಂದ ಬಣ್ಣಬಣ್ಣದ ಕಿಮೊನೋ ಧರಿಸಿದ ಜನರು ಸಮುದ್ರ ದಂಡೆಯ ಕಡೆಗೆ ಬರಹತ್ತಿದ್ದರು. ಅವರ ಹರಟೆಯ ಸದ್ದು ರಾಶಿ ರಾಶಿ ಗಿಳಿಗಳ ಸದ್ದಿನಂತೆ, ಸಂಜೆಯ ತಂಪು ಗಾಳಿಯಲ್ಲಿ ತೇಲಿ ಬರಲು ಶುರುವಾಯಿತು. ಇಳಿತದ ಹೊತ್ತು, ಸಮುದ್ರದ ನೀರು ಇಳಿಯುತ್ತಿತ್ತು. ಒದ್ದೆ ಮರಳು ನೀಲಿ ಆಕಾಶಕ್ಕೆ ಕನ್ನಡಿ ಹಿಡಿದಿತ್ತು. ಕಡಲ ಕಾಗೆಗಳ ಗುಂಪುಗಳು ಈಗ ಹಿಂದೆ ಬಂದಿದ್ದವು. ಒದ್ದೆ ಮರಳಿನ ಮೇಲೆ ಅವು ನಾಜೂಕಾಗಿ ಚಲಿಸುತ್ತಿದ್ದವು. ಕೆಳಗೆ ಪ್ರತಿಬಿಂಬಿತವಾಗಿದ್ದ ತಮ್ಮ ಆಕೃತಿಗಳನ್ನು ನೋಡಲು ಆಗೊಮ್ಮೆ, ಈಗೊಮ್ಮೆ ನಿಲ್ಲುತ್ತಿದ್ದವು. ಮೇಲೆ ಬಂಡೆಯ ಕಡಿದಾದ ಅಂಚಿನಲ್ಲಿ ನಿಂತಿದ್ದ ಬ್ರಿಯಾನ್ ಗಾಳದ ಹಗ್ಗ ನೀರಲ್ಲಿ ಬಿಟ್ಟು ಹೊಂಚುಹಾಕುತ್ತಲೇ ಇದ್ದ. ಗಾಳದ ಹಿಡಿ ಬಿಸಿಲಿಗೆ ಮಿಂಚುತಿತ್ತು. ಹುಳುಗಳ ಡಬ್ಬ ಅವನ ಕಾಲುಗಳ ಪಕ್ಕದಲ್ಲೇ ಇತ್ತು. ಒಂದು ಗಂಟೆಯಿಂದ ಅವನು ಹೀಗೆ ಕಾಯುತ್ತಾ ಕುಳಿತಿದ್ದಿರಬೇಕೆಂದು ಹುಡುಗ ತನ್ನಲ್ಲೇ ಅಂದುಕೊಂಡ. ಆದರೆ ಗಾಳಕ್ಕೆ ಮಾತ್ರ ಏನೂ ಸಿಕ್ಕಿಯೇ ಇರಲಿಲ್ಲ. ಏನಾದರೂ ಸಿಗಬಹುದೆಂದು ಆತ ನಿರೀಕ್ಷಿಸಿದ್ದನೇ? ಆತ ಮೀನು ಹಿಡಿಯುವ ಹಾಗಂತೂ ಕಾಣುತ್ತಿರಲಿಲ್ಲ. ಅವನ ಕಣ್ಣುಗಳು ದೂರದ ದೋಣಿಯ ಕಡೆ ಇದ್ದುವು. ಗಾಳದ ಹಿಡಿ ಅವನ ಕೈಯಲ್ಲಿ ಜೀವವಿಲ್ಲದ ಜೊಂಡು ಕಡ್ಡಿಯಂತೆ ಕುಳಿತಿತ್ತು.

"ಏಯ್, ಲಿಯೋ?"

"ನಾನೆಲ್ಲೂ ದೂರ ಹೋಗಿಲ್ಲ. ಇಲ್ಲೇ ಇದ್ದೇನೆ"

"ಈ ಗಾಳವನ್ನು ಸ್ವಲ್ಪ ಹಿಡಿದುಕೋ. ಆದೀತೇ? ಹೋಗೋ ಮೊದಲು ನಾನೂ ಬಟ್ಟೆ ಕಳಚಿ ತುಸು ಹೊತ್ತು ಈಜಾಡ್ತೇನೆ."

ಪೊದೆಯಿಂದ ಓಡುವ ಮೊಲದಂತೆ ಹುಡುಗ ಅಲ್ಲಿಗೆ ಜಿಗಿದ. ಸೀಸದ ಹಿಡಿಕೆ ಇರುವ ಮಿರುಗುವ ಕೋಲನ್ನು ಹೆಮ್ಮೆಯಿಂದ ಆತ ಕೈಗೆತ್ತಿಕೊಂಡ. ಇಂಥಾ ಗಾಳವನ್ನು ಅವನು ಈ ಮೊದಲು ಎಂದೂ ಕೈಯಲ್ಲಿ ಹಿಡಿದಿರಲಿಲ್ಲ. ಮರಳ ದಂಡೆಗೆ ಹೋದಾಗ ಬರಿಯ ದಾರಕ್ಕೆ ಕೊಕ್ಕೆ ಸಿಕ್ಕಿಸಿ ಸಣ್ಣ ಮೀನು ಹಿಡಿದದ್ದು ಎಷ್ಟೋ ಅಷ್ಟೇ. ಅಲ್ಲಿ ದೊಡ್ಡ ಮೀನುಗಳೂ ಇರಲಿಲ್ಲ. ಇಲ್ಲಿ ಈ ಬಂಡೆಯ ಸುತ್ತ, ಆಳ ಸಮುದ್ರದಲ್ಲಿ ದೊಡ್ಡ ಜಾತಿಯ ಭಾರೀ ಮೀನುಗಳ ರಾಶಿಯೇ ಇತ್ತು. ಒಮ್ಮೆ ಒಂದು ತಿಮಿಂಗಿಲವನ್ನು ಸಹ ಜನ ಅಟ್ಟಿಸುತ್ತಾ ಬಂದಿದ್ದರು ಈ ದಂಡೆಗೆ. ಈ ಯೋಚನೆಯಿಂದ ಅವನ ಮನಸ್ಸು ಗರಿಗೆದರಿದ ಹಕ್ಕಿಯಂತಾಯಿತು.

"ಗಾಳಕ್ಕೆ ದೊಡ್ಡದೇನಾದರೂ ಸಿಕ್ಕಿದರೆ ಏನು ಮಾಡೋದು ಬ್ರಿಯಾನ್?" ಅವನು ಹಲ್ಲುಕಿರಿದ.

"ಹಾಗೇ ಹಿಡಿದುಕೊಂಡಿರು."

"ಮೇಲೆ ಎಳೆಯೋದು ಬೇಡವಾ?"

"ನಿನ್ನಿಂದ ಸಾಧ್ಯವಾ? ಸಿಕ್ಕಿದರೆ ನನ್ನನ್ನು ಕರೆ. ನಾನೇನೂ ದೂರ ಹೋಗೋದಿಲ್ಲ."

ಅವನು ಈಜು ಉಡುಪಿನ ಜತೆ ಕೆಳಗೆ ಬಿದ್ದಿದ್ದ ಕೆಲವು ಬಂಡೆಗಳ ನಡುವೆ ನುಸುಳಿದ. ಶಿಖರದ ತಳದಲ್ಲಿ ಅವು ಪರದೆಯಂತೆ ಅಡ್ಡವಾಗಿದ್ದವು. ಅವನು ಮಾಯವಾಗುತ್ತಿದ್ದಂತೆ, ಎಲ್ಲಾ ಹೊಣೆ ತನ್ನ ಮೇಲೆ ಬಿದ್ದಂತೆ ಹುಡುಗನಿಗೆ ಅನ್ನಿಸಿತು. ಅವನು ಬರಿಕಾಲಿನಿಂದ ಬಂಡೆಯನ್ನು ಒತ್ತಿಹಿಡಿದು ನಿಂತ. ನೀರಿನ ಸೆಳೆತಕ್ಕೆ ಸ್ಪಂದಿಸುತ್ತಿದ್ದ ಗಾಳದಿಂದ ಅವನ ಮೈಯಿಡೀ ನಡುಗುತ್ತಿತ್ತು. ಗಾಳ, ಅದರ ಹಿಡಿ ಅವನಿಂದ ಪ್ರತ್ಯೇಕವಾದ ಬೇರೊಂದು ವಸ್ತುವಿನಂತೆ ಅವನಿಗೆ ಅನ್ನಿಸಲಿಲ್ಲ. ಅದು ತನ್ನ ದೇಹದ ಬದಿಯಿಂದ ಚಿಗುರಿದ್ದ ಒಂದು ಜೀವಂತ ವಸ್ತುವಿನಂತೆ, ಸೂಕ್ಷ್ಮ ಎಳೆಗಳಿಂದ ತನ್ನ ಹೃದಯಕ್ಕೇ ಜೋಡಿಸಲ್ಪಟ್ಟಿರುವಂತೆ ಅವನಿಗೆ ತೋರಿತು. ಬ್ರಿಯಾನ್ ಬರುವ ಮೊದಲೇ ಗಾಳಕ್ಕೆ ಮೀನೊಂದು ಸಿಕ್ಕಿದರೆ! ಬರೇ ಸಣ್ಣದಾದರೂ ಪರವಾಗಿಲ್ಲ!

ಬಟ್ಟೆ ಕಳಚಿದ ಬಳಿಕ ಬ್ರಿಯಾನ್ ಭೂಶಿರದ ತಳದ ಮಾರ್ಗವಾಗಿ ಇನ್ನೊಂದು ಚಿಕ್ಕ ಕೊಲ್ಲಿಯ ಕಡೆಗೆ ನಿಧಾನವಾಗಿ ಮುಂದರಿಯುತ್ತಿದ್ದ. ಅವನ ದಪ್ಪ ಕರಿಯ ಕೂದಲು ಮತ್ತು ಕಂದು ಮೈಯ ಮೇಲೆ ಸೂರ್ಯಕಿರಣ ಚೆಲ್ಲಿತ್ತು. ಅವನ ಕಾಲ ಬೆರಳಿಗೆ ಏನೋ ತಗಲಿತು. ಅವನು ಅದನ್ನು ಪರೀಕ್ಷಿಸಲೆಂದು ಬಾಗಿದ. ಶಿಖರದ ಮೇಲಿಂದ ಕೆಳಗೆ ಜಿನುಗುತ್ತಿದ್ದ ನೀರಹನಿಯನ್ನೇ ತುಸು ಹೊತ್ತು ದಿಟ್ಟಿಸಿದ. ಬೇಗ ಹೋಗಿ ಸ್ನಾನ ಮುಗಿಸುವ ಆತುರ ಅವನಿಗೆ ಇದ್ದಂತೆ ಕಾಣುತ್ತಿರಲಿಲ್ಲ.

"ಅವನು ಬೇಗ ಬಾರದೇ ಇರಲಿ" ಎಂದು ಹುಡುಗ ಮನಸ್ಸಿನಲ್ಲೇ ಪ್ರಾರ್ಥಿಸುತ್ತಿದ್ದ. ಅವನಿಗೇನೂ ಅಂಥ ಅಗತ್ಯವಿರಲಿಲ್ಲ. ಸದ್ಯ ಅವನು ಬರುವುದೇ ಬೇಡ.

ಅವನ ಕೈಯಲ್ಲಿದ್ದ ಗಾಳದ ಕೋಲು ನಿಧಾನವಾಗಿ ನಿರ್ಜೀವವಾಗಿತ್ತು. ಅದರ ದಾರ ಸುರಿದು ಹೋಗಿತ್ತು. ಭಾರದ ಅನುಭವ ಆಗುವ ತನಕ ಆತ ದಾರದ ಉರುಳೆಯನ್ನು ಪುನಃ ಸುತ್ತಿದ. ದಾರದಲ್ಲಿ ಪುನಃ ಕಂಪನ ಶುರುವಾಯಿತು. ಈ ಅನುಭವ ಆದೊಡನೆ ಅವನ ಎದೆಯೂ ಬಿಸಿಯಾದಂತೆ ತೋರಿತು. ಸೂರ್ಯ ಕೆಳಗೆ ಇಳಿದು ಸುತ್ತ ಚಳಿಗಾಳಿ ಬೀಸುತ್ತಿದ್ದರೂ ಅವನ ಇಡೀ ದೇಹದಲ್ಲಿ ಉತ್ಸಾಹ ಉಕ್ಕಿ ಹರಿಯತೊಡಗಿತು. ಅವನು ಮೀನನ್ನು ಹಿಡಿಯದೇ ಇದ್ದರೂ, ಈ ಅನುಭವವನ್ನಾದರೂ ಅಮ್ಮನಿಗೆ ಹೇಳಬಹುದು.

'ನಾವಿಬ್ಬರೂ ಒಂದೊಂದು ಸಲ ಪ್ರಯತ್ನಿಸಿದೆವು. ಬ್ರಿಯಾನ್ ಈಜಲಿಕ್ಕೆ ಹೋದಾಗ ಬಂಡೆಯ ಬಳಿ ನಾನು ಗಾಳ ಹಾಕಿದೆ. ಎಲ್ಲಾ ಜನ ಹೋಗುತ್ತಾರಲ್ಲ, ದೂರದ ಬಂಡೆಗಳ ಗುಂಪು – ಅಲ್ಲಿ.'

ಅಥವಾ :

'ಬ್ರಿಯಾನಿಗೆ ಯಾವ ಮೀನು ಸಿಕ್ಕಲೇ ಇಲ್ಲ. ಹೀಗಾಗಿ ಅವನು ನನ್ನನ್ನು ಕರೆದ. ಭರತದ ಸಮಯವಾಗಿದ್ದಿದ್ದರೆ ನಮಗೆ ಚೀಲದ ತುಂಬಾ ಮೀನು ಸಿಕ್ತಿತ್ತು.'

ಗಾಳದ ಎರೆ, ಬತ್ತುತ್ತಿರುವ ಹೊಂಡಗಳು, ಬಿಸಿಲು ತಾಗಿದ ಕಡಲ ಕಳೆ – ಇವುಗಳ ಕಟುವಾಸನೆ ಅವನ ಮೂಗಿಗೆ ಬಡಿಯಿತು. ಸಮುದ್ರದ ಪ್ರವಾಹ ಇಳಿಯುತ್ತಿದ್ದಂತೆ ನೀರಿನ ಜುಳುಜುಳು ಸದ್ದು ಹೆಚ್ಚು ಕ್ಷೀಣವಾಗತೊಡಗಿತು. ಕನ್ನಡಿಯಂತೆ ಹೊಳೆಯುತ್ತಿದ್ದ ಮರಳಿನ ಮೇಲೆ ಮಸಕು ಛಾಯೆ ಕವಿಯಿತು. ವಸತಿ ಗೃಹದಿಂದ ಸ್ನಾನಕ್ಕೆಂದು ಬಂದವರು, ಮರಳಿ

ಬಂಡೆಯ ಕಡೆಗೆ ಹೋದರು. ಹುಡುಗನ ತೋಳು ನೋಯಲು ಶುರು ಆಯಿತು. ಅವನ ದೇಹ ಆಯಾಸದಿಂದ ಬಳಲಿದಂತೆ ಅನ್ನಿಸಿತು. ನಿಂತುಕೊಂಡಿರುವುದಕ್ಕೆ ಬದಲಾಗಿ, ಗಾಳದ ಹಿಡಿಯನ್ನು ಮೊಣಕಾಲುಗಳ ನಡುವೆ ಒತ್ತಿ ಹಿಡಿದು ಕುಳಿತುಕೊಂಡರಾಗದೇ ಎಂದಾತ ಯೋಚಿಸಿದ.

ಅಷ್ಟರಲ್ಲಿ ಗಾಳದ ಹಗ್ಗವು ಸಿಳ್ಳಿನಂತೆ ಸದ್ದು ಮಾಡುತ್ತಾ ಒಮ್ಮೆಲೆ ರೀಲಿನಿಂದ ಸುರಿಯತೊಡಗಿತು. ನೀರು ತಳಮಳಿಸಿತು. ಹಿಡಿಯನ್ನು ಬಲವಾಗಿ ಜಗ್ಗಿ ಎಳೆದಂತೆ ಕಂಡಿತು. ಅವನು ತಟ್ಟನೆ ಚೀರಿದ :

"ಬ್ರಿಯಾನ್, ನೋಡು ಗಾಳಕ್ಕೆ ಮೀನು ಸಿಕ್ಕಿದೆ ಬ್ರಿಯಾನ್."

ಉತ್ತರ ಇಲ್ಲ. ಅವನು ಆತುರದಿಂದ ಮುಂದಡಿಯಿಟ್ಟ. ಕಾಲಿಗೆ ಕಾಲು ತಾಕಿ ಬಿದ್ದ. ಅವನ ಮೊಣಕಾಲನ್ನು ಕಲ್ಲೊಂದು ಪರಚಿತು. ಈ ಗಡಿಬಿಡಿಯಲ್ಲಿ ಗಾಳದ ಹುಳುವಿನ ಡಬ್ಬಿ ಕೆಳಗೆ ಉರುಳಿತು. ಆದರೂ ಆತ ತುಂಬಾ ಕಷ್ಟದಿಂದ ಕೋಲನ್ನು ಜಾರದಂತೆ ಹಿಡಿದುಕೊಂಡ.

"ಬ್ರಿಯಾನ್, ಬೇಗ ಬಾ ಬ್ರಿಯಾನ್, ನನಗೆ ಹಿಡಿದುಕೊಳ್ಳೋದಕ್ಕೆ ಆಗೊಲ್ಲ."

ಯಾವುದೋ ಭಯಂಕರ ಪ್ರಾಣಿ – ತಾನು ಕನಸಿನಲ್ಲಿ ಕಂಡಂಥಾ ಪ್ರಾಣಿಗಳಲ್ಲಿ ಒಂದು – ಅಲ್ಲಿ ಎಳೆಯುತ್ತಾ ಇದೆ, ತನ್ನನ್ನೂ ಅದು ಎಳೆದುಬಿಡುತ್ತದೆ ಎಂದು ಬಿದ್ದಲ್ಲಿಂದ ಎದ್ದು ನಿಲ್ಲುವಾಗ ಅವನಿಗೆ ಅನಿಸಿತು. ಅವನ ಗಂಟಲಿನಿಂದ ಬಿಡಿಬಿಡಿಯಾಗಿ ಅರ್ಥವಿಲ್ಲದ ಮಾತು ಹೊರಬಂತು. ದೂರದಲ್ಲಿ ಮಂಜಿನ ನಡುವಿನಿಂದ ಬ್ರಿಯಾನ್ ಓಡಿಬರುತ್ತಿದ್ದ. "ಹಾಗೇನೇ ಹಿಡಿದುಕೋ" ಎಂದು ಅವನು ಕೂಗಿ ಹೇಳುತ್ತಿದ್ದ. ಆದರೆ ಕೋಲು ಭಾರಕ್ಕೆ ಬಾಗಿ ಮುರಿಯುವ ಮಟ್ಟಿಗೆ ಬಂದಿತ್ತು. ಹಗ್ಗ ಸಿಕ್ಕಾಪಟ್ಟೆ ಹಿಂದಕ್ಕೆ ಮುಂದಕ್ಕೆ ಚಲಿಸುತಿತ್ತು.

"ಸರಿ, ಇನ್ನು ನನ್ನ ಕೈಲಿ ಬಿಟ್ಟು ಬಿಡು ಮರಿ" ಅವನ ಮೇಲ್ಗಡೆಯಿಂದ ಒಂದು ಸ್ವರ ಮೆಲ್ಲಗೆ ಉಸುರಿತು. ಅಲ್ಲಿ ಜಾಗೃತನಾಗಿ, ಸರ್ವಶಕ್ತನಂತೆ ಬ್ರಿಯಾನ್ ನಿಂತಿದ್ದ. ಅನಂತರ ಆತ ಲಿಯೋನ ಹಸ್ತಗಳಿಂದ ಕೋಲನ್ನು ತನ್ನ ಕೈಗೆತ್ತಿಕೊಂಡ.

"ದೇವರೇ ! ಒಳ್ಳೆಯ ಕೆಲಸ ಮಾಡಿದೆ ಲಿಯೋ. ಗಾಳಕ್ಕೆ ಯಾವುದೋ ದೊಡ್ಡದೇ ಸಿಕ್ಕಿರಬೇಕು.

"ಅದೇನು ಗ್ರೋಪರ್ ಮೀನಾಗಿರಬಹುದೇ ?"

"ಅಷ್ಟು ದೊಡ್ಡ ಪ್ರಾಣಿಯಲ್ಲ; ಆದರೆ ಅದಕ್ಕಿಂತಲೂ ಹೆಚ್ಚು ಚುರುಕಾದದ್ದು."

ಏದುಸಿರು ಬಿಡುತ್ತಾ ಹುಡುಗ ಕಲ್ಲಿನ ಅಂಚಿನ ಬಳಿ ಓಡಿದ. ಮೀನು ಇನ್ನೂ ಹೊಡೆದಾಡುತಿತ್ತು. ಬಂಡೆಯ ಹತ್ತಿರ ಅದು ತಪ್ಪಿಸಿಕೊಳ್ಳುವ ಕೊನೆಯ ಯತ್ನ ನಡೆಸಿತು. ಹಗ್ಗ ಅದನ್ನು ಮೇಲಕ್ಕೆ ಎಳೆದು ತರುವಷ್ಟು ಗಟ್ಟಿ ಇದೆಯೇ ? ತೆರೆಯೊಂದು ದಂಡೆಗೆ ಅಪ್ಪಳಿಸಿತು. ಅದರ ಸಹಾಯದಿಂದ ಬ್ರಿಯಾನ್ ಮೀನನ್ನು ಎಳೆದುಕೊಂಡ. ಅದು ಬೆಳ್ಳಿಯ ಪುಟ್ಟ ಬೆಟ್ಟದಂತೆ ಬಿತ್ತು. ಅದರ ಕಣ್ಣುಗಳು ಉಬ್ಬಿ ಮುಂಚಾಚಿಕೊಂಡಿದ್ದವು.

ಅವನಿಗೆ ತಾಗಿಕೊಂಡೇ ಹುಡುಗ ಬಗ್ಗಿ ಅದನ್ನು ನೋಡಿದ. "ಬಹಳ ದೊಡ್ಡ ಮೀನು ಅಲ್ವಾ ಬ್ರಿಯಾನ್ ? ನಾವು ಹಿಡಿದ ಎಲ್ಲಾ ಮೀನುಗಳಿಗಿಂತಲೂ ದೊಡ್ಡದು. ಬೇರೆಯವರು ಇಷ್ಟರವರೆಗೆ ಹಿಡಿದದ್ದಕ್ಕಿಂತಲೂ ದೊಡ್ಡದು. ಇದು ಎಷ್ಟು ಭಾರ ಇರಬಹುದು ?"

"ಸುಮಾರು ಎಂಟು ಪೌಂಡ್. ಬಹುಶಃ ಹತ್ತು. ಈ ಗಾಳಕ್ಕೆ ಕಡಿಮೆ ಏನೂ ಅಲ್ಲ."

"ಇದನ್ನು ಹಿಡಿದದ್ದು ನಾನು. ಅಲ್ವಾ ಬ್ರಿಯಾನ್!"

"ಖಂಡಿತವಾಗಿ ನೀನು ಅಂತಲೇ ಹೇಳ್ತೇನೆ. ನಾನು...ಒಂದೇ ಒಂದು ಮೀನಿನಿಂದ ಎರೆಯನ್ನು ಕಚ್ಚಿಸಲು ಕೂಡ ನನಗೆ ಸಾಧ್ಯವಾಗಿರಲಿಲ್ಲ."

ಹುಡುಗನ ಮನಸ್ಸಿನಲ್ಲಿ ಉತ್ಸಾಹ ಈಗ ಬೆರಗಿಗೆ ಎಡೆ ಮಾಡಿಕೊಟ್ಟಿತು. ತನ್ನಲ್ಲಿ ಅಷ್ಟೊಂದು ಶಕ್ತಿ ಇತ್ತು ಎಂದು ಯೋಚಿಸಲೂ ಅವನಿಗೆ ಹೆದರಿಕೆ. ಇದು ಸಾಮಾನ್ಯ ಮೀನಾಗಿರಲಿಲ್ಲ. ಆಳವಾದ ನೀರಿನ ನಿಗೂಢ ಪ್ರಪಂಚದಿಂದ ಹೊರಗೆಳೆಯಲ್ಪಟ್ಟಿದ್ದ ದೈತ್ಯ ಮೀನು. ಅಂಥಾ ಮೀನು ಸಿಕ್ಕಿದ್ದು ಅವನ ಗಾಳಕ್ಕೆ.

ಅಷ್ಟರಲ್ಲಿ ಬ್ರಿಯಾನ್ ಹೇಳಿದ:

"ನಿನ್ನ ಬಟ್ಟೆಗಳನ್ನು ಪುನಃ ತೊಟ್ಟುಕೋ, ಇನ್ನು ಹೊರಡೋಣ. ಇವತ್ತಿಗೆ ಇಷ್ಟು ಸಾಕು."

ಅವರು ಮೌನವಾಗಿ ಮನೆಯ ಕಡೆಗೆ ಹೆಜ್ಜೆ ಹಾಕಿದರು. ಬ್ರಿಯಾನ್ ಮೀನಿನ ತಲೆಯನ್ನು ಗಟ್ಟಿಯಾಗಿ ಹಿಡಿದುಕೊಂಡಿದ್ದ. ಹುಡುಗ ಪಕ್ಕದಲ್ಲಿ ಹೆಜ್ಜೆ ಹಾಕುವಾಗಲೂ ಅದನ್ನೇ ನೋಡುತ್ತಿದ್ದ. ಕೊನೆಗೆ ಆತ ಕೇಳಿದ:

"ಮನೆಯ ಹತ್ತಿರ ಬರುವಾಗ ಅದನ್ನು ನಾನು ಎತ್ತಿಕೊಳ್ತೇನೆ. ಆಗದೇ ಬ್ರಿಯಾನ್..."

"ಖಂಡಿತ! ಇದು ನಿನ್ನ ಮೀನು. ನೀನಲ್ಲದೆ ಇದನ್ನು ಬೇರೆ ಯಾರು ಹಿಡೀಬೇಕು? ಗೇಟಿನ ತನಕ ನಾನು ಹಿಡಿದುಕೊಳ್ತೇನೆ. ಮತ್ತೆ ನೀನೇ ಕೊಂಡುಹೋಗು. ನಾನು ಹೇಗೂ ಹೋಟೆಲಿಗೆ ಹೋಗಿ ಬಟ್ಟೆ ಬದಲಿಸ್ಬೇಕು."

ಹೀಗೆ ಹೇಳುವಾಗ ಮಾತ್ರ ಅವನ ಗಮನ ಎತ್ತಲೋ ಇತ್ತು. ಅವನಿಗೆ ಮಾತಾಡುವ ಆಸಕ್ತಿ ಇದ್ದಂತೆ ಕಾಣುತ್ತಿರಲಿಲ್ಲ. ಆದರೆ ಹುಡುಗ ಅದನ್ನು ಗಮನಿಸಲಿಲ್ಲ. ಉತ್ಸಾಹದಿಂದ ಅವನ ಬಾಯಿ ಕಟ್ಟಿತ್ತು. ಅವನು ಕುಣಿಯುತ್ತಾ ಮುಂದೆ ನಡೆದ. ಆಗಾಗ ನಿಂತು ಹಿಂದೆ ನೋಡುತ್ತಿದ್ದ. ಬಂಡೆಯ ತುದಿಯನ್ನು ಹಾದು ಅಳಿವೆಯ ಪಕ್ಕದ ಹಸಿರು ಬಯಲನ್ನು ದಾಟಿ, ಕೆಂಪು ಮಾಡಿನ ಹೋಟೆಲಿನ ಹತ್ತಿರ ಅವರು ಬಂದರು. ಅದರ ಎದುರಿಗೇನೇ ಅವನ ಮನೆ.

ಅವನಿಗೆ ತಾನು ನಡೆಯುತ್ತಿದ್ದೇನೆಂಬುದರ ಅರಿವೂ ಇರಲಿಲ್ಲ. ನೇರ ಮನೆಗೆ ಓಡಿ, ಮೀನನ್ನು ಕೈಯಲ್ಲಿ ಹಿಡಿದುಕೊಂಡು ಸೋಫಾದಲ್ಲಿ ಓದುತ್ತಾ ಕುಳಿತಿರುವ ಅಮ್ಮನಿಗೆ ತನ್ನ ಸಾಹಸದ ಕತೆ ಹೇಳುವ ಕುರಿತೇ ಅವನ ಮನಸ್ಸು ಚಿಂತಿಸುತಿತ್ತು. ಅಮ್ಮ ಪುಸ್ತಕ ಕೆಳಗೆ ಬಿಸಾಡಿ "ಅಬ್ಬಾ! ಇಂಥಾ ರಕ್ಕಸ ಮೀನನ್ನು ಯಾರು ಕೊಟ್ಟದ್ದು ಲಿಯೋ?" ಎಂದು ಕೇಳಬಹುದು. ಅದಕ್ಕೆ ಅಷ್ಟು ಮಹತ್ವ ಕೊಡದವನಂತೆ ಆತ ಉತ್ತರಿಸಲಿದ್ದ:

"ನಾನು ಹಿಡಿದದ್ದು. ಸುಮಾರು ಹತ್ತು ಪೌಂಡ್ ಆಗಬಹುದು ಅಂತ ಬ್ರಿಯಾನ್ ಹೇಳಿದ. ಅವನು ಒಂದು ಗಂಟೆ ಗಾಳ ಹಿಡಿದು ಕೂತರೂ ಒಂದು ಹುಳ ಕೂಡಾ ಕಚ್ಚಲಿಲ್ಲ."

ಹೆಮ್ಮೆಯಿಂದ ಅವನ ಮುಖ ಬೀಗಿತು. ಅವನ ಕಣ್ಣು ಮುಚ್ಚಿಕೊಂಡು ಹೆಜ್ಜೆ ಹಾಕುತ್ತಿದ್ದ. ಅವನ ಮನಸ್ಸು ಕನಸಿನ ಲೋಕದಲ್ಲಿ ವಿಹರಿಸುತ್ತಿತ್ತು. ಬಾಲ್ಯದ ತೊಟ್ಟಿಯಿಂದ ದೊಡ್ಡ ಅಲೆಯೊಂದು ಹೊಳೆಯುವ ಕಡಲ ದಂಡೆಯೊಂದಕ್ಕೆ ಅವನನ್ನು ಸೆಳೆಯಿತು. ಮನೆ ಸೇರಿದ ಮೇಲೆ ಕಾಣಬಹುದಾದ ದೃಶ್ಯವನ್ನು ಅವನು ಪುನಃ ಪುನಃ ಕಲ್ಪಿಸಿಕೊಂಡ. ಸಾಹಸದ ಸುದ್ದಿ ಕೇಳಿದ ಅಮ್ಮನ ಬೆರಗುಗಣ್ಣುಗಳು. ಅಮ್ಮ ತಟ್ಟನೆ ಎದ್ದು

ಉಸಿರು ಬಿಗಿಹಿಡಿದು ನಡುಗುವ ಸ್ವರದಲ್ಲಿ ಅವನನ್ನು ಅಪ್ಪಿಹಿಡಿದು "ಓಹ್! ಲಿಯೋ!" ಎನ್ನುವ ಸುಂದರ ಚಿತ್ರ.

ಇವತ್ತಿನಿಂದ ಎಲ್ಲ ಬದಲಾದೀತು. ಇನ್ನು ಮುಂದೆ ಅಮ್ಮನಿಗೆ ತನ್ನನ್ನು ಸಣ್ಣ ಮಗುವಿನ ಹಾಗೆ ಕಾಣಲು ಸಾಧ್ಯವಿಲ್ಲ. ಮರಳಿನ ದಂಡೆಗೆ ಯಾನ ಮಾಡುವಾಗ ದೋಣಿಯ ಹುಟ್ಟುಗೋಲನ್ನು ತಾನೇ ಹಿಡಿಯಬಹುದು. ಬೆಸ್ತರು ಬಲೆ ನೇಯುವಲ್ಲಿಗೆ ಸಂಜೆ ಒಬ್ಬನೇ ಹೋಗಬಹುದು. ರಾತ್ರಿ ನಿದ್ದೆ ಬರುವ ತನಕ ಕೂತುಕೊಳ್ಳಬಹುದು. ಚಿಪ್ಪುಗಳಿರುವ ರಟ್ಟಿನ ಪೆಟ್ಟಿಗೆಯನ್ನು ಕೋಣೆಯಲ್ಲಿ ಇಟ್ಟುಕೊಂಡು, ಎದ್ದು ಬೇಕಾದಾಗ ನೋಡಬಹುದು. ನಾಳೆ ತಂದೆ ಬಂದ ಮೇಲೆ ಆತ ಕೂಡ ಕೇಳಬಹುದು:

"ಸರಿ, ಏನು ಕಾರ್ಯಭಾರ ಮಾಡ್ತಾ ಕಾಲ ಕಳೀತಿದ್ದಿ ಮರಿ?"

ಬ್ರಿಯಾನ್‌ನನ್ನು ಗೇಟಿನ ಬಳಿ ಬಿಟ್ಟು ತನ್ನ ಬೇಟೆಯ ಹೊರೆ ಹೊತ್ತು ಅವನು ಒಳಗೆ ನಡೆದ. ಮೊಣಕಾಲು ನೋಯುತ್ತಿದ್ದರೂ ಅವನಿಗೆ ಈಗ ತನ್ನಲ್ಲಿ ತುಂಬ ಶಕ್ತಿ ತುಂಬಿಕೊಂಡಂತೆ ಅನ್ನಿಸಿತು.

ಆದರೆ ಅವನು ನಿರೀಕ್ಷಿಸಿದಂತೆ ತಾಯಿ ಸೋಫಾದಲ್ಲಿ ಇರಲಿಲ್ಲ. ತೆಳುವಿನ ಪಿಂಕ್ ಬಣ್ಣದ ಬಟ್ಟೆ ತೊಟ್ಟು, ಬೆಡ್‌ರೂಮಿನ ಕನ್ನಡಿ ಮುಂದೆ ಆಕೆ ಮುಖಕ್ಕೆ ಪೌಡರು ಲೇಪಿಸುತ್ತಿದ್ದಳು. ಹೆಜ್ಜೆಯ ಸದ್ದು ಕೇಳಿ ಅವಳು ಥಟ್ಟನೆ ಪಕ್ಕಕ್ಕೆ ತಿರುಗಿದಳು. ಬಳಿಕ ಕನ್ನಡಿಯ ಕಡೆಗೇ ತಿರುಗಿದಳು. ಕನ್ನಡಿಯಲ್ಲಿ ಅವಳ ಹೊರತು ಇನ್ನೊಬ್ಬರು ಕಾಣುವ ಹಾಗಿರಲಿಲ್ಲ.

"ಲಿಯೋ, ಇಷ್ಟು ಹೊತ್ತು ನಿನ್ನನ್ನು ಹೊರಗೆ ಇರೋದಕ್ಕೆ ಬ್ರಿಯಾನ್ ಹೇಗೆ ಬಿಟ್ಟ? ಆರು ಗಂಟೆ ಆಗ್ತಾ ಬಂತು."

ಅವಳು ಮೀನನ್ನು ನೋಡಿದಂತೆ ಕಾಣಲಿಲ್ಲ. ಸಿಟ್ಟಿನಿಂದ ಅವನ ಸ್ವರ ಒರಟಾಯಿತು.

"ನೋಡು!"

ಅವಳು ಪೌಡರ್ ಪಫ್ ಕೆಳಗಿಟ್ಟು ಕೈಬೆರಳನ್ನು ಒರೆಸಿದಳು. ಹಿಂದೆ ತಿರುಗಿ ಮೊದಲು ತನ್ನ ಹಿಂದಲೆಯ ಮೇಲೆ ಕೈಯಾಡಿಸಿದಳು. ಬಳಿಕ ನಿಧಾನವಾಗಿ ಅವಳ ನೋಟ ಮೀನಿನ ಕಡೆಗೆ, ಅಲ್ಲಿಂದ ಅವನ ಮೈಯ ಮೇಲಿನ ಕೊಳೆಯ ಕಡೆಗೆ ಹರಿಯಿತು.

"ಏನಿದು? ಕಾಡ್ ಮೀನು ಅಲ್ವಾ? ಇದು ನಾಳೆಯ ತನಕ ಹಾಳಾಗದೆ ಉಳಿದೀತಾ? ಆದರೆ ಲಿಯೋ – ನೋಡು ನಿನ್ನ ಶರ್ಟಿನ ಅವಸ್ಥೆ! ಅದನ್ನು ಅಂಗಿಗೆ ತಗಲುವಂತೆ ಯಾಕೆ ಹಿಡಿದುಕೊಂಡೆ? ಅದರ ರಕ್ತ, ಪರೆ, ಎಲ್ಲಾ ನಿನ್ನ ಶರ್ಟಿಗೆ ಅಂಟಿಕೊಂಡಿದೆ. ಅಡಿಗೆ ಮನೆಯಲ್ಲಿ ಜೆಸ್ಸಿ ಇದ್ದರೆ ಅದನ್ನು ಸ್ವಚ್ಛ ಮಾಡೋದಕ್ಕೆ ಅವಳಿಗೆ ಹೇಳು. ಮತ್ತೆ ಓಡಿಹೋಗಿ ಬಟ್ಟೆ ಬದಲು ಮಾಡು. ನಾವು ಬ್ರಿಯಾನ್ ಜತೆ ಊಟಕ್ಕೆ ಹೋಟೆಲಿಗೆ ಹೋಗಲಿದ್ದೇವೆ."

ಅವಳು ವಾರ್ಡ್‌ರೋಬಿನ ಬಾಗಿಲು ಧಡಾರನೆ ತೆಗೆದು ಹಾವಿನ ಪೊರೆಗಳಂತೆ ಅಲ್ಲಿ ನೇತಾಡುತ್ತಿದ್ದ ತನ್ನ ಬಟ್ಟೆಗಳನ್ನು ದಿಟ್ಟಿಸಿದಳು. ಅನಿಶ್ಚಿತತೆಯಿಂದ ಅವಳ ಬೆನ್ನು ಭಾರವಾದಂತಿತ್ತು.

ಹುಡುಗ ಅಡಿಗೆ ಮನೆಗೆ ಓಡಿ, ಮೀನನ್ನು ಮೇಜಿನ ಮೇಲೆ ಎಸೆದ. ನಿರಾಶೆ ಆದವನಂತೆ ಹಿಂದುಗಡೆಯ ಮೆಟ್ಟಲು ಇಳಿದು ಹೋದ. ಅಂಗಳದಲ್ಲಿ ಗೊತ್ತುಗುರಿ

ಇಲ್ಲದೆ ಕೆಲ ಸಮಯ ಅಲೆದು, ಅನಂತರ ಗ್ಯಾರೇಜು ಮತ್ತು ಬೇಲಿಯ ನಡುವೆ ಮರೆಯಾದ. ಮೀನಿನ ವಾಸನೆ ಬಂದ ಬೆಕ್ಕು ಅವನ ಹಿಂದೆ ಬಂತು; ತನ್ನ ಬೆನ್ನನ್ನು ಅವನ ಕಾಲಿಗೆ ಉಜ್ಜಿತು.

"ಅವಳು ಬೇಕಾದರೆ ಹೋಗಲಿ. ನಾನು ಹೋಗೋದಿಲ್ಲ. ನಾನು ಇಲ್ಲೇ ಇರ್ತೇನೆ. ಕತ್ತಲೆ ಆಗೋ ತನಕವೂ ಇಲ್ಲೇ," ಎಂದು ಅವನು ತನ್ನಷ್ಟಕ್ಕೆ ಹೇಳಿಕೊಂಡ.

ಈ ಹಿಂದೆಂದೂ ಆಗದ ವಿಚಿತ್ರ ಅನುಭವ ಅವನ ಮನಸ್ಸಿನ ಆಳದಲ್ಲಿ ಆಗುತ್ತಿತ್ತು. ಬಂಡಾಯ, ದಂಗೆ – ಗುಡುಗುವ ಮೋಡದ ನಡುವೆ ಮಿಂಚು ಹೊಳೆದಂತೆ. ಕೊಳೆಯಾದ ಶರ್ಟನ್ನು ಹೊರತು ಬೇರೇನೂ ನೋಡಿಯೇ ಇಲ್ಲ ಎನ್ನುವ ರೀತಿ ತಾಯಿ ಯಾಕೆ ವರ್ತಿಸಬೇಕಿತ್ತು ? ಅವಳು ಕಾಡ್ ಎಂದು ಕರೆದ ಆ ಮೀನಿನ್ನು ತಾನೇ ಹೇಗೆ ಗಾಳದಲ್ಲಿ ಹಿಡಿದೆನೆಂದು ಹೇಳುವುದಕ್ಕೂ ಅವನಿಗೆ ಆಗಿರಲಿಲ್ಲ. ಆಗ ಹೇಳಿರಲಿಲ್ಲ. ಇನ್ನು ಖಂಡಿತ ಹೇಳುವುದೂ ಇಲ್ಲ.

ಅವನಿಗರಿವಿಲ್ಲದಂತೆಯೇ ಅವನು ಅಡಿಗೆ ಮನೆಯ ಮೇಜಿನ ಬಳಿ ಬಂದಿದ್ದ. ಅದರ ಮೇಲಿದ್ದ ಮೀನನ್ನು ನೋಡುತ್ತಿದ್ದ. ಮೊದಲಿಗಿಂತ ಅದು ಈಗ ಸಣ್ಣದಾದಂತೆ, ತುಂಬಾ ಸಣ್ಣದಾದಂತೆ ಅವನಿಗೆ ಅನ್ನಿಸಿತು. ಅದರ ಕಣ್ಣುಗಳು ನಿಸ್ತೇಜವಾಗಿದ್ದವು. ಪೊರೆಗಳು ಒಣಗಿ ಅವುಗಳ ಮೊದಲಿನ ಹೊಳಪು ಮಾಯವಾಗಿತ್ತು. ಅದನ್ನು ಬಾಲದಲ್ಲಿ ಹಿಡಿದು ಅವನು ಎತ್ತಿದ. ಅದು ಮರಗಟ್ಟಿತ್ತು. ಯಾವ ಪ್ರತಿಕ್ರಿಯೆಯನ್ನೂ ತೋರದೆ ಹಲಗೆ ತುಂಡಿನಂತೆ ಗಡುಸಾಗಿತ್ತು.

"ಲಿಯೋ, ಎಲ್ಲಿ ಹೋದೆ ಮರೀ ?"

ಅಮ್ಮ ಬೆಡ್‌ರೂಂನಿಂದ ಕೂಗುತ್ತಿದ್ದಳು. ಕತ್ತಲೆಯ ತೆರೆ ಅವನನ್ನು ಆವರಿಸಿತು. ಆತ ಮೀನನ್ನು ಹಿಡಿದು ಗೇಟು ದಾಟಿ, ಹುಲ್ಲಿನ ಬಯಲು ಹಾದು, ಅಲೆತಡೆಯ ಬಳಿ ನಡೆದ. ಭರತದ ನೀರು ಮರಳ ದಂಡೆಗಳ ಮೇಲಿಂದ ತೂರಿ ಬರುತ್ತಿತ್ತು. ತುಸು ಹೊತ್ತು ಅವನು ಹಾಗೆಯೇ ತುಟಿ ಕಚ್ಚಿ ನಿಂತುಕೊಂಡ. ಸುರುಳಿಸುತ್ತಿ ದಡದ ಹುಲ್ಲಿನ ಮೇಲೆ ಸುಂಯ್ಯೆಂದು ಬರುವ ಬಿಳಿಯ ನೊರೆಯನ್ನೇ ನೋಡಿ ನಿಟ್ಟುಸಿರುಬಿಟ್ಟ. ಕೈಯಲ್ಲಿದ್ದ ಮೀನನ್ನು ಕುಣಿಯುವ ತೆರೆಗಳ ಮೇಲೆ ಧೊಪ್ಪನೆ ಎಸೆದ. ಅದು ಒಮ್ಮೆ ಮುಳುಗಿತು. ಮರುಕ್ಷಣದಲ್ಲಿ ಪಕ್ಕಕ್ಕೆ ಹೊರಳಿದಂತೆ ತೇಲಿ ಮೇಲೆ ಬಂತು. ಅದರ ಒಂದು ಉಬ್ಬು ಕಣ್ಣು ಅವನನ್ನೇ ದುರುಗುಟ್ಟಿ ನೋಡುತ್ತಿತ್ತು.

ನೇಯುತ್ತಿದ್ದ ಬಲೆಯಿಂದ ಅವನತ್ತ ನೋಡಿ ಬೆಸ್ತನೊಬ್ಬ ಕೇಳಿದ :

"ಅದೇನು ಮಗೂ ? ಹಾಳಾಯ್ತೇನು ?"

"ಹಾಳಾಗಿ ಹೋಯ್ತು." ಅವನು ಪುನರುಚ್ಚರಿಸಲು ಯತ್ನಿಸಿದ.

ಆದರೆ ಅವನ ಸ್ವರ ಗಂಟಲಿನಲ್ಲಿ ಸಿಕ್ಕಿಕೊಂಡಿತು. ಆತ ತನ್ನ ಎಲ್ಲಾ ಭಾವನೆಗಳನ್ನೂ ಗಂಟುಕಟ್ಟಿ, ಕಡೆದ ಶಿಲಾಮೂರ್ತಿಯಂತೆ ಭಾರವಾದ ಹೃದಯದಿಂದ ಆ ಮೀನನ್ನೇ ನೋಡುತ್ತಾ ನಿಂತ. ಹಿಂದೆ ಸರಿಯುತ್ತಿದ್ದ ತೆರೆಗಳ ಸೆಳೆತಕ್ಕೆ ಅದು ಕಡಲ ಹೊಟ್ಟೆಯನ್ನು ಸೇರುವ ತನಕವೂ ಆತ ಅದನ್ನು ನೋಡುತ್ತಾ ನಿಂತ. O

○ ಕ್ಸೇವಿಯರ್ ಹರ್ಬರ್ಟ್

ಹಾಡುಗಾರ ಕ್ರೈಜೆಕ್

ಹಾಡುಗಾರ ಕ್ರೈಜೆಕ್ ಮತ್ತು ಅವನ ಮಡದಿ ನಿನ್ಯುಲ್ ಹೊಳೆಯ ಪಕ್ಕದ ಹಾದಿಯಲ್ಲಿ ಮೇಲೆ ಬರುತ್ತಿದ್ದರು. ಗಾಳಿಯ ಹೊಡೆತಕ್ಕೆ ಮುರಿದ ಮರದ ತುಂಡುಗಳು, ಗೆಲ್ಲುಗಳು, ಜಲ್ಲೆ-ಹುಲ್ಲು ಮತ್ತು ತಾಳೆ ಗರಿಗಳು ಹಾದಿಯ ಮೇಲೆಲ್ಲ ಚೆಲ್ಲಾಪಿಲ್ಲಿಯಾಗಿ ಹರಡಿದ್ದವು. ಅವುಗಳ ಮಧ್ಯೆ ಎಚ್ಚರಿಕೆಯಿಂದ ದಾರಿ ಮಾಡಿಕೊಂಡು ಅವರು ಮುಂದೆ ನಡೆಯುತ್ತಿದ್ದರು. ಹಿಂದಿನ ರಾತ್ರಿ ಭೀಕರ ಆಗ್ನೇಯ ಗಾಳಿ ಬೀಸಿ ಮಳೆಗಾಲದ ಕೊಳೆಯನ್ನೆಲ್ಲ ತೊಳೆದಿತ್ತು. ಬೆಳಿಗ್ಗೆ ಶಾಂತ, ಮಂಜು ಮುಸುಕಿದ ವಾತಾವರಣ. ಹೊಳೆ ಬದಿಯ ಉನ್ನತ ವೃಕ್ಷಗಳ ತುದಿಗಳ ಮೇಲೂ ಮಂಜು ಕವಿದಿತ್ತು. ನೆರೆಯೇರಿ ಸುರುಳಿ ಸುತ್ತಿ ಹರಿಯುತ್ತಿದ್ದ ಹಳದಿ ತೊರೆಯನ್ನು ಇಬ್ಬನಿ ಸಂಪೂರ್ಣವಾಗಿ ಮುಚ್ಚಿಬಿಟ್ಟಿತ್ತು. ಸೂರ್ಯ ಮೂಡುವಾಗ ಆಕಾಶ ಶುಭ್ರವಾಗಿತ್ತು. ತಣ್ಣಗಿನ ಹಿತವಾದ ಹವೆ ಬೇರೆ. ಆದರೆ ಈಗ ಸೆಕೆ ಹೆಚ್ಚಾಗತೊಡಗಿತ್ತು.

ಕ್ರೈಜೆಕ್‌ನ ಹರವಿನ ಮುಖದಿಂದ ಅವನ ಕಪ್ಪು ಗಡ್ಡದ ಕಡೆಗೆ ಬೆವರು ಹರಿಯತೊಡಗಿತ್ತು. ಕಂಕುಳಿನಿಂದ ಚಿಮ್ಮಿದ ಬೆವರು ಅವನ ತೆಳ್ಳಗಿನ ನೀಳ ಶರೀರದ ಮೇಲೆ ಇಳಿಯುತ್ತಿತ್ತು. ಹಿಟ್ಟಿನ ಚೀಲದಿಂದ ಮಾಡಿದ ಕೊಳಕು ಬಟ್ಟೆಯ ಚೂರಿನ ಒಂದು ಕೌಪೀನ ಮಾತ್ರ ಅವನ ಮೈಯಲ್ಲಿದ್ದ ಉಡುಪು. ಅದನ್ನು ಸೊಂಟದಲ್ಲಿದ್ದ ನೇಯ್ದ ಕೂದಲಿನ ಪಟ್ಟಿಗೆ ಆತ ಸಿಕ್ಕಿಸಿಕೊಂಡಿದ್ದ. ಅವನ ಬಲಭುಜದಲ್ಲಿ ಒಂದು ಎಸೆಗೋಲು* ಮತ್ತು ಮೂರು ಈಟಿಗಳಿದ್ದವು. ಎಡಭುಜದಿಂದ ಹಗ್ಗದ ಚೀಲವೊಂದು ನೇತಾಡುತ್ತಿತ್ತು. ಅದರಲ್ಲಿ ಅವನ ಡಿಜೆರಿಡೊ** ಮತ್ತು ತಾಳ ಬಡಿಯುವ ಕೋಲುಗಳಿದ್ದವು. ಉಳಿದ ಹೆಚ್ಚಿನ ಸಾಮಾನುಗಳನ್ನು ಹೊರುವ ಭಾರ, ಅವನ ಹಿಂದಿನಿಂದ

---

* ಎಸೆಗೋಲು : ಗಟ್ಟಿ ಮರದಿಂದ ಮಾಡಿದ, ಬಿಲ್ಲಿನಂತೆ ಬಾಗಿದ, ಆಸ್ಟ್ರೇಲಿಯನ್ ಮೂಲನಿವಾಸಿಗಳ ಒಂದು ಆಯುಧ. ಇದು ಎಸೆದವನ ಬಳಿಗೇ ಪುನಃ ಹಿಂದಿರುಗಿ ಬರುತ್ತದೆ.

** ಡಿಜೆರಿಡೊ : ಕಹಳೆಯಂತೆ ಉದ್ದ ಕೊಳವೆಯುಳ್ಳ ಒಂದು ವಾದ್ಯ.

ಏದುಸಿರುಬಿಡುತ್ತಾ ಬರುತ್ತಿದ್ದ ತುಸು ದಪ್ಪದ, ಪುಟ್ಟ ನಿನ್ಯುಲ್‌ಳ ಮೇಲೆ ಬಿದ್ದಿತ್ತು. ಗುಂಗುರು ಕೂದಲಿನ ಅವಳ ತಲೆಯ ಮೇಲೆ ಅಗತ್ಯ ವಸ್ತುಗಳ ಮೂಟೆ ಕೂತಿತ್ತು. ಹೆಗಲಿನ ಪಟ್ಟಿಗೆ ಕಟ್ಟಿದ ಹುಲ್ಲಿನ ದೊಡ್ಡ ಚೀಲ ಅವಳ ಬೆನ್ನಿನ ಮೇಲೆ ಜೋತಾಡುತಿತ್ತು. ಎಡಭುಜದಲ್ಲಿ ಪುಟ್ಟ ಕೊಡಲಿ ಮತ್ತು ಗೆಡ್ಡೆ ಗೆಣಸುಗಳನ್ನು ಅಗೆಯುವ ಕೋಲುಗಳನ್ನು ಒಳಗೊಂಡ ಇನ್ನೊಂದು ಚೀಲವಿತ್ತು. ಅವಳ ಬಲಗೈಯಲ್ಲಿ ಎರಡು ಸಾಮಗ್ರಿಗಳಿದ್ದವು – ಒಂದು ಅರಣಿ (ಒಂದನ್ನು ಇನ್ನೊಂದಕ್ಕೆ ಉಜ್ಜಿ ಬೆಂಕಿ ಮಾಡುವ ಮರದ ಕೊರಡುಗಳು) ಮತ್ತು ಇನ್ನೊಂದು ಬೇಯಿಸುವ ಪಾತ್ರೆ. ಹಳೆಯ ಒಂದು ಸಿಲ್ಕ್ ಬಟ್ಟೆಯನ್ನು ಲಂಗದಂತೆ ಅವಳು ಸುತ್ತಿಕೊಂಡಿದ್ದಳು.

ತನ್ನ ಗಂಡನ ಮೈಯಿಂದ ಹೊರಡುತ್ತಿದ್ದ ಬೆವರಿನ ದಟ್ಟ ವಾಸನೆಯನ್ನು ನಿನ್ಯುಲ್ ಒಮ್ಮೆ ಮೂಸಿ ನೋಡಿದಳು. ಅಂದರೆ, ಅದನ್ನು ಅವಳು ಆಕ್ಷೇಪಿಸುತ್ತಿದ್ದಳು ಎಂದೇನೂ ಅಲ್ಲ. ಅವನ ಇತರ ಪ್ರತಿಭೆಗಳಂತೆ ಅದರ ಕುರಿತೂ ಅವಳಿಗೆ ಹೆಮ್ಮೆಯಿತ್ತು. ತಮ್ಮ ಜನರ ಕೊರ‍್ರೊಬೊರೀಗಳಲ್ಲಿ* ಕೆಳಮಟ್ಟದ ಹಾಡುಗಾರರು ಯಾವಾಗಲೂ ಅವನ ಬಳಿ ಬಂದು ಅವನ ಬೆವರನ್ನು ತಮ್ಮ ಮೈಗೆ ಉಜ್ಜಿಸಿಕೊಳ್ಳುತ್ತಿದ್ದರು. ಅಗಲವಾಗಿದ್ದ ತನ್ನ ಮೂಗಿನ ಹೊಳ್ಳೆಗಳನ್ನು ಅರಳಿಸುತ್ತಾ, ಇದನ್ನಾಕೆ ಜ್ಞಾಪಿಸಿಕೊಂಡಳು. ಹೋದ ಸಲ ಕರಾವಳಿಯ ಮರ‍್ರವುಡ್ಡ ಪಂಗಡದ ಮೇಳಕ್ಕೆ ಅವರು ಹೋಗಿದ್ದರು. ಅಲ್ಲಿ "ಪೈನ್‌ಕ್ರೀಕ್‌ನ ಕುದುರೆ ಪಂದ್ಯಗಳು" ಎಂಬ ಹೊಸ ಹಾಡಿನ ಮೂಲಕ ಕೈಜೆಕ್ ಪ್ರಚಂಡ ಯಶಸ್ಸು ಗಳಿಸಿದ್ದ. ಇದನ್ನು ನೆನೆದು ಆಕೆ ಹರ್ಷದಿಂದ ಉಬ್ಬಿದಳು. ಇಂತಹ ಕೊರ‍್ರೊಬೊರೀಗಳಲ್ಲಿ ಗುಂಪು ಗೂಡುತ್ತಿದ್ದ ಜನಗಳಿಗೆ ಪ್ರಾಚೀನ ಹಾಡುಗಳ ಬಳಿಕ, ಬಿಳಿಯರ ನಡೆ–ನುಡಿಗಳನ್ನು ನಕಲಿ ಮಾಡುವ ಆ ರೀತಿಯ ಪದ್ಯಗಳು ಬಹಳ ಹಿಡಿಸುತ್ತಿದ್ದವು. ಆದರೆ ಈ ಮಧುರ ನೆನಪು ಒಂದು ಕ್ಷಣಕ್ಕಿಂತ ಹೆಚ್ಚು ಕಾಲ ಅವಳ ಮನಸ್ಸಿನಲ್ಲಿ ಉಳಿಯಲಿಲ್ಲ. ತನ್ನ ಗಂಡನ ಬಾಗಿದ ಭುಜ ಮತ್ತು ಉದ್ರೇಕದ ನಡಿಗೆಗಳನ್ನು ಅವಳು ಪುನಃ ಗಮನಿಸಿದಳು. ಕಾವ್ಯದೇವತೆ ಯೊಂದಿಗೆ ಸ್ಫೂರ್ತಿಗಾಗಿ ಸೆಣಸಾಡುತ್ತಿದ್ದ ಅವನ ಬಗ್ಗೆ ಅವಳ ಕಾತರ ಮರುಕಳಿಸಿತು. ಹುಣ್ಣಿಮೆಗೆ ಸರಿಯಾಗಿ ಪೇಪರ್ ಬಾರ್ಕ್ ಪ್ರದೇಶದ ಮರ‍್ರಾಥೇಲ್ ಪಂಗಡದ ಮಹಾಮೇಳದಲ್ಲಿ ಅವರು ಹಾಜರಿರಬೇಕಿತ್ತು. ಹುಣ್ಣಿಮೆಗೆ ಇನ್ನೇನೂ ಹೆಚ್ಚು ದಿನವಿರಲಿಲ್ಲ. ಆದರೆ ಕೈಜೆಕ್‌ನ ಹೊಸ ಹಾಡು ಇನ್ನೂ ಸಿದ್ಧವಾಗಿರಲಿಲ್ಲ.

ಕೈಜೆಕ್ ಇಡೀ ನಾಡಿನಲ್ಲೇ ಅತ್ಯಂತ ಖ್ಯಾತ ಹಾಡುಗಾರ. ಕಿಂಬರ್ಲಿಯ ಕೆಂಪು ಪರ್ವತಗಳಿಂದ ಹಿಡಿದು, ಕಡಲ ತಡಿಯ ತನಕ ಅವನ ಹಾಡುಗಳು ಜನಪ್ರಿಯ. ಅವರು ಹೋದಲ್ಲೆಲ್ಲ (ಕೈಜೆಕ್ ಜತೆ ನಿನ್ಯುಲ್ ಯಾವಾಗಲೂ ಇರುತ್ತಿದ್ದಳು.) ಅವರಿಗೆ ಆದರದ ಸ್ವಾಗತ ದೊರಕುತ್ತಿತ್ತು. ಕೈಜೆಕ್‌ನ ಹಾಡುಗಳು ಅವನಿಗಿಂತ ಮೊದಲೇ ಜನರನ್ನು ತಲಪುತ್ತಿದ್ದರೂ, ಪ್ರತಿ ಬಾರಿಯೂ ಅವನು ಒಂದು ಹೊಸ ಹಾಡನ್ನು ಹಾಡುತ್ತಲಿದ್ದ. ಅಂಥ ಹೊಸ ಹಾಡೊಂದನ್ನು ರಚಿಸುವುದು ಕೈಜೆಕ್‌ನಿಗೆ ಸುಲಭದ ಕೆಲಸವಾಗಿರಲಿಲ್ಲ. ಕೆಲವೊಮ್ಮೆ

---

* ಕೊರ‍್ರೊಬೊರೀ : ಆಸ್ಟ್ರೇಲಿಯನ್ ಮೂಲನಿವಾಸಿ ಪಂಗಡಗಳು ಕೆಲವು ನಿರ್ದಿಷ್ಟ ಕಾಲಗಳಲ್ಲಿ ಏರ್ಪಡಿಸುವ, ಒಂದು ವಿಧದ ಧಾರ್ಮಿಕ ಮಹತ್ವವುಳ್ಳ ನೃತ್ಯೋತ್ಸವ ಮೇಳ ಅಥವಾ ಜಾತ್ರೆ. ಸಂಗೀತ ಮತ್ತು ನೃತ್ಯ ಇದರ ಒಂದು ಪ್ರಧಾನ ಅಂಗ.

ತಿಂಗಳುಗಟ್ಟಲೆ ಸ್ಫೂರ್ತಿ ಅವನಿಗೆ ಕೈ ಕೊಡುತ್ತಿತ್ತು. ಅಂಥ ಸಮಯದಲ್ಲಿ ಸೋಲು, ನಿರಾಶೆ, ಅಸಹಾಯಕತೆಯಿಂದ ದಿಕ್ಕುಗೆಟ್ಟು, ತನ್ನನ್ನು ಕುರಿತು ತಾನೇ ನಾಚಿ, ಭೂತದ ಪೂಜಾರಿಗಳಂತೆ ಒಂಟಿಯಾಗಿ ಗುಡ್ಡಗಾಡುಗಳಲ್ಲಿ ಆತ ಅಲೆಯುತ್ತಿದ್ದ.

ಇಂಥ ಸಂದರ್ಭಗಳಲ್ಲಿ ಕೂಡ ನಿನ್ಯುಲ್ ಅವನನ್ನು ನೆರಳಿನಂತೆ ಹಿಂಬಾಲಿಸುತ್ತಿದ್ದಳು.

ಅಂಥಾ ನಿರಾಶೆ ಮತ್ತು ಸೋಲು ಈಗ ಅವನನ್ನು ಕಾಡುತ್ತಿತ್ತು. ಆದುದರಿಂದಲೇ ಹಾದಿಯ ಮೇಲೆ ಹರಡಿದ್ದ ಹುಲ್ಲು, ರೆಂಬೆಗಳನ್ನು ಲೆಕ್ಕಿಸದೆ, ಅವುಗಳನ್ನು ದಾಟಿಕೊಂಡು ಆತ ದಡಬಡನೆ ನಡೆಯುತ್ತಿದ್ದ. ನಿನ್ಯುಲ್ ಮತ್ತು ಅವನು ವೇಗವಾಗಿ, ಮುಂದೆ ಮುಂದೆ ಸಾಗುತ್ತಲೇ ಇದ್ದರು. ಎಲ್ಲಿಗೆ ಎನ್ನುವ ಗೊತ್ತು ಗುರಿಯಿಲ್ಲದ ಪಯಣ ಅದು. ಅವರ ನಡಿಗೆಯ ಸದ್ದು ಪೊದೆಯಲ್ಲಿದ್ದ ಪುಟ್ಟ ಕಾಂಗರೂಗಳಿಗೆ ಕೇಳಿಸಿತು. ಅವು ನೆಗೆದು ಅಲ್ಲಿಂದ ಮರೆಯಾದವು. ನದೀತಟದ ವೃಕ್ಷಗಳಿಂದ ಬಿಳಿ ಕೊಕಾಟೂ* ಹಕ್ಕಿಗಳು ಅವರನ್ನು ದಿಟ್ಟಿಸಲು ಒಮ್ಮೆ ಕೆಳಗೆ ಹಾರಿ ಮತ್ತೆ ಕಿರಿಚುತ್ತ ಮಂಜಿನತ್ತ ಮೇಲೇರಿದವು. ಆದರೆ ಇವರ ಪಯಣ ಮಾತ್ರ ಸಾಗಿತು. ಮುಂದೆ ಮುಂದೆ ಸಾಗಿತು. ಕೊನೆಗೆ ಇದಿರಿನ ಮಂಜಿನ ರಾಶಿಯಿಂದ ಕಿವಿ ಗಡಚಿಕ್ಕುವಂತೆ ನಾಯಿ ಬೊಗಳುವ ಸದ್ದು ಕೇಳಿದಾಗ ಅವರು ಗಕ್ಕನೆ ನಿಂತರು.

ಕೈಜೆಕ್ ಕುತೂಹಲದಿಂದ ಮುಂದೆ ನೋಡಿದ. ನಿನ್ಯುಲ್ ನಾಲಿಗೆಯಿಂದ ಲೊಚಗುಟ್ಟಿದಳು. ಈ ಸದ್ದು ಅವನ ದೃಷ್ಟಿಯನ್ನು ಅತ್ತ ಸೆಳೆಯಿತು. 'ಬಿಳಿ ಮನುಷ್ಯ!' ಅವಳ ಸನ್ನೆ ಸೂಚಿಸಿತು. ಬಳಿಕ ಅವಳು ತನ್ನ ತುಟಿಯನ್ನು ಎಡಕ್ಕೆ ತಿರುಗಿಸಿದಳು. ಅಲ್ಲಿ ತುಂಡರಿಸಲ್ಪಟ್ಟ ಕೆಲವು ಎಳೆಮರಗಳ ಮೋಟುಗಳು. ಕರಿಯ ಜನ ಡೇರೆ ಹೂಡುವುದಕ್ಕೆ ಈ ಗಾತ್ರದ ಎಳೆ ಮರಗಳನ್ನು ಬಳಸುವುದೇ ಇಲ್ಲ. ಇಲ್ಲೆಲ್ಲೋ ಹತ್ತಿರದಲ್ಲಿ ಬಿಳಿಯರ ಶಿಬಿರ ಇರುವುದು ಖಂಡಿತ. ನಿನ್ಯುಲ್ ಇದನ್ನು ಈ ಮೊದಲೇ ನಿರೀಕ್ಷಿಸಿದ್ದಳು. ಲಾಳ ಹಾಕಿದ ಕುದುರೆಗಳ ಹೊಸ ಹೆಜ್ಜೆಗುರುತುಗಳನ್ನು ದಾರಿಯಲ್ಲಿ ಅವಳು ಗಮನಿಸಿದ್ದಳು. ಇದಲ್ಲದೆ ನಾಯಿ ಬೊಗಳುವ ಸದ್ದು ಕೇಳುವುದಕ್ಕೆ ಮೊದಲು ಕುದುರೆಯ ಕೊರಳಿನ ಗಂಟೆಯ ಸದ್ದಿನಂತೆ ಏನೋ ಅವಳಿಗೆ ಕೇಳಿಸಿತ್ತು. ಅನ್ಯಮನಸ್ಕನಾಗಿ ಹೆಜ್ಜೆ ಹಾಕುತ್ತಿದ್ದ ಕೈಜೆಕ್‌ನಿಗೆ ಮಾತ್ರ ಇದೊಂದೂ ಗೋಚರಿಸಿರಲಿಲ್ಲ. ಅವನು ಮುಖ ತಿರುಗಿಸಿ ಪುನಃ ಮುಂದೆ ನೋಡತೊಡಗಿದ.

ಅಷ್ಟರಲ್ಲಿ ನಾಯಿ ಗೋಚರಿಸಿತು. ಪುಟ್ಟ ಕೆಂಪು ಬೇಟೆ ನಾಯಿ. ಅದು ಇವರನ್ನು ಒಮ್ಮೆ ನೋಡಿ ಕುಂಯ್‌ಗುಟ್ಟಿ, ಮತ್ತೆ ಕೀರಲು ಧ್ವನಿಯಲ್ಲಿ ಬೊಗಳುತ್ತಾ ಹಿಂದೆ ತಿರುಗಿ ಮರೆಯಾಯಿತು. ಬಿಳಿಯ ಮನುಷ್ಯನೊಬ್ಬ ಅದನ್ನು ಗದರಿಸುವ ಸದ್ದು ಕೇಳಿಸಿತು. ಅದು ಇನ್ನೂ ಬೊಗಳತೊಡಗಿತು. ತಮ್ಮ ಮತ್ತು ಆ ಬಿಳಿಯನ ನಡುವಣ ದೂರವನ್ನು ಅವರು ಊಹಿಸಿದರು. ಒಂದು ಕ್ಷಣ ಅಲ್ಲೇ ನಿಂತರು. ಎದುರಿನ ಅಪಾಯವನ್ನು ತಪ್ಪಿಸಿ ಬೇರೆ ದಾರಿ ಹಿಡಿಯಬಹುದೇನೋ ಎಂದುಕೊಂಡು ನಿನ್ಯುಲ್ ಎಡಕ್ಕೆ ನೋಡಿದಳು. ಕೈಜೆಕ್ ಅವಳ ಕಡೆಗೆ ತಿರುಗಿ ಪಿಸುಗುಟ್ಟಿದ :

"ಒಂದಿಷ್ಟು ತಾಳು... ತಂಬಾಕು..."

ಅವಳು ತಲೆ ಅಲ್ಲಾಡಿಸಿದಳು. ಬಹಳ ಸಮಯದಿಂದ ಅವರು ಹೊಗೆಸೊಪ್ಪು

* ಕೊಕಾಟೂ ತಲೆಯ ಮೇಲೆ ಜುಟ್ಟು ಇರುವ ಗಿಣಿ ಜಾತಿಗೆ ಸೇರಿದ ಒಂದು ಪಕ್ಷಿ.

ನೋಡಿಯೇ ಇರಲಿಲ್ಲ. ಸ್ಫೂರ್ತಿ ಕೈಕೊಟ್ಟು ನಿರಾಶೆಯಲ್ಲಿ ನಡೆಯುತ್ತಿದ್ದಾಗ, ಒಂದು ಚೂರು ಹೊಗೆಸೊಪ್ಪು ಇದ್ದರೆ ಹೊಸ ಹಾಡೊಂದು ಹುಟ್ಟಿಕೊಳ್ಳುತ್ತಿತ್ತೇನೋ ಎಂದು ಕೈಜೆಕ್ ಹಲವು ಬಾರಿ ಹಲುಬಿದ್ದ.

ಎಚ್ಚರಿಕೆಯಿಂದ ಅವರು ಮುಂದೆ ನಡೆದರು. ಕೆಲವು ಹೆಜ್ಜೆ ನಡೆಯುವಷ್ಟರಲ್ಲಿ ಅವರಿಗೆ ಶಿಬಿರ ಅಸ್ಪಷ್ಟವಾಗಿ ಗೋಚರಿಸಿತು. ಅಲ್ಲಿದ್ದುದು ಒಂದು ಡೇರೆ, ಮರದ ತೊಗಟೆಯಿಂದ ಮರೆ ಮಾಡಿದ್ದ ಒಂದು ಒಲೆ, ಒಂದು ಸ್ಪ್ರಿಂಗ್ ಗಾಡಿ, ಗಣಿ ಕೆಲಸದ ಕೆಲವು ಉಪಕರಣಗಳು. ಕೈಜೆಕ್ ಮತ್ತು ನಿನ್ಯುಲ್ ಬಂಗಾರದ ಅನ್ವೇಷಕರಿಗಾಗಿ ದುಡಿದಿದ್ದರು. ಹೀಗಾಗಿ ಈ ಉಪಕರಣಗಳು ಯಾವುದಕ್ಕೆಂದು ಅವರಿಗೆ ಗೊತ್ತಿತ್ತು. ಅಲ್ಲಿ ಇದ್ದದ್ದು ಒಬ್ಬ ಬಿಳಿಯ ಮಾತ್ರ. ಕರಿಯ ಜನ ಯಾರೂ ಕಂಡುಬರಲಿಲ್ಲ. ಆ ಬಿಳಿಯ ಮನುಷ್ಯ ಒಂದು ಪೆಟ್ಟಿಗೆಯ ಮೇಲೆ ಕೂತು ರೊಟ್ಟಿಗಾಗಿ ಒಂದು ತಟ್ಟೆಯಲ್ಲಿ ಹಿಟ್ಟನ್ನು ನಾದುತ್ತಿದ್ದ. ಅವನ ನೋಟ ಮಾತ್ರ ಅವರ ಕಡೆಗಿನ ಮಂಜಿನತ್ತ ಇತ್ತು. ಅವನ ನಾಯಿ ಅವನ ಬಳಿ ಕಾಲು ಮುದುಡಿ ಕುಳಿತುಕೊಂಡಿತ್ತು. ಅದೀಗ ಮೌನವಾಗಿದ್ದರೂ ಸೆಟೆದುಕೊಂಡಿತ್ತು.

ಕೈಜೆಕ್ ತನ್ನ ಈಟಿಗಳನ್ನು ಮತ್ತು ಚೀಲವನ್ನು ನಿನ್ಯುಲ್‌ಳ ಕೈಗಿತ್ತ. ಎಸೆಗೋಲನ್ನು ಮಾತ್ರ ಹಿಡಿದುಕೊಂಡ. ನಿನ್ಯುಲ್ ಮರಗಳ ಹಿಂದೆ ಮರೆಯಾದಳು. ಕೈಜೆಕ್ ನಿಧಾನವಾಗಿ ಹೆಜ್ಜೆ ಹಾಕಿದ. ಬಿಳಿಯ ಮನುಷ್ಯ ಅವನನ್ನು ಕಂಡು ನೀಲಿ ಬಣ್ಣದ ತನ್ನ ಉಬ್ಬುಗಣ್ಣುಗಳಿಂದ ಅವನತ್ತ ದುರುಗುಟ್ಟಿ ನೋಡಿದ. ಅದನ್ನು ಸ್ವಾಗತದ ನೋಟ ಎಂದು ಕರೆಯಲು ಖಂಡಿತವಾಗಿಯೂ ಸಾಧ್ಯವಿರಲಿಲ್ಲ. ಕೈಜೆಕ್ ಒಲೆಯ ಹತ್ತಿರ ನಿಂತ. ಅವನಿಗೆ ಈ ಬಿಳಿಯನ ಪರಿಚಯ ಒಂದಿಷ್ಟು ಇತ್ತು. ಕಿಂಗಾರ್ರಿ ಪ್ರದೇಶದಲ್ಲಿ ಆತ ತವರ ಅಗೆಯುತ್ತಿದ್ದಾಗ, ಕೈಜೆಕ್ ಅವನನ್ನು ನೋಡಿದ್ದ. ಈ ಮನುಷ್ಯ ವಿಚಿತ್ರ ಸ್ವಭಾವದವನು, ಕೆಲವೊಮ್ಮೆ ಕಾರಣವಿಲ್ಲದೆ ಸಿಟ್ಟಿಗೇಳುತ್ತಿದ್ದ, ಎಂದೆಲ್ಲ ಕರಿಯ ಜನ ಇವನನ್ನು ಕುರಿತು ಹೇಳುತ್ತಿದ್ದರು. ಅವನಿಗೆ ಸುಮಾರು ಐವತ್ತು ವರ್ಷ ವಯಸ್ಸು ಇರಬಹುದು. ಎತ್ತರ, ಸಾಕಷ್ಟು ದಪ್ಪ ದೇಹ, ಕೆಂಪಗಿನ ದೊಡ್ಡ ಒರಟು ಮುಖ. ನರೆಯಲು ತೊಡಗಿದ್ದ ಮರಳಿನ ಬಣ್ಣದ ಕೂದಲು. ಕತ್ತರಿ ಕಾಣದ ಮೀಸೆಯ ಇವನ ಹೆಸರು ಆ್ಯಂಡಿ ಗಾಂಟ್.

ಈ ನಿರ್ದಿಷ್ಟ ಸಂದರ್ಭದಲ್ಲಿ ಆ್ಯಂಡಿ ಗಾಂಟ್ ಬಹಳ ಸಿಡುಕಿನ ಮನಃಸ್ಥಿತಿಯಲ್ಲಿದ್ದ. ವಾತಾವರಣದಲ್ಲಿನ ಅಸಾಧ್ಯ ತೇವ ಅವನ ಪಿತ್ತಕೋಶವನ್ನು ಕೆಡಿಸಿತ್ತು. ಮೈಮೇಲೆ ಬೆವರುಗುಳ್ಳೆ ಬಿದ್ದಿತ್ತು. ಹೀಗಾಗಿ ಶಿಬಿರದ ಹಿಂಬದಿಯ ಕಟ್ಟೆಯಲ್ಲಿ ಮಣ್ಣು ಅಗೆದು ಅದನ್ನು ಗಾಳಿಸುವ ಪೆಟ್ಟಿಗೆಗೆ ತಳ್ಳುವ ಬದಲಾಗಿ ಈ ಹೊತ್ತಿನಲ್ಲಿ ಆತ ಕ್ಯಾಂಪಿನಲ್ಲಿ ಕುಳಿತು ಒಳಗೆಲಸಗಳನ್ನು ಮಾಡುತ್ತಿದ್ದ. ಕಲ್ಲು ತುಂಬಿದ ಆ ಗಟ್ಟಿ ಮಣ್ಣನ್ನು ಅಗೆದು ನೀರಿನಲ್ಲಿ ಗಾಳಿಸಿ ಸಿಗುವ ಒಂದಿಷ್ಟು ಚಿನ್ನಕ್ಕೆ ಒದ್ದಾಡುವುದು ಯಾವಾಗಲೂ ತುಂಬಾ ತ್ರಾಸದ ಕೆಲಸ. ಪಿತ್ತಕೋಶ ಕೆಟ್ಟು, ಉರಿಯುವ ತುರಿಗಜ್ಜಿಯ ಯಾತನೆಯ ನಡುವೆಯಂತೂ ಅದನ್ನು ಯೋಚಿಸಲು ಸಹ ಸಾಧ್ಯವಿರಲಿಲ್ಲ. ಮಳೆಗಾಲವಿಡೀ ಆ ಕೆಟ್ಟ ಕಟ್ಟೆಯ ಮೇಲೆ ಆತ ಗುಲಾಮನಂತೆ ದುಡಿದಿದ್ದ. ಆದರೆ ಆ ಜಾಗದಲ್ಲಿ ತುಂಬ ಬಂಗಾರವಿರುವ ಲಕ್ಷಣಗಳಿದ್ದರೂ, ಅವನಿಗೆ ಮಾತ್ರ ಊಟದ ಖರ್ಚಿಗೆ ಸಾಕಾಗುವಷ್ಟು ಚಿನ್ನ ಕೂಡ ದೊರೆತಿರಲಿಲ್ಲ. ಅವನು ಜೊತೆಯಲ್ಲಿ ಕರೆದು ತಂದ ಇಬ್ಬರು ಕರಿಯ ಜನ ಅವನನ್ನು ತೊರೆದುಹೋಗಿದ್ದರು. ಆಮೇಲೆ ಅವನು ಒಂಟಿಯಾಗಿಯೇ ಇದ್ದ. ಸದ್ಯ

ಯಾರಾದರೂ ಕರಿಯನೊಬ್ಬ ಕಣ್ಣಿಗೆ ಬಿದ್ದರೆ ಸಾಕು, ಅವನನ್ನು ಗುಂಡಿಟ್ಟು ಕೊಲ್ಲಬೇಕು ಎನ್ನುವಷ್ಟು ರೋಸಿಹೋಗಿತ್ತು ಅವನ ಮನಸ್ಸು.

ಅವನ ಬಗ್ಗೆ ತನ್ನ ಸ್ನೇಹಪರತೆಯನ್ನು ಪ್ರದರ್ಶಿಸುವಂತೆ ಕೈಜೆಕ್ ಉರಿಯುವ ಬೆಂಕಿಗೆ ಉಗುಳಿದ. ಹಲ್ಲು ಕಿರಿದು "ಗೂಟ್ ಟೇ (ಗುಡ್ ಡೇ) ಬಾಸ್!" ಎಂದ. ಗಡ್ಡದ ಮೇಲೆ ಕೈಯಾಡಿಸಿದ. ಬಳಿಕ ತನ್ನ ಬಲಪಾದವನ್ನು ಎತ್ತಿ ಎಡ ತೊಡೆಯ ಮೇಲಿಟ್ಟು, ಎಸೆಗೋಲನ್ನು ಆಧರಿಸಿ ನಿಂತುಕೊಂಡ.

ಆ್ಯಂಡಿಯ ಬಿಗಿದ ತುಟಿ ತೆರೆಯಿತುಕೊಂಡಿತು. ದೊಡ್ಡ ಹಳದಿ ಹಲ್ಲಿನ ಸಾಲು ಗೋಚರಿಸಿತು. ಮರುಕ್ಷಣ ಅವನು ರೊಟ್ಟಿ ತಟ್ಟುವ ತನ್ನ ಕೆಲಸ ಮುಂದರಿಸಿದ.

"ಬಾಸ್! ನಾನು... ನಿಮಗಾಗಿ ಕೆಲ್ಸ ಮಾಡ್ಲಾ...?"

ಕೆಮ್ಮಿ, ಬೆಂಕಿಗೆ ಇನ್ನೊಮ್ಮೆ ಉಗುಳಿ ಕೈಜೆಕ್ ಕೇಳಿದ.

ಆ್ಯಂಡಿಯ ಮುಖ ಕಪ್ಪಿಟ್ಟಿತು. ಅವನು ಜೋರಾಗಿ ಹಿಟ್ಟನ್ನು ನಾದತೊಡಗಿದ.

ಅರೆಕ್ಷಣ ಮೌನ. ಆ್ಯಂಡಿಯ ಹಿಂಬದಿಯಲ್ಲಿ ಎಳೆಮರದ ಕಾಲುಗಳ ಒಂದು ಪುಟ್ಟ ಮೇಜಿನ ಮೇಲಿದ್ದ ಪೈಪ್ ಮತ್ತು ತಂಬಾಕನ್ನು ಕೈಜೆಕ್ ಹಸಿದ ಕಣ್ಣುಗಳಿಂದ ನೋಡಿದ. ಅನಂತರ ಆತ ಪುನಃ ಹೇಳಿದ :

"ನಾನು ಚೆನ್ನಾಗಿ ಕೆಲಸ ಮಾಡಬಲ್ಲೆ ಬಾಸ್. ಸೂರ್ಯ ಕಾಣಿಸೋ ಮೊದಲೇ ಎದ್ದು ಬಿಡ್ತೇನೆ. ಕಷ್ಟಪಟ್ಟು ದುಡೀತೇನೆ – "

ಆ್ಯಂಡಿಯ ಸಹನೆಯ ಕಟ್ಟು ಒಡೆಯಿತು. ಕೈಜೆಕ್‌ನನ್ನು ಸುಟ್ಟು ಬಿಡುವಂತೆ ಉರಿಗಣ್ಣು ಬೀರಿ, ಅಲ್ಲಿಂದ ರೊಯ್ಯನೆ ಎರಡು ಹೆಜ್ಜೆ ಮುಂದೆ ನೆಗೆದು ಆತ ಗರ್ಜಿಸಿದ:

"ಹೊಲಸು ಕರಿ ಮುಸುಡಿನವನೇ, ತೊಲಗು ಇಲ್ಲಿಂದ! ಹ್ಞೂಂ...ಬೇಗ...ತೊಲಗು! ಇಲ್ಲ ವಾದರೆ ಸುಟ್ಟು ಹಾಕಿ ಬಿಡ್ತೇನೆ ನಿನ್ನನ್ನು."

ಆ್ಯಂಡಿಯ ನಾಯಿಯೂ ತನ್ನ ಯಜಮಾನನ ಜೊತೆಗೂಡಿ ಜೋರಾಗಿ ಬೊಗಳುತ್ತಾ ಕುಣಿಯತೊಡಗಿತು.

"ಏನು ಹೆಸರು?"

ಕಾಲನ್ನು ಕೆಳಗೆ ಸರಿಸಿ ಕೈಜೆಕ್ ಕೇಳಿದ.

ಪಕ್ಕದಲ್ಲಿದ್ದ ಒಂದು ಪಿಕಾಸಿಯ ಹಿಡಿಯನ್ನು ಕೈಗೆತ್ತಿಕೊಂಡು ಆ್ಯಂಡಿ ಜೋರಾಗಿ ಕೂಗಿದ:

"ಹೆಸರು? ಬೋ... ಮಗನೇ! ಹೆಸರು ಏನೂ ಅಂತ ತೋರಿಸ್ತೀನಿ ನಿನಗೆ. ಪಿಶಾಚಿ ನಾನು ಗೊತ್ತಾ?"

ಹೀಗೆಂದು ಅವನು ಕೈಜೆಕ್‌ನ ಕಡೆಗೆ ಧಾವಿಸಿದ.

"ಏ! ನೋಡಲ್ಲಿ" ಕೈಜೆಕ್ ಚೀರಿ ಫಕ್ಕನೆ ಹಿಂದೆ ತಿರುಗಿದ. ನೇರ ನಿನ್ಯುಲ್ ಕಡೆ ಓಡಿದ. ನಾಯಿ ಅವನನ್ನು ಬೆನ್ನಟ್ಟಿತು. ನಿನ್ಯುಲ್ ಒಂದು ಕೋಲು ಕೈಗೆತ್ತಿ ನಾಯಿಯನ್ನು ಓಡಿಸಿದಳು. ಅನಂತರ ಅವರು ಅವಸರದಲ್ಲಿ ತಮ್ಮ ಗಂಟು ಮೂಟೆ ಎತ್ತಿಕೊಂಡು ಅಲ್ಲಿಂದ ಪಲಾಯನ ಮಾಡಿದರು.

ಎಳೆಮರದ ಮೋಟುಗಳ ಬಳಿ ಅವರು ತಮ್ಮ ಓಟವನ್ನು ನಿಲ್ಲಿಸಿದರು. ಕೈಜೆಕ್ ಕ್ಯಾಕರಿಸಿ ಉಗುಳಿ ಬಿಳಿಯನ ಕಡೆಗೆ ತನ್ನ ತಿರಸ್ಕಾರ ತೋರಿ ಗೊಣಗಿದ: "ಹಲ್ಕಾಮಂದಿ." ಆಮೇಲೆ ಎಡಕ್ಕೆ ತಿರುಗಿ ಅವರು ಮುಂದೆ ನಡೆದರು. ಆದರೆ ಹೆಜ್ಜೆ ಹೆಜ್ಜೆಗೂ ಆ

ಬಿಳಿಯನ ಉರಿಗಣ್ಣು ಮತ್ತು ಕೋರೆ ಹಲ್ಲಿನ ಅವನ ನಾಯಿ ತಮ್ಮನ್ನು ಬೆನ್ನಟ್ಟಿ ಬರುವ ಕಲ್ಪನೆ ಅವರನ್ನು ಕಾಡತೊಡಗಿತು.

ಅಲ್ಲಿಂದ ಅವರು ಸುಮಾರು ಐವತ್ತು ಹೆಜ್ಜೆಗಳಷ್ಟು ದೂರ ಹೋಗಿರಬೇಕಷ್ಟೆ. ಅವರಿನ್ನೂ ಶಿಬಿರದ ಹಿಂಬದಿಯಲ್ಲಿದ್ದ ನೆರೆ-ಕಟ್ಟೆಯ ಬುಡದಲ್ಲಿದ್ದರಷ್ಟೆ. ಅಲ್ಲಿ, ಹೊಳೆಬದಿಯ ನೀಲಗಿರಿ ಮರವೊಂದು ಹಿಂದಿನ ರಾತ್ರಿಯ ಗಾಳಿಗೆ ಬೇರುಸಮೇತ ಕುಸಿದು ಬಿದ್ದಿತ್ತು. ಅದನ್ನು ಕಂಡು ಕೈಜೆಕ್ ನಿಂತು, ತುಂಡಾದ ಅದರ ಬೇರುಗಳ ಮಧ್ಯೆ ತಿನ್ನಲು ಯೋಗ್ಯವಾದ ಮರಹುಳುಗಳಿವೆಯೇ ಎಂದು ನೋಡಿದ. ಆಗ ಅದರ ಬುಡದಲ್ಲಿ ಕಲ್ಲುಗಳ ನಡುವೆ ಬಂಗಾರದ ತುಂಡೊದು ಮಿನುಗುವುದು ಅವನಿಗೆ ಕಾಣಿಸಿತು. ಅವನಿಗೆ ಚಿನ್ನದ ಪರಿಚಯ ಇತ್ತು. ಆದರೆ ಅದರ ಬೆಲೆಯ ವಿಚಾರ ಮಾತ್ರ ಪೊದರು ಗಾಡಿನ ಇತರ ಕರಿ ಜನರಿಗಿಂತ ಹೆಚ್ಚು ಗೊತ್ತಿರಲಿಲ್ಲ. ಆತ ಕೈಯಲ್ಲಿದ್ದ ಈಟಿಯನ್ನು ನಿನ್ಯುಲ್ ಕೈಗೆ ಕೊಟ್ಟು ಕಲ್ಲುಗಳ ನಡುವಿನಿಂದ ಆ ಬಂಗಾರದ ತುಂಡನ್ನು ಎತ್ತಿಕೊಂಡ. ಸುಮಾರು ಎರಡು ಔನ್ಸಿನಷ್ಟಾಗುವ ಗಟ್ಟಿ. ಕೈಜೆಕ್ ಅದನ್ನು ಸ್ವಚ್ಛಗೊಳಿಸಿದ. ಅದರ ಮೇಲೆ ಉಗುಳಿ ತೊಡೆಗೆ ಉಜ್ಜಿದ. ಅಂದಾಜು ಭಾರ ಎಷ್ಟಾಗಬಹುದು ಎಂದು ನೋಡಿದ. ನಿನ್ಯುಲ್ ಕಡೆಗೆ ನೋಡಿ ಹಲ್ಲು ಕಿರಿದ. "ತಂಬಾಕಿಗೆ ತೊಂದರೆ ಇಲ್ಲ," ಎಂದ.

ಅಲ್ಲಿಂದ ನೇರ ಮರಳಿ ಡೇರೆಯ ಕಡೆಗೆ ಅವರು ನಡೆದರು. ಇದನ್ನು ಗಮನಿಸಿದ ನಾಯಿ ಆಕಾಶ ತೂತು ಬೀಳುವಂತೆ ಬೊಗಳತೊಡಗಿತು. ಆ್ಯಂಡಿ ತನ್ನ ಕೆಲಸ ಬಿಟ್ಟು ಎದ್ದ. ದಟ್ಟ ಮಂಜಿನ ಕಡೆಗೆ ಕಣ್ಣು ಓಡಿಸಿದ. ತನ್ನ ಕಡೆಗೆ ಬರುತ್ತಿದ್ದ ಕೈಜೆಕ್‌ನ ಮೇಲೆ ಹೊಲಸು ಮಾತಿನ ಮಳೆ ಸುರಿಸಿ, ಪಿಕಾಸಿಯನ್ನು ಕೈಗೆತ್ತಿಕೊಂಡು ಮುಂದೆ ನುಗ್ಗಿದ.

"ಬೇಡ, ಬೇಡ," ಎಂದು ಕೈಜೆಕ್ ಕಿರಿಚಿದ. ಅಂಗೈಯಲ್ಲಿದ್ದ ಬಂಗಾರದ ತುಂಡನ್ನು ತೋರಿಸಿದ.

ಅವನ ಮೇಲೆ ಪಿಕಾಸಿಯನ್ನು ಎಸೆಯಲು ಆ್ಯಂಡಿ ಅದರ ಹಿಡಿಯನ್ನೆತ್ತಿದ್ದ. ಅಷ್ಟರಲ್ಲಿ ಕೈಜೆಕ್‌ನ ಕೈಯಲ್ಲಿದ್ದ ಮಿನುಗುವ ಬಂಗಾರದ ತುಂಡು ಅವನಿಗೆ ಕಾಣಿಸಿತು. ಆದರೆ ನಾಯಿ ಮಾತ್ರ ಕೈಜೆಕ್‌ನ ಮೇಲೆ ಹಾರಿತು.

"ಬಂಗಾರ... ಬಂಗಾರ !"

ಕೈಜೆಕ್ ಅರಚಿದ. ಕೂಡಲೇ ಅದನ್ನು ಆ್ಯಂಡಿಯ ಪಾದದ ಕಡೆಗೆ ಬಿಸುಟು, ತನ್ನ ಮೇಲೆ ಏರಿ ಬರುತ್ತಿದ್ದ ನಾಯಿಯ ದಾಳಿಯನ್ನು ತಡೆಯಲು ಎಸೆಗೋಲನ್ನು ಅದರ ಕಡೆಗೆ ಬೀಸಿದ.

ಆ್ಯಂಡಿ ಬಂಗಾರದ ತುಂಡನ್ನು ಕೈಗೆತ್ತಿಕೊಂಡ. ಬೆರಗಿನಿಂದ ಕಣ್ಣಗಲಿಸಿ ಅದನ್ನು ನೋಡಿದ. ಇತ್ತ ತನ್ನ ಮೇಲೆ ಏರಿ ಬರುತ್ತಿದ್ದ ನಾಯಿಯ ದಾಳಿಯಿಂದ ತಪ್ಪಿಸಲು ಕೈಜೆಕ್ ಇನ್ನೂ ಒದ್ದಾಡುತ್ತಲೇ ಇದ್ದ. ಆ್ಯಂಡಿ ನಾಯಿಯನ್ನು ಓಡಿಸಿ ಏದುಸಿರು ಬಿಡುತ್ತ ಕೇಳಿದ :

"ಇದು... ಇದು... ನಿನಗೆ ಎಲ್ಲಿ ಸಿಕ್ಕು ?"

ಕೈಜೆಕ್ ಆ ಕಡೆಗೆ ತುಟಿ ತಿರುಗಿಸಿ "ಇಲ್ಲೇ ಹತ್ತಿರ, ಹಿಂದುಗಡೆಯಲ್ಲಿ" ಎಂದ.

ಆ್ಯಂಡಿ ಉದ್ವೇಗದಿಂದ ಹೇಳಿದ :

"ಹಾಗಾದರೆ ಆ ಸ್ಥಳ ತೋರಿಸು. ಬೇಗ ಬೇಗ ತೋರಿಸು. ಹ್ಞೂಂ... ಬೇಗ." ಮಾತ ನಾಡುತ್ತಿದ್ದಂತೆ ಅವನ ಸ್ವರ ಏರುತ್ತಲೇ ಇತ್ತು.

ಕೈಜೆಕ್‌ಗೆ ಈ ರೋಗದ ಲಕ್ಷಣಗಳು ಗೊತ್ತಿದ್ದವು. ಆದುದರಿಂದ ಆತ ಸದ್ದಿಲ್ಲದೆ ಮುಖ ತಿರುಗಿಸಿ ತನಗೆ ಬಂಗಾರ ದೊರೆತ ಸ್ಥಳಕ್ಕೆ ನಡೆದ.

ಆ್ಯಂಡಿ ತಕ್ಷಣ ಬೇರುಗಳ ಅಡಿಗೆ ನುಗ್ಗಿ ಅಲ್ಲಿ ಸುಂಟರಗಾಳಿಯಂತೆ ತಡಕಾಡಿದ. ಕ್ಷಣದೊಳಗೆ ಇನ್ನೊಂದು ತುಂಡು. ಸುಮಾರು ಒಂದು ಔನ್ಸಿಗಿಂತಲೂ ಹೆಚ್ಚು ತೂಕದ್ದು. ತುಸು ಹೊತ್ತಿನಲ್ಲಿ ಬಾತುಕೋಳಿಯ ಮೊಟ್ಟೆಯಷ್ಟು ದೊಡ್ಡ ಮತ್ತೊಂದು ತುಂಡು ಕಾಣಿಸಿತು.

ಆ್ಯಂಡಿ ಕೈಜೆಕ್‌ನ ಕಡೆಗೆ ತಿರುಗಿದ. "ಡೇರೆಗೆ ಹೋಗಿ ಹಾರೆ ಮತ್ತು ಗುದ್ದಲಿ ತಾ. ಕೊಡಲಿ ಕೂಡ, ಹ್ಞೂಂ... ಬೇಗ... ಬೇಗ."

ಕೈಜೆಕ್ ವಿಧೇಯನಂತೆ ಒಂದು ಹೆಜ್ಜೆ ಮುಂದೆ ಹಾಕಿದ. ಆಮೇಲೆ ಹಿಂದೆ ತಿರುಗಿ ಹೇಳಿದ :

"ನನಗೆ ಹಸಿವೆ... ತಂಬಾಕು ! ತಂಬಾಕು ಬಾಸ್ !"

"ತಂಬಾಕು ಅಲ್ಲಿದೆ ಡೇರೆಯಲ್ಲಿ."

"ಪೈಪ್ ಬೇಡವಾ ಬಾಸ್ ?"

"ಪೈಪೂ ಅಲ್ಲಿದೆ, ತೆಗೆದುಕೋ. ನಿನಗೆ ಬೇಕಾದ್ದನ್ನೆಲ್ಲ ತೆಗೆದುಕೋ. ಆದರೆ ಬೇಗ ಬಂದು ಬಿಡು."

ಕೈಜೆಕ್ ಓಡಿದ. ಗಂಟು ಮೂಟೆಯನ್ನು ಅಲ್ಲೇ ಬಿಟ್ಟು ನಿನ್ಯುಲ್ ಅವನನ್ನು ಹಿಂಬಾಲಿಸಿದಳು. ಆ್ಯಂಡಿಗೆ ಬೇಕಾದ ಹಾರೆ ಗುದ್ದಲಿಗಳನ್ನು ಅವಳೇ ತರಬೇಕಾಯಿತು. ತಂಬಾಕನ್ನು ಕತ್ತರಿಸಿ ಪೈಪಿಗೆ ತುಂಬಿಸುವ ಕೆಲಸ ಕೈಜೆಕ್ ಮಾಡಿದ. ಪೈಪಿಗೆ ಬೆಂಕಿ ಸೋಕಿಸಲೆಂದು ಒಲೆಯ ಕಡೆ ನಡೆದ. ಒಲೆಯಲ್ಲಿ ಒಂದಿಷ್ಟು ಆರಿದ ಚಹಾ ಇತ್ತು. ಅದನ್ನು ಹೀರಿ, ಆತ ಆರಾಮವಾಗಿ ಖುಷಿಯಿಂದ ಹೊಗೆ ಉಗುಳುತ್ತಾ ಮರದ ಕಡೆಗೆ ಹೆಜ್ಜೆ ಹಾಕಿದ.

ಆ್ಯಂಡಿಗೆ ಈಗಾಗಲೇ ಒಂದು ಡಜನ್ ಔನ್ಸಿನಷ್ಟು ಬಂಗಾರ ಸಿಕ್ಕಿತ್ತು. ಹುಚ್ಚು ಹಿಡಿದವನಂತೆ, ಅವನು ಉಸಿರುಕಟ್ಟಿ ಆವೇಶದಿಂದ ಮರದ ಬೇರುಗಳನ್ನು ಕಡಿದು ಹಾಕುತ್ತಲೇ ಇದ್ದ. ಕೊನೆಗೆ ಉಸಿರು ಬಿಡುವ ಸಲುವಾಗಿ, ಒಂದು ಕ್ಷಣ ಹೊತ್ತು ಆತ ಕೆಲಸ ನಿಲ್ಲಿಸಿದಾಗ, ಹುಚ್ಚನ ಕಣ್ಣುಗಳಂತಿದ್ದ ಅವನ ಕಣ್ಣುಗಳು ಕೈಜೆಕ್‌ನ ಕಡೆ ಹೊರಳಿದವು. ಆತ ಕೊಡಲಿಯನ್ನು ಕೆಳಗಿಳಿಸಿ ಕೈಜೆಕ್‌ನ ಬಳಿಗೆ ಬಂದು ಅಕ್ಕರೆಯಿಂದ ಬಡಬಡಿಸಿದ.

"ಥ್ಯಾಂಕ್ಸ್ ತಮ್ಮಯ್ಯ, ತುಂಬಾ ಥ್ಯಾಂಕ್ಸ್ ನಿನಗೆ. ಇದಕ್ಕಾಗಿ ನನ್ನ ಜೀವಮಾನವಿಡೀ ಹುಡುಕ್ತಾ ಇದ್ದೆ. ನಿನ್ನಿಂದ ಕೊನೆಗೂ ಸಿಕ್ಕಿಬಿಟ್ಟಿತು. ಅದೂ ನಾನು ಹೊಡೆದು ಓಡಿಸಿದ್ದ ನಿನ್ನಿಂದ."

ಅವನ ಕಣ್ಣುಗಳು ಈಗ ನೀರೂರಲು ತಯಾರಾಗಿದ್ದವು. ಸಂತೋಷದಿಂದ ಕೈಜೆಕ್‌ನ ಭುಜ ಕುಲುಕುತ್ತಾ ಅವನು ಮುಂದರಿಸಿದ :

ಇದನ್ನು ಖಂಡಿತ ನಾನು ಮರೆಯೋದಿಲ್ಲ – ಮರೆಯೋದಿಲ್ಲ ಅಂತ ಭಾಷೆ ಕೊಡ್ತೇನೆ. ನಿನ್ನನ್ನು ನಾನು ನೋಡಿಕೊಳ್ತೇನೆ. ನೀನೇನೂ ಯೋಚನೆ ಮಾಡ್ಬೇಡ ತಮ್ಮಯ್ಯ. ಇಷ್ಟರ ತನಕ ಯಾವ ಕರಿಯ ಮನುಷ್ಯನಿಗೂ ಸಿಗದಷ್ಟು ಸಂಬಳ ನಿನಗೆ ಕೊಡ್ತೇನೆ. ಬಿಳಿ ಜನರಿಗಿಂತಲೂ ಹೆಚ್ಚು ಸಂಬಳ ! ನಿನ್ನ ಮೇಲೆ ನನಗೆ ತುಂಬಾ ಪ್ರೀತಿ. ನಿನಗೇನು ಬೇಕಿದ್ದರೂ ಸರಿ. ನಾನು ಖಂಡಿತ ಕೊಡ್ತೇನೆ. ದೇವರು ನಿನಗೆ ಒಳ್ಳೇದು ಮಾಡಲಿ."

ಇಷ್ಟು ಹೇಳಿ ಆತ ಆವೇಶದಿಂದ ಪುನಃ ಬೇರುಗಳ ಅಡಿಗೆ ನುಗ್ಗಿದ, ತುಸು ಹೊತ್ತು

ಕೈಜೆಕ್ ಅವನ ಕಡೆಗೆ ನೋಡಿ, ಬಳಿಕ ಹೇಳಿದ :

"ನಾವು... ಇಬ್ಬರೂ... ನಮಗಿಬ್ಬರಿಗೂ ತುಂಬಾ ಹಸಿವೆಯಾಗ್ತಿದೆ ಬಾಸ್."

ಆ್ಯಂಡಿ ಬೇರು ಸವರುವುದನ್ನು ನಿಲ್ಲಿಸಿ ಅವನ ಕಡೆ ತಿರುಗಿ ಅವಸರದಿಂದ ನುಡಿದ:

"ಡೇರೆಗೆ ಹೋಗಿ ಬೇಕಾದಷ್ಟು ತಿನ್ನಿ. ಏನು ಬೇಕಾದರೂ ತಿನ್ನಿ, ಬರುವಾಗ ಇನ್ನೊಂದು ಹಾರೆ ಗುದ್ದಲಿ ತನ್ನಿ. ಅಲ್ಲಿ ಒಲೆಯ ಮೇಲೆ ಒಂದು ರೊಟ್ಟಿಯಿದೆ. ಅದನ್ನು ತಿನ್ನಿ. ಬೇಕಷ್ಟು ತಿನ್ನಿ. ನನ್ನ ಹತ್ತಿರ ಇದ್ದದ್ದೆಲ್ಲ ನಿಮಗೆ."

ಕೈಜೆಕ್ ಅಲ್ಲಿಂದ ತಿರುಗಿದ. ನಿಸ್ಯುಲ್‌ಳನ್ನು ಕೈಮಾಡಿ ಕರೆದ. ಅವಳು ಗಂಟುಮೂಟೆ ಎತ್ತಿಕೊಂಡು ಅವನನ್ನು ಹಿಂಬಾಲಿಸಿದಳು.

ಅಲ್ಲಿ ಆ್ಯಂಡಿ ತನ್ನನ್ನು ತಾನೇ ಮರೆತು ಬಂಗಾರದ ಬೇಟೆಯಲ್ಲಿ ಮಗ್ನನಾಗಿದ್ದಾಗ ಅವರಿಬ್ಬರೂ ಒಲೆಯ ಬಳಿ ಕುಳಿತು ಬೇಕಷ್ಟು ಬಿಸಿ ರೊಟ್ಟಿ ಮತ್ತು ಡಬ್ಬದಲ್ಲಿದ್ದ ಮಾಂಸ ತಿಂದು ಚಹಾ ಕುಡಿದರು. ಒಬ್ಬರ ಅನಂತರ ಒಬ್ಬರಂತೆ ಸರದಿಯಲ್ಲಿ ಪೈಪಿನ ಹೊಗೆ ಉಗುಳತೊಡಗಿದರು. ತಾನು ಸಂಗ್ರಹಿಸಿದ ಇನ್ನಷ್ಟು ನಿಧಿಯನ್ನು ಬಂದು ನೋಡುವಂತೆ ಆ್ಯಂಡಿ ಎರಡು ಬಾರಿ ಅವರಿಗೆ ಕೂಗಿ ಹೇಳಿದ. ಮೊದಲನೆ ಬಾರಿ ಕೈಜೆಕ್ ಓಗೊಟ್ಟ, ಎರಡನೇ ಸಲ ನಿಸ್ಯುಲ್ ಉತ್ತರಿಸಿದ್ದಳು. ಕೈಜೆಕ್ ಉರಿಯುವ ಬೆಂಕಿಯ ಕಡೆ ದಿಟ್ಟಿಸುತ್ತಾ ಲೋಕವನ್ನೇ ಮರೆತಂತೆ ಖುಷಿಯಿಂದ ಹಾಡೊಂದನ್ನು ಗುನುಗುತ್ತಿದ್ದ. ಅವನದು ಕಲಾವಿದನ ತನ್ಮಯತೆ. ಹೀಗಾಗಿ ಕೂಗಿದ ಸದ್ದು ಅವನಿಗೆ ಕೇಳಿಸಿಯೇ ಇರಲಿಲ್ಲ. ಥಟ್ಟನೆ ಕೈಜೆಕ್ ಎದ್ದು ನಿಂತು ಆವೇಶ ಬಂದವನಂತೆ ಕುಣಿಯತೊಡಗಿದ. ಹಾಡೊಂದು ಅವನ ಬಾಯಿಯಿಂದ ತಾನಾಗಿ ಹೊರ ಹೊಮ್ಮಿತು :

ಓ ಮುನ್ನಿಜುರ್ರಾ ಕಾರ್ಜಿನ್ ಜೈ, ಈ ಮಿನ್ನಿ ಕಿನ್ನಿ ಗೂಲ್ಟ್
ವ್ಹಾ ! ನಾರ್ರಾ ಅಕಿನ್ನಿನ್ಯಾ ಕೂರಿ ಮುಂಗವಡ್ಡಿ ಯೂ...

ಅವನು ನಿಸ್ಯುಲಳ ಮಿನುಗುವ ಕಣ್ಣುಗಳನ್ನು ನೋಡುತ್ತಾ ಹಾಡಿದ. ಅವಳ ತುಟಿಗಳು ತೃಪ್ತಿಯಿಂದ, ಸಂತಸದಿಂದ ಮೃದುವಾಗಿ ಕಂಪಿಸುತ್ತಿದ್ದವು. ಒಂದು ಕ್ಷಣ ಅವನು ಅವಳನ್ನೇ ನೋಡಿದ. ಆ ಬಳಿಕ ಕೈತಟ್ಟಿ ಜೋರಾಗಿ ಹೆಜ್ಜೆ ಹಾಕಿದ.

ತುಸು ಹೊತ್ತಿನ ಬಳಿಕ ಕೈಜೆಕ್ ನಿಲ್ಲಿಸಿದ. ನಿಸ್ಯುಲಳ ಬೆನ್ನು ತಟ್ಟಿದ. ಅವಳು ಅವನ ಕಡೆಗೆ ನೆಗೆದು, "ಶಹಭಾಸ್ ! ಒಳ್ಳೇ ಕೆಲಸ" ಎಂದು ಸಂತೋಷದಿಂದ ಕೂಗಿದಳು.

ಅಷ್ಟರಲ್ಲಿ, ನಿಧಾನವಾಗಿ ಮರೆಯಾಗುತ್ತಿದ್ದ ಮಂಜನ್ನು ತೂರಿ ಆ್ಯಂಡಿಯ ಕರೆ ಕೇಳಿಸಿತು.

"ಬಾ ತಮ್ಮಯ್ಯಾ ! ಹ್ಞೂಂ ಬೇಗ ಬಾ ! ಇಲ್ಲಿ ನೋಡು ದೇವರು ನಮಗೆ ಕೊಟ್ಟಿರೋ ನಿಧಿಯನ್ನು ! ಹ್ಞೂ ಬೇಗ... ಬೇಗ... ಅಬ್ಬಾ... ದೇವರೆ !" ಮಾತಿನ ಕೊನೆಗೆ ಬಿಕ್ಕಳಿಕೆ.

ಕೈಜೆಕ್ ಒಂದು ಕ್ಷಣ ಅವನಿದ್ದ ಕಡೆಗೆ ನೋಡಿದ. ಆಮೇಲೆ ನಿಸ್ಯುಲ್‌ಳ ಬದಿಗೆ ತಿರುಗಿ ಸನ್ನೆ ಮಾಡಿದ. ಅವಳು ತಮ್ಮ ಸಾಮಾನಿನ ಮೂಟೆಯತ್ತ ಹೆಜ್ಜೆ ಹಾಕಿದಳು. ಅವನು ಅವಳ ಹಿಂದೆ ನಡೆದ. ತನ್ನ ಹೊರೆಯನ್ನು ಹೆಗಲಿಗೇರಿಸಿದ. ಅನಂತರ ಹೊಳೆಯ ದಾರಿಯಲ್ಲಿ ಪೇಪರ್ ಬಾರ್ಕ್ ಪ್ರದೇಶದ ಮೇಳಕ್ಕೆ ಅವರು ಬಿರಬಿರನೆ ನಡೆದರು.

○ ಮಾರ್ಗರೆಟ್ ಟ್ರಿಸ್ಟ್

ಅಜ್ಞರು

ಅದು ಶುಕ್ರವಾರದ ಬಿರುಸಿನ ವ್ಯಾಪಾರದ ರಾತ್ರಿ. ಗಿಗಾಗಿ ಗಳತ್ತ ನಗೆ ಬೀರುವ ನೋಟ ಚೆಲುತ್ತಾ, ಫ್ಲಾಸಿ ಕೌಂಟರಿನ ಹಿಂದೆ ನಿಂತುಕೊಂಡಿದ್ದಳು. ಅವಳಿಗೆ ಈಗಾಗಲೇ ಸಾಕಷ್ಟು ಆಯಾಸವಾಗಿತ್ತು.

ಅವಳ ಪಾದಗಳು ಬಾತುಕೊಂಡಿದ್ದವು. ಲಿಪ್‌ಸ್ಟಿಕ್ಕಿನ ವಕ್ರ ರೇಖೆಯ ಕೆಳಗಡೆ ಅವಳ ತುಟಿಗಳು ಬಾಡಿದ್ದವು. ಅವಳ ಬಾಯಿ ಜೋತುಬೀಳಲು ಬಯಸುತ್ತಿತ್ತು. ಆದರೆ ಆ ವಿಭಾಗದ ಮೇಲ್ವಿಚಾರಕನ ಗಮನ ತನ್ನ ಮೇಲೆ ಬೀಳದಿರಲೆಂದು ಅವಳು ಪ್ರಯತ್ನಪೂರ್ವಕವಾಗಿ ಅದನ್ನು ನೇರಗೊಳಿಸಿದಳು. ಅವಳು ಹಚ್ಚಿಕೊಂಡಿದ್ದ ಮೇಕಪ್‌ನ ಅಡಿಯಲ್ಲಿ ಅವಳ ಮುಖ ಬಿಳಿಚಿ ಕೊಂಡಿತ್ತು. ಅವಳ ರೆಪ್ಪೆಗಳು ಭಾರವಾಗಿದ್ದವು, ಕಣ್ಣುಗಳು ಕಳೆ ಗುಂದಿದ್ದವು. ಅವಳು ಪಕ್ಕದ ಗೋಡೆ ಗಡಿಯಾರ ನೋಡಿದಳು. ಬಿಡುಗಡೆಗೆ ಇನ್ನೂ ಒಂದು ಗಂಟೆ! ಶುಕ್ರವಾರದ ಈ ಕೊನೆಯ ಗಂಟೆ ಯಾವಾಗಲೂ ಅಷ್ಟೆ. ಮೈ ನಡುಕ ತರುವ ಗಂಟೆ!

ಅವಳು ಕರವಸ್ತ್ರಗಳನ್ನೂ ಮಾರುತ್ತಿದ್ದಳು. ಕೌಂಟರಿನಲ್ಲಿ ಅವಳ ಎದುರು ಅವುಗಳನ್ನು ಸಾಲಾಗಿ ಇರಿಸಲಾಗಿತ್ತು. ರಿಯಾಯಿತಿ ಬೆಲೆಯ ವ್ಯಾಪಾರ. ಶಿಲ್ಲಿಂಗಿಗೆ ಮೂರು. ಜನ ಕೌಂಟರಿಗೆ ಬರುತ್ತಿದ್ದರು. ಕೊಂಡುಕೊಳ್ಳುವ ಯೋಚನೆ ಇಲ್ಲದೆ ಅವುಗಳನ್ನು ಸುಮ್ಮಗೆ ಮಗುಚಿ ಹಾಕಿ ಹಾಗೆಯೇ ಬಿಟ್ಟು ಹೋಗುತ್ತಿದ್ದರು. ಫ್ಲಾಸಿ ಅವನ್ನು ಪುನಃ ಸರಿಯಾಗಿ ಜೋಡಿಸಿ ಇಡಬೇಕಾಗಿತ್ತು. ಆದರೆ ಅದು ಅವಳ ಕೆಲಸವಾಗಿತ್ತೆನ್ನಿ.

ಮೇಲ್ವಿಚಾರಕನ ಪರೀಕ್ಷಕ ನೋಟವನ್ನು ಫ್ಲಾಸಿಯ ಮುಗುಳು ನಗೆ ಸ್ವಾಗತಿಸಿತು. ಅವಳು ಕೆಲಸ ಮುಂದರಿಸಿದಳು. ಅವಳ ಭುಜದ ಸಂದಿನಲ್ಲಿ ಅಸಾಧ್ಯ ನೋವೊಂದು ಕಾಣಿಸಿತು. "ನಿನ್ನ ಮಾರಾಟ ಹೆಚ್ಚಾಗಬೇಕು ಮಿಸ್ ಜೇಮ್ಸ್" ಎಂದು ಹೇಳಿ ಮೇಲ್ವಿಚಾರಕ ಮುಂದೆ ನಡೆದ. ಫ್ಲಾಸಿ ಕೌಂಟರಿಗೆ ಬಾಗಿ ಒಂದು ಕ್ಷಣ ಕಣ್ಣುಗಳನ್ನು ಮುಚ್ಚಿದಳು.

ಒಬ್ಬಳು ಹೆಂಗಸು ಅವಳಿದ್ದಲ್ಲಿಗೆ ಬಂದಳು. ಅವಳ ಹತ್ತಿರ ಕ್ರೀಮ್ ಬಣ್ಣದ, ಅಲ್ಲಲ್ಲಿ ಹಸಿರು ಹೂವುಗಳಿದ್ದ ಫ್ರಾಕ್

ಒಂದಿತ್ತು. ಅದಕ್ಕೆ ಸರಿ ಹೊಂದುವ ಕರವಸ್ತ್ರ ಇದೆಯೇ ಎಂದು ಆಕೆ ವಿಚಾರಿಸಿದಳು.

"ಇದೆ ಮ್ಯಾಡಂ." ಫ್ಲಾಸಿ ನಗುತ್ತಾ ಉತ್ತರಿಸಿ ರಾಶಿಯನ್ನು ತಡಕಾಡಿದಳು. ಕ್ರೀಂ ಬಣ್ಣದ ಅಂಚಿನಲ್ಲಿ ಹಸಿರು ಚುಕ್ಕೆ ಇರುವ ಕರ್ಚೀಫ್ ಒಂದನ್ನು ಆರಿಸಲು ಅವರಿಗೆ ಸುಮಾರು ಐದು ನಿಮಿಷ ಬೇಕಾಯಿತು. ಅಂಚಿನಲ್ಲಿ ಯಾವ ಬಣ್ಣ ಇದ್ದರೇನಂತೆ? ಎಂದು ಫ್ಲಾಸಿಗೆ ಅನ್ನಿಸಿದರೂ, ಅವಳು ಮುಖದಲ್ಲಿ ನಸುನಗೆ ಬೀರಿ, ಎಚ್ಚರಿಕೆಯಿಂದ ಬಿಲ್ ಬರೆದಳು. ಆ ಹೆಂಗಸು ನಾಲ್ಕು ಪೆನ್ನಿ ಕೊಟ್ಟು ಹೊರ ನಡೆದಳು. ಫ್ಲಾಸಿ ಕರವಸ್ತ್ರವನ್ನು ಇನ್ನೊಮ್ಮೆ ಅಚ್ಚುಕಟ್ಟಾಗಿ ಇಡುವ ಕೆಲಸ ಮುಂದರಿಸಿದಳು.

ಅಂಗಡಿ ಮುಚ್ಚುವುದಕ್ಕೆ ಕಾಲುಗಂಟೆ ಇರುವಾಗ ಅವಳು ಅವುಗಳನ್ನೆಲ್ಲ ಪೆಟ್ಟಿಗೆಗಳಲ್ಲಿ ಮಡಚಿ ಇಡತೊಡಗಿದಳು. ಆದರೆ ಕೊನೇ ಗಳಿಗೆಗೆ ಅಂಗಡಿಗೆ ನುಗ್ಗಿ ಕರವಸ್ತ್ರ ಬೇಕೆಂದು ಕೇಳುವವರಿಗೆ ಆ ದಿನ ಕೊರತೆ ಇರಲಿಲ್ಲ. ಗಡಿಯಾರ, ಅಂಗಡಿ ಮುಚ್ಚುವ ಎಚ್ಚರದ ಗಂಟೆ ಬಡಿಯುವ ತನಕವೂ ಅವಳು ಕೆಲಸ ಮಾಡುತ್ತಲೇ ಇದ್ದಳು. ಆದುದರಿಂದ ಕರವಸ್ತ್ರಗಳನ್ನು ಪುನಃ ಜೋಡಿಸಿಡುವ ಕೆಲಸವನ್ನು ಬಾಗಿಲು ಮುಚ್ಚಿದ ಮೇಲೆ ಅವಳು ಮಾಡ ಬೇಕಾಯಿತು. ಪರಿಣಾಮವಾಗಿ ಅವಳು ಮಾಳಿಗೆಯಿಂದ ಡ್ರೆಸ್ಸಿಂಗ್ ರೂಂಗೆ ಹೋದುದು ಕೊನೆಯ ತಂಡದ ಹುಡುಗಿಯರೊಂದಿಗೆ. ಮನೆಗೆ ಹೊರಡುವ ಮೊದಲು, ಡ್ರೆಸ್ಸಿಂಗ್ ರೂಮಿಗೆ ಹೋಗಿ ತನ್ನ ಕಪ್ಪು ಬಣ್ಣದ ಫ್ರಾಕನ್ನು ಕಳಚಿ, ಬಣ್ಣದ ಬೇರೆ ಫ್ರಾಕ್ ಹಾಕಿಕೊಳ್ಳುವುದು ಅವಳ ರೂಢಿಯಾಗಿತ್ತು. ಆದರೆ ಇವತ್ತು ಅವಳು ಬಹಳಷ್ಟು ಕಂಗಾಲಾಗಿದ್ದ ಕಾರಣ ಬಟ್ಟೆ ಬದಲಿಸದೆ, ಹ್ಯಾಟನ್ನು ಮಾತ್ರ ಧರಿಸಿ ಲಾಕರ್‌ನಿಂದ ತನ್ನ ಕೈಚೀಲ ತೆಗೆದುಕೊಂಡಳು. ಚೀಲ ಸಾಕಷ್ಟು ಹಳತಾಗಿತ್ತು. ಉಪಯೋಗಿಸಲ್ಪಟ್ಟ ಟ್ರಾಮ್ ಟಿಕೆಟ್‌ಗಳಿಂದ ಮತ್ತು ಇನ್ನೂ ಉತ್ತರಿಸದೆ ಮುದುಡಿ ಮೂಲೆಯಲ್ಲಿ ಕುಳಿತ ಪತ್ರಗಳಿಂದ ತುಂಬಿ ಅದು ಉಬ್ಬಿತ್ತು. ಹಳೆಯ ಪರ್ಸ್‌ನಲ್ಲಿ ಕೆಲವು ಚಿಲ್ಲರೆ ನಾಣ್ಯಗಳು ಸದ್ದು ಮಾಡಿದವು. ಕೈಚೀಲವನ್ನು ಕಂಕುಳಲ್ಲಿ ಹಿಡಿದುಕೊಂಡು, ಸಾಕಷ್ಟು ಬೆಳಕಿಲ್ಲದ ಮೆಟ್ಟಲುಗಳನ್ನು ಇಳಿದು, ಆಕೆ ಪಕ್ಕದ ಕತ್ತಲ ಓಣಿಯ ಕಡೆ ತಿರುಗಿದಳು. ಅಲ್ಲಿಂದ ಕಣ್ಣು ಕುಕ್ಕುವ ದೀಪಗಳುಳ್ಳ ದೊಡ್ಡ ಬೀದಿಗೆ ಬಂದಳು.

ಜೋ ಅವಳಿಗಾಗಿ ಕಾಯುತ್ತಾ ನಿಂತಿದ್ದ. ಗಾಜಿನ ಕಿಟಕಿಯೊಂದಕ್ಕೆ ಬೆನ್ನು ಹಾಕಿ ಆತ ಓದುತ್ತಾ ಇದ್ದ. ಇತ್ತೀಚೆಗೆ ಅವನು ಯಾವಾಗಲೂ ಓದುತ್ತಲೇ ಇರುತ್ತಿದ್ದ. ಅವಳಿಗೆ ಇದರಿಂದ ಕಸಿವಿಸಿ. ಕೆಲವೊಮ್ಮೆ ಅವನು ವಿಚಿತ್ರವಾಗಿ ಮಾತಾಡುತ್ತಿದ್ದ. ಇದೇ ರೀತಿ ಅವಳ ಅಪ್ಪ ಮತ್ತು ಅಮ್ಮನ ಎದುರೂ ಜೋ ಹೀಗೆಲ್ಲಾ ಹೇಳಿದರೆ ಹೇಗೆ? ಅವರಿಗಂತೂ ಅದು ಇಷ್ಟ ಆಗಲಾರದು. ಈ ಓದುವ ಹುಚ್ಚು ತನ್ನಿಂದಲೂ ಅವನನ್ನು ದೂರ ಮಾಡಿದೆ ಎಂದೂ ಅವಳಿಗೆ ಅನ್ನಿಸಿತ್ತು. ಅವನಿಗೆ ಕೆಲಸ ಇದ್ದು ಅವನು ಓದುವ ಹುಚ್ಚು ಹಿಡಿಸಿಕೊಳ್ಳುವ ಮೊದಲು ಜೋ ಹೀಗಿರಲಿಲ್ಲ, ಅವರು ಆಗ ಒಬ್ಬರಿಗೊಬ್ಬರು ತುಂಬಾ ಹತ್ತಿರವಾಗಿದ್ದರು. ನಿಜವಾದ ಸಂಗಾತಿಗಳ ತರಹ. ಈಗ ಅವನಿಗೆ ಕೆಲಸ ಇಲ್ಲ. ಸಾಲದುದಕ್ಕೆ ಯಾವಾಗಲೂ ಓದುತ್ತಾ ಇರುವುದು ಬೇರೆ. ಅದು ಕೂಡ ಪೇಟೆಯ ಲೆಂಡಿಂಗ್ ಲೈಬ್ರರಿಯಲ್ಲಿ ಸಿಗುವಂಥ ಪುಸ್ತಕಗಳಲ್ಲ. ವಿಚಿತ್ರ ರೀತಿಯ, ಕಾಗದದ ಹೊದಿಕೆಯ ಪುಸ್ತಕಗಳು. ಇತ್ತೀಚೆಗಂತೂ ಅವಳಿಗೆ ಜೋ ಮತ್ತು ತನ್ನನ್ನು ಕುರಿತು ಚಿಂತೆ ಉಂಟಾಗಿತ್ತು. ಓದು ಅವನನ್ನು ವಿಚಿತ್ರ ಮನುಷ್ಯನನ್ನಾಗಿ ಮಾಡಿತ್ತು. ಅವನು ಹೇಳುವುದಂತೂ ಅವಳಿಗೆ ಅರ್ಥವೇ ಆಗುತ್ತಿರಲಿಲ್ಲ. ಆದರೂ ಅದರಿಂದ ವಿಶೇಷ ತೊಂದರೆಯಾಗಲಾರದೇನೋ?

ಬಹುಶಃ ಅದು ಗಂಡು ಹೆಣ್ಣುಗಳ ನಡುವಣ ವ್ಯತ್ಯಾಸವೇನೋ ?

ಅವಳು ಮೆಲ್ಲನೆ ಹೆಜ್ಜೆ ಹಾಕಿ ಅವನ ತೋಳುಗಳನ್ನು ತನ್ನ ಕೈಗಳಿಂದ ಬಳಸಿದಳು, "ಹಲ್ಲೋ" ಎಂದು ನಕ್ಕಳು.

"ಹಲೋ."

ಅವನು ಉತ್ತರಿಸಿ ಅವಳ ಮುಖ ನೋಡಿದ. ಅವಳ ನಗೆಯ ಹಿಂದೆ ನೋವನ್ನು ಅರಸುವವನಂತೆ ದಿಟ್ಟಿಸಿದ. ಪುಸ್ತಕವನ್ನು ಜೇಬಿಗೆ ತುರುಕಿದ. ಅವಳ ತೋಳನ್ನು ಒತ್ತುತ್ತಾ ಹೇಳಿದ :

"ನೀನು ತುಂಬಾ ಬಳಲಿದ್ದೀಯಾ ಮರಿ."

ಅಲ್ಲಿಂದ ಜತೆಯಾಗಿ ಅವರು ಬೀದಿಯ ಕಡೆಗೆ ನಡೆದರು. ಅಲ್ಲಿ ನಿಂತುಕೊಂಡಿದ್ದ ಟ್ರಾಮಿನೊಳಗೆ ನುಗ್ಗಿದರು. ಟ್ರಾಮ್ ಚಲಿಸಲು ಶುರು ಮಾಡಿದೊಡನೆ, ಅವನು ಅವಳ ತೋಳನ್ನು ಗಟ್ಟಿಯಾಗಿ ಹಿಡಿದುಕೊಂಡ. ಅವಳ ದೇಹ ತನ್ನ ಮೇಲೆ ಆಧರಿಸುವ ಹಾಗೆ ಭದ್ರವಾಗಿ ಹಿಡಿದ. ಫ್ಲಾಸಿ ಮುಗುಳ್ನಕ್ಕಳು. ಬಳಲಿದ ತನ್ನ ದೇಹವನ್ನು ಒರಗಿಸಲು ಪಕ್ಕದಲ್ಲಿ ಜೋ ಇದ್ದುದರಿಂದ ಅವಳಿಗೆ ಆ ಬಳಲಿಕೆ ಈಗ ಸಂತೋಷದಾಯಕವಾಗಿತ್ತು. ಕಂಡಕ್ಟರ್ ಬಂದಾಗ ಇಬ್ಬರೂ ಪ್ರತ್ಯೇಕವಾಗಿ ಟಿಕೇಟು ಕೊಂಡರು. ಈ ರೀತಿ ಅವರವರೇ ಟಿಕೇಟು ಕೊಳ್ಳಬೇಕಾದ ಪರಸ್ಥಿತಿ ಮೊದಲು ಒದಗಿದಾಗ ಜೋನ ಮುಖ ಸಂಕೋಚದಿಂದ ಕೆಂಪ ಗಾಗಿತ್ತು. ಆದರೆ... ಈಗ ಅದೆಲ್ಲ ಅಭ್ಯಾಸ ಆಗಿಬಿಟ್ಟಿತ್ತು. ಟ್ರಾಮಿನ ಗೊಂದಲದಲ್ಲಿ ಮಾತಾಡುವ ಹಾಗಿರಲಿಲ್ಲ. ಅವರು ತೊನೆದಾಡುತ್ತಿದ್ದರು. ಸುತ್ತಲ ಸದ್ದು, ಜನರ ಬೆವರಿನ ವಾಸನೆ – ತಲೆ ಚಿಟ್ಟಾಗುವಂತಿತ್ತು. ಫ್ಲಾಸಿಯ ಮನೆಯ ಬದಿಗೆ ತಿರುಗುವ ಮೂಲೆಯಲ್ಲಿ ಅವರು ಟ್ರಾಮಿನಿಂದ ಇಳಿದರು. ಅಲ್ಲಿಂದ ಅವಳ ಮನೆಗೆ ಗುಡ್ಡದಂಥಾ ಎತ್ತರದ ದಾರಿ. ಅವರಿಬ್ಬರೂ ಒಂದು ಕ್ಷಣ ಅಲ್ಲೇ ಗಟಾರದ ಅಂಚಿನಲ್ಲಿ ಕುಳಿತುಕೊಂಡರು. ಫ್ಲಾಸಿ ತನ್ನ ಶೂ ಕಳಚಿದಳು. ಜೋ ಅವಳ ಪಾದದ ಕಡೆಗೆ ನೋಡಿದ. ಕೈಗಳಿಂದ ಮೃದುವಾಗಿ ಅದನ್ನು ಸವರಿದ. ಅವಳಿಗೆ ಹಾಯೆನಿಸಿತು. ಶೂ ಪಟ್ಟಿ ಬಲವಾಗಿ ಕಚ್ಚಿದ ಕಡೆ ಆಳವಾದ ಗೆರೆ ಮೂಡಿತ್ತು.

ಅವನು ಹೇಳಿದ :

"ಪಾಪ ! ನನ್ನ ಮುದ್ದಿನ ಮರಿ !"

ಅವರಿಬ್ಬರೂ ಮುಂದೆ ಹೆಜ್ಜೆ ಹಾಕಿದಂತೆ ಅವಳು ಕೇಳಿದಳು:

"ಪುಸ್ತಕ ಹೇಗಿದೆ ಜೋ ?"

"ಚೆನ್ನಾಗಿದೆ. ಓದೋ ಮನಸ್ಸಿದೆಯಾ ?"

"ಥ್ಯಾಂಕ್ಸ್. ಬೇಡಪ್ಪಾ. ನನಗೆ ಅರ್ಥ ಆಗೋದು ಕಷ್ಟ."

"ಓದಿದರೆ ನಿನಗೂ ಒಳ್ಳೆಯದು."

"ಓದೋದು ನನ್ನ ಕಣ್ಣಿಗೆ ಆಗೊಲ್ಲ."

ಅವಳು ಉತ್ತರಿಸಿದಳು.

ಕತ್ತಲೆಯಲ್ಲಿ ಇಬ್ಬರೂ ಮೌನವಾಗಿ ಹೆಜ್ಜೆ ಹಾಕಿದರು. ಕತ್ತಲಲ್ಲಿ ಜೋನ ಆಕೃತಿ ಸ್ಪಷ್ಟವಾಗಿ ಗೋಚರಿಸುತಿತ್ತು. ಸದಾ ಮಾತನಾಡುತ್ತಿದ್ದ ಅವನೂ ಬಾಯಿ ಮುಚ್ಚಿಕೊಂಡಿದ್ದ. ಅವನಕಡೆಗೆ ಹೊರಳಿ ಅವಳು ಅಂದುಕೊಂಡಳು; 'ಅವನು ನನ್ನನ್ನು ಕುರಿತು ಯೋಚನೆ ಮಾಡ್ತಿಲ್ಲ. ನನ್ನ ಪಾದಗಳ ಕುರಿತು ಅವನ ಅನುಕಂಪ. ಅದೂ ನನ್ನ ಪಾದ ಅಂತ ಅಲ್ಲ.

ಗಾಯವಾದ ಕಾಲಿನ ಕಡೆಗೆ ತೋರಿಸುವ ಸಾಮಾನ್ಯ ಅನುಕಂಪ.' ಅನಂತರ ಅವಳ ಯೋಚನೆ ತನ್ನ ಸ್ವಂತದ ವಿಷಯಗಳ ಕಡೆಗೆ ಹರಿಯಿತು. ಪಕ್ಕದ ಹಾಲಿನಲ್ಲಿನ ನಾಳಿನ ಡ್ಯಾನ್ಸಿಂಗ್ ಕಾರ್ಯಕ್ರಮವನ್ನು ಕುರಿತು, ಭಾನುವಾರ ಕಡಲ ತೀರದಲ್ಲಿ ಈಜುವುದನ್ನು ಕುರಿತು. ಶನಿವಾರಕ್ಕೂ ಭಾನುವಾರಕ್ಕೂ ಎಷ್ಟೊಂದು ಅಂತರ! ಶನಿವಾರದ ರಾತ್ರಿ ಬಿಳಿಯ ಆರ್ಗಂಡಿ ಫ್ರಾಕ್‌ತೊಟ್ಟು, ಬ್ರಿಲಿಯಂಟೈನ್ ಹಾಕಿ ರಾಣಿಯಂತೆ ಹೆರಳು ಕಟ್ಟಿ, ಡ್ಯಾನ್ಸ್ ಮಾಡಿದರೆ, ಭಾನುವಾರ ಎಷ್ಟು ಕಡಿಮೆ ಸಾಧ್ಯವೋ ಅಷ್ಟು ಕಡಿಮೆ ಬಟ್ಟೆ ಮೈ ಮೇಲೆ! ಅದು ಪೂರ್ಣ ಸ್ವಾತಂತ್ರ್ಯದ ಹೊಸ ಜಗತ್ತು. ಜೋ ಡ್ಯಾನ್ಸಿಗೆ ಬರುತ್ತಿರಲಿಲ್ಲ - ಪ್ರವೇಶ ಧನ ದುಬಾರಿ ಆಗಿದ್ದುದರಿಂದ. ಆದರೆ ತನಗಾಗಿ ಹೊರಗೆ ಕಾದುನಿಂತು ಮನೆಗೆ ತಲಪಿಸುತ್ತಿದ್ದ. ಭಾನುವಾರವೂ ಅಷ್ಟೆ. ಅವನು ಬೀಚಿನಲ್ಲಿ ಭೇಟಿಯಾಗುತ್ತಿದ್ದ. ಅವನು ತನ್ನ ನಿತ್ಯದ ಡ್ರೆಸ್ಸಿನಲ್ಲಿ ಹರಕಲು ಮನುಷ್ಯನಂತೆ ಕಾಣುತ್ತಿದ್ದ. ಆದರೆ ಅವನ ಆರೋಗ್ಯಪೂರ್ಣ ಕಂದು ಮೈಯನ್ನು ತೋರಿಸುತ್ತಿದ್ದ ನೀಲಿ ಬಣ್ಣದ ಹಳೆಯ ಈಜುವ ಉಡುಪಿನಲ್ಲಿ ಅವನು ಯಾರಿಗೂ ಕಡಿಮೆ ಆಗಿರಲಿಲ್ಲ.

ಮನೆಯ ಗೇಟಿನ ಬಳಿ ಅವನು ಅವಳನ್ನು ಅಪ್ಪಿ ಮುದ್ದಿಸಿದ. ಅವಳ ಕಣ್ಣುಗಳ ಸುತ್ತ ಕೈಯಾಡಿಸಿದ. ಅವಳ ಬಿಸಿ ಹಣೆಯನ್ನು ತನ್ನ ತಣ್ಣಗಿನ ಕೈಯಿಂದ ತಡವಿದ. ಬೀಳ್ಕೊಡುವ ಮುತ್ತು. ಆದರೆ ಇಬ್ಬರಲ್ಲೂ ಗಾಢ ಸಂವೇದನೆಯ ಅನುಭವ ಆಗಲಿಲ್ಲ.

"ಗುಡ್ ಬೈ" ಅವಳು ಮನೆ ಕಡೆ ಓಡುತ್ತಾ ಹೇಳಿದಳು. ಅವಳು ಬಳಲಿದಾಗ ಜೋನ ಸಾಮೀಪ್ಯ ಹಿತಕರವಾಗಿತ್ತು. ಆದರೆ ಅವಳಿಗೆ ಎಟುಕದ ಏನೋ ಒಂದು ಗುಣ ಅವನಲ್ಲಿತ್ತು. ಅವನ ಆಂತರ್ಯದ ಒಂದು ಭಾಗದಲ್ಲಿ ಅವಳಿಗೆ ಸ್ಥಾನವಿರಲಿಲ್ಲ. ಇತ್ತೀಚೆಗಂತೂ ಅವನ ವರ್ತನೆ ವಿಚಿತ್ರವಾಗಿತ್ತು. ಅವನು ಅವಳನ್ನೇ ನೆಟ್ಟ ನೋಟದಿಂದ ನೋಡುವಾಗ ಅವಳಿಗೆ ಒಮ್ಮೊಮ್ಮೆ ಹೆದರಿಕೆಯೂ ಆಗುತ್ತಿತ್ತು. ಕೆಲವು ವರ್ಷಗಳ ಹಿಂದೆ ಅವರು ಎಷ್ಟು ಖುಷಿಯಿಂದ ಕಾಲ ಕಳೆಯುತ್ತಿದ್ದರು! ಅದನ್ನು ನೆನೆಯುತ್ತಿದ್ದಂತೆ ಎದೆ ಭಾರವಾಗಿ ಅವಳು ನಿಟ್ಟುಸಿರು ಬಿಟ್ಟಳು. ಅವಳಿಗೆ ತಮಾಷೆ ಬೇಕು. ನಗೆ ಬೇಕು. ಆಯಾಸ, ನೋವು ಇದನ್ನೆಲ್ಲಾ ಮರೆಯು ವಂಥಾದ್ದು ಬೇಕು. ಡ್ಯಾನ್ಸಿಂಗ್, ಬೀಚಿನಲ್ಲಿ ಹಕ್ಕಿಯಂತೆ ಆಡುವುದು, ನಗೆ, ಸ್ಕೇಟಿಂಗ್, ಹಾಡುವುದು - ಇವೆಲ್ಲ ಬೇಕು. ಜೋ ಈಗ ಹಾಗಿರಲಿಲ್ಲ. ಒಂದು ಸಲ ಗಂಭೀರವಾಗಿ ಅವನು ಹೇಳಿದ್ದ: ಕೆಲಸ ಕಳೆದುಕೊಂಡು ಕೈಯಲ್ಲಿ ಹಣವಿಲ್ಲದ ಸ್ಥಿತಿ ತನ್ನನ್ನು ಯೋಚಿಸುವಂತೆ ಮಾಡಿದೆ ಎಂದು. ಯೋಚನೆ ಮನುಷ್ಯನನ್ನು ಏಕೆ ಉಲ್ಲಾಸ ಶೂನ್ಯನನ್ನಾಗಿ ಮಾಡುತ್ತದೆ? ಇದು ನಿಜವಾಗಿಯೂ ವಿಷಾದಕರ ಎಂದು ಫ್ಲಾಸಿ ಚಿಂತಿಸಿದಳು. ಮನೆಯ ಒಳಗೆ ಹೋಗುವ ಮೊದಲು ಇನ್ನೊಮ್ಮೆ ಅವಳು 'ಗುಡ್ ಬೈ' ಎಂದಳು. ಜೋ ಏನಿದ್ದರೂ ಒಳ್ಳೆಯವನು. ಈ ರೀತಿ ತಾವು ಜೊತೆಯಾಗಿ ಬರುವ ರಾತ್ರಿಗಳೂ ಇನ್ನು ಕೆಲವೇ ಕೆಲವು ಮಾತ್ರ ಎಂಬ ಅರಿವು ಅವಳ ಸೀಮಿತ ಬುದ್ಧಿಶಕ್ತಿಗೂ ಹೊಳೆದಿತ್ತು. ಅದನ್ನು ಎಣಿಸಿದಂತೆ ಅವಳಿಗೆ ಕಸಿವಿಸಿ ಆಯಿತು. ಆದರೆ ಏನು ಪ್ರಯೋಜನ? ತುಂಬಾ ಆಯಾಸ ಆಗಿರುವಾಗ ಏನಿದ್ದರೆ ತಾನೇ ಏನು?

ಅವಳು ಕಣ್ಮರೆಯಾಗುವ ತನಕವೂ ಜೋ ಅಲ್ಲಿ ನಿಂತುಕೊಂಡು ಅವಳನ್ನು ನೋಡುತ್ತಲೇ ಇದ್ದ. ಆಮೇಲೆ ತನ್ನ ಎರಡೂ ಕೈಗಳನ್ನು ಜೇಬಿಗೆ ತುರುಕಿ ಅಲ್ಲಿಂದ ಎರಡು ಮೈಲು ದೂರ ಇದ್ದ ತನ್ನ ಮನೆಯ ಕಡೆಗೆ ನಡೆದ. ನಡೆಯುತ್ತಾ ಆತ ಮನಸ್ಸಿನಲ್ಲೇ

ಅಂದುಕೊಂಡ: 'ಬಡ ಫ್ಲಾಸಿ, ಬಡ ಹುಡುಗಿ; ಪಾಪ! ತಲೆಯಿಲ್ಲದ ಪುಟ್ಟ ಬಡ ಹುಡುಗಿ.'

ಆತ ಫ್ಲಾಸಿಯ ಕೈ ಹಿಡಿದು ಅವಳ ಜೊತೆ ಬದುಕು ಸಾಗಿಸುವಂಥ ಪರಿಸ್ಥಿತಿ ಹಿಂದೆ ಇತ್ತು. ಆ ನಿರೀಕ್ಷೆ ಅವನಿಗೆ ಆಗ ಪ್ರಿಯವಾಗಿಯೂ ಇತ್ತು. ಅವಳಿಗೆ ಬೇಕಾದ್ದನ್ನೆಲ್ಲ ಕೊಡಬಲ್ಲ ಶಕ್ತಿ ಅವನಿಗೆ ಆ ಸಮಯದಲ್ಲಿ ಇತ್ತು. ತುಟಿಗಳಿಗೆ ರಂಗು, ಮುಖಕ್ಕೆ ಪೌಡರ್, ಮಣಿಗಳ ಸರ, ಡ್ರೆಸ್ಸಿಂಗ್ ಟೇಬಲ್, ಹೀಗೆ ಎಲ್ಲಾ ಕೊಡಬಲ್ಲ ತ್ರಾಣ ಇತ್ತು. ಫ್ಲಾಸಿ ಮತ್ತು ಅವನು ಜೊತೆಯಾಗಿ ಸುಖವಾಗಿರಬಹುದಾದ ಕಾಲ ಒಂದಿತ್ತು – ತಾವು ಸೂರೆಗೊಂಡ ಬೆಲೆಯಿಲ್ಲದ ಬಣ್ಣ ಬಣ್ಣದ ವಸ್ತುಗಳನ್ನು ಪರಸ್ಪರ ಹಂಚಿಕೊಳ್ಳುವ ಎರಡು ನಿಶ್ಚಿಂತ ತರುಣ ಪ್ರಾಣಿಗಳಂತೆ. ಆತ ತನ್ನ ಕೈಗಳನ್ನು ಜೇಬಿನೊಳಗೆ ಇನ್ನಷ್ಟು ಬಲವಾಗಿ ತುರುಕಿದ. ಅವೆಲ್ಲ ಯಾಕೆ ನಡೆಯಲಿಲ್ಲ? ಸುಖವಾಗಿ ಬದುಕುವ ಅವರ ಈ ಅದೃಷ್ಟದ ತುತ್ತು ಯಾಕೆ ಅವರ ಕೈಯಿಂದ ಜಾರಿತು? ಎಲ್ಲ ಎಳೆಯ ಪ್ರೇಮಿಗಳಂತೆ ಹಾಯಾಗಿರ ಬೇಕಾಗಿದ್ದ ಅವನು ಈ ರೀತಿ ಗಂಭೀರನಾಗುವಂತೆ ಮಾಡಿದ್ದಾದರೂ ಯಾವುದು? ಅವನೇನೂ ಈ ರೀತಿ ಗಂಭೀರವಾಗಿ ಇರಬೇಕು ಎಂದು ಬಯಸಿರಲಿಲ್ಲ. ವಾರವಿಡೀ ದುಡಿದು ವಾರದ ಕೊನೆಯ ದಿನಗಳಲ್ಲಿ ಜೋಡಿ ಹಕ್ಕಿಗಳಂತೆ ಹಾಡಿ ಕುಣಿಯುವ ಬದುಕು ಅವನಿಗೂ ಪ್ರಿಯವಾಗುತ್ತಿತ್ತು.

ಆದರೆ ಹಾಗೆ ಆಗುವಂತಿತ್ತೇ? ತನ್ನ ಹೃದಯದ ಆಳದಲ್ಲಿದ್ದ ಈ ಮಿಡಿತ, ಈ ಆಂತರಿಕ ಪ್ರೇರಣೆ ಒಂದಲ್ಲ ಒಂದು ದಿನ ಹೊರಬರುತ್ತಿರಲಿಲ್ಲವೆ? ಫ್ಲಾಸಿ ಕೂಡ ಅವನ ಜೀವನದಲ್ಲಿ ಒಂದು ಹಂತವಾಗಿರಲಿಲ್ಲವೆ? ಆದರಿಂದ ಅವನೀಗ ಬೆಳೆದು ಮುಂದೆ ಬಂದಿರಲಿಲ್ಲವೇ? ಮಿಂಚು ಕಣ್ಣಿನ, ಗುಳಿ ಬೀಳುವ ಕೆನ್ನೆಯ, ತಗ್ಗಾದ ಹಣೆಯ ಮೇಲೆ ಮುಂಗುರುಳು ಚೆಲ್ಲಾಡುವ ಫ್ಲಾಸಿ! ಆದರೆ ತಾನು ಹಿಂದೆ ಯೋಚಿಸಿದಷ್ಟು ಆಕೆ ಸುಂದರಿ ಯಾಗಿರಲಿಲ್ಲ. ಇದಕ್ಕೆ ಕಾರಣವೇನು? ಬೆಳೆದಂತೆ ಅವಳು ತನ್ನ ಸೌಂದರ್ಯವನ್ನು ಕಳೆದುಕೊಂಡಿದ್ದಳೇ? ಅಥವಾ ಅವಳ ಹಣೆ ಕಿರಿದಾಗಿದೆ ಮತ್ತು ಅವಳ ಕಣ್ಣುಗಳಲ್ಲಿ ಗಂಭೀರತೆ ಇಲ್ಲ ಎಂಬುದು ಈಗ ಮಾತ್ರ ಅವನ ಗಮನಕ್ಕೆ ಬಂದಿತೆ? ಹಿಡಿ ತುತ್ತಿಗಾಗಿ, ಕಾಲು ಊದಿಸಿಕೊಂಡು, ಎಂದೆಂದಿಗೂ ಕೌಂಟರಿನ ಹಿಂದೆ ಇಡೀ ದಿನ ನಿಲ್ಲುವುದರಲ್ಲೇ ಸಂತೃಪ್ತಳಾಗಿದ್ದ ಬಡ ಫ್ಲಾಸಿ! ಹಾಗೆ ನೋಡಿದರೆ ಈ ಜಗತ್ತಿನಲ್ಲಿ ಮಿಲಿಯಗಟ್ಟಲೆ ಫ್ಲಾಸಿಗಳಿರಲಿಲ್ಲವೇ? ಈ ಯೋಚನೆ ಇದ್ದಕ್ಕಿದ್ದಂತೆ ಅವನ ಮನಸ್ಸಿನಲ್ಲಿ ಮಿಂಚಿ ಅವನನ್ನು ಚಕಿತಗೊಳಿಸಿತು. ಈ ತನಕ ಅವಳನ್ನು ಒಬ್ಬ ಪ್ರತ್ಯೇಕ ವ್ಯಕ್ತಿಯಾಗಿ ಅವನು ಕಂಡಿದ್ದ. ಈಗ ಸಾವಿರ ಸಾವಿರ ಇಂಥಾ ಜನರಲ್ಲಿ ಅವಳೂ ಒಬ್ಬಳು. ಅಂಗಡಿಗಳಿಗೆ, ಕಾರ್ಖಾನೆಗಳಿಗೆ, ಆಫೀಸುಗಳಿಗೆ ಬೆಳಗ್ಗೆ ಹೊರಟು, ಸಂಜೆಯ ತನಕ ದುಡಿದು ಸುಣ್ಣವಾಗಿ, ತಮ್ಮ ಬಳಲಿಕೆ, ನೋವನ್ನು ಮರೆಯಲು ಒಂದಿಷ್ಟು ಕೃತಕ ಮನರಂಜನೆ ಬಯಸುವ ಮಿಲಿಯಗಟ್ಟಲೆ ಜನರಲ್ಲಿ ಅವಳೂ ಒಬ್ಬಳು ಅಷ್ಟೆ.

'ಬಡ ಕೂಸುಗಳು! ಪಾಪ, ಬಡ ಕೂಸುಗಳು!' ಎಂದು ತನ್ನಲ್ಲೇ ಅಂದುಕೊಂಡು ಅವನು ಕಾಲುದಾರಿಯಲ್ಲಿ ಮುಂದೆ ಹೆಜ್ಜೆ ಹಾಕಿದ. ಈ ಹಿಂದೆಂದೂ ಇಲ್ಲದ ಗಂಡಸುತನ ಆ ಹೆಜ್ಜೆಗಳಲ್ಲಿತ್ತು. ಆದರೂ ಕೂಡ, ವಿನೋದ ಪ್ರಿಯಳಾದ ಅಜ್ಞ ಹುಡುಗಿಯಾಗಿಯೇ ಉಳಿದಿದ್ದ ಇಂದಿನ ಫ್ಲಾಸಿಯ ಕುರಿತು ಹಾಗೂ ನಿಶ್ಚಿಂತ ಹೃದಯದ ಅಜ್ಞ ಹುಡುಗ ನಾಗಿದ್ದ ಹಿಂದಿನ ತನ್ನ ಕುರಿತು ಯೋಚಿಸುತ್ತಾ ಅವನು ಹಲವು ಸಲ ನಿಟ್ಟುಸಿರುಬಿಟ್ಟ. ❍

○ ಜಾನ್ ಲಾಂಗ್

ಬ್ಯಾರಿಂಗ್ಟನ್

ಕೆಲವು ವರ್ಷಗಳ ಹಿಂದೆ ನನಗೆ ಹಿರಿಯ ಮಹಿಳೆಯೊಬ್ಬರ ಪರಿಚಯ ಆಯಿತು. ಆಕೆಯ ಪತಿ ಸುಮಾರು 1799ರಷ್ಟು ಹಿಂದೆ ನ್ಯೂ ಸೌತ್ ವೇಲ್ಸಿನ ವಸಾಹತಿನಲ್ಲಿ ನಾಗರಿಕ ಮತ್ತು ಸೈನಿಕ ಇಲಾಖೆಗಳೆರಡರಲ್ಲೂ ಅಧಿಕಾರಿಯಾಗಿದ್ದರು. ಅಲ್ಲಿನ ಪ್ರಮುಖರ, ಅಥವಾ ಅವರಲ್ಲೊಬ್ಬರ ಮಾತಿನಲ್ಲೇ ಹೇಳುವುದಾದರೆ "ನಾಡಿನ ಹಿತಕ್ಕಾಗಿ ತಮ್ಮ ನಾಡನ್ನೇ ಬಿಟ್ಟ" ಹಲವರ ಕತೆಗಳನ್ನು ಆಕೆ ನನಗೆ ಹೇಳಿದ್ದಳು. ಈ ಎಲ್ಲ ಪ್ರಮುಖರ ಪರಿಚಯ ಅಲ್ಲವಾದರೂ, ಅವರಲ್ಲಿ ಬಹಳಷ್ಟು ಮಂದಿಯ ಪರಿಚಯವಂತೂ ಆಕೆಗಿತ್ತು. ಇಂಥ ಒಂದು ಘಟನೆಯನ್ನು ಆಕೆ ವಿವರಿಸಿದ್ದು ಹೀಗೆ :

ಒಂದು ದಿನ ಬೆಳಿಗ್ಗೆ, ನಾನು ನನ್ನ ಇಬ್ಬರು ಚಿಕ್ಕ ಮಕ್ಕಳೊಡನೆ ನಮ್ಮ ನಡುಮನೆಯಲ್ಲಿ ಕುಳಿತಿದ್ದೆ. (ಆ ಮಕ್ಕಳಿಬ್ಬರೂ ಈಗ ಅವರದೇ ದೊಡ್ಡ ಸಂಸಾರ ಇರುವ ನಡು ಹರೆಯದವರು.) ಆಗ, ಬಾಗಿಲ ಬಳಿ ಒಬ್ಬ ಸಭ್ಯ ವ್ಯಕ್ತಿ ಬಂದಿದ್ದಾನೆಂದು ನಮ್ಮ ಪರಿಚಾರಕ ತಿಳಿಸಿದ. ಅವನನ್ನು ಒಳಗೆ ಬಿಡುವಂತೆ ನಾನು ಆಜ್ಞಾಪಿಸಿದೆ. ಅವನು ಒಳಗೆ ಬರುತ್ತಿದ್ದಂತೆ, ನಾನು ಕುರ್ಚಿಯಿಂದ ಎದ್ದು ಬಾಗಿ ಗೌರವ ತೋರಿಸಿ ಅವನನ್ನು ಸ್ವಾಗತಿಸಿದೆ. ಅವನೂ ರಾಜಗಾಂಭೀರ್ಯದಿಂದ ಅತ್ಯಂತ ಗೌರವಪೂರ್ವಕವಾಗಿ ಪ್ರತಿವಂದಿಸಿದ. ಆಧುನಿಕ ಉಡುಪು ಧರಿಸಿದ್ದ ಅವನು ಸಮಾಜದ ಪ್ರತಿಷ್ಠಿತ ವಲಯದವನಂತೆ ಕಂಡ. ಕೆಲವು ದಿನಗಳ ಮೊದಲು ಇಂಗ್ಲೆಂಡಿನಿಂದ ಒಂದು ಹಡಗು ಬಂದಿತ್ತು. ಇವನು ಅದರ ಪ್ರಯಾಣಿಕರಲ್ಲಿ ಒಬ್ಬನಾಗಿರಬೇಕು ಎಂದು ನನಗೆ ಅನ್ನಿಸಿತು. ಅವನಿಗೆ ಕುಳಿತುಕೊಳ್ಳಲು ಹೇಳಿದೆ. ಅವನು ನನ್ನ ಎದುರಿನ ಕುರ್ಚಿಯಲ್ಲಿ ಕುಳಿತುಕೊಂಡ. ಕೂಡಲೇ ಮಾತಿಗೆ ಇಳಿದ. ಅವನು ಮೊದಲು ಮಾತು ಪ್ರಾರಂಭಿಸಿದ್ದು ಅವತ್ತಿನ ಭಯಂಕರ ಸೆಕೆಯ ಕುರಿತು. ಅನಂತರ ನನ್ನ ಮಕ್ಕಳ ವಿಷಯ ಬಂತು. ಮುದ್ದಾಗಿ ಆರೋಗ್ಯವಾಗಿದ್ದಾರೆ ಅಂದ. ಮಕ್ಕಳ ಕುರಿತು ಮೆಚ್ಚುಗೆ ಯಾವ ತಾಯಿಗೆ ಖುಷಿಯಾಗಲಾರದು! ಇದರ ಜೊತೆ

ಅವನ ಸಭ್ಯ ರೀತಿ, ಅವನು ಹೇಳುತ್ತಿದ್ದುದರಲ್ಲೆಲ್ಲ ತೋರುತ್ತಿದ್ದ ಪ್ರಾಮಾಣಿಕತೆ ಮತ್ತು ಅವನ ಮಾತಿನ ಅಚ್ಚುಕಟ್ಟುತನ – ಇವೆಲ್ಲ ನನ್ನ ಮೇಲೆ ಒಳ್ಳೆಯ ಪರಿಣಾಮ ಬೀರಿದವು. ಇವನು ಸಿಡ್ನಿಯಲ್ಲೇ ಇರುವ ಹಾಗಿದ್ದರೆ ನನ್ನ ಪರಿಚಯದವರ ಗುಂಪಿಗೆ ಇವನೂ ಒಬ್ಬ ಖಂಡಿತ ಸೇರಿಕೊಳ್ಳುತ್ತಾನೆ, ಅಷ್ಟೊಂದು ಒಳ್ಳೆಯವನು ಎಂದು ನನಗೆ ಕಂಡಿತು.

ಮೇಜರ್ (ನನ್ನ ಪತಿ) ಹೊರಗೆ ಹೋಗಿದ್ದರು. ಊಟದ ಸಮಯ ಸುಮಾರು ಒಂದು ಗಂಟೆಗೆ ಅವರು ಮನೆಗೆ ಬರಬಹುದೆಂದೂ ಅಷ್ಟರತನಕ ಈ ಅತಿಥಿ ಇಲ್ಲೇ ಇದ್ದು ನಮ್ಮೊಂದಿಗೆ ಊಟ ಮಾಡಬಹುದು ಎಂದೂ ನಾನು ಹೇಳಿದೆ. ಅವನು ನಗುತ್ತಾ, (ಆ ನಗೆಯಲ್ಲಿ ವಿಶೇಷ ಅರ್ಥ ಇತ್ತು ಎಂದು ನನಗೆ ಅರಿವಾದದ್ದು ಅನಂತರ) ಅಂಥಾ ಭಾಗ್ಯ ತನಗಿಲ್ಲ: ಆದರೂ ನನ್ನ ಅಡ್ಡಿ ಇಲ್ಲವಾದರೆ ಅಷ್ಟು ಹೊತ್ತು ಕಾಯುತ್ತಿರುವುದಾಗಿ ತಿಳಿಸಿದ. ನಮ್ಮ ಮಾತು ಮುಂದರಿಯಿತು. ನನ್ನ ಮಕ್ಕಳನ್ನು ಅವನು ತನ್ನ ಬಳಿಗೆ ಕರೆದ. ಅವರು ಸಂಕೋಚ ಪ್ರಕೃತಿಯವರಾಗಿದ್ದರೂ ತಕ್ಷಣ ಅವನ ಬಳಿ ಹೋದರು. ಈ ಪರಿಚಿತ ಮೃದು ಸ್ವಭಾವದ ನಲ್ಮೆಯ ವ್ಯಕ್ತಿ ಎಂದು ಇದರಿಂದಾಗಿ ನನಗೆ ಖಚಿತವಾಯಿತು. ಇಬ್ಬರು ಮಕ್ಕಳನ್ನೂ ಅವನು ತನ್ನ ತೊಡೆಯ ಮೇಲೆ ಕೂರಿಸಿ ಕತೆ ಹೇಳತೊಡಗಿದ. ಅವು ಆಗತಾನೇ ಅವನೇ ಸ್ವತಃ ಕಟ್ಟಿದ ಕತೆಗಳೆಂಬುದು ಸ್ಪಷ್ಟವಾಗಿತ್ತು. ಮಕ್ಕಳು ಅತ್ಯಂತ ಆಸಕ್ತಿಯಿಂದ ಅವನ್ನು ಕೇಳಿದವು. ಅವನ ಕಲ್ಪನಾ ವೈಖರಿ ಮತ್ತು ಕಾವ್ಯಮಯ ಭಾಷೆ, ನನ್ನನ್ನೂ ಕತೆಯ ಕಡೆಗೆ ಆಸಕ್ತಿ ತೋರಿಸುವಂತೆ ಮಾಡಿತು.

ಕತೆ ಮುಗಿಯಿತು. ಆತ ಮಕ್ಕಳನ್ನು ಪುನಃ ಜಮಖಾನದ ಮೇಲೆ ಕೂರಿಸಿ, ಮೇಜಿನ ಬಳಿ ಬಂದ. ಅದರ ಮೇಲೆ ಹೂದಾನಿಯಲ್ಲಿ ಒಂದು ಹೂಗೊಂಚಲಿತ್ತು. ಅವುಗಳನ್ನು ಅವನು ಮೆಚ್ಚಿಕೊಂಡ ಮತ್ತು ಹೂವುಗಳನ್ನು ಅಲಂಕಾರವಾಗಿ ಇಡುವ ಕುರಿತು ಮಾತಾಡ ತೊಡಗಿದ. ಅವನು ವ್ಯಕ್ತಪಡಿಸುತ್ತಿದ್ದ ಅಭಿಪ್ರಾಯಗಳು ಅಷ್ಟೊಂದು ಅರ್ಥವತ್ತಾಗಿ ಇದ್ದುದರಿಂದ ನಾನು ಅತೀವ ಆಸಕ್ತಿಯಿಂದ ಅವನ ಮಾತನ್ನು ಕೇಳುತ್ತಾ ಇದ್ದೆ. ಮಕ್ಕಳಿಬ್ಬರೂ ನನ್ನ ಸ್ಕರ್ಟನ್ನು ಹಿಡಿದು ಜಗ್ಗುತ್ತಿದ್ದರು. ನಾನು ಅವರನ್ನು ಸುಮ್ಮನಿರುವಂತೆ ಹೇಳುತ್ತಲೇ ಇದ್ದೆ. ಈ ರೀತಿ ಏನಿಲ್ಲೆಂದರೂ ಸುಮಾರು ಹತ್ತು ನಿಮಿಷವಾದರೂ ನಾವು ಮೇಜಿನ ಬಳಿ ನಿಂತುಕೊಂಡಿದ್ದೆವು.

ಒಂದು ಗಂಟೆ ಆಯಿತು. ಮೇಜರ್ ಅವರ ಸುಳಿವಿಲ್ಲ. ಆದರೆ ಅದರ ಬದಲು ಪೆನ್ಸಿಲಿನಲ್ಲಿ ಗೀಚಿದ ಚೀಟಿಯೊಂದು ಬಂತು. ಸರಕಾರೀ ಭವನದಲ್ಲಿ ಎರಡೂವರೆ ಗಂಟೆ ತನಕ ಅವರು ಇರಬೇಕಾಗಿತ್ತು.

ಪಕ್ಕದ ಕೋಣೆಯ ಮೇಜಿನಲ್ಲಿ ಊಟ ಸಿದ್ಧವಾಗಿತ್ತು. ಊಟ ಮಾಡುವಂತೆ ಅವನೊಡನೆ ನಾನು ಇನ್ನೊಮ್ಮೆ ಹೇಳಿದೆ. ಮೊದಲಿನ ಅದೇ ಮೋಹಕ ನಗೆ ಚೆಲ್ಲಿ ಆತ ಊಟ ಮಾಡಲು ನಿರಾಕರಿಸಿದ. ಅವನಿನ್ನು ಹೊರಡುತ್ತಾನೆ ಎಂದು ಯೋಚಿಸಿ ನಾನು ನನ್ನ ಕೈ ಮುಂದೆ ಚಾಚಿದೆ. ಆದರೆ ಅವನು ಅದನ್ನು ಹಿಡಿದು ಕುಲುಕುವ ಬದಲು ತುಸು ಹಿಂದೆ ಸರಿದ. ಬಾಗಿ ನಮಸ್ಕರಿಸಿದ. ಇದನ್ನು ನೋಡಿ ನನಗೆ ಎಲ್ಲಿಲ್ಲದ ಆಶ್ಚರ್ಯ.

ಚಾಚಿದ ತನ್ನ ಕೈಯನ್ನು ಇನ್ನೊಬ್ಬ ತಿರಸ್ಕರಿಸಿದಾಗ, ಒಬ್ಬ ಗಂಡಸಿಗೇ ಅದೊಂದು ಪೇಚಿನ ಪ್ರಸಂಗ. ಅಂದಬಳಿಕ ಒಬ್ಬ ಹೆಂಗಸಿಗೆ ಹೇಗಾಗಬೇಡ! ಆಗಿನ ನನ್ನ ಸ್ಥಿತಿಯನ್ನು

ಯಾರಿಂದ ವಿವರಿಸಲು ಸಾಧ್ಯ? ಕೈದಿಗಳನ್ನು ಕೂಡಿಡುವ ಈ ವಸಾಹತಿಗೆ ವೇಷಾಂತರದಲ್ಲಿ ಭೇಟಿ ನೀಡುತ್ತಿದ್ದ ಬ್ರಿಟಿಷ್ ಸಿಂಹಾಸನದ ಉತ್ತರಾಧಿಕಾರಿಯೇ ನಮ್ಮಲ್ಲಿಗೆ ಹೀಗೆ ಬಂದಿದ್ದರು ಕೂಡ (ಅಪರಿಚಿತನ ರೀತಿ ಮತ್ತು ಮಾತುಗಳಿಂದ ಹಾಗೆಯೇ ಅನಿಸಬಹುದಿತ್ತು.)

ಈ ಸಂದರ್ಭದಲ್ಲಿ ಆತ ನನ್ನೊಡನೆ ಇಂಥ ವಿಲಕ್ಷಣ ರೀತಿಯಲ್ಲಿ ವರ್ತಿಸುತ್ತಿರಲಿಲ್ಲ. ಆದುದರಿಂದ ಮುಂದೆ ಏನು ಮಾಡಬೇಕೆಂದೇ ನನಗೆ ತೋಚಲಿಲ್ಲ. ನನ್ನ ಕೆನ್ನೆ ಕೆಂಪಾಯಿತು. ಅದನ್ನು ನೋಡಿ ನನ್ನ ಮನಸ್ಸು ಅರಿತವನಂತೆ ಅವನು ಹೇಳಿದ :

"ನಾನು ತೆಗೆದುಕೊಂಡ ಸ್ವಾತಂತ್ರ್ಯಕ್ಕಾಗಿ ತಾವು ನನ್ನನ್ನು ಎಂದೂ ಕ್ಷಮಿಸಲಾರಿರಿ, ಅನ್ನಿಸ್ತದೆ ಮ್ಯಾಡಮ್. ನಿಜ ಹೇಳಬೇಕು ಅಂದ್ರೆ ನಾನೊಂದು ಭಾವೋದ್ರೇಕಕ್ಕೆ ಬಲಿಯಾಗಿಬಿಟ್ಟೆ. ಒಂದು ವಿಶಿಷ್ಟ ನೈಪುಣ್ಯದಿಂದಾಗಿ ನಮ್ಮ ತಾಯಿನಾಡಿನಲ್ಲಿ ನಾನು ಬಹಳ ಹೆಸರುವಾಸಿಯಾಗಿದ್ದೆ. ಕೈದಿಗಳ ಈ ನಾಡಿನಲ್ಲೂ ಆ ನೈಪುಣ್ಯ ನನ್ನಲ್ಲಿ ಇನ್ನೂ ಉಳಿದಿದೆ ಅನ್ನೋದನ್ನು ಖಚಿತ ಮಾಡಿಕೊಳ್ಬೇಕು ಅನ್ನೋ ಆಸೆ ನನ್ನ ಮನಸ್ಸಿನಲ್ಲಿ ಈಗ ಒಮ್ಮೆಲೆ ಮೂಡಿತು. ಅದನ್ನು ಹತ್ತಿಕ್ಕೋದಕ್ಕೆ ನನ್ನಿಂದ ಸಾಧ್ಯವಾಗಲಿಲ್ಲ."

ನಾನು ಉತ್ತರಿಸದೆ ಅವನನ್ನೇ ನೋಡಿದೆ.

"ತಾಯೀ, ತಮ್ಮ ಜೊತೆಯಲ್ಲಿ ನಾನು ಊಟಕ್ಕೆ ಕುಳಿತುಕೊಂಡಿದ್ದರೆ ಅಥವಾ ನನ್ನ ಬಗ್ಗೆ ಅರಿವಿಲ್ಲದೆ, ನೀವು ಚಾಚಿದ ಕೈಯನ್ನು ನಾನೇನಾದರೂ ಹಿಡಿದುಕೊಂಡಿದ್ದರೆ ಅದು ತಪ್ಪಾಗುತ್ತಿತ್ತು. ಅದಕ್ಕೆ ನನಗೆ ಸಿಗಬಹುದಾಗಿದ್ದ ಶಿಕ್ಷೆ ಅಂದರೆ ಹೀಗೆ ರಜೆಯಲ್ಲಿ ಹೊರಗೆ ಬರೋ ಸೌಲಭ್ಯ ರದ್ದಾಗೋದು. ಸಾಲದುದಕ್ಕೆ ನೂರು ಛಡಿ ಏಟು. ಕೈಗೆ ಕೋಳ ತೊಡಿಸಿ ಬೀದಿಯಲ್ಲಿ ಯಮಯಾತನೆಯ ದುಡಿತ. ನಾನೀಗ ಮಾಡಿರೋ ತಪ್ಪಿಗೆ ಮೇಜರ್ ಅವರು ಕೋಪಿಸಬಹುದು. ಅದನ್ನು ನೆನಸಿಕೊಂಡಾಗಲೇ ನನ್ನ ಮೈ ನಡುಗ್ತದೆ. ಆದರೆ ನೀವು ಅವರನ್ನು ಸಮಾಧಾನ ಮಾಡ್ಬಹುದು ಅಂತ ನನ್ನ ನಂಬಿಕೆ. ಬೇರೆ ಯಾವುದಕ್ಕೆ ಅಲ್ಲವಾದರೂ, ನಿಮ್ಮ ಮುದ್ದು ಮಕ್ಕಳ ಜತೆ ತುಸು ಹೊತ್ತು ನಗುನಗುತ್ತಾ ಮಾತಾಡಿ ಅವರನ್ನು ನಗಿಸಿದ್ದಕ್ಕಾದರೂ."

"ನೀನು ಕೈದಿ!" ನಾನು ಸಿಟ್ಟಿನಿಂದ ಉದ್ಗರಿಸಿದೆ. ನನ್ನ ಕೈ ಗಂಟೆಯ ಹಗ್ಗದ ಮೇಲೆ ಇತ್ತು.

"ಅರೆ ಕ್ಷಣ ದಯಮಾಡಿ ನನ್ನ ಮಾತು ಕೇಳಿ ತಾಯಿ."

ಅವನ ಮುಖದಲ್ಲಿ ಮೂಡಿಬಂದ ದೈನ್ಯ ಭಾವಕ್ಕೆ ನನ್ನ ಮನಸ್ಸಿನಲ್ಲಿ ಅವನ ಕುರಿತು ಸಿಟ್ಟಿನೊಂದಿಗೆ ಕನಿಕರವೂ ಹುಟ್ಟಿಕೊಂಡಿತು. ಆದರೆ ತತ್ಕಾಲಕ್ಕೆ ಸಿಟ್ಟಿನ ಕೈಯೇ ಮೇಲಾಗಿ, ನಾನು ಕಟುವಾಗಿ ನುಡಿದೆ :

"ಶಿಕ್ಷೆ ಅನುಭವಿಸುತ್ತಿರೋ ಕೈದಿ! ನಮ್ಮ ನಡುಮನೆಗೆ ಬರೋದಕ್ಕೆ ನಿನಗೆ ಎಂಥಾ ಧೈರ್ಯ?"

"ನಾನು ಇಲ್ಲಿಗೆ ಬಂದ ಸಮಯಕ್ಕೆ ಸರಿಯಾಗಿ ಇಲ್ಲಿರ್ಬೇಕು ಅಂತ ಮೇಜರ್ ಅವರೇ ನನಗೆ ಹೇಳಿದ್ರು ಮ್ಯಾಡಂ. ಅವರು ಮನೆಯಲ್ಲಿ ಇಲ್ಲವಾದರೆ ಬರೋತನಕ ಕಾಯೋದಕ್ಕೂ ಸೂಚಿಸಿದ್ದರು. ನಾಲ್ಕೈದು ವರ್ಷದ ಹಿಂದೆ ರಾಜ ಪರಿವಾರದ ಒಂದು ನೃತ್ಯ ಕೂಟದಲ್ಲಿ ಹಾಜರಿರುವ ಗೌರವ ನನಗೆ ಒದಗಿತ್ತು. ಆ ಸಂದರ್ಭದಲ್ಲಿ ಲೇಡಿ ಡಾರಿಂಗ್ಟನ್ ಅವರ

ವಜ್ರದ ಕಂಠಹಾರ ನನ್ನ ವಶಕ್ಕೆ ಬಂದಿತ್ತು. ಅದನ್ನು ನನ್ನ ಕೈಯಿಂದ ತೆಗೆದುಕೊಂಡವನು ಯಾರು ಅನ್ನೋದನ್ನು ತಿಳಿದುಕೊಳ್ಳಬೇಕು ಅಂತ ಮೇಜರ್ ಬಯಸಿದ್ದರು. ಬಾಗಿಲು ತೆರೆದ ಆರ್ಡರ್ಲಿ, ಮೇಜರ್ ಅವರು ಮನೆಯಲ್ಲಿ ಇಲ್ಲ, ಆದರೆ ತಾವಿದ್ದೀರಿ ಅಂದ. ಅದನ್ನು ಕೇಳಿದೊಡನೆ ನನ್ನ ಅದಮ್ಯ ಸಾಹಸೀ ಪ್ರವೃತ್ತಿ ಮೇಲಾಯಿತು. ಯಾವ ಸಾಹಸೀ ಪ್ರವೃತ್ತಿ ಶ್ರೀಮಂತರ ಮನೆಗಳಿಗೆ ನನ್ನನ್ನು ಎಳೆದೊಯ್ಯುತ್ತಿತ್ತೋ ಅದರ ಹಿಡಿತಕ್ಕೆ ನಾನು ಸಿಕ್ಕಿದೆ. ಇದಲ್ಲದೆ ಈ ಕೆಲಸಕ್ಕೆ ಅಗತ್ಯವಾದ ಧೈರ್ಯ ನೀಡುವಷ್ಟು ಮದ್ಯವನ್ನೂ ನಾನು ಸೇವಿಸಿದ್ದೆ. ಆದುದರಿಂದ ಸನ್ಮಾನ್ಯ ಮಹಿಳೆಯೊಬ್ಬರ ಅತಿಥಿ ಕೋಣೆಯನ್ನು ಪುನಃ ಪ್ರವೇಶಿಸಿ, ಅವಳೊಂದಿಗೆ ಸಂಭಾಷಣೆಗೆ ತೊಡಗುವ ಸಾಹಸಕ್ಕೆ ನಾನು ಮುಂದಾದೆ. ಮೇಜರ್ ಅವರು ಇದನ್ನು ಕ್ಷಮಿಸಬಹುದು ಅನ್ನೋ ನಂಬಿಕೆ ನನ್ನಲ್ಲಿತ್ತು. ಪರಿಣಾಮವಾಗಿ ಸಭ್ಯ ಗೃಹಸ್ಥನೊಬ್ಬ ಭೇಟಿಗೆ ಬಂದಿದ್ದಾನೆ ಅಂತ ತಿಳಿಸೋದಕ್ಕೆ ಆರ್ಡರ್ಲಿಗೆ ಸೂಚಿಸಿದೆ. ಲೇಡಿ ಡಾರಿಂಗ್ಟನ್ ಅವರ ವಜ್ರದ ಕಂಠಹಾರವನ್ನು ಮರಳಿ ಪಡೆಯಲು ಬೇಕಾದ ಮಾಹಿತಿ ಒದಗಿಸಲು ನಾನು ಬಂದಿರೋದರಿಂದ ಇಲ್ಲಿ ನಾನು ವಹಿಸಿದ ಸ್ವಾತಂತ್ರ್ಯವನ್ನು ಕ್ಷಮಿಸುವಿರಿ ಅಂತ ನನ್ನ ನಂಬಿಕೆ. ಆ ವಜ್ರಾಭರಣವನ್ನು ನಾನಿನ್ನು ಒತ್ತೆಯಿಟ್ಟಿಲ್ಲ. ಅದೀಗ ಒಬ್ಬ ವ್ಯಕ್ತಿಯ ಬಳಿ ಇದೆ. ಅದನ್ನಾತ ಹಿಂದೆ ಕೊಡಲು ಬೇಕಾಗಿರೋದು ನನ್ನ ಕೈಬರಹದಲ್ಲಿ ಒಂದು ಪತ್ರ ಮಾತ್ರ."

ನಾನು ಮೌನವಾಗಿ ಅವನ ಮುಖ ನೋಡಿದೆ.

ನನ್ನ ಮೌನದಿಂದ ಸ್ವಲ್ಪ ಉದ್ರೇಕಿತನಾದ ಅವನು ಹೆಮ್ಮೆಯಿಂದ ಮುಂದುವರಿಸಿದ :

"ಪ್ರಖ್ಯಾತ ಕಿಸೆಗಳ್ಳ ಬ್ಯಾರಿಂಗ್ಟನ್‌ನ ಹೆಸರು ನೀವು ಕೇಳಿರಬಹುದು. ಅವನೇ ನಾನು. ಪ್ರಸಿದ್ಧ ಸಿರಿವಂತ ಮಹಿಳೆಯರ ಅಮೂಲ್ಯ ಆಭರಣಗಳನ್ನು ಲಪಟಾಯಿಸಿದ ಕೈ ಇದು. ಮೂವತ್ತೈದು ಸಾವಿರ ಪೌಂಡ್‌ಗಳಿಗಿಂತಲೂ ಅಧಿಕ ಹಣ ಇಂಥವುಗಳಿಂದ ನನ್ನ ಕೈಸೇರಿದೆ."

"ಕಿಸೆಗಳ್ಳ ಬ್ಯಾರಿಂಗ್ಟನ್ !" ನಾನು ಆಶ್ಚರ್ಯದಿಂದ ಉದ್ಗರಿಸಿದೆ.

ಅವನನ್ನು ನೋಡಿರದಿದ್ದರೂ ಅವನ ಮತ್ತು ಅವನ ಸಾಹಸಗಳ ಬಗ್ಗೆ ನಾನು ಕೇಳಿದ್ದೆ. ಆದುದರಿಂದ ನನ್ನ ಮುಂದೆ ನಿಂತು ನಿರ್ಲಿಪ್ತನಾಗಿ ತನ್ನ ಸಾಹಸ ಹೇಳಿಕೊಳ್ಳುವ ಅವನ ಮೇಲೆ ಸಿಟ್ಟಿಗಿಂತಲೂ ಹೆಚ್ಚಾಗಿ ಇನ್ನಷ್ಟು ಕುತೂಹಲ ನನ್ನಲ್ಲಿ ಮೂಡಿತು.

ಆತ ಮಾತಿನ ಎಳೆಯನ್ನು ಪುನಃ ಎತ್ತಿಕೊಂಡು ನುಡಿದ :

"ನನಗೆ ಯೂರೋಪಿನಾದ್ಯಂತ ಹೆಸರು ಗಳಿಸಿಕೊಟ್ಟ ಈ ಕೈ ಚಳಕವನ್ನು ಇಲ್ಲಿ ಐದು ವರ್ಷಕಾಲ ಬಳಸಿಲ್ಲ. ಆದರೂ ಅದು ಉಳಿದುಕೊಂಡಿದೆಯೆ ಅಂತ ಪರೀಕ್ಷಿಸುವ ಆಸೆ ಆಯಿತು. ನಾನು ಲಂಡನ್ನಿನ ಡ್ರೂರಿ ಲೇನ್ ಅಥವಾ ಕಾವೆಂಟ್ ಗಾರ್ಡನ್ ರಂಗಮಂದಿರಗಳಲ್ಲಿ ಅವತ್ತು ತೋರುತ್ತಿದ್ದಷ್ಟೇ ಚುರುಕು ನನ್ನ ಬೆರಳುಗಳಲ್ಲಿ ಇನ್ನೂ ಇದೆ ಅಂತ ಈಗ ನನಗೆ ಖಾತ್ರಿ ಆಯಿತು."

"ನನಗೆ ಅರ್ಥವಾಗಲಿಲ್ಲ ಮಿಸ್ಟರ್ ಬ್ಯಾರಿಂಗ್ಟನ್." ನನಗರಿವಿಲ್ಲದಂತೆ ನನ್ನ ಬಾಯಿಯಿಂದ 'ಮಿಸ್ಟರ್' ಎಂಬ ಗೌರವದ ಸಂಬೋಧನೆ ಹೊರ ಹೊಮ್ಮಿತ್ತು.

"ಇನ್ನೊಂದು ಕ್ಷಣದಲ್ಲಿ ಅರ್ಥ ಆದೀತು ಮ್ಯಾಡಂ. ನಿಮ್ಮ ಬೀಗದ ಕೈಗಳ ಗೊಂಚಲು ಎಲ್ಲಿ ?"

ನನ್ನ ಜೇಬನ್ನು ತಡಕಾಡಿದ. ಅವು ಅಲ್ಲಿದ್ದ ನೆನಪು. ಆದರೆ ಅವು ಮಾಯವಾಗಿದ್ದವು.

"ನಿಮ್ಮ ಸೂಜೊತ್ತು, ಪೆನ್ಸಿಲ್ – ಡಬ್ಬ ಮತ್ತು ಆಘ್ರಾಣಿಸುವ ಉಪ್ಪು – ನೋಡಿ ಅವು ಇಲ್ಲಿವೆ." ಅವನು ತನ್ನ ಕೋಟಿನ ಜೇಬಿನಿಂದ ಅವನ್ನು ಹೊರತೆಗೆದ.

ನನಗೆ ಸಿಟ್ಟೇರಿತು. ಕೈದಿಯೊಬ್ಬನಿಗೆ ಮನೆಯ ಒಳಗೆ ಬರಲು ಕೊಟ್ಟ ಸ್ವಾತಂತ್ರ್ಯವನ್ನು ಆತ ಹೀಗೆ ದುರುಪಯೋಗಪಡಿಸುವುದು ಅಂದರೆ! ಅದೂ ಅವನ ಕೈಯನ್ನು ನನ್ನ ಜೇಬಿನೊಳಗೆ ಹಾಕುವುದೆಂದರೆ!

ಅವನನ್ನು ಕೋಣೆಯಿಂದ ಹೊರ ನಡೆಯುವಂತೆ ಆಜ್ಞಾಪಿಸಬೇಕು ಎಂದುಕೊಂಡೆ. ಆದರೆ ಅಷ್ಟರಲ್ಲಿ ಅವನು ಮಾತು ಮುಂದರಿಸಿದ. ಅವನ ಸ್ವರ ಕೇಳಿದೊಡನೆ ನನ್ನ ನೋಟ ಅವನ ಮುಖದ ಮೇಲೆ ನೆಲೆಸಿತು. ನನ್ನ ನಿರ್ಧಾರ ಸಡಿಲವಾಯಿತು. ಅವನ ಮಾತನ್ನು ಕಿವಿಗೊಟ್ಟು ಕೇಳಿದೆ. ಅವನು ನಿಟ್ಟುಸಿರುಬಿಟ್ಟು ಹೇಳಿದ:

"ಮ್ಯಾಡಂ, ಮನುಷ್ಯನ ಬದುಕಿನಲ್ಲಿ ತಿರುವುಗಳುಂಟಾಗು ವುದು ಇದೇ ತರಹ. ಬ್ಯಾರಿಂಗ್ಟನ್‌ನ ಕೈ ತಮ್ಮ ವಸ್ತುವನ್ನು ಲಪಟಾಯಿಸಿತ್ತು ಅಂತ ಅಭಿಮಾನದಿಂದ ಜನ ಕೊಚ್ಚಿಕೊಳ್ಳುತ್ತಿದ್ದ ಕಾಲ ಒಂದಿತ್ತು. ನಾನು ದೋಚಿದವರು ಬಿಡಿ, ನನ್ನನ್ನು ನೋಡದೇ ಇದ್ದವರು ಸಹ, ಜನ ತಮ್ಮ ಬಗ್ಗೆ ಮಾತಾಡಲಿ ಅನ್ನೋ ಒಂದೇ ಉದ್ದೇಶದಿಂದ ನಾನು ಅವರ ಜೇಬು ಕತ್ತರಿಸಿದ್ದೆನೆಂದು ಹೇಳಿಕೊಳ್ಳುತ್ತಿದ್ದರು. ಮನುಷ್ಯನ ದೌರ್ಬಲ್ಯ ಅದು. ಒಬ್ಬ ಪ್ರಸಿದ್ಧ ವ್ಯಕ್ತಿಯ ಹೆಸರಿನೊಂದಿಗೆ ತಮ್ಮ ಹೆಸರನ್ನು ಜೊತೆಗೂಡಿಸಲು ಕೆಲವರು ಯಾವ ಉಪಾಯವನ್ನು ಬಳಸಲೂ ಹೇಸುವುದಿಲ್ಲ. ಆಗ ನಾನು ಪ್ರಬಲನಾಗಿದ್ದೆ; ಈಗಿನಂತೆ ಬಂದಿಯಾಗಿ ಅಬಲನಾಗಿರಲಿಲ್ಲ. ಕೆಟ್ಲ್‌ಬ್ಯಾಂಕಿನ ಹಿರಿಯ ಡಚೆಸ್ 'ನನ್ನ ವಜ್ರದ ಓಲೆ ಬ್ಯಾರಿಂಗ್ಟನ್ ಹತ್ತಿರ ಇದೆ' ಅಂದಿದ್ದರು ಒಮ್ಮೆ. ಅವಳು ಹೇಳಿದ್ದು ಬರೇ ಸುಳ್ಳು. ಅವು ಅಸಲಿ ವಜ್ರಗಳೇ ಆಗಿರಲಿಲ್ಲ. ಬರೇ ಗಾಜಿನ ಮಣಿಗಳಾಗಿದ್ದವು. ಅವಳಿಗೂ ಅದು ಗೊತ್ತಿತ್ತು. ನಾನು ಅವನ್ನು ಆಕೆಗೇ ಹಿಂದಿರುಗಿಸಿದೆ. ಅಂದ ಹಾಗೆ ಈ ದಿನ ಬೆಳಿಗ್ಗೆ ನಿಮ್ಮ ಕಿವಿಗಳಲ್ಲಿ ಮುತ್ತಿನ ಎರಡು ಚಿಕ್ಕ ಹರಳುಗಳಿದ್ದುವಲ್ಲ ಮ್ಯಾಡಂ?"

ಸರಕ್ಕನೆ ನನ್ನ ಕೈ ಕಿವಿಯ ಕಡೆ ಓಡಿತು. ಹರಳುಗಳು ಮಾಯವಾಗಿದ್ದವು. ನನಗೆ ಇನ್ನೊಮ್ಮೆ ಸಿಟ್ಟು ಬಂತು. "ನನ್ನ ಮುಖದ ಮೇಲೆ ಕೈ ಇಡುವಷ್ಟು ಧೈರ್ಯ ಬಂತೇ ನಿನಗೆ?" ಎಂದೆ.

ಆತ ತಕ್ಷಣ ತನ್ನ ಎದೆಯ ಮೇಲೆ ಕೈ ಇಟ್ಟು, ನನ್ನತ್ತ ತಲೆ ಬಾಗಿಸಿ ಉತ್ತರಿಸಿದ:

"ಆಣೆ ಮಾಡಿ ಹೇಳ್ತೇನೆ ಮ್ಯಾಡಂ; ನಾನು ಖಂಡಿತ ಅಂಥ ಕೆಲ್ಸ ಮಾಡಿಲ್ಲ! ಇನ್ನೊಬ್ಬ ವ್ಯಕ್ತಿಯ ಸ್ಪರ್ಶದ ಮಟ್ಟಿಗೆ ಮಾನವ ದೇಹದ ಇತರ ಎಲ್ಲ ಅಂಗಗಳಿಗಿಂತಲೂ ಕಿವಿ ಹೆಚ್ಚು ಸೂಕ್ಷ್ಮಗ್ರಾಹಿಯಾದದ್ದು. ನಿಮ್ಮ ಕಿವಿಯನ್ನು ನಾನೆಲ್ಲಾದರೂ ಮುಟ್ಟಿದ್ದರೆ ಈ ಹರಳುಗಳು ಈಗ ನನ್ನ ಜೇಬಿನೊಳಗಿರ್ತಿರಲಿಲ್ಲ. ನಾನು ಮುಟ್ಟಿದ್ದು ಅವುಗಳ ಸ್ಪ್ರಿಂಗುಗಳನ್ನು ಮಾತ್ರ. ಹರಳುಗಳು ತಾವಾಗಿಯೇ ನನ್ನ ಎಡತೋಳಿನ ಅಂಗೈಯ ಮೇಲೆ ಬಿದ್ದವು."

ಇಷ್ಟು ಹೇಳಿ ಆತ ಆ ಕರ್ಣಕುಂಡಲಗಳನ್ನು ಮೇಜಿನ ಮೇಲಿಟ್ಟು, ಇನ್ನೊಮ್ಮೆ ನೆಲ ಮುಟ್ಟುವಂತೆ ತಲೆ ಬಾಗಿ ನನಗೆ ವಂದಿಸಿದ.

ನಾನು ಕುತೂಹಲದಿಂದ ಕೇಳಿದೆ:

"ಹಾಗಿದ್ರೆ ಅವುಗಳನ್ನು ನನ್ನಿಂದ ನೀನು ಕಸಿದುಕೊಂಡಿದ್ದಾದರೂ ಯಾವಾಗ?"

"ಮೇಜಿನ ಮೇಲಿನ ಹೂವನ್ನು ನೀವು ಜೋಡಿಸಿಟ್ಟ ವಿಷಯ ನಾವು ಮಾತಾಡ್ತಿದ್ದೆವಲ್ಲ ? ಮಾತಿಗೆ ಅಡ್ಡಿ ಮಾಡುತ್ತಿದ್ದ ಮಕ್ಕಳನ್ನು ಸುಮ್ಮನೆ ಇರಿಸಲು ನೀವು ಕೆಳಗೆ ಬಗ್ಗಿದಿರಿ. ಆಗ ನನ್ನ ಕೈ ಚಳಕ ನಡೆಸಿತು. ಈ ಎಳೆಯ ಮಕ್ಕಳೂ ಅರಿವಿಲ್ಲದೇನೇ ಈ ಅಪರಾಧಕ್ಕೆ ಒಂದು ರೀತಿಯಲ್ಲಿ ನೆರವಾದರು – ನೀವು ಇದನ್ನು ಅಪರಾಧ ಅನ್ನೋದಿದ್ದರೆ. ಲಾಭದ ಉದ್ದೇಶದಿಂದ ನಾನಿದನ್ನು ಮಾಡಿದ್ದಲ್ಲ. ಸತ್ಯ ಹೇಳಿದ್ದೇನಲ್ಲ ? ಚಿಮ್ಮಿ ಬಂದ ಅದಮ್ಯ ಆಸೆಯ ತೃಪ್ತಿಗಾಗಿ ಮಾತ್ರ ಹೀಗೆ ಮಾಡಿದ್ದು. ನನ್ನ ಜೀವನದಲ್ಲಿ ಮಾಡಿದ ಅತ್ಯಂತ ಚುರುಕಿನ ಮತ್ತು ಅಷ್ಟೇ ಗಂಡಾಂತರದ ಪ್ರಯೋಗಗಳಲ್ಲಿ ಇದೂ ಒಂದು."

ಇದನ್ನು ಕೇಳಿ ನನಗೆ ನಗೆ ತಡೆಯಲಾಗಲಿಲ್ಲ. ಆದರೆ ಈ ಖ್ಯಾತ ಕಿಸೆಗಳ್ಳ ನನ್ನ ನಗೆಯಲ್ಲಿ ಪಾಲುಗೊಳ್ಳದೆ ಗಂಭೀರನಾಗಿದ್ದ. ಅದೇ ಪುಣ್ಯ. ನನ್ನ ಕಡೆಗೆ ಆದರದ ನೋಟ ಬೀರಿ ಆತ ತೆಪ್ಪಗೆ ನಿಂತುಕೊಂಡ. ಅಷ್ಟರಲ್ಲಿ ಹೊರಗೆ ಜೋರಾಗಿ ಬಾಗಿಲು ಬಡಿಯುವ ಸದ್ದು ಕೇಳಿಸಿತು. ಈ ಸದ್ದು ಸುತ್ತಲ ಮೌನವನ್ನು ಮುರಿಯಿತು. ಬಂದದ್ದು ಮೇಜರ್. ಬ್ಯಾರಿಂಗ್ಟನ್‌ಗೆ ಹೇಳಿದ ಮಾತು ನೆನಪಾಗಿ, ಯಾವುದೋ ನೆವ ಹೇಳಿ ಅವರು ಸರಕಾರೀ ಭವನದಿಂದ ಬಂದಿದ್ದರು. ಅವರಿಗೆ ಬ್ಯಾರಿಂಗ್ಟನ್‌ನನ್ನು ನಡುಮನೆಯಲ್ಲಿ ಕಂಡು ಆಶ್ಚರ್ಯ ಆಗಿರಬೇಕು. ಆದರೆ ತುಂಬಾ ಗಡಿಬಿಡಿಯಲ್ಲಿ ಇದ್ದುದರಿಂದಲೋ ಏನೋ ಈ ಕುರಿತು ಅವರು ಏನೂ ಹೇಳಲಿಲ್ಲ. ನಾನು ಜಗಲಿಗೆ ಹೋದೆ. ಅಲ್ಲಿಂದ ಅವರ ಮಾತು ನನಗೆ ಸರಿಯಾಗಿ ಕೇಳಿಸುತ್ತಿತ್ತು. ನನ್ನ ಪತಿ ಜೋರಾಗಿ ಹೇಳಿದರು :

"ಬ್ಯಾರಿಂಗ್ಟನ್, ಇಲ್ಲಿ ಕೇಳು. ಅರ್ಥವಿಲ್ಲದ ನಿನ್ನ ಮಾತು ಕೇಳೋದಕ್ಕೆ ನನಗೆ ಸಮಯವಿಲ್ಲ. ನಿನಗೆ ಕ್ಷಮೆ – ಪೂರ್ಣ ಇಲ್ಲವೆ ಶರ್ತಬದ್ಧವಾದದ್ದು, ಸಾಧ್ಯವೇ ಇಲ್ಲ. ನಿನಗೆ ರಜೆಯ ಈ ರಿಯಾಯ್ತಿ ಸಿಗೋದಕ್ಕೆ ನನ್ನ ಕೈಲಾದದ್ದೆಲ್ಲ ಮಾಡಿದ್ದೇನೆ. ನಾನೂ ಹೃದಯ ಇರೋ ಮನುಷ್ಯ. ಆದುದರಿಂದ ನಿನಗೆ ಈಗಲೇ ಸಾಕಷ್ಟು ಎಚ್ಚರಿಕೆ ಕೊಡ್ತಿದ್ದೇನೆ. ನನ್ನ ನಂಬಿಕೆಗೆ ನೀನು ದ್ರೋಹ ಮಾಡಿದ್ರೆ, ಈ ತನಕ ತೋರಿದ ರಿಯಾಯ್ತಿಯನ್ನೂ ಕಿತ್ತುಕೊಳ್ತೇನೆ. ಪೂರ್ಣ ಕ್ಷಮೆ ! ಅರ್ಥ ಇದೆಯಾ ? ಇಂಗ್ಲೆಂಡಿನ ಜನರ ಮೇಲೆ ನಿನ್ನ ಕೈಚಳಕ ತೋರಿಸೋ ಅವಕಾಶ ಪುನಃ ಕೊಡೋದೆ ? ವಸಾಹತು ಖಾತೆಯ ಕಾರ್ಯದರ್ಶಿ ಈ ವಿಚಾರ ಕೇಳಿದರೆ ಸಿಟ್ಟಾಗ್ಬಹುದು. ಹೀಗೆ ಶಿಫಾರಸು ಮಾಡಿದ ಗವರ್ನರನ್ನೇ ತರಾಟೆಗೆ ತೆಗೆದುಕೊಳ್ಳಹುದು. ನನ್ನಂತೆ ನಿನಗೂ ಚೆನ್ನಾಗಿ ಗೊತ್ತು– ಇಂಗ್ಲೆಂಡಿಗೆ ಹೋದ ಮೇಲೆ, ವರ್ಷಕ್ಕೆ ಐದು ಸಾವಿರ ಪೌಂಡು ಬೇರೆ ಉತ್ಪತ್ತಿ ಇದ್ದರೂ ನಿನ್ನ ಕೈ ಚಳಕ ತೋರಿಸದೆ ತೆಪ್ಪಗಿರಲು ನಿನ್ನಿಂದ ಸಾಧ್ಯವೇ ಇಲ್ಲ ಅಂತ."

"ತಾವು ಹೇಳೋದು ನಿಜ ಮೇಜರ್."

"ಹಾಗಾದರೆ ನೀನು ಕೂಡಲೇ ಆ ಪತ್ರ ಬರೆದು ಬಿಡು."

"ಬರೀತೇನೆ. ಆದರೆ ಒಂದು ಶರ್ತದ ಮೇಲೆ"

"ಶರ್ತ ?"

"ಹೌದು."

"ಸರಿ. ಏನದು ? ನಿನ್ನದು ಬಹಳಷ್ಟು ಶರ್ತ ಆಯಿತು. ಆ ಕಂಠಹಾರ ಒಟ್ಟಿನಲ್ಲಿ

ಹಿಂದೆ ಬರೋ ಲಕ್ಷಣ ಕಾಣೋದಿಲ್ಲ. ಅದು ಹಾಗೇನಾದರೂ..."

"ದಯಮಾಡಿ ಸಿಟ್ಟಾಗಬೇಡಿ ಮೇಜರ್! ನಾನು ಮಾತು ಕೊಡ್ತೇನೆ."

"ನಿನ್ನ ವಾಗ್ದಾನ! ನಾನ್‌ಸೆನ್ಸ್! ನನಗೆ ಬೇಕಾದ್ದು ಆ ಆಭರಣ. ಅದು ಅದರ ಒಡೆಯನ ಕೈ ಸೇರಬೇಕು."

"ನನ್ನ ಇವತ್ತಿನ ಚಟುವಟಿಕೆಯ ವಿಷಯ ಕೇಳಿ ತಾವು ಸಿಟ್ಟಾಗುವುದಿಲ್ಲವಾದರೆ ಅದು ಖಂಡಿತ ಸಂಬಂಧ ಪಟ್ಟವರಿಗೆ ತಲಪುತ್ತದೆ."

"ಅಂಥಾದ್ದು ಏನಾಗಿದೆ ?"

"ಅಮ್ಮಾವ್ರು ದಯಮಾಡಿ ಇತ್ತ ಬರಲಿ. ನನ್ನ ಪರ ಮತ್ತು ವಿರೋಧ ಹೀಗೆ ಎರಡು ರೀತಿಯ ಸಾಕ್ಷ್ಯವನ್ನೂ ಅವರೇ ಹೇಳ್ತಾರೆ."

ನನ್ನ ಗಂಡ ನಡುಮನೆಯ ಬಾಗಿಲು ತೆರೆದು "ಬೆಸ್ಸೀ" ಅಂದರು.

ನಾನು ಬಂದೊಡನೆ, ಬ್ಯಾರಿಂಗ್ಟನ್ ನಡೆದುದನ್ನು ಕೂಲಂಕಶವಾಗಿ ವಿವರಿಸಿದ. ವಿವರಿಸಿದ ಎನ್ನುವುದಕ್ಕಿಂತ ಅಭಿನಯಿಸಿ ತೋರಿಸಿದ ಎನ್ನುವುದೇ ಹೆಚ್ಚು ಸಮರ್ಪಕ. ಅವನ ಅಭಿನಯದಲ್ಲಿ ಅದೊಂದು ಚಿಕ್ಕ ಪ್ರಹಸನವೇ ಆಗಿ ಪರಿಣಮಿಸಿತು. ಪ್ರಹಸನದ ಪಾತ್ರಗಳು ನಾನು, ಮಕ್ಕಳು ಮತ್ತು ಬ್ಯಾರಿಂಗ್ಟನ್. ಅವನ ಮಾತಿನಲ್ಲಿದ್ದ ನಸು ಹಾಸ್ಯ ನಮ್ಮಲ್ಲೂ ನಗೆ ಎಬ್ಬಿಸಿತು. ಮೇಜರ್ ಕೂಡಾ ಆಗಾಗ ನಗತೊಡಗಿದರು. ಆದರೆ ಬ್ಯಾರಿಂಗ್ಟನ್ ಗಂಭೀರ ನಾಗಿಯೇ ಇದ್ದ. ಅವನ ಮುಖದಲ್ಲಿ ನಗೆಯ ಸೋಂಕೂ ಇರಲಿಲ್ಲ. ಅವನು ಈ ನಾಟಕವನ್ನು ಗಂಭೀರ ಘಟನೆಯಂತೆ ಪ್ರದರ್ಶಿಸಲು ಯತ್ನಿಸುತ್ತಿದ್ದ. ಇದರಿಂದಾಗಿ ನಮ್ಮಲ್ಲಿ ಇನ್ನಷ್ಟು ನಗೆಗೆ ಆಸ್ಪದವಾಯಿತು.

ಈ ನಾಟಕ ಮುಗಿದೊಡನೆ ನನ್ನ ಪತಿ ಕೇಳಿದರು. "ಆ ಕಾಗದ ಕೂಡಲೇ ಬರೀತೀಯಾ ?"

"ಸರಿ. ನಾನು ಇವತ್ತು ತೆಗೆದುಕೊಂಡ ಸ್ವಾತಂತ್ರ್ಯವನ್ನು ತಾವು ಕ್ಷಮಿಸಿದ್ದೀರಿ. ಅದಕ್ಕಾಗಿ ಬರೀತೀನಿ."

ಇಷ್ಟು ಹೇಳಿ ಮೇಜಿನ ಬಳಿ ಕುಳಿತು ಆತ ಬರೆಯತೊಡಗಿದ.

"ಶ್ರೀ... ಇವರಿಗೆ ಬ್ಯಾರಿಂಗ್ಟನ್ ಮಾಡುವ ನಮನ.

ಈ ಕಾಗದ ತಂದವನ ಕೈಯಲ್ಲಿ, ಡಿ–ಎನ್ 27 ಎಂದು ಬರೆದಿರುವ ಸೀಲ್ ಮಾಡಿದ ಪೊಟ್ಟಣವನ್ನು ಕೂಡಲೇ ಕೊಡಬೇಕಾಗಿ ವಿನಂತಿ. ಈ ವಿನಂತಿಯನ್ನು ಮಾನ್ಯ ಮಾಡಲು ಅಸಾಧ್ಯವಾದರೆ ಮಿಸ್ಟರ್ ಬ್ಯಾರಿಂಗ್ಟನ್ ಅವರು, ನ್ಯೂ ಸೌತ್ ವೇಲ್ಸಿನ ಸಿಡ್ನಿಯಲ್ಲಿರುವ ಶ್ರೀ... ಅವರಿಗೆ ಶ್ರೀಯುತರು ಮಾಡಿರುವ ಒಂದು ಮಹದಪರಾಧದ ಕುರಿತು ಆದಷ್ಟು ಬೇಗನೆ ವಿವರಿಸಲಿದ್ದಾರೆ."

ಇದಾಗಿ ಹದಿನಾಲ್ಕು ತಿಂಗಳು ಸಂದಿರಬೇಕು. ಒಂದು ದಿನ ಬೆಳಿಗ್ಗೆ ನನ್ನ ಗಂಡನಿಗೆ ವಸಾಹತು ಆಫೀಸಿನವರೊಬ್ಬರಿಂದ ಒಂದು ಪತ್ರ ಬಂತು. ಅವರು ಚಪ್ಪಾಳೆ ತಟ್ಟಿ "ಭಲೇ!" ಎಂದು ಉದ್ಗರಿಸಿದರು. ಬಳಿಕ ಕಾಗದ ಓದಲಾರಂಭಿಸಿದರು. ಅದರಲ್ಲಿ ಹೀಗೆ ಬರೆದಿತ್ತು.

"ಪ್ರಿಯ ಮೇಜರ್,

ನಮ್ಮ ಪ್ರಸಿದ್ಧ ಕಿಸೆಗಳ್ಳ ತಾನು ಹೇಳಿದಂತೆ ನಡೆದುಕೊಂಡ. ನನ್ನ ಪತ್ನಿಗೆ ಅವಳ

ಆಭರಣ ಮರಳಿ ದೊರೆತಿದೆ. ಅಲ್ಲಿ ವಸಾಹತಿನಲ್ಲಿ ನಿಮ್ಮಿಂದಾಗುವಷ್ಟು ಉಪಕಾರ ಅವನಿಗೆ ಮಾಡಿ. ಆದರೆ ಅವನ ಮೇಲೆ ಸದಾ ನಿಗಾ ಇರಲಿ. ಇಲ್ಲವಾದರೆ ಅವನು ಇಲ್ಲಿ ಬಂದು ಆ ಕಂಠಹಾರವನ್ನು ಇನ್ನೊಮ್ಮೆ ಕಿತ್ತುಕೊಂಡು ಬಿಡಬಹುದು."

ನನ್ನ ಗಂಡ, ಬ್ಯಾರಿಂಗ್ಟನ್‌ನಿಗೆ ಹೇಳಿ ಕಳಿಸಿದರು. ಅವನಿಗೆ ವಿಷಯ ತಿಳಿಸುತ್ತಾ ಇದೇ ರೀತಿ ಮೂಲ ಒಡೆಯರಿಗೆ ಹಿಂತಿರುಗಿಸುವಂಥಾ ಇತರ ವಸ್ತುಗಳು ಇನ್ನು ಅವನ ಬಳಿ ಇವೆಯೇ ಎಂದು ಆ ಮಹನೀಯನೊಡನೆ ಕೇಳಿದರು.

"ಥ್ಯಾಂಕ್ಸ್. ಅಂಥಾದ್ದೇನೂ ಇಲ್ಲ. ಕೆಲವು ಸಣ್ಣಪುಟ್ಟ ವಸ್ತುಗಳೇನೋ ಹುಟ್ಟೂರಲ್ಲಿ ಭದ್ರವಾಗಿವೆ. ಆದರೆ ಭವಿಷ್ಯದಲ್ಲಿ ಏನಿದೆ ಅಂತ ಹೇಳೋದು ಕಷ್ಟ. ಹೀಗಾಗಿ ಸದ್ಯ ಅವೆಲ್ಲ ನನ್ನ ಹೆಸರಲ್ಲೇ ಇರೋದು ಸೂಕ್ತ," ಎಂದು ಅವನು ಉತ್ತರಿಸಿದ. ◐

○ ಹೆನ್ರಿ ಲಾಸನ್

ಅವನ ತಂದೆಯ ಸಂಗಾತಿ

ಅದರ ಹೆಸರು ಇನ್ನೂ ಬಂಗಾರದ ಕಣಿವೆ ಅಂತಲೇ. ಆದರೆ ಹೆಸರಿಗೆ ಮಾತ್ರ ಬಂಗಾರ. ಅಲ್ಲಲ್ಲಿ ಚೆಲ್ಲಿದ್ದ ಹಳದಿ ಬಣ್ಣದ ಅದಿರುಳಿಕೆಗಳ ರಾಶಿ ಮತ್ತು ಗುಡ್ಡದ ಬದಿಯ ವ್ಯಾಟಲ್ ವೃಕ್ಷಗಳಲ್ಲಿ ಅರಳಿ ನಿಂತಿದ್ದ ಹೊಂಬಣ್ಣದ ಹೂಗಳನ್ನು ಬಿಟ್ಟರೆ, ಹೆಸರಿಗೆ ಒತ್ತುಕೊಡುವಂಥಾದ್ದೇನೂ ಅಲ್ಲಿ ಇರಲಿಲ್ಲ. ಅಲ್ಲಿನ ಬಂಗಾರವೂ ಕಾಣೆಯಾಗಿತ್ತು. ಅದರ ಬೆನ್ನು ಹತ್ತುವವರೂ ದೂರವಾಗಿದ್ದರು. ಇದ್ದಕ್ಕಿದ್ದಂತೆ ತಿಮೊನ್ ಬಡತನಕ್ಕೆ ಬಲಿಯಾದಾಗ ಅವನ ಗೆಳೆಯರು ಅವನನ್ನು ತೊರೆದರಂತೆ. ಬಂಗಾರದ ಕಣಿವೆ, ಈಗ ಎಲ್ಲರಿಂದ ನಿರ್ಲಕ್ಷಿಸಲ್ಪಟ್ಟ ದರಿದ್ರ ಸ್ಥಳ. ಅಲ್ಲಲ್ಲಿ ಹೊಟ್ಟೆ ಬಗಿಸಿಕೊಂಡು, ಸಾಕಷ್ಟು ಗಾಯಗಳಿಂದ ಚಡಪಡಿಸುತ್ತಿದ್ದ ಈ ಕಣಿವೆ, ತನ್ನ ಗಾಯಗಳನ್ನು ಮುಚ್ಚಲು ಸುತ್ತಲ ಪೊದೆಗಳೊಡನೆ ಮೊರೆ ಇಡುತ್ತಿರುವಂತೆ ತೋರುತ್ತಿತ್ತು. ಅದರದು ಮೂಕ ರೋದನ. ಈ ಕೋರಿಕೆಗೆ ಉತ್ತರ ಎನ್ನುವಂತೆ ಕಣಿವೆಯ ಹಲವು ಕಡೆ, ಪೊದೆ ಬಳ್ಳಿಗಳು ತಲೆ ಎತ್ತುತ್ತಿದ್ದವು. ತನ್ನ ಹಿಡುವಳಿಯ ಮೇಲೆ ಅರಣ್ಯವು ಮರಳಿ ತನ್ನ ಆಧಿಪತ್ಯ ಸ್ಥಾಪಿಸುವ ಕಾಯಕ ನಡೆಸಿತ್ತು.

ಎರಡು ಕರಿಯ ಬೆಟ್ಟಗಳು ಕಣಿವೆಯ ಅಕ್ಕಪಕ್ಕದಲ್ಲಿ ನಿಂತಿದ್ದುವು. ಅಲ್ಲಿ ಅಗೆದ ಸ್ಥಳದ ಸುತ್ತ ಕಪ್ಪು ಪೊದರುಗಳಿದ್ದವು. ಅದಕ್ಕಿಂತಲೂ ಮೇಲೆ, ಹೂ ಬಿಟ್ಟು ಅರಳಿ ನಿಂತ ವ್ಯಾಟಲ್ ವೃಕ್ಷಗಳಿದ್ದವು. ಪಶ್ಚಿಮದ ಗುಡ್ಡದ ಶಿಖರ ಕುದುರೆಯ ಜೀನಿನಂತೆ ಕಾಣುತ್ತಿತ್ತು. ಶಿಖರದ ಮೇಲೆ ನೀಲಗಿರಿ ಮರಗಳು. ಇವುಗಳಿಂದ ತುಸುದೂರ, ಶಿಖರದ ಮುಂಭಾಗದಲ್ಲಿ ಮೂರು ಎತ್ತರದ ಪೈನ್ ಮರಗಳು ಬಹಳ ದೂರದವರೆಗೂ ಕಾಣಿಸುತ್ತಿದ್ದವು. ಬಿಳಿಯ ಜನ ಅಲ್ಲಿ ಕಾಲಿಡುವ ಬಹಳ ಮೊದಲೇ ಮುಳುಗುವ ಸೂರ್ಯನ ಹೊನ್ನಿನ ಕಿರಣಗಳನ್ನು ಅವು ಸೆರೆಹಿಡಿಯುತ್ತಿದ್ದವು.

ನೆಲವನ್ನು ಅಗೆದು ಬಿಟ್ಟ ಹೊಂಡಗಳು ಕಣಿವೆಯ ದುರಂತಕ್ಕೆ ಸಾಕ್ಷಿಯಾಗಿದ್ದವು. ಅದಿನ್ನೂ ಅಗೆಯುವ ಸದ್ದುಗಳಿಗಾಗಿ ಆಲಿಸುತ್ತಿರುವಂತೆ ಭಾಸವಾಗುತ್ತಿತ್ತು. ಆದರೆ ಆ

ಸದ್ದುಗಳು ಮಾಯವಾಗಿ ಅಲ್ಲೆಲ್ಲ ಶೂನ್ಯ ಕಳೆ ಈಗ ವ್ಯಾಪಿಸಿತ್ತು. ಅಗೆಯುವವರ ಹೆಚ್ಚಿನ ತಂಡ ಬಹಳ ಹಿಂದೆಯೇ ಅಲ್ಲಿಂದ ಕಾಲುಕಿತ್ತು ಈಗ ಕೆಲವರು ಮಾತ್ರ ಅಲ್ಲಲ್ಲಿ ಉಳಿದಿದ್ದರಷ್ಟೆ. ಇವರು ಶಕ್ತಿ ಕುಂದಿದ ಬಡಪಾಯಿಗಳು, ಮುದುಕರು, ಅದೃಷ್ಟದ ಬೇಟೆಯಲ್ಲಿ ನಂಬಿಕೆ ಕಳೆದುಕೊಂಡವರು. ಹೀಗೆ ಹಿಂದುಳಿದ ಅವರನ್ನು ಯಾರೂ ಗಮನಿಸಿರಲೂ ಇಲ್ಲ. ಪರಿಣಾಮವಾಗಿ, ಇತರರು ಬಿಟ್ಟುಹೋದ ಗಣಿಗಳ ಕಸುಗುಪ್ಪೆಗಳಲ್ಲಿ ಅಳಿದುಳಿದ ಚಿನ್ನದ ಕಣಗಳನ್ನು ಹೆಕ್ಕಿ ಕಷ್ಟದಿಂದ ಬದುಕು ಸಾಗಿಸುವ ಒಂದು ಚಿಕ್ಕ ಸಮುದಾಯ ಬಂಗಾರದ ಕಣಿವೆಯಲ್ಲಿ ಇತ್ತು. ಕಣಿವೆಯ ಎರಡು ಬದಿಗಳಲ್ಲಿ ಪೊದರು ಸವರಲ್ಪಟ್ಟ ಎರಡು ಖಾಲಿ ಜಾಗಗಳಿದ್ದವು. ಅವುಗಳಲ್ಲಿ ಒಂದರ ಹೆಸರು ಸ್ಪೆನ್ಸರ್ ಫ್ಲಾಟ್; ಇನ್ನೊಂದರ ಹೆಸರು ಪೌಂಡಿಂಗ್ ಫ್ಲಾಟ್. ಈ ಎರಡು ಕಡೆಗಳಲ್ಲಿ ಆ ಚಿಕ್ಕ ಸಮುದಾಯ ವಾಸಿಸುತ್ತಿತ್ತು. ಆದರೆ ಅವರು ಕಣಿವೆಗೆ ಜೀವಕಳೆ ನೀಡಿರಲಿಲ್ಲ. ಬದಲಾಗಿ ಅವರು ಪ್ರೇತಗಳಂತೆ ಅಲ್ಲಿ ಅವ್ಯಕ್ತವಾಗಿ ಸುಳಿದಾಡುತ್ತಿದ್ದರು ಎಂದು ಹೇಳಬಹುದಿತ್ತಷ್ಟೆ. ಯಾರಾದರೊಬ್ಬ ಹೊಸಬ ಅಲ್ಲಿಗೆ ಕಾಲಿಟ್ಟರೆ, ಈ ಕ್ಷೇತ್ರ ಸಂಪೂರ್ಣ ನಿರ್ಜನವಾಗಿದೆ ಎಂದು ಮೊದಲ ನೋಟಕ್ಕೆ ಅವನಿಗೆ ತೋರಬಹುದಿತ್ತು. ಆದರೆ ಮುಂದೆ ಹೋದಂತೆ, ಹೊಂಡಗಳ ಮಧ್ಯೆ ಎಳೆಮರಗಳ ಬುಡದಲ್ಲಿ ಎಲ್ಲಾದರೊಂದು ಕೋಟು ಮತ್ತು ಚಹಾ ಪಾತ್ರೆ ಕಾಣಬಹುದಿತ್ತು. ಅಥವಾ ಕೆಳಗಡೆ ಯಾವುದಾದರೊಂದು ಹೊಂಡದಲ್ಲಿ ಪಿಕಾಸಿಯ ಸದ್ದು ಕೇಳಬಹುದಿತ್ತು. ಅದಿರುಳಿಕೆಗಳಲ್ಲಿ ಚಿನ್ನದ ತುಣುಕುಗಳಿಗಾಗಿ ಹುಡುಕಾಡುವ ಕೆಲಮಂದಿ ಇಲ್ಲಿದ್ದಾರೆ ಎಂದು ಇದರಿಂದ ಆತ ಊಹಿಸಬೇಕಿತ್ತು.

ಕ್ರಿಸ್‌ಮಸ್‌ಗೆ ತುಸು ಮೊದಲು ಒಂದು ಸಂಜೆ, ಕಣಿವೆಯ ಬುಡದಲ್ಲಿದ್ದ ಆಳವಾದ ಒಂದು ಗಣಿ ಸುರಂಗದ ಮೇಲ್ಗಡೆ ಒಂದು ರಾಟೆ ಕಾಣಿಸಿಕೊಂಡಿತು. ರಾಟೆಯ ಹಗ್ಗಕ್ಕೆ ಕಟ್ಟಿದ ಚರ್ಮದ ಬಕೆಟ್ ಮರುದಿನ ಬೆಳಿಗ್ಗೆ ಸುರಂಗದ ದ್ವಾರದ ಮುಂದೆ ಬಿದ್ದಿತ್ತು. ಅದರ ಹತ್ತಿರ ಇಷ್ಟು ಅದರು ಕೆಸರಿನ ರಾಶಿ ಇತ್ತು. ಅದರ ಸಮೀಪದಲ್ಲಿ ಗಿಡಗಳ ಒಂದು ಗುಂಪು. ಅವುಗಳ ನೆರಳಲ್ಲಿ ಸುಮಾರು ಹನ್ನೊಂದು ವರ್ಷದ ಹುಡುಗನೊಬ್ಬ ಹಳೆ ಕೋಟೊಂದರ ಮೇಲೆ ಕುಳಿತು ಸ್ಲೇಟಿನಲ್ಲಿ ಏನೋ ಬರೆಯುತ್ತಿದ್ದ.

ಅವನದು ಹೊಳಪಿನ ಕೂದಲು, ನೀಲಿ ಕಣ್ಣು, ಹಳೆ ನಮೂನೆಯ ಕೋಲು ಮುಖ. ಒಂದು ಜೊತೆ ಚಡ್ಡಿ, ಒಂದು ಶರ್ಟು ಮತ್ತು ಚಡ್ಡಿಗೆ ಸಿಲುಕಿಸುವ ಒಂದು ಹೆಗಲು ಪಟ್ಟಿ – ಇವು ಅವನ ಸೊತ್ತು. ಅವನು ಬಗ್ಗಿ ಸ್ಲೇಟನ್ನು ಹೊಟ್ಟೆಗೆ ಒತ್ತಿ ಬರೆಯುವಾಗ ಹಾರಾಡುತ್ತಿದ್ದ ಅವನ ಕೂದಲು ಸ್ಲೇಟಿಗೆ ಮುತ್ತಿಡುತ್ತಿತ್ತು. ಕಡೆಗಣ್ಣುಗಳ ನೆಟ್ಟ ದೃಷ್ಟಿಯಿಂದ ತಾನು ಬರೆಯುವುದನ್ನು ನೋಡುತ್ತಾ, ಸ್ಲೇಟಿನಲ್ಲಿದ್ದ ಮೇಲ್ಪಂಕ್ತಿಯನ್ನು ಅವನು ಕೆಳಗಡೆ ನಕಲು ಮಾಡುತ್ತಿದ್ದ. ಬರೆಯುವಾಗ ಪ್ರತಿಸಲ ಅಕ್ಷರ ಸಂಯೋಜನೆಯಲ್ಲಿ ತಪ್ಪು ಮಾಡುತ್ತಿದ್ದ. ಈ ಕಠಿಣ ಕಾರ್ಯದಲ್ಲಿ ನೆರವಿಗಾಗಿಯೋ ಎಂಬಂತೆ ಆತ ಆಗಾಗ ನಾಲಗೆ ಹೊರಳಿಸಿ ಕೆಸರು ಅಂಟಿದ ತನ್ನ ಕಾಲಿನ ಬೆರಳುಗಳನ್ನು ತಿರುಗಿಸುತ್ತಿದ್ದ.

ಅವನ ಹೆಸರು ಐಲೀ ಮೇಸನ್. ಆದರೆ ಅವನನ್ನು ಜನ ಕರೆಯುತ್ತಿದ್ದುದು 'ಅಪ್ಪನ ಸಂಗಾತಿ' ಎಂದು. ಪುಟ್ಟ ಮೇಸನ್ ಚಿಕ್ಕಂದಿನಿಂದಲೇ ಇಲ್ಲಿನ ಅಗೆಯುವವರಿಗೆಲ್ಲ ಪ್ರಿಯನಾಗಿದ್ದ. ಆಗ, ಬೆಳಿಗ್ಗೆ ಎದ್ದ ಕೂಡಲೇ ಮಂಜು ಮುಸುಕಿದ ಕಣಿವೆಯ ಸಮತಟ್ಟಾದ ನೆಲದ ಮೇಲೆ ಬರೇ ಶರ್ಟಿನಲ್ಲಿ ಓಡಾಡುವುದೆಂದರೆ ಅವನಿಗೆ ಎಲ್ಲಿಲ್ಲದ ಖುಷಿ. ಒಂದು ದಿನ

ಬೆಳಿಗ್ಗೆ ತನ್ನ ಶರ್ಟು ಕಳೆದುಹೋಯಿತೆಂದು, ಒದ್ದೆ ಹುಲ್ಲಿನ ನಡುವೆ ಬೆತ್ತಲೆಯಾಗಿ ಓಡುತ್ತಾ ಮನೆಗೆ ಬಂದ ಐಲಿಯ ಕತೆಯನ್ನು ಲಾಂಗ್‌ಬಾಬ್ ಸಾಕಿನ್ಸ್ ಸೊಗಸಾಗಿ ವಿವರಿಸುತ್ತಿದ್ದ.

ಹೆಚ್ಚಿನ ಅಗೆಯುವ ಮಂದಿ ಅಲ್ಲಿಂದ ಹೋದ ಮೇಲೆ ಹಾಗೂ ಐಲಿಯ ತಾಯಿ ತೀರಿದ ನಂತರ ಅವನು ಅಲ್ಲಿ ಬರಿ ಮೈಯಲ್ಲಿ, ಹಾರೆ ಗುದ್ದಲಿ ಹಿಡಿದುಕೊಂಡು, ಅದಿರುಳಿಕೆಗಳ ರಾಶಿಗಳ ಮಧ್ಯೆ 'ಚಿನ್ನ ಶೋಧ'ಗೆ ಹೊರಡುತ್ತಿದ್ದ. ಲಾಂಗ್‌ಬಾಬ್, ಐಲಿಯ ನೆಚ್ಚಿನ ಜತೆಗಾರ ಮತ್ತು ಅವನಿಗೆ ಒಂದಿಷ್ಟು ಸಹಾಯ ಕೂಡ ಮಾಡುತ್ತಿದ್ದ.

ಐಲಿ ಬರೆಯುತ್ತಾ ಕೂತಿದ್ದ. ಅಷ್ಟರಲ್ಲಿ ಕೆಳಗಿನಿಂದ ಕಡಿದಾದ ಸ್ವರ ಕೇಳಿಸಿತು. "ಐಲೀ."

"ಏನಪ್ಪಾ ?"

"ಬಕೆಟ್ ಕೆಳಗೆ ಕಳಿಸು."

"ಸರಿ."

ಐಲಿ ಸ್ಲೇಟನ್ನು ಕೆಳಗಿಟ್ಟು ಸುರಂಗ ದ್ವಾರದಿಂದ ಬಕೆಟನ್ನು ಹಗ್ಗ ಸುರಿಯುವ ತನಕ ಕೆಳಗೆ ಇಳಿಸಿದ. ಆಮೇಲೆ ಎರಡೂ ಕೈಗಳಿಂದ ರಾಟೆಯನ್ನೇ ಕೆಳಗೆ ಸರಿಸಿ ಬಕೆಟನ್ನು ತಳಕ್ಕೆ ತಲಪಿಸಿದ. ಕೆಳಗೆ ಗುದ್ದಲಿಯಲ್ಲಿ ಅಗೆಯುವ ಸದ್ದು ಕೇಳಿತು. ತುಸು ಹೊತ್ತಿನ ಬಳಿಕ "ರಾಟೆ ಮೇಲಕ್ಕೆ ಎಳಿ" ಎನ್ನುವ ಮಾತು ಕಿವಿಗೆ ಬಿತ್ತು.

ಹುಡುಗ ಕೆಳಗೆ ಇಣಕಿ ನೋಡಿ ಹೇಳಿದ :

"ಅದರಲ್ಲಿ ಅರ್ಧದಷ್ಟೂ ಇಲ್ಲ. ಇದಕ್ಕಿಂತ ತುಂಬಾ ಹೆಚ್ಚು ನಾನು ಎಳೆಯಬಲ್ಲೆ."

ಸ್ವಲ್ಪ ಹೊತ್ತು ಪುನಃ ಗುದ್ದಲಿಯ ಸದ್ದು. ತನ್ನ ಉದ್ದಳತೆಯ ಕೊರತೆಯನ್ನು ಭರ್ತಿ ಮಾಡುವ ಸಲುವಾಗಿ ರಾಟೆಯ ಬಳಿ ತಾನೇ ಪೇರಿಸಿದ್ದ ಮಣ್ಣಿನ ಚಿಕ್ಕ ದಿಬ್ಬದ ಮೇಲೆ ಕಾಲುಗಳನ್ನು ಬಲವಾಗಿ ಊರಿ, ಬಕೆಟನ್ನು ಎತ್ತಲು ಐಲಿ ಸಿದ್ಧನಾಗಿ ನಿಂತ.

"ಸರಿ. ಈಗ ಎಳಿ ಐಲೀ."

ಅವನು ನಿಧಾನವಾಗಿ ಎಳೆದ. ಕೆಸರು ತುಂಬಿದ ಬಕೆಟ್ ಮೇಲೆ ಬಂತು. ಅವನು ಅದನ್ನು ಈಗಾಗಲೇ ರಾಶಿ ಮಾಡಿದ್ದ ಅದಿರು ಕೆಸರಿನ ಮೇಲೆ ಹೊಯ್ದ.

"ಐಲೀ" ತಂದೆ ಪುನಃ ಕರೆದ.

"ಏನಪಾ ?"

"ಬರೆಯೋದು ಮುಗೀತಾ ?"

"ಮುಗೀತಾ ಬಂತು."

"ಹಾಗಾದರೆ ಸ್ಲೇಟನ್ನು ಕೆಳಗೆ ಇಳಿಸು. ಲೆಕ್ಕ ಬರೆದು ಕಳಿಸ್ತೇನೆ.

"ಸರಿ."

ಹುಡುಗ ತನ್ನ ಸ್ಥಳಕ್ಕೆ ಹೋಗಿ, ಬಗ್ಗಿ ಇನ್ನೊಂದು ಗೆರೆ ಬರೆಯಲು ಪ್ರಾರಂಭಿಸಿದ.

ಟಾಮ್ ಮೇಸನ್ ಒಳ್ಳೆಯ ಕೆಲಸಗಾರ ಎಂದು ಅಲ್ಲಿ ಹೆಸರು ಪಡೆದಿದ್ದ. ಎತ್ತರದ ಮೈಕಟ್ಟಿನ, ಕಪ್ಪುಗಡ್ಡದ ಅವನಿಗೆ ಸುಮಾರು ಅರುವತ್ತು ವರ್ಷ. ಅವನ ಮುಖ ಸ್ವಲ್ಪ ಒರಟಾಗಿತ್ತು. ಸಾಕಷ್ಟು ನೋವು ನಿರಾಶೆಗಳನ್ನು ಅನುಭವಿಸಿದವರಲ್ಲಿ ಇಂಥಾ ಒರಟುತನ ಸ್ವಾಭಾವಿಕ. ಪೌಂಡಿಂಗ್ ನಿವೇಶನದ ಮೂಲೆಯಲ್ಲಿ ಒಂದು ಸಣ್ಣ ಗುಡಿಸಲಿನಲ್ಲಿ ಅವನು ವಾಸಿಸುತ್ತಿದ್ದ. ಸುಮಾರು ಆರು ವರ್ಷಗಳ ಹಿಂದೆ ಅವನ ಹೆಂಡತಿ ತೀರಿಕೊಂಡಿದ್ದಳು.

ಅದೃಷ್ಟವನ್ನು ಹುಡುಕುತ್ತಾ ಹೊಸ ಸ್ಥಳಗಳಿಗೆ ಹೋಗುವ ಅವಕಾಶ ಇದ್ದರೂ ಅವನು ಮಾತ್ರ ಬಂಗಾರದ ಕಣಿವೆಯನ್ನು ಬಿಟ್ಟು ಹೋಗಲೇ ಇಲ್ಲ.

ಪಕ್ಕದಲ್ಲಿ ಒಂದು ಮೇಣದ ಬತ್ತಿಯನ್ನು ಉರಿಸಿಟ್ಟು ಮೇಸನ್ ಅಗೆಯುತ್ತಾ ಇದ್ದ. ನೆಲ ಒದ್ದೆ. ಆವೆ ಮಣ್ಣು ಮತ್ತು ನೀರಿನಿಂದಾಗಿ ಅವನ ಚಡ್ಡಿ ತೊಯ್ದು ಭಾರವಾಗಿತ್ತು. ಅವನಿಗೆ ಮಾತ್ರ ಇದೆಲ್ಲ ಒಗ್ಗಿಹೋಗಿತ್ತು. ಆದರೆ ಇವತ್ತು ಕೆಲಸ ಚೆನ್ನಾಗಿ ಸಾಗಿರಲಿಲ್ಲ. ಅಗೆಯುತ್ತಿರುವ ಕೆಸರಿನ ತಳದಿಂದ ಬಹಳ ದೂರ ಅವನ ಯೋಚನೆ ಓಡುತ್ತಿತ್ತು.

ನಿನ್ನೆಯ ಬದುಕಿನ ಚಿತ್ರಗಳನ್ನು ಅವನು ತನ್ನ ಮನಸ್ಸಿನ ಆಳದಿಂದ ಅಗೆಯ ತೊಡಗಿದ್ದ. ಅವು ಖುಷಿ ಕೊಡುವ ಚಿತ್ರಗಳಂತೂ ಖಂಡಿತ ಆಗಿರಲಿಲ್ಲ. ಮೇಣದ ಬತ್ತಿಯ ಮಂದ ಬೆಳಕಿನಲ್ಲಿ ಅವನ ಮುಖ ಬಿಳಿಚಿ ಗಂಭೀರವಾಯಿತು.

ಥಡ್, ಥಡ್,ಇ ಥಡ್! ಅಗೆಯುವವನ ನೆನಪು ನಿನ್ನೆಯ ರಾಜ್ಯದಲ್ಲಿ ಅಲೆದಾಡುತ್ತಿದ್ದಂತೆ ಅಗೆತದ ಶಬ್ದ ನಿಧಾನವಾಯಿತು. ಪಕ್ಕದ ಕೆಸರು ಕಣ್ಮರೆಯಾದಂತೆ ಅವನು ಒಂದು ಹಡಗಿನ ಡೆಕ್ಕಿನಲ್ಲಿ ನಿಂತಿದ್ದ. ಅವನ ಪಕ್ಕದಲ್ಲಿ ಅವನ ಸೋದರ. ಹಡಗು ಅವರಿಬ್ಬರನ್ನೂ ಹೊತ್ತುಕೊಂಡು ದಕ್ಷಿಣಕ್ಕೆ ಚಲಿಸಿತು. ಸುಂದರ ನಾಡಿಗೆ, ಬೇಕಷ್ಟು ಸಂಪತ್ತಿರುವ ಊರಿಗೆ. ಗಾಳಿ ಬೀಸಿದಂತೆ ತನ್ನೊಳಗಿದ್ದ ಕನಸುಗಾರ ಹೊರೆಯೊಂದಿಗೆ ಹಡಗು ಓಡಿತು. ನೀಲಿ ಕಡಲು ದಾಟಿ ಹೊಸ ತೊಂದು ಊರಿಗೆ. ದಕ್ಷಿಣದ ಶುಭ್ರ ಆಕಾಶದಲ್ಲಿ ಎರಡು ಹೆಸರುಗಳು ಮಿಂಚಿದವು. ಬೆಲ್ಲಾರೆಟ್ ಮತ್ತು ಬೆಂಡಿಗೋ! ಡೆಕ್ ಮಗ್ಗುಲಿಗೆ ವಾಲಿದಂತೆ ತೋರಿತು. ಅಗೆಯುವವನು ಮುಗ್ಗರಿಸಿದ. ಅವನು ಕನಸಿನ ರಾಜ್ಯದಿಂದ ಎಚ್ಚೆತ್ತು ತನ್ನ ಕೈಗೆ ಹಾರೆ ತೆಗೆದುಕೊಂಡ.

ಆದರೆ ಕೆಲಸ ಮಾತ್ರ ಸಾಗಲಿಲ್ಲ. ಇನ್ನೊಂದು ಚಿತ್ರ ಅವನ ಮನಸ್ಸಿನೊಳಗೆ ನುಸುಳಿತು. ಅದರಲ್ಲಿ ಕಂಡದ್ದು ಬೆಲ್ಲಾರೆಟ್. ಅವನು ಯುರೇಕ ಎಂಬಲ್ಲಿ ಕೆಲಸ ಮಾಡುತ್ತಿದ್ದ. ಜೊತೆಗೆ ಸೋದರನೂ ನಿಂತಿದ್ದ. ಆತ ರಾತ್ರಿಯಿಡೀ ಕುಡಿದು ನರ್ತಿಸಿದ್ದ. ಹೀಗಾಗಿ ಸೋತು ಕಂಗಾಲಾಗಿದ್ದ. ಅವರ ಹಿಂದೆ ನೀಲಿ ಬೆಟ್ಟದ ಸಾಲು. ಎದುರಿಗೆ ಪ್ರಸಿದ್ಧ ಬೇಕರಿ ಬೆಟ್ಟ. ಕೆಳಗೆ ಎಡ ದಿಕ್ಕಿಗೆ ಗೋಲ್ಡನ್ ಪಾಯಿಂಟ್. ಕುದುರೆ ಮೇಲೆ ಇಬ್ಬರು ಪೋಲೀಸ್ ಸಿಪಾಯಿಗಳು ಸ್ಪೆಸಿಮನ್ ಬೆಟ್ಟದ ಮಾರ್ಗವಾಗಿ ಬರುತ್ತಿದ್ದರು. ಅವರಿಗೆ ಏನು ಬೇಕಿತ್ತು?

ಅವರು ಸೋದರರನ್ನು ಬಂಧಿಸಿದರು. ಅವನ ಕೈಗೆ ಕೋಳ ತೊಡಿಸಿದರು. ರಾತ್ರಿ ಒಂದು ಕೊಲೆ ನಡೆದಿತ್ತು. ಕಾರಣ – ಕುಡಿತ ಮತ್ತು ಮತ್ಸರ.

ಚಿತ್ರ ಮತ್ತೊಮ್ಮೆ ಮರೆಯಾಯಿತು. ಥಡ್, ಥಡ್, ಅಗೆತದ ಸದ್ದು. ಹಿಂದಿನ ವರ್ಷಗಳನ್ನು ನೆನಪಿಗೆ ತರುವಂಥಾ ಸದ್ದು. ಒಂದು, ಎರಡು, ಮೂರು, ನಾಲ್ಕು... ಇಪ್ಪತ್ತರ ತನಕ ಇದೇ ತರಹ. ಅಷ್ಟರಲ್ಲಿ ಇನ್ನೊಂದು ದೃಶ್ಯ. ನ್ಯೂ ಸೌತ್ ವೇಲ್ಸಿನಲ್ಲಿ ನದಿ ದಂಡೆಯಲ್ಲಿ ಒಂದು ಸ್ಥಳ. ಪುಟ್ಟ ಮನೆಯ ಸುತ್ತ ದ್ರಾಕ್ಷಿ ಬಳ್ಳಿಗಳು. ಹಣ್ಣು ಹಂಪಲಿನ ಗಿಡಗಳು. ಝೇಂಕರಿಸುವ ತುಂಬಿಗಳು. ಗುಡ್ಡದ ಪಕ್ಕದಲ್ಲಿ ಹೊನ್ನಿನ ಬಣ್ಣಕ್ಕೆ ತಿರುಗಿದ ಗೋದಿ ತೆನೆಯ ಗದ್ದೆಗಳು.

ಒಬ್ಬ ಮನುಷ್ಯ ಮತ್ತು ಇನ್ನೊಬ್ಬ ಬಾಲಕ ಮನೆಯ ಕೆಳಗಿನ ಹೊಲವನ್ನು ಸರಿ ಮಾಡುತ್ತಿದ್ದರು. ಅದು ತಂದೆ ಮತ್ತು ಮಗ. ಸುಮಾರು ಹದಿನೇಳು ವರ್ಷದ ಮಗ ಅಪ್ಪನ ಪ್ರತಿರೂಪ.

ಇನ್ನೊಮ್ಮೆ ಕುದುರೆಗಳ ಗೊರಸಿನ ಸದ್ದು. ಪೊಲೀಸ್ ಸಿಪಾಯಿಗಳ ಉಡುಗೆಯಲ್ಲಿ ಸೈತಾನನ ಪ್ರವೇಶ. ಕಳೆದ ರಾತ್ರಿ ಐದು ಮೈಲು ದೂರದಲ್ಲಿ ಮೇಯ್ಲ್ ಗಾಡಿಯನ್ನು ತಡೆಯ ಲಾಗಿತ್ತು. ಒಬ್ಬ ಪ್ರಯಾಣಿಕನಿಗೆ ಗುಂಡೇಟು ತಗಲಿತ್ತು. ಗೆಳೆಯರೊಂದಿಗೆ 'ಒಪೋಸ್ಸಮ್‌ಗಳ ಬೇಟೆಗೆ' ಹೋಗಿದ್ದ ಮಗ ಇಡೀ ರಾತ್ರಿ ಹೊರಗಿದ್ದ.

ಬಂದ ಸೈನಿಕರು ಮಗನನ್ನು ಬಂಧಿಸಿದರು. ಅವನ ಕೈಗೂ ಕೋಳ. "ಸಶಸ್ತ್ರ ದರೋಡೆ!"

ಅವರು ಬರುವಾಗ ತಂದೆ, ಗೂಟವೊಂದನ್ನು ಕೀಳುತ್ತಿದ್ದ. ಅವನ ಒಂದು ಕಾಲು ನೆಲ ಕಚ್ಚಿದ ಹಾರೆಯ ಮೇಲೆ ಇತ್ತು. ಅವರು ಹುಡುಗನನ್ನು ಮನೆಗೆ ಕರೆದುಕೊಂಡು ಹೋಗುವುದನ್ನು ಅವನು ನೋಡುತ್ತಾ ನಿಂತ. ಆಮೇಲೆ ಜೋರಾಗಿ ಬೀಸಿ ಇನ್ನೊಂದು ರಾಶಿ ಮಣ್ಣು ತೆಗೆದ. ಸೈನಿಕರು ಮನೆಯ ಬಾಗಿಲು ತಲಪಿದರು. ಅವನು ಇನ್ನೂ ಅಗೆಯುತ್ತಲೇ ಇದ್ದ. ಅವನಿಗೆ ಈಗ ತನ್ನ ಹೆಂಡತಿಯ ಹತಾಶ ರೋದನದ ಕಡೆಗೂ ಗಮನವಿರಲಿಲ್ಲ. ಸೈನಿಕರು ಹುಡುಗನ ಕೋಣೆಗೆ ನುಗ್ಗಿದರು. ಬಟ್ಟೆಗಳನ್ನು ಎರಡು ಗಂಟು ಕಟ್ಟಿ ಹೊರಗೆ ತಂದರು. ಇಷ್ಟಾದರೂ ತಂದೆ ಅಗೆಯುತ್ತಲೇ ಇದ್ದ. ಅವರು ಹೊಲದ ಒಂದು ಕುದುರೆಗೆ ಜೀನು ಹಾಕಿ ಹುಡುಗನನ್ನು ಅದರ ಮೇಲೆ ಏರಿಸಿದರು. ತಂದೆ ಮಾತ್ರ ಇನ್ನೂ ಅಗೆಯುತ್ತಲೇ ಇದ್ದ. ತಲೆ ಎತ್ತದೆ, ಕಣ್ಣುಗಳನ್ನು ಹೊರಳಿಸದೆ ಅಗೆಯುತ್ತಿದ್ದ. ಗೂಟದ ಸುತ್ತ ಹೊಂಡ ದೊಡ್ಡದಾಗುತ್ತಾ ಬಂತು. ಅವನ ಹೆಂಡತಿ ಅಲ್ಲಿ ಬಂದು ಮೆಲ್ಲನೆ ಕೈಹಿಡಿದು ಕರೆಯುವ ತನಕವೂ ಆತ ಅದೇ ಕೆಲಸ ಮುಂದುವರಿಸಿದ್ದ. ಆಗ ಆತ ತನ್ನ ಮಂಪರಿನಿಂದ ಅರ್ಧ ಎಚ್ಚತ್ತು ವಿಧೇಯ ನಾಯಿ ಒಡೆಯನನ್ನು ಹಿಂಬಾಲಿಸುವಂತೆ ಅವಳ ಹಿಂದೆ ನಡೆದಿದ್ದ.

ಆ ಬಳಿಕ ವಿಚಾರಣೆ, ಅವಮಾನ, ಕಷ್ಟಕೋಟಲೆಗಳು, ಅನಾವೃಷ್ಟಿ, ಬಡತನ ಒಂದರನಂತರ ಒಂದಾಗಿ ಬೆನ್ನಟ್ಟಿ ಬಂದವು.

ಥಡ್, ಥಡ್ ! ಥಡ್! ಇನ್ನೊಮ್ಮೆ ಸದ್ದು! ಆದರೆ ಇದು ಹಾರೆಯ ಸದ್ದಲ್ಲ. ಅವನ ಹೆಂಡತಿಯ ಶವದ ಪೆಟ್ಟಿಗೆಯ ಮೇಲೆ ಮಣ್ಣು ತುಂಬುವ ಶಬ್ದ.

ಅದು ಕುರುಚಲು ಗಿಡಗಳಿಂದ ಕೂಡಿದ ಸಣ್ಣ ಸ್ಮಶಾನ. ಅವನು ಗಂಭೀರ ಮುಖದಿಂದ ನೋಡುತ್ತಲೇ ಇದ್ದಾನೆ, ಜನ ನಿಧಾನವಾಗಿ ಹೊಂಡಕ್ಕೆ ಮಣ್ಣು ತುಂಬಿಸುತ್ತಿರುವುದನ್ನು. ಅವಳು ಅವಮಾನದಿಂದ ಎದೆಯೊಡೆದು ಸತ್ತು ಹೋದಳು. 'ಈ ಅವಮಾನ ಸಹಿಸೋಕ್ಕಾಗಲ್ಲ. ಸಹಿಸೋಕ್ಕಾಗಲ್ಲ' ಎಂದು ಆರು ವರ್ಷ ಅವಳು ಕೊರಗುತ್ತಲೇ ಇದ್ದಳು. ಬಡವರಿಗೆ ಅಭಿಮಾನವಂತೂ ಜಾಸ್ತಿ.

ಆದರೆ ಅವನು ಇನ್ನೂ ಬದುಕಿದ್ದಾನೆ. ಗಂಡಸೊಬ್ಬನ ಎದೆ ಒಡೆಯಲು ಇಂಥಾ ಇನ್ನಷ್ಟು ದುರಂತಗಳ ಪೆಟ್ಟು ಬೇಕೇನೋ. ಇಷ್ಟಾದರೂ ಅವನು ತಲೆ ಎತ್ತಿ ದುಡಿಯುತ್ತಿರುವುದು ಉಳಿದ ಪುಟ್ಟ ಮಗುವಿಗಾಗಿ; ಆ ಮಗು ಐಲೀ.

ಈಗ ಅವನ ಮನಸ್ಸಿನ ಪರದೆಯಲ್ಲಿ ಮಿಂಚಿದ್ದು ನಾಳಿನ ಚಿತ್ರ. ಅವನು ಹಣ್ಣು ಹಣ್ಣು ಮುದುಕ. ಒಬ್ಬ ತರುಣನ ಜತೆ ಅವನು ನಿಂತುಕೊಂಡಿದ್ದಾನೆ. ಆ ಎಳೆಯನ ಮುಖ ಐಲಿಯದಾಗಿತ್ತು. ಇನ್ನೊಮ್ಮೆ ಕುದುರೆಗೊರಸಿನ ಸಪ್ಪಳ. ಅಯ್ಯೋ ದೇವರೇ! ಪೊಲೀಸ್ ಸಿಪಾಯಿಗಳ ಸಮವಸ್ತ್ರದಲ್ಲಿ ದೈತ್ಯರು !

ಅವನು ಆ ಕೆಸರಿನಲ್ಲೇ ಮಂಡಿಯೂರಿ ದೇವರೊಡನೆ ಬೇಡಿಕೊಂಡ: "ಆ ದೈತ್ಯರು ಬರುವ ಮೊದಲೇ ನನ್ನ ಕೊನೆಯ ಮಗನನ್ನು ಕರೆಸಿಕೊಂಡು ಬಿಡು."

ಅಗೆಯುವವರ ಮಧ್ಯೆ ಲಾಂಗ್‌ಬಾಬ್, 'ರಕ್ಕಸ ಬಾಬ್' ಎಂದೇ ಪ್ರಸಿದ್ಧ. ಅವನನ್ನು ಒಂದು ಪಕ್ಕದಿಂದ ನೋಡುವಾಗ ಅವನಲ್ಲಿ ಸೈತಾನನಿಗೆ ಒಂದಿಷ್ಟು ಭೀಕರ ಹೋಲಿಕೆ ಯೇನೋ ಇತ್ತು. ಆದರೆ ಇನ್ನೊಂದು ಪಕ್ಕದಲ್ಲಿ ಹಾಗಿರಲಿಲ್ಲ. ಅದು ಅವನ ನಿಜವಾದ ಗುಣದಂತೆ ಸೌಮ್ಯವಾಗಿತ್ತು. ಗನಿಯೊಂದರಲ್ಲಿ ಉಂಟಾದ ಸ್ಫೋಟದಿಂದ ಅವನ ಅರ್ಧ ದೇಹ ಸುಟ್ಟು ವಿಕಾರವಾಗಿತ್ತು. ಅವನು ಒಂದು ಕಣ್ಣನ್ನು ಕಳೆದುಕೊಂಡಿದ್ದ. ಕುರುಡು ಕಣ್ಣಿಗೆ ಹಸುರು ತೇಪೆ ಹಾಕಲಾಗಿತ್ತು. ಇದರಿಂದ ಆ ಭಾಗ ಇನ್ನಷ್ಟು ಹೊಲಸಾಗಿ ಕಾಣುತ್ತಿತ್ತು.

ತುಸು ತಿಳಿಗೇಡಿಯಾಗಿದ್ದರೂ ಅವನು ಒಳ್ಳೆಯ ಮನುಷ್ಯ. ಮಾತಾಡುವಾಗ ಒಂದಿಷ್ಟು ತೊದಲುತ್ತಿದ್ದ. ಹೀಗೆ ತೊದಲಿ ಮಾತಿಗೆ ತಡೆ ಉಂಟಾದಾಗಲೆಲ್ಲ 'ಯಾಕೆ' ಎನ್ನುವ ಶಬ್ದ ಬಳಸುತ್ತಿದ್ದ. ಆದರೆ 'ಯಾಕೆ' ಎಂದು ಹೇಳುವಾಗಲೂ ಆತ ತೊದಲುತ್ತಿದ್ದ.

ಸೂರ್ಯ ಕೆಳಗೆ ಇಳಿಯುತ್ತಾ ಇದ್ದ. ತನ್ನ ಕಿರಣಗಳ ಹೊನ್ನ ಬಣ್ಣವನ್ನು ಬಂಗಾರದ ಕಣಿವೆಯ ಗಿಡ ಮರಗಳ ಮೇಲೆಲ್ಲ ಹರಡುತ್ತಿದ್ದ. ಬಾಬ್ ಕೆಲಸ ನಿಲ್ಲಿಸಿ, ಮೇಲೆ ಬಂದು ಪಶ್ಚಿಮ ಬೆಟ್ಟದ ಕಾಲುದಾರಿಯಲ್ಲಿ ನಡೆದ. ಎಂದಿನಂತೆ ಆತ ಹತ್ತಿ ಬಟ್ಟೆಯ ಶರ್ಟು, ಚಡ್ಡಿ, ಮಾಸಿದ ಹ್ಯಾಟು, ವೆಸ್ಟ್‌ಕೋಟು ಮತ್ತು ಹಳೆಯ ಬೂಟ್ಸು ಧರಿಸಿದ್ದ. ಒಂದು ಕೈಯಲ್ಲಿ ಸಲಿಕೆ ಮತ್ತು ಪಿಕಾಸು ಹಿಡಿದುಕೊಂಡಿದ್ದ. ಅವನ ತೋಳಿನ ಅಡಿಯಲ್ಲಿ ಜಾಳಿಸುವ ಒಂದು ದೊಡ್ಡ ತಟ್ಟೆ ಇತ್ತು. ರಾಟೆಯ ಕಂಬದ ಬಳಿ ನಿಂತು ಆತ ಹುಡುಗನಿಗಾಗಿ ಕೂಗಿದ. ನಿತ್ಯ ಅವನು ಕೂಗುವುದು ಅದೇ ರೀತಿ.

"ಏ ಐಲೀ, ನೋಡಿಲ್ಲಿ."

"ಏನು ಬಾಬ್."

"ಪೊದೆಯಲ್ಲಿ-ಯಾಕೆ-ಸಣ್ಣ ಮ್ಯಾಗ್‌ಪೈ ಹಕ್ಕಿಯೊಂದನ್ನು ನೋಡಿದ್ದೀನಿ, ನೀನು ಅದನ್ನು ಹಿಡೀಬಹುದು."

"ರಾಟೆ ಬಿಟ್ಟು ಬರೋದಕ್ಕಾಗಲ್ಲ. ಅಪ್ಪ ಕೆಳಗಿದ್ದಾರೆ."

"ಈ ಹಳೆ ಸುರಂಗದಲ್ಲಿ-ಯಾಕೆ-ಅದಿರು ಕೆಸರು ಇದೆ ಅಂತ ಅಪ್ಪನಿಗೆ ಗೊತ್ತಾಗಿದ್ದು ಹೇಗೆ ?"

"ಶನಿವಾರ ಮುದುಕ ಕಾರ್ನಿಯನ್ನು ಅಪ್ಪ ಪೇಟೆಯಲ್ಲಿ ನೋಡಿದ್ದ. ಅಗೆದು ಮೇಲೆತ್ತಿದ್ರೆ ಕೆಲಸಕ್ಕೆ ತಕ್ಕ ಫಲ ದೊರೀಬಹುದಾದಷ್ಟು ಅದಿರು, ಕೆಸರು ಅಲ್ಲಿದೆ ಅಂತ ಆತ ಹೇಳಿದ್ದ. ಹಾಗೆ ಬೆಳಗ್ಗಿಂದ ಮೇಲೆಳೀತಾ ಇದ್ದೀವಿ."

ಬಾಬ್ ತನ್ನ ಉಪಕರಣಗಳನ್ನು ಅಲ್ಲೇ ಇಟ್ಟು ಚಡ್ಡಿಯನ್ನು ಮೇಲೆತ್ತಿ ಒಂದು ಹಿಮ್ಮಡಿಯ ಮೇಲೆ ಕೂತ. ಬಳಿಕ ಮಣ್ಣಿನ ಪೈಪು ಹೊರ ತೆಗೆದು ಅದಕ್ಕೆ ಬೆಂಕಿ ಸೋಕಿಸುತ್ತಾ ಐಲಿಯೊಡನೆ ಕೇಳಿದ :

"ಸ್ಲೇಟಿನಲ್ಲಿ ಏನು ಬರೀತಾ ಇದ್ದೀ ?"

"ಲೆಕ್ಕ."

ಬಾಬ್ ಹೊಗೆ ಉಗುಳಿದ. ಮಣ್ಣಿನಲ್ಲಿ ಸರಿಯಾಗಿ ಕುಳಿತುಕೊಳ್ಳುತ್ತಾ ಹೇಳಿದ :

"ಅದರಿಂದ ಏನೂ ಪ್ರಯೋಜನವಿಲ್ಲ. ವಿದ್ಯೆಯಿಂದ ಏನೂ ಲಾಭ ಇಲ್ಲಪ್ಪ."

"ಅಂದರೆ ಓದೋದು, ಬರೆಯೋದು, ಲೆಕ್ಕ ಮಾಡೋದು ಇದರಿಂದ ಪ್ರಯೋಜನ ಇಲ್ಲ ಅಂತ ನೀನು ಹೇಳ್ತೀಯಾ ?"

"ಐಲೀ" – ಕೆಳಗಿನಿಂದ ಕರೆ.

"ಬಂದೆ ಅಪ್ಪಾ."

ಅವನು ರಾಟೆಯ ಬಳಿ ಓಡಿ ಬಕೆಟನ್ನು ಕೆಳಗೆ ಬಿಟ್ಟ. ಬಾಬ್, ಗೆಳೆಯನ ನೆರವಿಗೆ ಬಂದ, ಆದರೆ ತನ್ನೊಬ್ಬನಿಂದಲೇ ಅದು ಸಾಧ್ಯ ಎಂದು ತೋರಿಸುವ ಹಂಬಲ ಐಲಿಯದ್ದು. ಹೀಗಾಗಿ ಗೆಳೆಯನ ಸಹಾಯವನ್ನು ಅವನು ನಿರಾಕರಿಸಿದ.

"ನೀನು... ಯಾಕೆ... ಒಂದು ದಿನ ತುಂಬಾ ಬಲಿಷ್ಠನಾಗಿ ಬಿಡ್ತೀ ಐಲೀ"

"ತಂದೆ ಬಕೆಟಿನಲ್ಲಿ ಹಾಕೋದಕ್ಕಿಂತಲೂ ಹೆಚ್ಚು ನಾನು ಮೇಲೆ ಎಳೀಬಲ್ಲೆ. ರಾಟೆ ಮತ್ತು ಹಿಡಿಗೆ ನಾನು ಹೇಗೆ ಎಣ್ಣೆ ಹಾಕಿದ್ದೀನಿ ಗೊತ್ತಾ? ಈಗ ಅದು ಬೆಣ್ಣೆಯ ಹಾಗೆ ನಯ ಆಗಿದೆ." ಹಿಡಿಯನ್ನು ಆತ ಒಂದು ಸಲ ಜಗ್ಗಿ ತೋರಿಸಿದ.

ಇಬ್ಬರೂ ಕೆಳಗೆ ಕುಳಿತುಕೊಳ್ಳುತ್ತಿದ್ದಂತೆ ಬಾಬ್ ಪ್ರಶ್ನಿಸಿದ :

"ನಿನ್ನನ್ನು ಅವರು ಐಲೀ ಅಂತ ಯಾಕೆ ಕರೆಯೋದು ? ಅದು ನಿನ್ನ ನಿಜವಾದ ಹೆಸರು ಅಲ್ಲ ಅಲ್ವಾ ?"

"ಅಲ್ಲ. ನನ್ನ ಹೆಸರು ಹ್ಯಾರಿ ಅಂತ. ಅಪ್ಪನ ಜೊತೆ ಕೆಲ್ಸ ಮಾಡ್ತಿದ್ದವನೊಬ್ಬ ನನ್ನ ತಂದೆಯ ಮಟ್ಟಿಗೆ ನಾನು ಸಮುದ್ರ ಮಧ್ಯದಲ್ಲಿನ ಒಂದು ಪುಟ್ಟ ದ್ವೀಪ ಅಂದ. ಹೀಗಾಗಿ ಐಲ್ ಹೋಗಿ ಐಲೀ ಆಯಿತು. ಅದೇ ಖಾಯಂ ಆಗಿ ಉಳಕೊಂಡ್ತು!"

"ನಿನಗೆ ಒಬ್ಬ–ಯಾಕೆ–ಅಣ್ಣ ಇದ್ದ ಅಲ್ವಾ ?"

"ಹೌದು. ಅದು ನಾನು ಹುಟ್ಟೋ ಮೊದಲು. ಈಗ ಸತ್ತಿದ್ದಾನೆ. ಅಮ್ಮ ಹೇಳ್ತಿದ್ದಳು, ಅವನು ಸತ್ತಿದ್ದಾನೋ ಇಲ್ಲವೋ ಅಂತ ಗೊತ್ತಿಲ್ಲ ಅಂತ. ಆದರೆ ಅಪ್ಪ ಮಾತ್ರ ಹೇಳ್ತಿದ್ದ– ಅವನ ಮಟ್ಟಿಗೆ ನನ್ನಣ್ಣ ಸತ್ತೇ ಹೋಗಿದ್ದಾನೆ ಅಂತ."

"ನಿನ್ನ ತಂದೆಗೆ ಒಬ್ಬ ತಮ್ಮ ಕೂಡಾ ಇದ್ದನಂತಲ್ಲ, – ಯಾಕೆ–ನೀನು ಅವನ ವಿಷಯ ಕೇಳಿದ್ದೀಯ ?"

"ಹೌದು. ತಂದೆ ಒಂದು ಸಲ ಅಮ್ಮನೊಡನೆ ಆ ಸುದ್ದಿ ಮಾತಾಡೋದು ಕೇಳಿದ್ದೆ. ಯಾವುದೋ ಒಂದು ಬಾರ್‌ನಲ್ಲಿ ಕೊಲೆ ಆದ ಒಂದು ವ್ಯವಹಾರದಲ್ಲಿ ಅವನೂ ಸಿಕ್ಕಿಹಾಕ್ಕೊಂಡನಂತೆ."

"ನಿನ್ನ ಅಪ್ಪ... ಯಾಕೆ... ಅಪ್ಪ... ಯಾಕೆ... ಅವನನ್ನು ಪ್ರೀತಿಸ್ತಿದ್ದನಾ ?"

"ಹೌದು; 'ಒಮ್ಮೆ ಪ್ರೀತಿಸ್ತಿದ್ದೆ, ಆದರೆ ಅದೆಲ್ಲ ಹಳೆ ಕತೆ' ಅಂತ ಅಪ್ಪ ಹೇಳೋದನ್ನು ಕೇಳಿದ್ದೆ."

ಬಾಬ್ ದಂ ಎಳೆದು ಹೊಗೆ ಉಗುಳುತ್ತಾ ಆಕಾಶ ನೋಡಿದ. ಬಿಳಿಯ ಮೋಡವೊಂದು ನಿಧಾನವಾಗಿ ಚಲಿಸುತ್ತಿತ್ತು. "ಎಲ್ಲಾ... ಎಲ್ಲಾ ಯಾಕೆ... ಹಳೆ ಕತೆ ?" ಆತ ತನ್ನಷ್ಟಕ್ಕೆ ಗೊಣಗಿದ.

"ಏನು ?" ಐಲಿ ಕೇಳಿದ.

"ಅದು... ಅದೂ... ಯಾಕೆ... ಏನಿಲ್ಲ." ತಟ್ಟನೆ ಎಚ್ಚರ ಆದವನಂತೆ ಬಾಬ್ ಹೇಳಿದ.

"ನಿನ್ನ ತಂದೆಯ ಕೋಟಿನ ಜೇಬಿನಲ್ಲಿರೋದು – ಅದೇನು ಒಂದು ಪತ್ರಿಕೇನಾ?"

"ಹೌದು." ಐಲಿ ಅದನ್ನು ಹೊರತೆಗೆದ.

ಬಾಬ್ ಅದನ್ನು ಕೈಗೆತ್ತಿಕೊಂಡ. ಒಂದು ಕ್ಷಣ ನೆಟ್ಟ ನೋಟದಿಂದ ಅದನ್ನೇ ನೋಡಿದ. ಬಳಿಕ ಒಬ್ಬ ಸಿಂಪಿಗನ ಜಾಹೀರಾತಿನ ಮೇಲೆ ಬೆರಳಿಟ್ಟು ಆತ ಹೇಳಿದ:

"ಹೊಸ ಬಂಗಾರದ ಗನಿಯ ವಿಷಯ ಇಲ್ಲೇನೋ ಇದೆ. ನೀನದನ್ನು-ಯಾಕೆ-ನನಗೆ ಓದಿ ಹೇಳು ಐಲೀ. ನನಗೆ-ಯಾಕೆ-ಇತ್ತೀಚೆಗೆ ಸಣ್ಣ ಅಕ್ಷರ ಕಾಣಿಸೋಲ್ಲ."

"ಅದಲ್ಲ ಇಲ್ಲಿರೋದು. ಇದು ಬೇರೆ ವಿಷಯ..." ಕಾಗದ ತೆಗೆದುಕೊಂಡು ಐಲಿ ಹೇಳಿದ.

"ಐಲೀ..."

"ಬಾಬ್, ಕೊಂಚ ತಾಳು. ಅಪ್ಪ ಕರೀತಾನೆ."

ಅವನು ಓಡಿದ. ರಾಟೆಯ ಕಂಬದ ಮೇಲೆ ಕೈಗಳನ್ನು ಆಧರಿಸಿ ಕೆಳಗೆ ಬಗ್ಗಿದ. ಒಮ್ಮೆಲೆ ಕಂಬ ಜಾರಿತು. ಹಿಡಿತ ತಪ್ಪಿ ಹುಡುಗ ಕೆಳಗೆ ಬಿದ್ದ. ಬೀಳುವ ರಭಸಕ್ಕೆ ಅವನ ಪುಟ್ಟ ದೇಹ ಸುರಂಗದ ಬದಿಗಳಿಗೆ ಎರಡು ಮೂರು ಸಲ ಢಿಕ್ಕಿ ಹೊಡೆಯಿತು. ಅಲ್ಲಿಂದ ಉರುಳಿ ಅದು ನೇರ ಮೇಸನ್ನನ ಕಾಲಬುಡದಲ್ಲಿ ಬಿತ್ತು – ಕೊರಡಿನಂತೆ ನಿಶ್ಚಲವಾಗಿ!

"ಮೇಸನ್..."

"ಹ್ಞೂಂ..."

"ಬಕೆಟಿನಲ್ಲಿ ಅವನನ್ನು ಹಾಕಿ, ನಿನ್ನ ಬೆಲ್ಟ್‌ನಿಂದ ಅದನ್ನು ಹಗ್ಗಕ್ಕೆ ಕಟ್ಟು."

ಕೆಲವು ಕ್ಷಣಗಳ ಬಳಿಕ ಕೆಳಗಿನಿಂದ ಸ್ವರ ಕೇಳಿತು.

"ಬಾಬ್... ಹ್ಞೂಂ... ಈಗ ...!"

ಬಾಬ್ ನಡುಗುವ ಕೈಗಳಿಂದ ಹಿಡಿಯನ್ನು ತಿರುಗಿಸಿದ. ನಿಧಾನವಾಗಿ ಎಳೆಯ ದೇಹ ಗೋಚರಿಸಿತು. ಕೆಸರು ಮಣ್ಣಿನಿಂದ ಮುಚ್ಚಿದ್ದ ಜರ್ಝರಿತ ದೇಹ. ಮೇಸನ್, ಸುರಂಗದ ಅಂಚಿನ ಮೆಟ್ಟಲು ಹತ್ತಿ ಮೇಲೆ ಬರುತ್ತಿದ್ದ.

ಬಾಬ್ ಹುಡುಗನನ್ನು ಮೆಲ್ಲನೆ ಬಕೆಟ್‌ನಿಂದ ಈಚೆ ತೆಗೆದು, ಮರದ ಅಡಿಯಲ್ಲಿ ಮೆತ್ತನೆಯ ಹುಲ್ಲಿನ ಮೇಲೆ ಮಲಗಿಸಿದ. ಮಗುವಿನ ಹಣೆಯ ಗಾಯವನ್ನು ಒರಸಿದ. ಮೆತ್ತಿಕೊಂಡ ಮಣ್ಣನ್ನು ಉಜ್ಜತೊಡಗಿದ. ಒಂದಿಷ್ಟು ಕೆಸರು ನೀರನ್ನು ಅವನ ಮೇಲೆ ಚೆಲ್ಲಿದ.

ಐಲಿ ನಿಧಾನವಾಗಿ ಒಮ್ಮೆ ಉಸಿರು ಬಿಟ್ಟ. ರೆಪ್ಪೆ ತೆರೆದ.

"ನಿನಗೆ... ನಿನಗೆ-ಯಾಕೆ-ತುಂಬಾ ನೋವಾಗ್ತದಾ ಐಲೀ?" ಬಾಬ್ ಕೇಳಿದ.

"ಬೆ... ಬೆನ್ನು... ಮುರಿದು ಹೋಗಿದೆ ಬಾಬ್!"

"ಛೆ! ಹಾಗೆ-ಯಾಕೆ-ಹಾಗೆ ಆಗಿರಲಿಕ್ಕಿಲ್ಲ."

ಸ್ವಲ್ಪ ಹೊತ್ತು ಮೌನ.

"ಅಪ್ಪ ಎಲ್ಲಿ?"

"ಬರ್‍ತಾನೆ."

"ಅಪ್ಪಾ! ಅಪ್ಪಾ ...! ಬೇಗ... ಬೇಗ ಅಪ್ಪಾ!" ಹುಡುಗ ಚಡಪಡಿಸಿದ.

ಅಷ್ಟರಲ್ಲಿ ಮೇಸನ್ ಅಲ್ಲಿಗೆ ಬಂದ. ಅವನ ಇನ್ನೊಂದು ಪಕ್ಕದಲ್ಲಿ ಮಂಡಿಯೂರಿ ತಡವರಿಸಿದ.

"ನಾನು... ನಾನು–ಯಾಕೆ–ಸ್ವಲ್ಪ ಬ್ರಾಂಡಿ ತರಲೇ ?" ಬಾಬ್ ಕೇಳಿದ.

"ಪ್ರಯೋಜನ ಇಲ್ಲ ಬಾಬ್... ನಾನು... ನಾನೆಲ್ಲ ನುಚ್ಚುನುರಿಯಾಗಿದ್ದೀನಿ" ಐಲಿ ಮೆಲ್ಲನೆ ಉತ್ತರಿಸಿದ.

"ಈಗ ಒಂದಿಷ್ಟಾದರೂ ಹುಷಾರಾದ ಹಾಗೆ ಕಾಣ್ಣೋದಿಲ್ವಾ ಮಗಾ?"

"ಇಲ್ಲ... ನಾನು... ಬದುಕೋದಿಲ್ಲ ಬಾಬ್ ಸಾ...ಯ್ತೇನೆ."

"ಹಾಗೆ ಹೇಳ್ಬೇಡ... ಐಲೀ" ಬಾಬ್ ಅಳುತ್ತಾ ನುಡಿದ.

ತುಸು ಹೊತ್ತು ಮೌನ. ಅವನ ಶರೀರ ಒಮ್ಮೆಲೇ ನೋವಿನಿಂದ ಹೊರಳಿತು. ಒಂದೇ ಕ್ಷಣ ಈ ಹೊರಳಾಟ. ಅವನು ಮೆಲ್ಲನೆ, ತೀರಾ ಮೆಲ್ಲನೆ ಹೇಳಿದ.

"ಗುಡ್ ಬೈ ಬಾಬ್ !"

ಬಾಬ್ ಅವನ ಬಳಿ ಬಾಗಿ ಮಾತಾಡಲು ಒದ್ದಾಡಿದ.

"ಐಲೀ... ಐ..."

ಬೊಂಬೆಯಂತೆ ಶೂನ್ಯ ನೋಟ ಹರಿಸಿ ನಿಂತಿದ್ದ ತಂದೆಯ ಕಡೆಗೆ ಮಗು ತನ್ನ ಕೈಗಳನ್ನು ಚಾಚಿತು.

"ಅಪ್ಪಾ... ಅಪ್ಪಾ ... ನಾನು... ಹೋಗ್ತೇನೆ !"

ಮೇಸನ್ನನ ನಿರ್ಜೀವ ತುಟಿ ಕಂಪಿಸಿತು. ಎದೆಯ ನೋವು ಅವ್ಯಕ್ತ ಸ್ವರವಾಗಿ ಹೊರಬಂತು. ಮತ್ತೆ ಮೊದಲಿನಂತೆ ಮೌನ. ಶೀತಲ ಮೌನ.

ಬಾಬ್ ತನ್ನ ಹ್ಯಾಟ್ ತೆಗೆದು ಅದರಲ್ಲಿ ತನ್ನ ಮುಖ ಒರೆಸಿಕೊಂಡ. ಅವನ ವಿಕಾರ ಮುಖವೂ ಇದಿರಿನಲ್ಲಿ ಶಿಲೆಯಂತೆ ನಿಂತಿದ್ದ ಮೇಸನ್‌ನ ಮುಖದಂತೆಯೇ ಕಾಣುತ್ತಿತ್ತು.

ನಡುವೆ ಸತ್ತು ಮಲಗಿದ ಎಳೆಯನ ದೇಹ. ಅದರ ಎರಡು ಪಕ್ಕಗಳಲ್ಲಿದ್ದ ಜೀವಗಳೆರಡೂ ಒಂದು ಕ್ಷಣ ಒಬ್ಬರನ್ನೊಬ್ಬರು ಮೌನವಾಗಿ ನೋಡಿದರು. ಕೊನೆಗೆ ಬಾಬ್ ಹೇಳಿದ :

"ಅವನಿಗೆ ಕೊನೆಗೂ ಗೊತ್ತಾಗಲಿಲ್ಲ."

"ಅದರಿಂದ ಏನಾಯ್ತು ?" ಮೇಸನ್ ಒರಟಾಗಿ ನುಡಿದು, ಮಗುವಿನ ದೇಹವನ್ನು ಹೊತ್ತುಕೊಂಡು ಗುಡಿಸಲ ಕಡೆಗೆ ನಡೆದ.

ಮರುದಿನ ಬೆಳಿಗ್ಗೆ ಸುದ್ದಿ ಕೇಳಿ ಸಣ್ಣ ಗುಂಪೊಂದು ಅವನ ಗುಡಿಸಲಿಗೆ ಬಂತು. ಮಾರ್ಟಿನ್ನನ ಹೆಂಡತಿ ಬೆಳಿಗ್ಗೆ ಇಡೀ ಗುಡಿಸಲಿನಲ್ಲಿದ್ದು ಬಹಳಷ್ಟು ಸಹಾಯ ಮಾಡಿದ್ದಳು. ಒಬ್ಬಳು ತನ್ನ ಗಂಡನಲ್ಲಿದ್ದ ಒಂದೇ ಒಂದು ಬಿಳಿಯ ಶರ್ಟನ್ನು ಹರಿದು ಹೆಣಕ್ಕೆ ಹೊದಿಸಿದ್ದಳು. ಶಕ್ತಿ ಮೀರಿ ಅವರೆಲ್ಲ ಆ ಪುಟ್ಟ ದೇಹವನ್ನು ಸಿಂಗರಿಸಿದ್ದರು.

ಅಗೆಯುವವರು ತಮ್ಮ ಹ್ಯಾಟುಗಳನ್ನು ಮೇಲೆತ್ತಿ, ಗುಡಿಸಲಿನ ತಗ್ಗಾದ ಬಾಗಿಲನ್ನು ಬಗ್ಗಿ ದಾಟುತ್ತಾ, ಒಬ್ಬರ ಬಳಿಕ ಇನ್ನೊಬ್ಬರಂತೆ ಒಳಗೆ ಪ್ರವೇಶಿಸಿದರು. ತನ್ನ ತಲೆಯನ್ನು ಕೈಗಳ ಮೇಲಿಟ್ಟು ಮಂಚದ ಬುಡದಲ್ಲಿ ಮೌನವಾಗಿ ಕುಳಿತಿದ್ದ ಮೇಸನ್ ಅವರನ್ನು ಶೂನ್ಯ ನೋಟದಿಂದ ನೋಡುತ್ತಿದ್ದ.

ಶವದ ಪೆಟ್ಟಿಗೆಗಾಗಿ ಹಲಿಗೆಗೆಂದು ಬಾಬ್ ಕ್ಯಾಂಪಿನಲ್ಲೆಲ್ಲ ಹುಡುಕಾಡಿದ್ದ. "ನಾನು ಅವನಿಗಾಗಿ ಮಾಡೋ ಕೊನೆ ಸೇವೆ–ಯಾಕೆ–ಇದೇ" ಎಂದಿದ್ದ. ಕೊನೆಗೆ ಹತಾಶನಾಗಿ ಆತ ಮಾರ್ಟಿನ್ನನ ಹೆಂಡತಿಯ ಬಳಿ ಬಂದ. ಅವಳು ಅವನನ್ನು ಒಳಗೆ ಕರೆದುಕೊಂಡು

ಹೋದಳು. ಅಲ್ಲಿ ಅತ್ಯಂತ ಪ್ರೀತಿಯಿಂದ ಕಾದಿರಿಸಿದ್ದ ಪೈನ್ ಮರದ ತನ್ನ ಮೇಜನ್ನು ತೋರಿಸಿ ಹೇಳಿದಳು :

"ಈ ಮೇಜನ್ನು ಮುರಿದು ಬಿಡು."

ಅದರ ಮೇಲಿದ್ದ ಸಾಮಾನುಗಳನ್ನು ತೆಗೆದು, ಬಾಬ್ ಮೇಜನ್ನು ಕೆಳಗಿಟ್ಟು, ಹಲಗೆ ಒಡೆದು ಪೆಟ್ಟಿಗೆ ತಯಾರಿಸಿದ. ಅದರ ಮೇಲೆ ಹೊದಿಸಲು ಒಬ್ಬಳು, ತನ್ನ ಕಪ್ಪು ಬಣ್ಣದ ಸ್ಕರ್ಟ್ ಕೊಟ್ಟಳು. ಬಾಬ್ ಅದನ್ನು ಪೆಟ್ಟಿಗೆಗೆ ಮೊಳೆಯಲ್ಲಿ ಜಡಿದ. ಮಾರ್ಟಿನ್ನ ಹಳೆಯ ಗಾಡಿ ಶವ ಒಯ್ಯುವ ಬಂಡಿಯಾಯಿತು. ಗಾಡಿಯ ಎರಡು ಪಕ್ಕದಲ್ಲಿ ಹೆಣದ ಪೆಟ್ಟಿಗೆಯ ಬದಿಯಲ್ಲಿ ಎರಡು ಜಾಯಿಕಾಯಿ ಪೆಟ್ಟಿಗೆ ಇಟ್ಟು ಅದರಲ್ಲಿ ಶ್ರೀಮತಿ ಮಾರ್ಟಿನ್ ಮತ್ತು ಶ್ರೀಮತಿ ಗ್ರಿಮ್‌ಶಾ ಕುಳಿತುಕೊಳ್ಳುವ ಏರ್ಪಾಡು ಮಾಡಿದರು. ಅವರು ಮೌನವಾಗಿ ಕಣ್ಣೀರು ಸುರಿಸುತ್ತಾ ಬಂಡಿ ಏರಿದರು.

ಬಂಡಿ ಓಡಿಸುವ ಮೊದಲು 'ಪ್ಯಾಟ್ ಮಾರ್ಟಿನ್ನನಿಗೆ ತನ್ನ ಪೈಪಿನ ನೆನಪಾಯಿತು. ಆದರೆ ಅವನು ಆ ಬಯಕೆಯನ್ನು ತಡೆ ಹಿಡಿದು ಚಾಲಕನ ಸ್ಥಾನದಲ್ಲಿ ಕುಳಿತ. ಮೇಸನ್ ತನ್ನ ಗುಡಿಸಲಿಗೆ ಬೀಗ ಹಾಕಿದ. ಬಲವಾದ ಎರಡು ಪೆಟ್ಟು, ಯೋಚನೆಯಲ್ಲಿದ್ದ ಕುದುರೆಯನ್ನು ಎಚ್ಚರಿಸಿತು. ತುಸು ಹೊತ್ತಿನಲ್ಲಿ 'ಪೇಟೆಯ' ರುದ್ರಭೂಮಿಗೆ ಸಾಗುತ್ತಿದ್ದ ಶವಯಾತ್ರೆಯ ನೋಟ ಮಾಯವಾಯಿತು.

ಇದಾದ ಆರು ತಿಂಗಳ ಬಳಿಕ ಬಾಬ್ ಸಾಕಿನ್ಸ್ ಎಲ್ಲೋ ಹೋದವನು ಮರಳಿ ಬರುವಾಗ ಉದ್ದದ, ತುಂಬುಗಡ್ಡದ ಒಬ್ಬ ತರುಣನನ್ನು ಜತೆಗೆ ಕರೆದುಕೊಂಡು ಬಂದ. ಅವರು ಬರುವಾಗ ಕತ್ತಲಾಗಿತ್ತು. ಇಬ್ಬರೂ ನೇರ ಮೇಸನ್ನನ ಗುಡಿಸಲಿಗೆ ಹೋದರು. ಒಳಗೆ ದೀಪ ಉರಿಯುತ್ತಿತ್ತು. ಬಾಬ್ ಕದ ತಟ್ಟಿದಾಗ ಉತ್ತರ ಮಾತ್ರ ಬರಲಿಲ್ಲ.

"ಒಳಗೆ ಹೋಗು... ಹೆದರಬೇಡ" ಅವನು ತನ್ನ ಜೊತೆಗಾರನಿಗೆ ಹೇಳಿದ.

ಆಗಂತುಕ ಹಳೆಯ ಬಾಗಿಲನ್ನು ದೂಡಿದ. ಅದು ನೋವಿನಿಂದ ನರಳುವಂತೆ ಸದ್ದು ಮಾಡಿತು. ಆತ ಎರಡು ಹೆಜ್ಜೆ ಮುಂದೆ ಹೋಗಿ ಹ್ಯಾಟ್ ತೆಗೆದು ನಿಂತ.

ಒಂದು ಪಾತ್ರೆಯಲ್ಲಿ ಏನೋ ಕುದಿಯುತ್ತಿತ್ತು. ಮೇಸನ್ ಮೇಜಿನ ಮೇಲೆ ಕುಳಿತ್ತಿದ್ದ. ಮುಖವನ್ನು ಎರಡು ತೋಳುಗಳ ನಡುವೆ ಮುಚ್ಚಿದ್ದ.

"ಅಪ್ಪಾ !"

ಉತ್ತರ ಇಲ್ಲ. ಆದರೆ ಬೆಂಕಿಯ ಬೆಳಕಿನಲ್ಲಿ ಮೇಸನ್‌ನ ಭುಜ ಅಲುಗಾಡಿದಂತೆ ಅವನಿಗನ್ನಿಸಿತು.

ಒಂದು ಕ್ಷಣ ಅವನು ಹಿಂದೆ ಮುಂದೆ ನೋಡುತ್ತಾ ಅಲ್ಲೇ ನಿಂತ. ಬಳಿಕ ಮೇಜಿನ ಬಳಿ ನಡೆದ. ಮೆಲ್ಲನೆ ಮೇಸನ್ನನ ತೋಳು ಹಿಡಿದು ಕೇಳಿದ :

"ಅಪ್ಪಾ, ನಿನಗೆ ಇನ್ನೊಬ್ಬ ಸಂಗಾತಿ ಬೇಕಾ ?"

ಆದರೆ ನಿದ್ರಿಸುತ್ತಿದ್ದವನಿಗೆ ಈಗ ಅದರ ಅಗತ್ಯ ಇರಲಿಲ್ಲ – ಈ ಜಗತ್ತಿನಲ್ಲಂತೂ ಖಂಡಿತ ಇರಲಿಲ್ಲ !

○ ಸ್ಟೀಲಿ ರಡ್

ಅಪ್ಪನ ವಿಪತ್ತು

ಕಾಲ ಎಷ್ಟು ಬೇಗ ಕಳೆದು ಹೋಗುತ್ತದೆ ! ಅಂದಿನ ಕಠಿಣ ದುಡಿಮೆಯ ದಿನಗಳು. ಶಿಂಗ್ಲ್‌ಹಟ್‌ನಲ್ಲಿನ ಯಾತನೆಯ ಹೋರಾಟ, ಇವೆಲ್ಲ ಬಿಡುವಾಗಿದ್ದಾಗ, ಎಂದಾದರೊಮ್ಮೆ ಮನಸ್ಸಿನೊಳಗೆ ನುಗ್ಗಿ ಬರುವ ನಿನ್ನೆಯ ನೆನಪುಗಳು. ಮರೆಯಲಾರದ, ಮೈ ನವಿರೇಳಿಸುವ ವಿಚಿತ್ರ ನೆನಪುಗಳು. ನಾವು ಯಾರು ಕೂಡ ಅವುಗಳನ್ನು ಮರೆಯಲೂ ಬಯಸುವುದಿಲ್ಲ.

ಬೇಸಾಯ ನಮ್ಮ ಮಟ್ಟಿಗೆ ಬರಿಯ ಹೊರೆ ಅಥವಾ ಹೆಣಭಾರದ, ಜೀವ ಹಿಂಡುವ ಕೆಲಸವಾಗಿರಲಿಲ್ಲ. ಪರಿಸ್ಥಿತಿ ಕ್ರಮೇಣ ಸುಧಾರಿಸುತ್ತಿತ್ತು. ಅದರ ಬೆನ್ನಲ್ಲೇ ಒಂದಿಷ್ಟು ಸವಲತ್ತುಗಳು. ಇನ್ನೊಮ್ಮೆ ಗೋಧಿ ಚೆನ್ನಾಗಿ ಬೆಳೆಯಿತು. ಲಾಭ ನಮ್ಮಲ್ಲಿ ಹಿಗ್ಗು ತಂದಿತು. ಹಾಗೆಂದು ನಾವೇನೂ ಸ್ಥಿಮಿತ ಕಳೆದುಕೊಳ್ಳಲಿಲ್ಲ. ಅಭಾವದ ದಿನಗಳಂದು ಒಂದು ಶಿಲ್ಲಿಂಗಿಗಾಗಿ ನಾವು ಪಟ್ಟ ಪಾಡಿನಿಂದ ನಮಗೆ ಅದರ ಬೆಲೆಯ ಅರಿವಾಗಿತ್ತು. ಹೀಗಾಗಿ ನಾವೆಂದೂ ಸಿಕ್ಕಾಪಟ್ಟೆ ವೆಚ್ಚ ಮಾಡುತ್ತಿರಲಿಲ್ಲ. ದೇವರ ದಯೆಯಿಂದ ಒಳ್ಳೆಯ ಬೆಳೆ ಬಂತು ಎಂದುಕೊಂಡಳು ಅಮ್ಮ. ತನ್ನ ಬುದ್ಧಿವಂತಿಕೆಯಿಂದ ಹಾಗಾದದ್ದು ಎನ್ನುವುದು ಅಪ್ಪನ ಅಭಿಪ್ರಾಯ.

"ನಿಜ, ಮಕ್ಕಳೆಲ್ಲ ಚೆನ್ನಾಗಿ ಕೆಲಸ ಮಾಡಿದ್ದಾರೆ. ಹೆಂಗಸರೂ ಅಷ್ಟೋ ಇಷ್ಟೋ ದುಡಿದಿದ್ದಾರೆ. ಆದರೆ ಅದೆಲ್ಲ ಕೈಯ ಕೆಲಸ. ಅದನ್ನು ಸರಿಯಾಗಿ ಉಪಯೋಗಿಸುವ ತಲೆ ಇಲ್ಲವಾಗಿದ್ದರೆ ಏನಾಗುತ್ತಿತ್ತು ? ಅವರ ಕೈ ಮತ್ತು ನನ್ನ ತಲೆ. ಇದರ ಒಟ್ಟಿನ ಫಲ ಈ ಬೆಳೆ," ಎಂದು ಅಪ್ಪ ಹೇಳುತ್ತಿದ್ದರು.

ಅಪ್ಪನ ಈ ನಿರ್ಧಾರ ಅಂತಿಮ. ಅದರ ಮೇಲೆ ಅಪೀಲೇ ಇಲ್ಲ. ನಮ್ಮ ಕುಟುಂಬದ ಮಟ್ಟಿಗೆ ಅಪ್ಪ ನ್ಯಾಯಾಧೀಶ, ನ್ಯಾಯಪೀಠ ಮತ್ತು ಪ್ರಿವಿಕೌನ್ಸಿಲ್ ಎಲ್ಲಾ.

ಕೆಲಸ ಅಚ್ಚುಕಟ್ಟಾಗಿ ವೈಜ್ಞಾನಿಕ ರೀತಿಯಲ್ಲಿ ನಡೆಯುತ್ತಿತ್ತು. ಡೇವ್‌ನಿಗೆ ಮೂರು ಗುಳದ ಒಂದು ನೇಗಿಲು ಮತ್ತು ಕುದುರೆಗಳು. ಅದನ್ನು ಅವನು ಮಾತ್ರ ಉಪಯೋಗಿಸುತ್ತಿದ್ದ. ಜೋನಿಗೆ ಎರಡು ಗುಳದ ನೇಗಿಲು ಮತ್ತು ಕುದುರೆ. ಕೋಳಿ

ಕೂಗುವ ಹೊತ್ತಿಗೆ ಪುಟ್ಟ ಬಿಲ್ ಎದ್ದು ಕುದುರೆಗಳನ್ನು ಹುಲ್ಲುಗಾವಲಿನಿಂದ ಕರೆತಂದು ಸಂಜೆ ಮರಳಿ ಅಲ್ಲಿಗೆ ಅಟ್ಟುತ್ತಿದ್ದ. ತಂದೆಯ ಎದುರು ಆತ ಅವನ್ನು ಮೆಲ್ಲನೆ ನಡೆಸಿಕೊಂಡು ಹೋಗಿ, ಅವನು ಕಣ್ಮರೆ ಆದೊಡನೆ ಅವುಗಳ ಬೆನ್ನಿಗೆ ಬಾರಿಸಿ ರೇಸ್ ಕುದುರೆಗಳಂತೆ ಓಡಿಸುತ್ತಿದ್ದ.

ತಂದೆ ಅಷ್ಟೇನೂ ಕೆಲಸ ಮಾಡುತ್ತಿರಲಿಲ್ಲ. ಉಸ್ತುವಾರಿ ನಡೆಸಿ ಬುದ್ಧಿ ಹೇಳುತ್ತಿದ್ದರು. ಕುದುರೆಗಳಿಗೆ ಹುಲ್ಲು ಹಾಕುವುದು, ಹರಿದ ಚೀಲಗಳನ್ನು ಸರಿ ಮಾಡುವುದು, ಗದ್ದೆಗೆ ಕೋಳಿಗಳೋ, ಹಕ್ಕಿಗಳೋ ಬಂದರೆ ನಾಯಿಗಳನ್ನು ಛೂ ಬಿಡುವುದು, ಡೇವ್ ಮತ್ತು ಜೋ ಉಳುವಾಗ ಅಸಡ್ಡೆ ಮಾಡಿದರೆ ಬೆದರಿಸುವುದು – ಹೀಗೆ ಎಲ್ಲಾ ಮೇಲ್ತನಿಖೆಯ ಕೆಲಸ ಅವರದ್ದು. ಒಂದೇ ಕಡೆ ಅವರು ನಿಲ್ಲೋದು ಅಂತಲೇ ಇಲ್ಲ. ಎಲ್ಲಾ ಕಡೆ ಹೋಗಿ ಎಲ್ಲರನ್ನೂ ಎಚ್ಚರಿಸಿ ಕಿರಿಕಿರಿ ಮಾಡುತ್ತಿದ್ದರು. ಹೊರಗಿನವರು ಯಾರಾದರೂ ಬಂದರೆ ನಮ್ಮ ಕೃಷಿ ಕ್ಷೇತ್ರದ ಕುರಿತು ತುಂಬಾ ಅಭಿಮಾನದಿಂದ ವಿವರಿಸುತ್ತಿದ್ದರು. ಹಾಗೆಂದು ಪ್ರಯಾಣಿಕರು ಕೃಷಿ ಕ್ಷೇತ್ರಕ್ಕೆ ಬರುವುದು ಅಪ್ಪನಿಗೆ ಇಷ್ಟವಿರಲಿಲ್ಲ. ಕೈಸನ್ನೆಯಿಂದಲೇ ಅವರನ್ನೆಲ್ಲ ಅಪ್ಪ ದೂರ ಅಟ್ಟುತ್ತಿದ್ದರು. ಹೀಗಾಗಿ ಅಪ್ಪ ಅಂದರೆ ಅವರಿಗೂ ಅಷ್ಟು ಖುಷಿ ಇರಲಿಲ್ಲ.

ಭಾರೀ ಹಿಮದ ಬಳಿಕ ಒಂದು ದಿನ ಚೆನ್ನಾಗಿ ಬಿಸಿಲು ಬಂದಿತ್ತು. ಡೇವ್ ಮತ್ತು ಜೋ ಉದ್ದಕ್ಕೆ ನೀಟಕ್ಕೆ ಉಳುತ್ತಿದ್ದರು. ಜೋ ತಟ್ಟನೆ ನಿಂತು ಗದ್ದೆಯ ಮಧ್ಯ ನೋಡತೊಡಗಿದ.

"ಅವರು ಯಾರನ್ನು ಬೆನ್ನಟ್ಟುತ್ತಾ ಇರೋದು ?"

ಮರೆಯಾಗುತ್ತಿರುವ ಅಪ್ಪನನ್ನು ನೋಡುತ್ತಾ ಅವನು ಕೇಳಿದ. ಡೇವ್ ಕೂಡ ಕೆಲಸ ನಿಲ್ಲಿಸಿ ಅತ್ತ ನೋಡತೊಡಗಿದ.

ಅಪ್ಪ ಗದ್ದೆ ದಾಟಿ ಹುಲ್ಲುಗಾವಲಿನ ಬದಿಯ ಕಾಲುದಾರಿಯಲ್ಲಿ ಓಡತೊಡಗಿದ್ದರು. ಅಲ್ಲಿಂದ ಕೆಲವು ದಟ್ಟ ಮರಗಳ ನಡುವೆ ನುಗ್ಗಿದರು. ಅಲ್ಲಿ ಹದಿನಾಲ್ಕರಿಂದ ಇಪ್ಪತ್ತರ ಪ್ರಾಯದ, ರೀಗನ್ ಕುಟುಂಬದ ಮೂವರು ಹುಡುಗರು ದಪ್ಪದ ಗಿಡವೊಂದನ್ನು ಬಿಲ್ಲಿನಂತೆ ಬಗ್ಗಿಸಿ ಒಂದು ಮೀಟುಗೋಲಿನ ಮೂಲಕ ಅದನ್ನು ನೆಲಕ್ಕೆ ಒತ್ತಿ ಹಿಡಿದಿದ್ದರು. ಗಿಡಕ್ಕೆ ಸರಿಗೆಯ ಉರುಳೊಂದನ್ನು ಸಿಕ್ಕಿಸಿದ್ದರು. ಇದು ಡಿಂಗೋಗಳನ್ನು ಹಿಡಿಯಲು ಅವರು ಹೂಡಿದ ಉಪಾಯವಾಗಿತ್ತು. ತಂದೆ ಓಡಿಕೊಂಡು ಅತ್ತ ಬಂದರು. ಒಬ್ಬನ ಮೇಲೆ ಎರಗುವಷ್ಟರಲ್ಲಿ ಅವರೆಲ್ಲ ಪಲಾಯನ ಮಾಡಿದರು. ರೀಗನ್ ಹುಡುಗರೆಲ್ಲರೂ ಒಳ್ಳೆ ಓಟಗಾರರಾಗಿದ್ದರು.

"ನಿಮಗೆ ಬುದ್ಧಿ ಕಲಿಸದೆ ಬಿಡೋದಿಲ್ಲ. ಹಲ್ಕಾ ಮಕ್ಕಳು!" ಅಪ್ಪ ಜೋರಾಗಿ ಕಿರಿಚಿ ಅವರನ್ನು ಅಟ್ಟಿದರು. ಅವರು ಹೆದರಿ ಇನ್ನಷ್ಟು ಜೋರಾಗಿ ಓಡತೊಡಗಿದರು.

ತಂದೆ ಬಗ್ಗಿಸಿದ ಗಿಡವನ್ನು ನೋಡಿದರು. ಅದೇನೆಂದು ಅವರಿಗೆ ಅರ್ಥವಾಗಲಿಲ್ಲ. ಅರ್ಥ ತಿಳಿಯುವ ಸಲುವಾಗಿ ಸುತ್ತಮುತ್ತ ಹರಡಿದ್ದ ಎಲೆಗಳ ರಾಶಿಯನ್ನು ಒಂದು ಕಾಲಿನಿಂದ ಒದ್ದರು. ಅವುಗಳ ಅಡಿಯಲ್ಲಿದ್ದ ಉರುಳಿನಲ್ಲಿ ಆ ಕಾಲು ಸಿಲುಕಿಕೊಂಡಿತು. ಬಗ್ಗಿಸಲಾಗಿದ್ದ ಗಿಡ ತಟ್ಟನೆ ಮೀಟುಗೋಲಿನಿಂದ ತೊಲಗಿ, ಅಪ್ಪನನ್ನು ಹೊತ್ತುಕೊಂಡು ಮೇಲಕ್ಕೆ ಹಾರಿತು. ಅಪ್ಪನಿಗೆ ಈಗ ಅರ್ಥವಾಯಿತು. ಅದರೆ ಅವರನ್ನು ಪೂರ್ಣ ಮೇಲಕ್ಕೆತ್ತುವಷ್ಟು ಗಟ್ಟಿಯಾಗಿರಲಿಲ್ಲ ಗಿಡ. ಅವರ ತಲೆ, ಎದೆ ಮತ್ತು ಕೈಗಳು ನೆಲಕ್ಕೆ ತಾಗಿಕೊಂಡೇ ಇದ್ದವು. ಅವರು ಕಟುಕನ ಅಂಗಡಿಯಲ್ಲಿ ಕೊಂಡಿಗೆ ಅರ್ಧ ಸಿಲುಕಿಸಿದ

ಎತ್ತಿನ ದೇಹದಂತೆ ಜೋತಾಡ ತೊಡಗಿದರು. ನೋವಿನಿಂದ, ಸಿಟ್ಟಿನಿಂದ ಗರ್ಜಿಸುತ್ತಾ ಚಡಪಡಿಸಿದರು. ಸ್ವತಂತ್ರವಾಗಿದ್ದ ಒಂದು ಕಾಲಿನಿಂದ ಆಚೆ ಒದೆಯುತ್ತಾ, ಹುಲ್ಲನ್ನು ಗಟ್ಟಿಯಾಗಿ ಹಿಡಿದುಕೊಂಡರು. ಬಳಿಕ ತಲೆಯ ಸುತ್ತಣ ಜಾಗವನ್ನು ಖಾಲಿ ಮಾಡಿ, ಕೈಗಳಿಂದ ಹಲವು ಸಲ ಈಜುವ ಚಲನ ವಲನಗಳನ್ನು ಮಾಡಿದರು. ಆದರೂ ಅವರಿಗೆ ಬಿಡುಗಡೆ ದೊರೆಯಲಿಲ್ಲ. ಅವರು ಮತ್ತೂ ನೇತುಕೊಂಡೇ ಇದ್ದರು.

ಒಂದು ಸಣ್ಣ ಚೂರಿ ಮತ್ತು ಎರಡು ಶಿಲ್ಲಿಂಗಿನ ನಾಣ್ಯವೊಂದು ಅವರ ಚಡ್ಡಿಯ ಜೇಬಿನಿಂದ ಕೆಳಗೆ ಬಿತ್ತು. ಅದನ್ನು ಅವರು ಕೈಯಲ್ಲಿ ತೆಗೆದುಕೊಂಡರು. ಬಿಡುಗಡೆಗಾಗಿ ಚಡಪಡಿಸುವುದನ್ನು ಬಿಟ್ಟು ಯೋಚಿಸತೊಡಗಿದರು.

ಡೇವ್ ಮತ್ತು ಜೋ ಅಪ್ಪ ಹೋದ ದಾರಿಯ ಕಡೆಗೆ ಇನ್ನೂ ನೋಡುತ್ತಲೇ ಇದ್ದರು. ಆದರೆ ಅಪ್ಪನಿಗೂ ಅವರಿಗೂ ಸುಮಾರು ಒಂದು ಮೈಲಿನಷ್ಟು ಅಂತರ ಇತ್ತು.

ಹುಡುಗರು ಉರುಳು ಕಟ್ಟುತ್ತಿರುವಾಗ ಅವರ ನಾಯಿ ಬೇಟೆ ಹುಡುಕುತ್ತಾ ದೂರ ಹೋಗಿತ್ತು. ತುಸು ಹೊತ್ತಿನಲ್ಲೇ ಅದು ಏದುತ್ತಾ ಬಂತು. ಅದು ಭಯಂಕರ, ಕ್ರೂರ ಜಾತಿಯ ನಾಯಿ. ಇಡೀ ಜಿಲ್ಲೆಯಲ್ಲೇ ಅದಕ್ಕೆ ಕೆಟ್ಟ ಹೆಸರಿತ್ತು. ಅಪ್ಪನೂ ಅದರ ಕುರಿತು ಕೇಳಿದ್ದರು. ಅದು ಇನ್ನೂ ಮರದ ಮೇಲೆ ಯೋಚಿಸುತ್ತಾ ಸದ್ದಿಲ್ಲದೆ ನೇತಾಡುತ್ತಿದ್ದ ಅಪ್ಪನತ್ತ ಹೆಜ್ಜೆ ಹಾಕಿತು.

ಅವರಿಗೆ ಆ ಸದ್ದು ಕೇಳಿಸಿತು. ಯಾರಾದರೂ ಒಬ್ಬ ತನ್ನನ್ನು ಈ ಯಾತನೆಯಿಂದ ಬಿಡುಗಡೆ ಮಾಡಲು ಬಂದಿರಬೇಕೆಂದು ಭಾವಿಸಿ ಅವರು ಕೈಗಳನ್ನು ನೆಲದ ಮೇಲೆ ಊರಿ ತಮ್ಮ ವಿಮೋಚಕನನ್ನು ಸ್ವಾಗತಿಸಿಸಲು ಕಣ್ಣುಗಳನ್ನು ಮೇಲೆತ್ತಿದರು. ಆಗ ಅವರಿಗೆ ನಾಯಿ ಕಂಡಿತು. ಅದರ ಗುರುತು ಸಿಕ್ಕಿ ಅವರು ನಿರಾಶೆಯ ನಿಟ್ಟುಸಿರು ಬಿಟ್ಟರು. ನಾಯಿ ದುರುಗುಟ್ಟಿ ಅವರನ್ನೇ ನೋಡಿತು. ಅದಕ್ಕೂ ಆಶ್ಚರ್ಯ ಆಯಿತು. ಅದು ಗುರುಗುಟ್ಟಿತು. ಭೀತಿಯಿಂದ ಅಪ್ಪನ ಮೈ ಕಂಪಿಸಿತು. ಅವರು ಭೀತಿಯ ಕಣ್ಣುಗಳಿಂದ ಅದನ್ನು ನೋಡ ತೊಡಗಿದರು. ಸಿಕ್ಕಿಕೊಂಡಿರದಿದ್ದ ಇನ್ನೊಂದು ಕಾಲನ್ನು ಜೋರಾಗಿ ಝಾಡಿಸಿ ಅವರು ಸಹಾಯಕ್ಕಾಗಿ ಕೂಗಿಕೊಂಡರು. ನಾಯಿ ಜಿಗಿದು ಕೂಡಲೇ ಹಿಂದೆ ಪಲಾಯನ ಮಾಡಲು ನಿರ್ಧರಿಸಿತು. ಆದರೆ ಅಪ್ಪ ಚಲಿಸದೆ, ಇದ್ದಲ್ಲಿಯೇ ನಿಂತಿದ್ದನ್ನು ನೋಡಿ ಅದು ಪುನಃ ಅಪ್ಪನನ್ನು ಇದಿರಿಸಿ ಜೋರಾಗಿ ಬೊಗಳತೊಡಗಿತು.

ಅಪ್ಪನ ಮುಖ ಕಪ್ಪಿಟ್ಟಿತು. ಕಣ್ಣುಗಳು ಸಿಡಿದು ಹೋಗುತ್ತವೇನೋ ಅನ್ನಿಸಿತು. ಕೈಯಲ್ಲಿದ್ದ ಎರಡು ಶಿಲ್ಲಿಂಗನ್ನು ಅವರು ನೇರ ನಾಯಿಯತ್ತ ಎಸೆಯಲು ಯತ್ನಿಸಿದರು. ಅದು ಜಾರಿ ಕೆಳಗೆ ಬಿತ್ತು. ಚೂರಿಯನ್ನು ಹಲ್ಲಿನಿಂದ ಬಿಡಿಸಿದರು. ನಾಯಿ ಇನ್ನಷ್ಟು ಹತ್ತಿರ ಬಂತು. ಅಪ್ಪನ ಸುತ್ತ ಸುತ್ತುತ್ತ, ಬೊಗಳುತ್ತಾ ಇನ್ನೂ ಮುಂದೆ ಮುಂದೆ ಬಂತು. ತಂದೆ ಚೂರಿಯನ್ನು ಗಟ್ಟಿಯಾಗಿ ಹಿಡಿದುಕೊಂಡರು. ನಾಯಿ ಬೊಗಳುವುದನ್ನು ಒಂದು ಕ್ಷಣ ನಿಲ್ಲಿಸಿತು. ಅಷ್ಟರಲ್ಲಿ ಅಪ್ಪನ ಬುದ್ಧಿ ಚುರುಕಾಯಿತು. ಧ್ವನಿ ಇಳಿಸಿ ಪ್ರೀತಿಯಿಂದ, "ಪಾಪ ! ಮುದ್ದು ನಾಯಿ... ಇಲ್ಲಿ ಬಾ..." ಎಂದು ಕರೆದರು.

ಆದರೆ ಆ ನಾಯಿಗೆ ಇಂಥಾದ್ದೆಲ್ಲ ಗೊತ್ತು. ಅಪ್ಪನ ಅಸಹಾಯತೆಯೂ ಅದಕ್ಕೆ ಚೆನ್ನಾಗಿ ಅರಿವಾಗಿತ್ತು.

ಬಹಳ ಹೊತ್ತು ಅಪ್ಪನ ನಿರೀಕ್ಷೆಯಲ್ಲಿದ್ದ ಡೇವ್ ಮತ್ತು ಜೋ ಈಗ ಉಳುವುದಕ್ಕೆ

ಪ್ರಾರಂಭಿಸಿದ್ದರು. ಆದರೆ ಆ ಹುಡುಗರು ತಮ್ಮ ನಾಯಿ ಬೊಗಳುವ ಸದ್ದು ಕೇಳಿ ಅತ್ತ ಕಳ್ಳ ಹೆಜ್ಜೆ ಹಾಕಿದರು. ಉರುಳಿನ ಹತ್ತಿರ ಬಂದೊಡನೆ ಅವರಿಗೆ ಪರಿಸ್ಥಿತಿಯ ಅರಿವಾಯಿತು. ನಾಯಿ ಮುನ್ನುಗ್ಗದಂತೆ ಅದನ್ನು ಎಚ್ಚರಿಸುತ್ತಾ ಅವರು ಓಡಿ ಬಂದರು.

ಆದರೆ ಅವರ ಸ್ವರ ನಾಯಿಗೆ ಮತ್ತಷ್ಟು ಉತ್ತೇಜನ ನೀಡಿತು. ಅವರ ಸಿಳ್ಳು ಕೊಳ್ಳೆಯ ಮೇಲೆ ಎರಗುವ ಸೂಚನೆ ಎಂದು ಅದು ತಪ್ಪಾಗಿ ಅರ್ಥ ಮಾಡಿಕೊಂಡಿತು. ಹಲ್ಲು ಮಸೆಯುತ್ತಾ ಅಪ್ಪನ ತೀರಾ ಹತ್ತಿರ, ಅವರ ಎದೆಯ ಪಕ್ಕಕ್ಕೇ ಅದು ಬಂತು. ಅಪ್ಪನ ಶರೀರ ಥರಥರ ನಡುಗತೊಡಗಿತು. ಅವರು ಚೂರಿಯನ್ನು ನಾಯಿಯ ಮುಸುಡಿಗೆ ಗುರಿಯಿಟ್ಟು ಎಸೆದರು. ಅದು ಗುರಿ ತಪ್ಪಿತು. ಅಷ್ಟರಲ್ಲಿ ನಾಯಿ ತಟ್ಟನೆ ನೆಗೆದು ಅಪ್ಪನ ಪ್ಯಾಂಟಿನ ಮೇಲೆ ಹಲ್ಲನ್ನು ಊರಿತು. ಬಟ್ಟೆಯ ಜೊತೆ ಮಾಂಸದ ತುಣುಕೂ ಅದರ ಬಾಯಲ್ಲಿ ಬಂತು. ಅಷ್ಟು ಹೊತ್ತಿಗೆ ಹುಡುಗರು ಧಾವಿಸಿ ಬಂದು ಕೋಲುಗಳಿಂದ ನಾಯಿಯನ್ನು ಅತ್ತ ತಳ್ಳಿದರು. ಇಲ್ಲವಾಗಿದ್ದರೆ, ನಾಯಿ ಅವರನ್ನು ಚೂರು ಚೂರು ಮಾಡಿ ಬಿಡುತ್ತಿತ್ತೇನೋ ?

ಅಪ್ಪನನ್ನು ಬಂಧನದಿಂದ ಬಿಡಿಸಿ, ಪ್ರತ್ಯುತ್ತರಕ್ಕೂ ಕಾಯದೆ ಅವರು ಅಲ್ಲಿಂದ ಓಡಿ ಹೋದರು. ಹಣ ಅಥವಾ ಇನ್ನೇನನ್ನೂ ಅವರು ನಿರೀಕ್ಷಿಸಿರಲಿಲ್ಲ.

ಈ ಘಟನೆಯ ಕುರಿತು ಅಪ್ಪ ಆಗಾಗ ಹೇಳುತ್ತಲೇ ಇದ್ದರು. ಪ್ರಾಯಕ್ಕಿಂತ ಮೊದಲೇ ತನ್ನನ್ನು ವೃದ್ಧನನ್ನಾಗಿ ಮಾಡಿದ ಘಟನೆಗಳಲ್ಲಿ ಈ ಅನುಭವವೂ ಒಂದೆಂದು ಅವರು ನುಡಿಯುತ್ತಿದ್ದರು.

○ ಕ್ಯಾಥರಿನ್ ಸೂಸನ್ನಾ ಪ್ರಿಚರ್ಡ್

ಎನ್‌ಗೂಲಾ

ಆ ಮುದುಕ ಕುಂಟುತ್ತಾ ಮೆಲ್ಲನೆ ತೂರಾಡಿಕೊಂಡು ಮರಳು ತುಂಬಿದ ಏರುದಾರಿಯಲ್ಲಿ ಸಾಗುತ್ತಿದ್ದ. ಬಳ್ಳಿ ಪೊದರುಗಳಿಂದ ತುಂಬಿದ ಗುಡ್ಡದ ನಡುವಿನಿಂದ ಆ ದಾರಿ ಸಾಗಿತ್ತು. ಪಕ್ಕದ ಪೇಟೆಯಿಂದ ಕೆಲಸ ಮುಗಿಸಿ ಬರುತ್ತಿದ್ದ ಮೇರಿ ದಾರಿಯಲ್ಲಿ ಅವನನ್ನು ದಾಟಿದಳು. ಮುದುಕ ಅವಳನ್ನು ಕೂಗಿ ಕರೆದ. ಅವಳು ತಡೆದು ನಿಂತಳು. ಅವನು ತುಂಬಾ ಆಯಾಸಗೊಂಡವನಂತೆ ಮೆಲ್ಲನೆ ಅವಳ ಕಡೆಗೆ ಹೆಜ್ಜೆ ಹಾಕಿದ. ಹಳೆಯ ಹರಕು ಬೂಟಿನ ಎಡೆಯಿಂದ ಅವನ ಕಾಲಿನ ಬೆರಳುಗಳು ಹೊರಗೆ ಕಾಣುತ್ತಿದ್ದವು. ಅಲ್ಲಲ್ಲಿ ಗಾಯವಾಗಿ ಅವುಗಳ ಮೇಲೆ ದಪ್ಪ ಕೆಂಪು ಮಣ್ಣು ಅಂಟಿಕೊಂಡಿತ್ತು. ಆತ ಅವಳ ಹತ್ತಿರ ಬಂದು ತಾನು ಬಹಳ ದೂರದಿಂದ ಇಲ್ಲಿಗೆ ಬಂದಿರುವುದಾಗಿ ತಿಳಿಸಿದ.

"ಎನ್‌ಗೂಲಾ !... ಇಲ್ಲಿನ ಆದಿವಾಸಿಗಳ ಶಿಬಿರದಲ್ಲಿ ಎನ್‌ಗೂಲಾ ಅನ್ನೋ ಹೆಸರಿನ ಹುಡುಗಿ ಇರೋದು ಗೊತ್ತೇನಮ್ಮ ?" ಎಂದ.

"ನಾನು ಅಂಥ ಹೆಸರು ಕೇಳಿಯೇ ಇಲ್ಲ," ಎಂದು ಉತ್ತರಿಸಿ ಮೇರಿ ಮುಂದೆ ನಡೆದಳು.

ಅದು ಶನಿವಾರ ಸಂಜೆ. ಅವಳಿಗೆ ಬೇಗ ಮನೆಗೆ ಹೋಗ ಬೇಕಿತ್ತು. ಅವಳ ಒಂದು ಕೈಯಲ್ಲಿ ತಂತಿಯಿಂದ ಮಾಡಿದ ಚೀಲ ಇತ್ತು. ವಾರಾಂತ್ಯಕ್ಕೆ ಬೇಕಾಗುವಷ್ಟು ಮಾಂಸ ಮತ್ತು ತರಕಾರಿ ಅದರಲ್ಲಿದ್ದವು. ಇನ್ನೊಂದು ಕೈಯಲ್ಲಿ ಶೂಗಳನ್ನು ಹಿಡಿದುಕೊಂಡು ಅವಳು ಮರಳಿನ ಆ ದಾರಿಯಲ್ಲಿ ಮುಂದೆ ನಡೆದಳು. ಅವಳ ಪ್ರಾಯ ಸುಮಾರು ನಲವತ್ತರ ಗಡಿಯಲ್ಲಿದ್ದಿರ ಬೇಕು. ಆಕೆ ನೀಟಾದ, ಮೈತುಂಬಾ ಹೂಗಳಿರುವ ಹತ್ತಿ ಬಟ್ಟೆಯ ಸ್ಕರ್ಟ್ ಧರಿಸಿದ್ದಳು. ಮೂಲನಿವಾಸಿಗಳ ರೀತಿಯ ಸುಂದರವಾದ ಕಂದು ಕಣ್ಣುಗಳಿಂದ ಅವಳು ಮುದುಕನ ಕಣ್ಣುಗಳನ್ನು ಇದಿರಿಸಿದ್ದಳು. ಆದರೆ ಅವಳ ಕೂದಲು ಮಾತ್ರ ಕದಡಿದ ನೀರಿನಂಥ ಕಂದು ಬಣ್ಣದ್ದಾಗಿದ್ದು, ಅವಳ ಮೈಬಣ್ಣದಲ್ಲಿ ತುಸು ಹಳದಿ ಛಾಯೆ ಕಾಣುತ್ತಿತ್ತು.

ಮುದುಕ ಈ ಊರಿಗೆ ಹೊಸಬನಾಗಿರಬೇಕು ಎಂದು ಕೊಂಡಳು ಅವಳು. ದೇಶದಲ್ಲಿ ಅಳಿದುಳಿದ ಮೂಲನಿವಾಸಿ ಪಂಗಡಗಳಿಗೆ ಸೇರಿದ ಒಬ್ಬ ನಿರಾಶ್ರಿತನಾಗಿರಬೇಕು. ಗುಡ್ಡದ ಆಚೆ ಬದಿಯಲ್ಲಿದ್ದ ಮೂಲನಿವಾಸಿಗಳ ವಸತಿಗೆ ಆತ ಅಲೆಯುತ್ತಾ ಬಂದಿರಬೇಕು. ಅವನ ಮತ್ತು ಅವಳ – ಇಬ್ಬರ ಸಮಾಜದಿಂದಲೂ ಹೊರಗಾಗಿದ್ದವರಿಗೆ, ಅಂದರೆ ಬಿಳಿಯರ ಮತ್ತು ಮೂಲನಿವಾಸಿಗಳ ಮಿಶ್ರ ಸಂತತಿಗೆ ಅದೊಂದು ಆಶ್ರಯಸ್ಥಾನವಾಗಿತ್ತು. ಆದರೂ ಅವರನ್ನು ಕೂಡ ಮೂಲನಿವಾಸಿಗಳೆಂದೇ ಪರಿಗಣಿಸಲಾಗಿತ್ತು.

ಅಲ್ಲಿ ನೆಲಸಿದ್ದ ಅಲೆಮಾರಿಗಳ ಜೊತೆ ಅವಳಿಗೆ ವಿಶೇಷ ಸಂಪರ್ಕವಿರಲಿಲ್ಲ. ಆದರೆ ಅಲ್ಲಿನ ಹೆಚ್ಚಿನ ಹಿರಿಯರ ಪರಿಚಯ ಅವಳಿಗಿತ್ತು. ಅವರ ವಸತಿಕೇಂದ್ರಕ್ಕೆ ಹತ್ತಿರದಲ್ಲೇ ಅವಳ ಮನೆ. ಅವಳ ಗಂಡನೂ ಅವಳ ವರ್ಣದವನೇ. ಆದರೆ ಅವಳು ಮನೆಯನ್ನು ಅಚ್ಚುಕಟ್ಟಾಗಿ ಇಟ್ಟು ಬಿಳಿಯರನ್ನು ಅನುಕರಿಸುವುದು ಅವನಿಗೆ ಹಿಡಿಸುತ್ತಿರಲಿಲ್ಲ. ಅದೆಲ್ಲ ಅವಳು ಮಿಶನ್ ಶಾಲೆಯಲ್ಲಿ ಕಲಿತ ಅಭ್ಯಾಸ.

ಅವಳ ಮನೆಗೆ ಹೆಚ್ಚು ದೂರವಿರಲಿಲ್ಲ. ಅದು ತುಕ್ಕುಹಿಡಿದ ಡಬ್ಬ ಮತ್ತು ಹಳೆಯ ಹಲಗೆ ತುಂಡುಗಳಿಂದ ಮಾಡಿದ ಕತ್ತಲಿನ ಗೂಡು. ಮಾಡೂ ಅಷ್ಟೇ. ಮಳೆ ಬಂದಾಗ ನೀರೆಲ್ಲ ಒಳಗೆ. ಆದರೆ ಅವಳ ಪುಟ್ಟ ಮನೆ ಇರುವ ಸ್ಥಳ ಅವಳ ಸ್ವಂತದ್ದು. ಇದು ಅವಳ ಮಟ್ಟಿಗೆ ಅತ್ಯಂತ ಅಭಿಮಾನದ ಸಂಗತಿ. ಹಲವು ವರ್ಷ ಪೇಟೆಯಲ್ಲಿ ಕಸಮುಸುರೆ ಕೆಲಸ ಮಾಡಿ ಕಷ್ಟಪಟ್ಟು ಉಳಿಸಿ, ಆ ಸ್ಥಳವನ್ನು ಆಕೆ ಕೊಂಡುಕೊಂಡಿದ್ದಳು. ಅವಳ ಮಕ್ಕಳು ಬೆಳೆದು ದೊಡ್ಡವರಾದ ಬಳಿಕ ಅವಳಿಂದ ದೂರ ಹೋಗಿದ್ದರು. ತನ್ನ ಭೂಮಿಯಲ್ಲಿ ಒಂದು ಮನೆ ಕಟ್ಟಿಸಬೇಕು ಎಂಬುದೊಂದೇ ಅವಳಲ್ಲಿ ಈಗ ಉಳಿದಿದ್ದ ಹಂಬಲ : ಜಿಂಕ್‌ಶೀಟಿನ ಮಾಡುಳ್ಳ ಮರದ ಗೋಡೆಯ ಒಂದು ಪುಟ್ಟ ಮನೆ. ಅದಕ್ಕಾಗಿ ಅವಳೀಗ ಬದುಕಿ ದುಡಿಯುತ್ತಿದ್ದಳು. ಮನೆಯ ಅಂಗಳದ ಮರಳಿನಲ್ಲಿ ಅವಳು ಒಂದಿಷ್ಟು ಟೊಮೆಟೋ ಮತ್ತು ಇತರ ತರಕಾರಿ ಬೆಳೆಸಿದ್ದಳು. ಅದು ಅವಳ ತರಕಾರಿ ತೋಟ. ಬಾಗಿಲು ತೆಗೆದು ಮನೆಯ ಒಳಗೆ ಹೋಗುವ ಮೊದಲು ಅವಳ ನೋಟ ತೋಟದ ಕಡೆಗೆ ಹರಿಯಿತು.

ಗಂಡ ಊಟ ಮಾಡಿದ ತಟ್ಟೆಯನ್ನು ಹಾಗೆಯೇ ಇಟ್ಟಿದ್ದ. ತಿಂಡಿಯ ಚೂರುಗಳೂ ಅಲ್ಲಲ್ಲಿ ಚೆಲ್ಲಿದ್ದವು. ಅದನ್ನು ಕಂಡು ಅವಳಿಗೆ ಸಿಟ್ಟು ಬಂತು. ಅವಳು ತನ್ನ ಕೈಯಲ್ಲಿದ್ದ ಚೀಲವನ್ನು ಅಲ್ಲೇ ಇಟ್ಟು ಮೇಜನ್ನು ಸ್ವಚ್ಛ ಮಾಡಿದಳು. ಒಲೆಗೆ ಬೆಂಕಿ ಹಚ್ಚಿ, ನೆಲ ಗುಡಿಸಿ ಪಾತ್ರೆಗಳನ್ನು ತೊಳೆದಳು. ಮಾಂಸ ಮತ್ತು ತರಕಾರಿ ಹೆಚ್ಚಿ ಅಡಿಗೆ ತಯಾರು ಮಾಡಿದಳು. ಹೆಚ್ಚಿನ ಶನಿವಾರಗಳಂದು ಚೆನ್ನಾಗಿ ಕುಡಿದು, ರಾತ್ರಿ ಬಂದು ಹಾಸಿಗೆಯಲ್ಲಿ ಬಿದ್ದುಕೊಳ್ಳುವುದು ಟೆಡ್‌ನ ಅಭ್ಯಾಸ. ಆದರೆ ಇವತ್ತಾದರೂ ಅವನು ಬೇಗ ಊಟಕ್ಕೆ ಬರಬಹುದು ಎಂದು ಅವಳು ಯೋಚಿಸಿದಳು.

ಸ್ವಚ್ಛ ಮಾಡುವ ಕೆಲಸ ಆದೊಡನೆ, ಅವಳು ಇನ್ನೊಮ್ಮೆ ಬಾಗಿಲಿನ ಕಡೆಗೆ ನಡೆದಳು. ದಾರಿಯಲ್ಲಿ ಎದುರಾದ ಮುದುಕ ವಸತಿಕೇಂದ್ರಕ್ಕೆ ಹೋದನೋ ಇಲ್ಲವೋ ? ಛೇ ! ತಾನು ಅವನಲ್ಲಿ ಅಷ್ಟು ಒರಟಾಗಿ ವರ್ತಿಸಬಾರದಿತ್ತು ಎಂದು ಚಿಂತಿಸಿ ಅವಳು ಹೊರಗೆ ಕಣ್ಣು ಹಾಯಿಸಿದಳು. ದೂರದಲ್ಲಿ ಗುಡ್ಡದ ಅಂಚಿನಲ್ಲಿ ಆತ ಬೆಂಕಿ ಉರಿಸಿ, ಒಂದೇ ರೀತಿಯಾದ ಖಿನ್ನ ಸ್ವರದಲ್ಲಿ ಏನನ್ನೋ ಹಾಡುತ್ತಿದ್ದ.

ಅವನು ಹುಡುಗಿಯೊಬ್ಬಳ ಕುರಿತು ವಿಚಾರಿಸಿದಾಗ, ಅವಳ ದೇಸಿ ಹೆಸರನ್ನು ಆತ

ಯಾಕೆ ಉಪಯೋಗಿಸಿದ? ಅದು ಇಲ್ಲಿ ಯಾರಿಗೂ ಗೊತ್ತಿರಲಾರದು. ಮೂಲನಿವಾಸಿಗಳ ವಸತಿ ಕೇಂದ್ರದಲ್ಲಿದ್ದ ಹೆಚ್ಚಿನ ಹುಡುಗಿಯರಿಗೆ ತಮಗೆ ಮೊದಲು ಬೇರೊಂದು ಹೆಸರು ಇತ್ತು ಎನ್ನುವ ನೆನಪೇ ಇರಲಿಲ್ಲ. ಈಗ ಅವರೆಲ್ಲ ಜೀನ್, ಜೆನ್ನಿ, ಕಿಟ್ಟೀ ಮತ್ತು ಡಲ್ಲೀಗಳು.

"ಎನ್ಗೂಲಾ." ಈ ಹೆಸರು ಮೇರಿಯ ಮನಸ್ಸನ್ನು ಕಲಕಿತು. ಅದು ಅಸ್ಪಷ್ಟವಾಗಿ ತನಗೆ ಪರಿಚಿತವಾಗಿದ್ದಂತೆ ಅವಳಿಗೆ ತೋರಿತು. ಅದನ್ನು ಹಿಂದೆ ಎಲ್ಲಿಯೋ ಕೇಳಿದಂತೆ ಅವಳ ಮನಸ್ಸಿಗೆ ಹೊಳೆಯಿತು. ಆದರೆ ಎಲ್ಲಿ, ಯಾವಾಗ ಎಂಬುದು ಮಾತ್ರ ನೆನಪಿಗೆ ಬರಲಿಲ್ಲ.

ಸಂಜೆಯ ಸೂರ್ಯ ಬಾನಿಗೆ ಬೆಂಕಿ ಇಡುತ್ತಿದ್ದ. ಮೇರಿಗೆ ಕೆಲಸ ಮಾಡಿ ಸಾಕಷ್ಟು ಆಯಾಸ ಆಗಿತ್ತು. ಬಾಗಿಲಿನ ಹತ್ತಿರ ಒಂದು ಪೆಟ್ಟಿಗೆಯ ಮೇಲೆ ಅವಳು ಕುಳಿತಳು. ಅವಳು ಎಷ್ಟೋ ಸಂಜೆ ಮುಳುಗುವ ಸೂರ್ಯನನ್ನು ನೋಡುತ್ತಾ ಈ ರೀತಿ ಕುಳಿತು ಕೊಳ್ಳುತ್ತಿದ್ದಳು. ಸಂಜೆಯ ಮೌನ ಅವಳನ್ನು ಸಂತೈಸುತ್ತಿತ್ತು. ಗುಡ್ಡದ ಮೇಲೆ ಹಳೆಯ ಕಟ್ಟಡವೊಂದರಲ್ಲಿ ಊರಿನ ಹೊಲಸನ್ನೆಲ್ಲ ಗೊಬ್ಬರಕ್ಕೆಂದು ಕೂಡಿ ಹಾಕುತ್ತಿದ್ದುದರಿಂದ ಸಂಜೆಯ ಗಾಳಿ ಅದರ ದುರ್ಗಂಧವನ್ನು ಹೊತ್ತು ತರುತ್ತಿತ್ತು. ಆ ವಾಸನೆ ಮೂಗಿಗೆ ಬಡಿದರೂ, ಅದನ್ನು ಗಮನಿಸದೆ ಅವಳು ಆ ನೋಟದಲ್ಲಿ ಮಗ್ನಳಾಗಿಬಿಡುತ್ತಿದ್ದಳು.

ಇಂಥಾ ಹೊಲಸು ತುಂಬಿದ ವಾತಾವರಣ ಆದದ್ದರಿಂದಲೇ ಇರಬೇಕು, ಮೂಲ ನಿವಾಸಿಗಳಿಗೆ ಈ ಬೆಂಗಾಡು ಪ್ರದೇಶದಲ್ಲಿ ವಾಸಿಸುವ ಅವಕಾಶ ದೊರಕಿತ್ತು. ಚಳಿಗಾಲದಲ್ಲಿ ಕೆಸರು ತುಂಬಿ ಕೊಳಕಾಗುವ, ಸೆಕೆಗಾಲದಲ್ಲಿ ನೀರೇ ಇಲ್ಲದ ಈ ಜಾಗದಲ್ಲಿ ಸುಮಾರು ಇಪ್ಪತ್ತಕ್ಕಿಂತಲೂ ಹೆಚ್ಚು ಕುಟುಂಬಗಳವರು ತಮ್ಮ ಮನೆ ಕಟ್ಟಿಕೊಂಡಿದ್ದರು. ಹೆಚ್ಚಿನವೆಲ್ಲ ಹಳೆಯ ತಗಡಿನ ಮನೆಗಳು. ಹೀಗಾಗಿ ಕೊಳೆತ ಅಣಬೆಗಳ ರಾಶಿಯಂತೆ ದೂರಕ್ಕೆ ಅವು ಗೋಚರಿಸುತ್ತಿದ್ದವು.

ಅಲ್ಲಿ ಕೆಲವು ಗುಡಿಸಲುಗಳ ಮೇಲೆ ಹೊಗೆ ಕಾಣಿಸುತ್ತಿತ್ತು. ಹುಡುಗರು ಅತ್ತಿತ್ತ ಓಡಾಡುತ್ತಿದ್ದರು. ಸಣ್ಣವುಗಳಂತೂ ಪೂರ್ಣ ಬೆತ್ತಲೆ. ಸ್ವಲ್ಪ ದೊಡ್ಡವು ಬಣ್ಣದ ಚಿಂದಿಯನ್ನು ಸೊಂಟಕ್ಕೆ ಸುತ್ತಿಕೊಂಡಿದ್ದುವು. ಸುಮಾರು ಅರ್ಧ ಡಜನ್ನಿನಷ್ಟಿದ್ದ ಹೆಂಗಸರ ಗುಪೊಂದು ಪಕ್ಕದ ಪೊದರಿನ ಬಳಿ ಇಸ್ಪೀಟು ಆಟದಲ್ಲಿ ಮಗ್ನವಾಗಿತ್ತು. ಮೇಲಿನ ಅಂತಸ್ತಿನ ಗುಡಿಸಲಿನ ಕೆಲವರು ಪಂಥ ಕಟ್ಟಿ ಏನೋ ಆಡುತ್ತಿದ್ದರು.

"ಎನ್‌ಗೂಲಾ ! ಎನ್‌ಗೂಲಾ !"

ಈ ಶಬ್ದ ಮೇರಿಯ ಮಿದುಳನ್ನು ಗುಂಗುರು ಹುಳುವಿನಂತೆ ಚುಚ್ಚಿ ಕಾಡಿತು. ಸುತ್ತು ಸುತ್ತು ಹಾರಿ ಅವಳನ್ನು ಕೆಣಕತೊಡಗಿತು. ಅವಳ ಮನಸ್ಸು ಗೊಂದಲದ ಬೀಡಾಯಿತು. ಯಾರು ಈ ಎನ್‌ಗೂಲಾ? ಎಲ್ಲಿಂದ ಬಂದವಳು? ಊಹುಂ. ಒಂದೂ ಗೋಚರಿಸುತ್ತಿಲ್ಲ. ಒಂದು ಬಾರಿ ಮೂಲನಿವಾಸಿ ರೋಗಿಗಳನ್ನು ಕಾಣಲೆಂದು ಆಕೆ ಆಸ್ಪತ್ರೆಗೆ ಹೋಗಿದ್ದಾಗ, ಅಲ್ಲಿ ಮುದುಕಿಯೊಂದು ಹೇಳಿದ್ದು ಅವಳ ನೆನಪಿಗೆ ಬಂತು. ಮುದುಕಿ ಸಾಯುವ ಸ್ಥಿತಿಯಲ್ಲಿದ್ದು, ಏನನ್ನೋ ಬಡಬಡಿಸುತ್ತಿದ್ದಳು.

"ನೀನು ಪೋರ್ಟ್ ಹೆಡ್‌ಲ್ಯಾಂಡಿನ ಹುಡುಗಿ! ನನ್ನಂತೆ ಬುಲ್ಲಾರಿ ಪಂಗಡದವಳು."

"ಹೇಗೆ ಗೊತ್ತು ನಿನಗೆ?" ಮೇರಿ ಕೇಳಿದ್ದಳು.

ಮುದುಕಿಯ ಗಂಟಲಿನಿಂದ ಇನ್ನೂ ಒಂದೆರಡು ಶಬ್ದಗಳು ಹೊರಬಂದಿದ್ದವು.

ಇರುವೆ ಅಂತಲೋ ಏನೋ ಹೇಳಿದ್ದಳು. ಹಣೆಯ ಕಡೆ ಕೈತೋರಿಸಿದ್ದಳು. ಈ ಘಟನೆಯ ಬಳಿಕ ಮೇರಿ ತಾನು ಪೋರ್ಟ್ ಹೆಡ್‌ಲ್ಯಾಂಡಿನಿಂದ ಬಂದವಳೆಂದೂ, ಬುಲ್ಯಾರಿ ಬುಡಕಟ್ಟಿಗೆ ಸೇರಿದವಳೆಂದೂ ಕೆಲವರೊಡನೆ ಹೆಮ್ಮೆಯಿಂದ ಹೇಳಿಕೊಂಡಿದ್ದಳು. ಆದರೆ ಟೆಡ್‌ಗೆ ಮಾತ್ರ ಆಕೆ ಈ ವಿಷಯ ತಿಳಿಸಿರಲಿಲ್ಲ.

ಸೂರ್ಯ ಬೆಟ್ಟದ ಆಚೆ ನಿಧಾನವಾಗಿ ಇಳಿಯುತ್ತಲೇ ಇದ್ದ. ಬೆಟ್ಟದ ಅಂಚಿನ ಹಿಂದುಗಡೆ, ಮೂಲನಿವಾಸಿಗಳು ಶಿಲೆಯಲ್ಲಿ ಕೆತ್ತಿದ ಚಿತ್ರಗಳಲ್ಲಿ ಉಪಯೋಗಿಸಲಾಗಿದ್ದ ಕಾವಿ ಬಣ್ಣದಂಥ ನಸು ಕೆಂಪು ಬಣ್ಣ ಹಬ್ಬಿತ್ತು. ಕ್ರಮೇಣ ಸುತ್ತ ಕತ್ತಲೆ ಮುತ್ತಿಕೊಂಡಿತು. ದೂರದ ಗುಡಿಸಲುಗಳಲ್ಲಿ ದೀಪಗಳು ಮಿನುಗತೊಡಗಿದವು.

"ಎನ್‌ಗೂಲಾ ! ಎನ್‌ಗೂಲಾ...!!"

ಮುದುಕ ದಕ್ಷಿಣದವರ ದೇಸಿನುಡಿಯಲ್ಲಿ ಹಾಡುತ್ತಾ ಇದ್ದ. ಕುರುಡಿ ನೆಲ್ಲಿಯಿಂದ ಅದರ ಅನೇಕ ಪದ್ಯಗಳನ್ನು ಆಕೆ ಕಲಿತುಕೊಂಡಿದ್ದಳು. ಅವಳು ಮಾತಾಡುವಾಗ, ಹಾಡುವಾಗ, ಕತೆ ಹೇಳುವಾಗ ಮೇರಿ ಅವುಗಳನ್ನು ಆಸಕ್ತಿಯಿಂದ ಕೇಳಿದ್ದಳು.

"*ಪುಟ್ಟ ಕಂದ, ಪುಟ್ಟಕಂದ,*
ಕಳೆದು ಹೋದ ಪುಟ್ಟಕಂದ,
ನನ್ನ ಕನಸಿನ ಮುದ್ದು ಕಂದ,
ಹೋದುದೆಲ್ಲಿ ನೀನು?
ಬಲು ದೂರ ಬಹುಕಾಲ ಅಲೆದಿಹನು ಗ್ವೆನ್‌ಲಿಟ್,
ಅರಸುತ್ತ ಕರೆಯುತ್ತ ನಿನ್ನ.
ಬಾಗಿಹುದು ಈಗವನ ಬೆನ್ನು,
ಆಗಿಹುದು ಕಣ್ಣೆಲ್ಲ ಮಂಜು,
ಬೇಗ ಬರುತಿಹುದವನ ಪಯಣದಂತ್ಯ."

– ಹೀಗೆ ಸಾಗುತ್ತಿತ್ತು ಆ ಹಾಡು. ಮೇರಿ ಆಸಕ್ತಿಯಿಂದ ಅದನ್ನು ಆಲಿಸಿದಳು. ಸ್ವರ ಒಮ್ಮೆ ಸಣ್ಣಗಾಯಿತು. ಇನ್ನೊಮ್ಮೆ ಸರ್ರನೆ ಏರಿತು. ಒಮ್ಮೆಲೆ ಅವನು ಕೂಗಿದ "ಎನ್‌ಗೂಲಾ ! ಎನ್‌ಗೂಲಾ...!!" ಆ ಕೂಗಿನ ತೀಕ್ಷ್ಣತೆಗೆ ಮೇರಿ ಹೌಹಾರಿ ಎದ್ದು ನಿಂತಳು.

ಅವಳು ನೇರ ಅವನ ಕಡೆಗೆ ನಡೆದಳು. ಅವಳು ಅವನ ಮುಂದೆ ನಿಂತಾಗ, ಕಣ್ಣರಳಿಸಿ ಕುತೂಹಲದಿಂದ ಆ ಮುದುಕ ಅವಳನ್ನೇ ಬೆಂಕಿಯ ಮುಂದ ಬೆಳಕಿನಲ್ಲಿ ನೋಡಿದ.

"ಯಾರು ಆ ಎನ್‌ಗೂಲಾ ?" ಅವಳು ಕೇಳಿದಳು.

"ನನ್ನ ಮಗಳು." ಮುದುಕ ಅವಳನ್ನೇ ನೆಟ್ಟ ನೋಟದಿಂದ ನೋಡಿದ. ಅವನ ಮುಖದಲ್ಲಿ ಯಾತನೆ ಹೆಪ್ಪುಗಟ್ಟಿತ್ತು.

"ಹೆಸರು ?"

"ಮೇರಿ. ಓ ಅಲ್ಲಿ ನನ್ನ ಗಂಡನ ಜತೆ ಇದ್ದೇನೆ."

"ಬಿಳಿ ಹೆಂಗಸು ?"

"ಹಳದಿ ಹೆಣ್ಣು."

ಅವಳ ಸ್ವರ ಸ್ವಲ್ಪ ಕರ್ಕಶವಾಗಿತ್ತು. ಮುದುಕ ಅದನ್ನು ಗಮನಿಸಿದ.

"ಎನ್‌ಗೂಲ...ಹಳದಿ ಹೆಣ್ಣು..." ಅವನು ಗೊಣಗಿದ.

"ಅವಳ ವಿಷಯ ಹೇಳ್ತೀಯಾ? ನಾನೂ ಬುಲಿಯಾರಿ," ಎಂದು ಹೇಳಿ, ಅವಳು ಅವನಿಗೆ ಇದಿರಾಗಿ ನೆಲದ ಮೇಲೆ ಕುಳಿತಳು.

ಮುದುಕ ತಲೆ ಅಲ್ಲಾಡಿಸಿದ. ಅವಳು ಪಂಗಡದ ವಾಡಿಕೆಗೆ ತೋರಿಸಿದ ಗೌರವ ಅವನ ಸುಕ್ಕುಗಟ್ಟಿದ ಮುಖದಲ್ಲಿ ಸಂತಸದ ಗೆರೆ ಮೂಡಿಸಿತು – ಅದು ತಮ್ಮಿಬ್ಬರನ್ನೂ ಬೆಸೆಯುವ ಒಂದು ಸೂತ್ರವೋ ಎಂಬಂತೆ.

ಆದರೆ ಈ ಹರಕಲು ಮುದುಕನೊಡನೆ ಅಂಥಾ ಸಂಬಂಧ ತನಗೆ ಬೇಕಾಗಿಲ್ಲವೆಂದು ಮೇರಿ ತನಗೆ ತಾನೇ ಹೇಳಿಕೊಂಡಳು. ಬಿಳಿಯರ ಜತೆ ಇಷ್ಟು ದೀರ್ಘ ಕಾಲ ಬಾಳಿದ ಬಳಿಕ ಮೂಲ ನಿವಾಸಿಗಳ ಆಚಾರ ವಿಚಾರಗಳಿಗೆ ಮರಳಲು ಅವಳಿಗೆ ಸಾಧ್ಯವಿರಲಿಲ್ಲ. ಹಾಗಾದರೆ ಅವನೊಡನೆ ತನ್ನ ಬುಡಕಟ್ಟಿನ ಕುರಿತು ತಾನು ಯಾಕೆ ಹೇಳಿದೆ, ಎಂದು ಅವಳು ಯೋಚಿಸಿದಳು. ತಮ್ಮಲ್ಲೇನಾದರೂ ಅವ್ಯಕ್ತ ಬಂಧನ ಉಂಟೇನೋ? ಅಲ್ಲ ಮುದುಕನಿಗೆ ಸಂತೋಷವಾಗಲಿ ಅಂತ ಹೇಳಿಬಿಟ್ಟಿದ್ದೋ ಏನೋ! ಅಥವಾ ಆಂತರಿಕ ತುಡಿತ ಹಾಗೆ ನುಡಿಸಿತೋ?

ಅವಳ ಮನಸ್ಸಿನ ಹೊಯ್ದಾಟವನ್ನು ತಾನು ಅರ್ಥ ಮಾಡಿಕೊಂಡೆ ಎನ್ನುವಂತೆ ಮುದುಕ ಗಂಭೀರವಾಗಿ ಅವಳ ಕಡೆ ನೋಡಿದ. ಯಾತನೆ, ನಿರಾಸೆ ತುಂಬಿದ ಅಗಲವಾದ ಅವನ ಕಪ್ಪು ಮುಖ ಅವಳೆದೆಯಲ್ಲಿ ಅನುಕಂಪ ಮೂಡಿಸಿತು.

ಉರಿಯುತ್ತಿರುವ ಬೆಂಕಿ ಅವನ ಕಣ್ಣುಗಳನ್ನು ಬೆಳಗಿಸಿತು. ಅವನ ಕೆದರಿದ ಕೂದಲಿನ ಸುತ್ತ ಕೆಂಪು ಪಟ್ಟಿಯಂತೆ ಬೆಳಕು ಹಣೆಯ ಮೇಲೆ ಬಿತ್ತು. ಅವನ ಬಟ್ಟೆ ಚಿಂದಿಯಾಗಿತ್ತು ನಿಜ. ಚೀಲ ಹರಿದಿತ್ತು ನಿಜ. ಆದರೆ ಅವನು ತನ್ನ ಬುಡಕಟ್ಟಿನಲ್ಲಿ ಒಬ್ಬ ಪ್ರಮುಖ ವ್ಯಕ್ತಿಯಾಗಿರಬೇಕು ಎನ್ನುವುದರಲ್ಲಿ ಮೇರಿಗೆ ಸಂಶಯ ಇರಲಿಲ್ಲ. ಮುದುಕ ಕೊನೆಗೆ ಹೇಳಿದ:

"ಎನ್‌ಗೂಲ ನನ್ನ ಮಗಳು ಹೌದು – ಅಲ್ಲ ಎಂದು ಎರಡೂ ಹೇಳಬಹುದು. ನಾನು ವಾಬರ್ರೀ ಪಂಗಡಕ್ಕೆ ಸೇರಿದ ಬ್ರೋಂಗಾ ಬುಡಕಟ್ಟಿನವನು. ನನ್ನ ತಂದೆ ನನಗಿಟ್ಟ ಹೆಸರು ಗ್ವೆನ್‌ಲಿಟ್. ಬಿಳಿಯ ಜನ ಜೋಮೋಸೆಸ್ ಅಂತ ಕರೆದ್ರು, ಬಿಳಿಯರ ವಿರುದ್ಧ ನಡೆದ ಒಂದು ಹೋರಾಟದ ನಂತರ ಅವರು ನನ್ನನ್ನು ಒಂದು ಪೊದರಿನಲ್ಲಿ ಕಂಡಿದ್ದರು. ನಮ್ಮ ಪೈಕಿ ಬಹಳ ಜನ ಸತ್ತು ಹೋಗಿದ್ದರು. ನಮ್ಮವರ ಮೂಲಸ್ಥಳ ಬಹಳ ದೂರ. ದಕ್ಷಿಣದಲ್ಲಿ ಕಾಲ್ಗಾನ್ ನದಿಯ ದಂಡೆಯಲ್ಲಿ."

ಗ್ವೆನ್‌ಲಿಟ್, ಸೊಗಸಾಗಿ ಬಿಳಿಯರ ಭಾಷೆ ಮಾತಾಡುತ್ತಿದ್ದ. ಆದರೆ ಮಾತಿನ ನಡುವೆ ಆಗಾಗ ತನ್ನ ಮೂಲಭಾಷೆಗೆ ಮರಳುತ್ತಿದ್ದ. ಅಥವಾ ಇಲ್ಲಿನ ವಸತಿ ಕೇಂದ್ರದಲ್ಲಿದ್ದ ಮೂಲನಿವಾಸಿಗಳಂತೆ ಮಿಶ್ರ ಭಾಷೆ ಬಳಸುತ್ತಿದ್ದ.

ಅವನು ತನ್ನ ನೆನಪಿನ ಗನಿಯಿಂದ ಆರಿಸಿ, ಮೇರಿಯ ಮುಂದಿಟ್ಟ ಕತೆಯ ಒಟ್ಟು ಸಾರ ಇಷ್ಟು:

ಪೊದರಿನಲ್ಲಿ ಕಂಡ ಈ ಮೂಲನಿವಾಸಿ ಮಗುವನ್ನು ದಕ್ಷಿಣದ ಆ ಜಿಲ್ಲೆಯಲ್ಲಿ ನೆಲೆಸಿದ್ದ ಆದ್ಯ ಬಿಳಿಯನೊಬ್ಬನ ಹೆಂಡತಿ ತನ್ನ ಸ್ವಂತ ಮಗನೊಂದಿಗೆ ಸಾಕಿದ್ದಳು. ಹುಡುಗರಿಬ್ಬರೂ ಒಟ್ಟಿಗೆ ಬೆಳೆದು ಒಳ್ಳೆಯ ಕುದುರೆ ಸವಾರರೂ ಪಶುಪಾಲಕರೂ ಆಗಿ ಪರಿಣಮಿಸಿದರು. ಅನಂತರ ತರುಣ ಜಾಕ್ ವಿಂಟರ್‌ಟನ್ ಜಮೀನು ಕೊಳ್ಳಲೆಂದು ಪೋರ್ಟ್ ಹೆಡ್‌ಲ್ಯಾಂಡಿನ ಉತ್ತರಕ್ಕೆ ಹೋದಾಗ ಗ್ವೆನ್‌ಲಿಟ್ ಸಹ ಅವನನ್ನು ಹಿಂಬಾಲಿಸಿದ. ಡಿಜೇರಲ್

ಪಶುಪಾಲನಾ ಕೇಂದ್ರದಲ್ಲಿ ಅವನು ಮುಖ್ಯ ಮೇಲ್ವಿಚಾರಕನಾದ. ಅಲ್ಲಿ ಮೂಲನಿವಾಸಿಗಳ ಒಂದು ಪಂಗಡವಿತ್ತು. ಆ ಪಂಗಡದ ಹುಡುಗಿಯೊಬ್ಬಳನ್ನು ಒಂದು ಈಟಿ ಯುದ್ಧದ ಮೂಲಕ ಈತ ಗೆದ್ದು, ಅವಳೊಂದಿಗೆ ಪಂಗಡದ ಶಿಬಿರದಲ್ಲಿ ವಾಸ ಮಾಡತೊಡಗಿದ.

ಪಂಗಡದ ಹಿರಿಯರಿಗೆಲ್ಲ ಬಿಳಿಯರ ಮೇಲೆ ದ್ವೇಷ. ಅವರಿಂದಾಗಿ ತಮ್ಮ ಜನರ ಬಲ ಕುಂದಿಹೋಗುತ್ತಿದೆ ಎನ್ನುವ ಭಾವನೆ ಅವರಲ್ಲಿ ಉಂಟಾಗಿತ್ತು. ತಮ್ಮ ಪ್ರಾಚೀನ ಪೂರ್ವಜರ ಸತ್ವದಿಂದ ಸಚೇತನವಾದ ಯಾವುದಾದರೊಂದು ಬಂಡೆಯಿಂದ, ಕೊಳದಿಂದ ಅಥವಾ ಪ್ರಾಣಿಯಿಂದ ಒಂದು ಮಗುವಿನ ಆತ್ಮ ಆದರ ತಾಯಿಯ ಗರ್ಭವನ್ನು ಸೇರುತ್ತದೆ ಎಂಬುದು ಅವರ ನಂಬಿಕೆಯಾಗಿತ್ತು. ಆದರೂ ತಮ್ಮ ಹೆಂಗಸರನ್ನು ಈ ಬಿಳಿ ಜನರ ಕೈಯಿಂದ ಉಳಿಸಿಕೊಳ್ಳದಿದ್ದರೆ ತಮ್ಮ ಪಂಗಡವೂ ಇತರ ಅನೇಕ ಪಂಗಡಗಳಂತೆ ನಿರ್ನಾಮ ಆಗುವುದು ಖಂಡಿತ ಎಂದು ಅವರಿಗನ್ನಿಸಿತು. ನಸು ಬಿಳಿ ಬಣ್ಣದ ಮಗು, ತಮ್ಮ ಬುಡಕಟ್ಟಿನ ಹೆಂಗಸರೊಂದಿಗೆ ಬಿಳಿಯರ ಸಂಬಂಧದ ಫಲ ಎನ್ನುವುದನ್ನು ಅನುಭವ ಅವರಿಗೆ ಕಲಿಸಿತ್ತು. ಇಂಥ ಬಿಳಿ ಬಣ್ಣ ಮಗುವಿನ ದೌರ್ಬಲ್ಯದ ಲಕ್ಷಣ ಎಂದು ಅವರು ಭಾವಿಸಿದ್ದರು. ಇದರಿಂದಾಗಿ ತಮ್ಮ ಪಂಗಡದ ಹೆಂಗಸರು ಬಿಳಿಯರ ಜತೆ ಮಲಗುವುದನ್ನು ಹಿರಿಯರು ನಿಷೇಧಿಸಿದ್ದರು.

ಆದುದರಿಂದ ಅಚ್ಚ ಕಪ್ಪು ಬಣ್ಣದ ಮಗುವನ್ನು ತೋರಿಸುವುದೆಂದರೆ ಪಂಗಡದ ಹೆಂಗಸರಿಗೆ ಒಂದು ಅಭಿಮಾನದ ಸಂಗತಿಯಾಗಿತ್ತು. ಗ್ವೆನ್‌ಲಿಟ್‌ನ ಹೆಂಡತಿ ಮಿಟೂನ್ ಕೂಡಾ ಇದೇ ರೀತಿ ತನಗೆ ಹುಟ್ಟಿದ ಮಕ್ಕಳನ್ನು ಹೆಮ್ಮೆಯಿಂದ ತೋರಿಸಿದ್ದಳು. ಎಲ್ಲಾ ಗಂಡುಮಕ್ಕಳು. ಅವಕ್ಕೆ ತಂದೆ ತಾಯಿಯರದೇ ಮೈಬಣ್ಣ.

ಆ ಮೇಲೆ ಅವಳು ಹೆತ್ತದ್ದು ಒಂದು ಹೆಣ್ಣು ಮಗು. ಹೆರಿಗೆಗೆಂದು ಬಂದ ಮುದುಕಿಯರಿಗೆ ಅದನ್ನು ನೋಡಿ ಸಂಶಯ ಉಂಟಾಗಿತ್ತು. ಮಿಟೂನ್ ಕೋಪ ಮತ್ತು ನಾಚಿಕೆಯಿಂದ ತಲೆ ಬಗ್ಗಿಸಿದಳು. ಗ್ವೆನ್‌ಲಿಟ್ ಮಗುವನ್ನು ನೋಡಿದ. ಅವನಿಗೂ ಅರ್ಥವಾಗಿತ್ತು. ಮಿಟೂನ್ ಮಾಡಬಾರದ್ದನ್ನು ಮಾಡಿದ್ದಾಳೆ ಎಂದು. ಈ ಹೆಣ್ಣು ತನಗೆ ಇಂಥಾ ಅವಮಾನ ತಂದೊಡ್ಡಿದುದರಿಂದ ಅವನಿಗೆ ಅಸಾಧ್ಯ ಸಿಟ್ಟು ಬಂತು. ಅವನದು ಬೇರೆ ಪಂಗಡ ನಿಜ. ಆದರೆ ಅವನೇನೂ ಬೆರಕೆ ರಕ್ತದವನಾಗಿರಲಿಲ್ಲ. ಅಲ್ಲದೆ ಅವನ ಹೊಸ ಬಳಗಕ್ಕೆ ಅವನಲ್ಲಿ ಪೂರ್ಣ ವಿಶ್ವಾಸ ಇತ್ತು.

ಆದರೆ ಮಿಟೂನಳ ಸಿಟ್ಟು ಇದಕ್ಕಿಂತಲೂ ಹೆಚ್ಚಾಗಿತ್ತು.

"ಅದು ಧನಿಯವರು!" ಆಕೆ ಹೇಳಿದ್ದಳು. ಅದನ್ನು ನೆನೆಸಿ ಆ ಆಘಾತವನ್ನು ಈಗಲೂ ಅನುಭವಿಸುವವನಂತೆ ಮುದುಕ ನಡುಗಿದ. ಅವನ ಸ್ವರ ಕಂಪಿಸಿತು. ಮಿಟೂನ್ ಮತ್ತೂ ಹಲುಬಿದ್ದಳು :

"ಎತ್ತುಗಳ ಲೆಕ್ಕ ಕೊಡೋದಕ್ಕೆ ಅಂತ ನೀನು ದೂರ ಹೋಗಿದ್ದಾಗ ನಾನು ಬಂಗ್ಲೆಯ ಉಗ್ರಾಣಕ್ಕೆ ಹೋಗಿದ್ದೆ. ಅವರು ನನ್ನನ್ನು ಕೋಣೆಗೆ ಕರೆದುಕೊಂಡು ಹೋಗಿ ಬಾಗಿಲು ಮುಚ್ಚಿದರು. ಏನೂ ಆಗೋದಿಲ್ಲ. ಯಾರಿಗೂ ಗೊತ್ತಾಗೋದಿಲ್ಲ ಅಂತ ಹೇಳಿದರು. ಈಗ ಇಂಥಾ ಅವಮಾನ! ಅಯ್ಯೋ! ಅಯ್ಯೋ!!"

ಗ್ವೆನ್‌ಲಿಟ್ ಅವಳ ಜೊತೆ ಹಲವು ವರ್ಷ ಸುಖವಾಗಿ ಕಳೆದಿದ್ದ. ಬೇರೊಂದು ಪಂಗಡದ ಯುವಕನಿಗೆ ವಾಗ್ದತ್ತಳಾಗಿದ್ದ ಅವಳನ್ನು ಅವನಿಂದ ಗೆಲ್ಲುವ ಸಲುವಾಗಿ ಆತ

ಈಟಿ ವರಸೆಯನ್ನು ಅಭ್ಯಾಸ ಮಾಡುತ್ತಿದ್ದಾಗ, ಅವಳು ತೆಳು ಶರೀರದ ಬಾಲಿಕೆಯಾಗಿದ್ದಳು. ಆಗ ಮೊಗ್ಗೆಯಾಗಿದ್ದುದು ಅನಂತರ ಹೂವಾಗಿ ಅರಳಿತು. ಅವಳು ತುಂಬುಸ್ತನಗಳ ಸುಂದರಿಯಾಗಿ ಬೆಳೆದಿದ್ದಳು. ತನ್ನ ಮತ್ತು ಪಂಗಡದ ಮೇಲಿನ ಅವಳ ನಿಷ್ಠೆಯ ಕುರಿತು ಅವನಿಗೆ ಸಂಶಯ ಇರಲಿಲ್ಲ. ಆದರೆ ತಾನು ಇಷ್ಟೊಂದು ಭಕ್ತಿಯಿಂದ ಇಷ್ಟು ವರ್ಷ ದುಡಿದ ಧನಿ ತನಗೆ ಇಂಥಾ ಅವಮಾನ ತಂದು ಬಿಟ್ಟ ಎನ್ನುವುದು ಅವನ ಮನಸ್ಸನ್ನು ಅತ್ಯಂತ ತೀವ್ರವಾಗಿ ಕದಡಿಸಿತ್ತು.

ಮಗುವನ್ನು ನೋಡಿ ಮಿಟೂನ್ ಕೂಡ ಸಿಟ್ಟಾಗಿದ್ದಳೆಂದು ಮುದುಕ ದುಃಖದಿಂದ ಮುಂದುವರಿಸಿದ.

"ಈ ಮಗು ಬದುಕೋದೇ ಬೇಡ. ಆ ಬಿಳಿಯ ಮನುಷ್ಯ ನನ್ನನ್ನು ಬಲಾತ್ಕಾರ ಮಾಡಿದ್ದು ಅಂತ ಗೊತ್ತಾದರೆ ನಮ್ಮವರು ಇದನ್ನು ಮರೆಯಬಹುದು" ಎಂದು ಆಕೆ ಹೇಳಿದ್ದಳು.

ಗ್ವೆನ್‌ಲಿಟ್ ಮಗುವಿನ ಕಡೆಗೆ ನೋಡಿದ್ದ. ಅದರ ಕೋಮಲ, ಹಳದಿ ಮಿಶ್ರಿತ ಕಂದು ಮೈ, ಕಪ್ಪು ರೆಪ್ಪೆ, ಪುಟ್ಟ ಕೈಗಳು, ತಾನೂ ಒಮ್ಮೆ ಇದರಂತೆ ಪುಟ್ಟ ಜೀವಿಯಾಗಿದ್ದೆ- ಯಾರಿಗೂ ಬೇಡದ ಮಗುವಾಗಿ, ಎಂಬುದನ್ನು ಅವನ ನೆನಪಿಗೆ ತಂದವು. ಅವನ ಸಿಟ್ಟು ಮಾಯವಾಯಿತು.

"ಅವಳು ನನ್ನ ಮಗಳು. ಅವಳನ್ನು ಚೆನ್ನಾಗಿ ನೋಡಿಕೊಳ್ಳಿ." ಅಲ್ಲಿದ್ದ ಮುದುಕಿಯರಿಗೆ ಅವನು ಹೇಳಿದ.

ಅವರಿಗೆ ಅದರ ಅರ್ಥವಾಯಿತು. ತನ್ನ ಹೆಣ್ಣಿನಲ್ಲಿ ಹುಟ್ಟಿದ ಯಾವ ಮಗುವಾದರೂ ಸರಿ, ಗಂಡಸಿಗೆ ಅದು ತನ್ನದು ಎಂದು ಹೇಳುವ ಅಧಿಕಾರ ಇತ್ತು. ಅದನ್ನು ವಿರೋಧಿಸುವ ಧೈರ್ಯ ಅವರಿಗಾಗಲಿಲ್ಲ.

ಮಿಟೂನ್ ಈ ನಿರ್ಧಾರದಿಂದ ಬೆಚ್ಚಿದಳು. ಯೋಚನೆ ಹಿಡಿದಂತೆ ತೆಪ್ಪಗೆ ಕುಳಿತಳು. ಮಗುವಿನ ಕಡೆಗೆ ಅವಳು ನೋಡಲೇ ಇಲ್ಲ. ಅವಳ ಮೊಲೆಗಳು ಹಾಲು ತುಂಬಿ ನೋಯತೊಡಗಿದರೂ ಅವಳು ಮಗುವಿಗೆ ಹಾಲು ಕೊಡಲಿಲ್ಲ.

ಸಂಜೆ ಕೆಲಸದಿಂದ ಗ್ವೆನ್‌ಲಿಟ್ ಬರುವಾಗ ಮಿಟೂನ್ ಹೊರಗೆ ಅಂಗಳದಲ್ಲಿ ಕೂತಿರುತ್ತಿದ್ದಳು. ಒಳಗೆ ಮಗು ಒಂದೇ ಸವನೆ ಕಿರಿಚುತ್ತಾ ಇರುತ್ತಿತ್ತು. ಅವನು ಅದನ್ನು ಎತ್ತಿ ಮೈ ತೊಳೆದು ಮಿಟೂನ್ ಮುಂದೆ ಹಿಡಿಯುತ್ತಿದ್ದ. ಮೊಲೆ ಕೊಡುವವರೆಗೆ ಅಲ್ಲೇ ನಿಂತು ಬಿಡುತ್ತಿದ್ದ. ಪ್ರತಿದಿನ ಬೆಳಿಗ್ಗೆ, ಸಂಜೆ ಅವನು ಹೀಗೆ ಮಾಡುತ್ತಿದ್ದ. ಪ್ರತಿ ಸಲವೂ ಇದಕ್ಕಾಗಿ ಅವನು ಮಿಟೂನ್ ಜತೆ ಜಗಳವಾಡುತ್ತಿದ್ದ.

ಅವನ ಮೂಲಸ್ಥಳದ ಜವುಗಿನಲ್ಲಿ ಹಳದಿ ಮತ್ತು ಕಂದು ಬಣ್ಣದ ಒಂದು ಪುಟ್ಟ ಹೂವು ಧಾರಾಳ ಬೆಳೆಯುತ್ತಿತ್ತು. ಈ ಮಗು ಕೂಡಾ ಆ ಹೂವಿನ ತರಹ. ಅದಕ್ಕೆಂದೇ ಆತ ಅವಳಿಗೆ ಆ ಹೂವಿನ ಹೆಸರಿಟ್ಟಿದ್ದ. ಅದೇ 'ಎನ್‌ಗೂಲ.'

ಅವಳು ಮಗುವನ್ನು ಚೆನ್ನಾಗಿ ನೋಡಿಕೊಳ್ಳದಿದ್ದರೆ ಅದನ್ನು ಬೇರೆಡೆಗೆ ಒಯ್ಯುತ್ತೇನೆ ಎಂದು ಅವನು ಮಿಟೂನಳನ್ನು ಎಚ್ಚರಿಸಿದ. ತನ್ನದಲ್ಲದ ಈ ಮಗುವನ್ನು ನೋಡುವಾಗ ಮಿನುಗುತ್ತಿದ್ದ ಅವನ ಕಣ್ಣುಗಳು, ತನ್ನ ಸ್ವಂತ ಹೆಂಡತಿಯಾಗಿದ್ದ ಮಿಟೂನಳನ್ನು ದಿಟ್ಟಿಸುವಾಗ ಅಸಹನೆಯಿಂದ ಕೆಂಪಗಾಗುತ್ತಿದ್ದವು. ಇದರಿಂದಾಗಿ ಮಿಟೂನಳ ಹೃದಯ

ಸಿಟ್ಟು ಮತ್ತು ಅಸೂಯೆಗಳ ಅಗ್ನಿಪರ್ವತವಾಯಿತು.

ಒಂದು ಸಂಜೆ ಗ್ವೆನ್‌ಲಿಟ್ ಗುಡಿಸಲಿಗೆ ಬರುವಾಗ ಮಗುವಿನ ಸ್ವರ ಕೇಳಿಸಲಿಲ್ಲ. ಮಿಟೂನ್ ಮಾತ್ರ ಎಂದಿನಂತೆ ಯೋಚಿಸುತ್ತಾ ಹೊರಗೆ ಕುಳಿತಿದ್ದಳು.

ಗ್ವೆನ್‌ಲಿಟ್ ಒಳಗೆ ನೋಡಿದ. ತೊಟ್ಟಿಲು ಖಾಲಿ ಆಗಿತ್ತು.

"ಎನ್‌ಗೂಲ ಎಲ್ಲಿ?" ಆಗಿನ ತನ್ನ ಭೀತಿಯ ನೆನಪು ಮರುಕಳಿಸಿ ಮುದುಕನ ಸ್ವರ ಕಂಪಿಸಿತು.

"ಇರುವೆ ಜನ ಕೊಂಡುಹೋದರು. ಆ ಹಳದಿ ಮೈ ಇನ್ನು ನನ್ನನ್ನು ಅವಮಾನ ಮಾಡೋ ಹಾಗಿಲ್ಲ." ಗ್ವೆನ್‌ಲಿಟ್ ಸಿಟ್ಟಿನಿಂದ ಬಲವಾಗಿ ಅವಳನ್ನು ಜಗ್ಗಿ ಎಳೆದ.

"ಅವಳನ್ನು ಎಲ್ಲಿ ಅಡಗಿಸಿದ್ದೀ?" ಅವನು ಗುಡುಗಿದ.

ಮಿಟೂನ್ ಉತ್ತರಿಸಲಿಲ್ಲ. ಹೊಡೆತದ ಮೇಲೆ ಹೊಡೆತ ಬಿತ್ತು. ಅವಳ ಮುಖದಲ್ಲಿ ರಕ್ತ ಸುರಿಯತೊಡಗಿತು. ನೋವು ತಾಳಲಾರದೆ ಅವಳು ಕೂಗಿದಳು:

"ಇರುವೆ ಗೂಡಿನ ಬಳಿ...ದೊಡ್ಡ ಬಂಡೆಯ ಹತ್ತಿರ."

ಗ್ವೆನ್‌ಲಿಟ್ ಓಡಿದ. ಆಗಲೇ ಕತ್ತಲು ಆವರಿಸಿತ್ತು. ಸುತ್ತ ಕಾಡು ಮುಳ್ಳು, ಪೊದರು. ದೊಡ್ಡ ಬಂಡೆಗೂ ಅಲ್ಲಿಗೂ ಹತ್ತು ಮೈಲು ದೂರ. ಅವನು ಓಡಿದ. ಜೋರಾಗಿ ಎಮೂವಿನಂತೆ ಓಡಿದ. ಅವನ ಮೆದುಳು ಸಿಡಿದು ಹೋಗುತ್ತದೇನೋ ಅನ್ನಿಸುತಿತ್ತು. ದೊಡ್ಡ ಬಂಡೆಯ ಬಳಿಗೆ ಬರುವಾಗ ಅವನ ಉಸಿರೇ ನಿಂತಷ್ಟು ಆಯಾಸ ಆಗಿತ್ತು. ಅಲ್ಲಿ ಇರುವೆ ಗೂಡುಗಳೆಲ್ಲ ಚೆಲ್ಲಿದ್ದುವು.

ಚಂದ್ರ ನಿಧಾನವಾಗಿ ಮೇಲೆ ಬರುತ್ತಿದ್ದ. ಗ್ವೆನ್‌ಲಿಟ್ ಬಗ್ಗಿ, ಪೊದರಿನಲ್ಲಿ ತಡಕಾಡಿದ. ಮಗುವಿನ ಸದ್ದಿಗಾಗಿ ಆಲಿಸಿದ. ಅಂಥಾ ಸದ್ದೇನೂ ಕೇಳಿಸಲಿಲ್ಲ. ಬಹಳ ಹೊತ್ತು ಹುಡುಕಿದ ಮೇಲೆ ಮಗು ಅವನ ಕಣ್ಣಿಗೆ ಗೋಚರಿಸಿತು. ಅದು ಅಂಗಾತ ಮಲಗಿತ್ತು. ಅದರ ಪುಟ್ಟ ಹಳದಿ ಮೈತುಂಬಾ ಕಪ್ಪು ಇರುವೆಗಳು ಮುತ್ತಿಕೊಂಡಿದ್ದುವು. ಮಗುವಿನ ಕಣ್ಣು, ಬಾಯಿ, ಒಡೆದ ಚರ್ಮದಿಂದ ಅವು ರಕ್ತ ಹೀರುತ್ತಿದ್ದವು. ಗಾಯ ತೊಳೆಯಲು ಅಲ್ಲೇನೂ ಇರಲಿಲ್ಲ. ಅವಳನ್ನು ಪುನಃಶ್ಚೇತನಗೊಳಿಸಲು ಆತ ತನ್ನ ಎಂಜಲನ್ನೇ ಮಗುವಿನ ಬಾಯಿಗೆ ತುರುಕಿದ. ಮಗುವನ್ನು ಎತ್ತಿಕೊಂಡು ಹೊರಟ. ಆಗಾಗ ಅದರ ಪುಟ್ಟ ಬಾಯಿಗೆ ತನ್ನ ತುಟಿ ಒರಸುತ್ತಿದ್ದ. ಅದು ಉಸಿರಾಡುತ್ತಿದೆ ಎನ್ನುವುದನ್ನು ಖಚಿತ ಮಾಡಿಕೊಳ್ಳುತ್ತಿದ್ದ. ಕೊನೆಗೆ ಮಗುವನ್ನು ಮಿಟೂನ್ ಮುಂದೆ ಹಿಡಿದು ಹೇಳಿದ:

"ಎನ್‌ಗೂಲ ಬದುಕೋದಿಲ್ಲವಾದರೆ...ಮಿಟೂನ್ ಕೂಡ ಉಳಿಯೋದಿಲ್ಲ."

ಮಿಟೂನ್ ಮಗುವನ್ನು ತೆಗೆದುಕೊಂಡಳು. ಮೊಲೆ ಚೀಪುವಷ್ಟು ಶಕ್ತಿಯೂ ಅದರಲ್ಲಿ ಇರಲಿಲ್ಲ. ಅವಳು ಹಾಲನ್ನು ತಟಕು ತಟಕಾಗಿ ಅದರ ಬಾಯಿಗೆ ಹಿಂಡಿದಳು. ಮಿಟೂನ್‌ಳಿಗೆ ತನ್ನ ಗಂಡನಿಗೆ ಬಂದ ಆವೇಶ ಅರ್ಥವಾಗಲಿಲ್ಲ.

ಮಗುವಿನ ಮೇಲೆ ತನಗೆ ಹುಟ್ಟಿಕೊಂಡ ಪ್ರೀತಿ, ಅನುಕಂಪ ಎಣಿಸಿಕೊಂಡಾಗ ಗ್ವೆನ್‌ಲಿಟ್‌ನಿಗೇ ಆಶ್ಚರ್ಯ. ತನ್ನ ಒರಟುತನವನ್ನು ಕರಗಿಸುವ ಮಂತ್ರಶಕ್ತಿ ಏನಾದರೂ ಮಗುವಿನಲ್ಲಿ ಇತ್ತೇ? ಅಥವಾ ಅವಳ ಕಣ್ಣಿನಲ್ಲಿ ಮಿಂಚುವ ಅವನ ಹಿರಿಯರ ಆತ್ಮ ಅವನನ್ನು ಈ ರೀತಿ ಸೆಳೆಯುತ್ತಿತ್ತೇ?

ಮಿಟೂನ್ ಮಗುವನ್ನು ಸರಿಯಾಗಿ ಪಾಲಿಸುವಂತೆ ಅವನು ಎಚ್ಚರಿಕೆಯಿಂದ

ನೋಡಿಕೊಂಡ. ಸ್ವಲ್ಪ ಕಾಲದ ಬಳಿಕ, ಇನ್ನು ಮೇಲೆ ಅದರ ಅಗತ್ಯವಿಲ್ಲ ಎಂದು ಅವನಿಗನ್ನಿಸಿತು. ಎನ್‌ಗೂಲ ಸತ್ತರೆ ಅವನು ತನ್ನನ್ನು ಕೊಲ್ಲುವುದು ಖಂಡಿತ ಎನ್ನುವುದು ಮಿಟೂನ್‌ಗೆ ಅರ್ಥವಾಗಿತ್ತು.

ಮಗುವಿನ ಎಲುಬು ಗಟ್ಟಿಯಾಗಿದ್ದುದರಿಂದಲೇ ಇರುವೆಗಳು ಅದನ್ನು ತಿಂದುಬಿಡಲಿಲ್ಲ; ಸೂರ್ಯನ ಬಿಸಿಲಿನಲ್ಲಿ ಇಡೀ ದಿನ ಬಿದ್ದಿದ್ದರೂ ಅದರಿಂದಾಗಿಯೇ ಅವಳು ಸಾಯಲಿಲ್ಲ ಎಂದು ಪ್ರಾಯದ ಹೆಂಗಸರು ಹೇಳತೊಡಗಿದರು. ಅವಳು ಗಟ್ಟಿಮುಟ್ಟಾದ ಹುಡುಗಿ. ಬದುಕಬೇಕು ಎನ್ನುವ ಬಯಕೆಯೂ ಅವಳಲ್ಲಿ ಇತ್ತು. ಹೀಗಾಗಿ ತನ್ನ ಎನ್‌ಗೂಲ ಉಳಿದುಕೊಂಡಳು ಎಂದು ಗ್ವೆನ್‌ಲಿಟ್ ಹಿಗ್ಗುತ್ತಿದ್ದ. ಬೆಳೆದಂತೆ ಅವಳು ತುಂಬಾ ಚುರುಕಾದಳು. ಅವಳು ಅವನ ಬಳಿಗೆ ಓಡಿ ಬಂದು 'ಅಪ್ಪಾ' ಎಂದು ಕರೆಯುವಾಗ ಅವನಿಗೆ ಎಲ್ಲಿಲ್ಲದ ಹೆಮ್ಮೆ ಅನ್ನಿಸುತ್ತಿತ್ತು.

ಮೈಯೆಲ್ಲ ಕಿವಿಯಾಗಿ ಮೇರಿ ಇದನ್ನು ಕೇಳುತ್ತಿದ್ದಳು. ಉಳಿದ ಮಕ್ಕಳೆಲ್ಲ ಅವಳನ್ನು 'ಹಳದಿ ಮೈಯವಳು' ಎಂದು ಗೇಲಿ ಮಾಡಿದಾಗ ಎನ್‌ಗೂಲ ಸಿಟ್ಟಿನಲ್ಲಿ ಅವರ ಕಡೆಗೆ ಓಡಿ ಅವರನ್ನು ಪರಚಿ ರಂಪಾಟ ಮಾಡುತ್ತಿದ್ದುದು, ಮಕ್ಕಳ ತಾಯಂದಿರು ಬಂದು ಅವರನ್ನು ಬಿಡಿಸುತ್ತಿದ್ದುದು, ಎಲ್ಲವನ್ನೂ ಅವಳು ಆಸಕ್ತಿಯಿಂದ ಕೇಳುತ್ತಲೇ ಇದ್ದಳು. ಅವಳ ಮೈ ಮೆಲ್ಲನೆ ಕಂಪಿಸುತ್ತಿತ್ತು.

ಎನ್‌ಗೂಲ ಮರದ ತುಂಡುಗಳನ್ನು ಉರಿಸಿ, ಅವುಗಳ ಕಪ್ಪು ಮಸಿಯನ್ನು ಎಣ್ಣೆಯಲ್ಲಿ ಕಲಸಿ ಮೈಗೆ ಹಚ್ಚಿಕೊಂಡಳು. ಆದರೆ ಇದರಿಂದ ಲಾಭವೇನೂ ಆಗಲಿಲ್ಲ. ಮಕ್ಕಳು ಅವಳನ್ನು ಇನ್ನಷ್ಟು ಗೇಲಿ ಮಾಡತೊಡಗಿದರು.

ಮೇರಿಯ ಮನಸ್ಸಿನಲ್ಲಿ ಈ ಚಿತ್ರಗಳು ಒಂದರ ಅನಂತರ ಒಂದು ಮೂಡಿ ಮಾಯವಾದುವು. ಮಸಿಯನ್ನು ಮೈಗೆ ಹಚ್ಚಿಕೊಂಡ ಪುಟ್ಟ ಹುಡುಗಿ, ಕುಣಿಯುತ್ತಿದ್ದ ಕರಿಯ ಮಕ್ಕಳು, ಎಳೆದಾಟ, ಬಡಿದಾಟ. ಅಷ್ಟರಲ್ಲಿ ದೊಡ್ಡ ಮನುಷ್ಯನೊಬ್ಬ ಮರಗಳ ಮರೆಯಿಂದ ಹೊರಬಂದು ಮಕ್ಕಳನ್ನು ಗದರಿಸಿ ಮಗುವನ್ನು ಎತ್ತಿಕೊಂಡು ಹೋಗಿ ಮೈ ತೊಳೆಸುವುದು. ಆಗ ಅವನು ಅವಳಿಗೆ ಏನೋ ಹೇಳುತ್ತಿದ್ದ ನೆನಪು. ಅದೇನು ? ಮೈಯ ಬಣ್ಣ ಮುಖ್ಯವಲ್ಲ ಎಂದು. ಅದಕ್ಕೆಲ್ಲ ಗಮನ ಕೊಡದೆ ಅವಳು ನಗುತ್ತಿರಬೇಕು. ಬುಡಕಟ್ಟಿಗೆ ಹೆಸರು ತರಬೇಕು. ಆಗ ಯಾವುದೋ ಒಂದು ಕೆಟ್ಟ ದೇವತೆ ಅವಳ ಅಮ್ಮನನ್ನು ಹೆದರಿಸಿ ಮಗು ಹುಟ್ಟುವ ಮೊದಲೇ ಅದರ ಮೈಯಿಂದ ಸ್ವಲ್ಪ ಬಣ್ಣ ಕದ್ದುಕೊಂಡ ವಿಷಯ ಎಲ್ಲರೂ ಮರೆತು ಬಿಡುತ್ತಾರೆ ಎಂದು ಆತ ಹೇಳಿದ್ದ.

ಮಗುವನ್ನು ಸಂತೈಸಲು ಅವನು ಒಂದು ಹಾಡು ಹೇಳುತ್ತಿದ್ದ. ದೂರದ ನಾಡಿನಲ್ಲಿ ಬೆಳೆಯುತ್ತಿದ್ದ ಹಳದಿ ಮಿಶ್ರಿತ ಕಂದು ಬಣ್ಣದ ಹೂಗಳ ಹಾಡು ಅದು. ಕುರುಡಿ ನೆಲ್ಲಿ ಕೂಡಾ ಇದೇ ಹಾಡು ಹಾಡಿದ್ದಳು. ಕಾಡಿನಲ್ಲಿ ಅಲೆದಾಡಿ ದಾರಿತಪ್ಪಿದ ಇಬ್ಬರು ಮಕ್ಕಳ ಕುರಿತ ಹಾಡು ಅದು. ತಾಯಿ ಅವರನ್ನು ಹುಡುಕುತ್ತಾ ಬಂದಳು. ಮಕ್ಕಳ ಕೈಯಲ್ಲಿದ್ದ ಎನ್‌ಗೂಲ ಹೂವಿನ ಕಂಪು ಅವಳಿಗೆ ದಾರಿ ತೋರಿತು.

"ಪೊಲೀಸ್ ರಾವುತನೊಬ್ಬ ಬಂದು ಅವಳನ್ನು ಎತ್ತಿಕೊಂಡು ಹೋದಾಗ ಎನ್‌ಗೂಲಳಿಗೆ ಆರು ವರ್ಷ." ಮುದುಕನ ಸ್ವರ, ಮೇರಿಯ ಅಲೆಯುತ್ತಿದ್ದ ಮನಸ್ಸನ್ನು ಎಳೆಯಿತು.

ಇದು ನಡೆದಾಗ ಗ್ವೆನ್‌ಲಿಟ್ ಗುಡ್ಡದ ಆಚೆ ಬದಿ ದನಕರುಗಳ ಜೊತೆ ಇದ್ದ.

ಎನ್‌ಗೂಲಳನ್ನು ತಮ್ಮವಳೆಂದು ಪಂಗಡವು ಆಗ ಅಂಗೀಕರಿಸಿತ್ತು. ಅವಳ ಚುರುಕು ನಡೆನುಡಿ ಹಿರಿಯರಿಗೆಲ್ಲ ಖುಷಿ ಆಗಿತ್ತು. ಗ್ವೆನ್‌ಲಿಟ್ ಮನೆಗೆ ಬಂದಾಗ ಮಿಟೂನ್ ಕೂಗಿ, ಬೊಬ್ಬೆ ಹಾಕಿದಳು. ಪೊಲೀಸ್ ರಾವುತ ತಮ್ಮ ಮಗುವನ್ನು ಕೊಂಡು ಹೋಗಲು ಬಿಟ್ಟಿದಕ್ಕೆ ಅವನು ತನ್ನ ಮೇಲೆ ಸಿಟ್ಟಾಗಬಹುದು ಎಂದು ಅವಳು ಹೆದರಿದ್ದಳು. ಆ ಪೊಲೀಸ್ ಸಿಪಾಯಿ ಎನ್‌ಗೂಲಳನ್ನು ಎಳೆದು ಕೈಗಳನ್ನು ಕಟ್ಟಿ, ಬಾಯಿಗೆ ವಸ್ತ್ರ ಬಿಗಿದು, ಅವಳನ್ನು ಕುದುರೆಯ ಮೇಲೆ ಪೌಡಾಯಿಸಿಕೊಂಡು ಹೋಗಿದ್ದು ಎಲ್ಲರಿಗೂ ಸಿಟ್ಟು ಉಂಟುಮಾಡಿತ್ತು.

ಧನಿಯ ಕೊಟ್ಟಿಗೆಯಲ್ಲಿದ್ದ ಕುದುರೆ ಹತ್ತಿ ಗ್ವೆನ್‌ಲಿಟ್ ಪೊಲೀಸ್-ಸ್ಟೇಶನಿಗೆ ಹೋದ. ಅವರು ತನ್ನ ಮಗಳನ್ನು ಏಕೆ ಕರೆದುಕೊಂಡು ಹೋದರೆಂದು ವಿಚಾರಿಸಲು ತಾನು ಬಂದಿರುವುದಾಗಿ ಆತ ಹೇಳಿದ. ಪೋಲೀಸಿನವರು ಇದನ್ನು ಕೇಳಿ ನಕ್ಕುಬಿಟ್ಟರು.

ಎತ್ತರದ ಒಬ್ಬ ಸಿಪಾಯಿ ಹೇಳಿದ :

"ಅವಳು ನಿನ್ನ ಮಗಳಲ್ಲ. ನೀನು ಕಬ್ಬಿಣದ ಹಾಗೆ ಕಪ್ಪು. ಅವಳು ಬೇರಕೆ ಜಾತಿ. ಇಂಥಾ ಮಿಶ್ರ ಜಾತಿಯವರನ್ನು ಮೂಲ ನಿವಾಸಿಗಳ ತಾಣಗಳಿಂದ ಬೇರೆ ಮಾಡಿ ಅವರನ್ನು ದಕ್ಷಿಣಕ್ಕೆ ಕಳಿಸಬೇಕೆಂದು ನಮಗೆ ಆದೇಶ ಬಂದಿದೆ. ಬಿಳಿಯರ ಹಾಗೆ ಅವರು ಸರಕಾರಿ ಇಲ್ಲವೆ ಮಿಶನ್ ಶಾಲೆಗಳಲ್ಲಿ ಕಲೀತಾರೆ."

ದುಃಖ ಮತ್ತು ಕೋಪ ತಡೆಯಲಾರದೆ ಗ್ವೆನ್‌ಲಿಟ್ ಬಿಳಿಯರನ್ನು ಶಪಿಸಿ ಜೋರಾಗಿ ಕಿರಿಚಿದ :

"ಅವಳನ್ನು ಕಳಿಸಿರೋದು ಎಲ್ಲಿಗೆ ?"

ಪೋಲೀಸರು ಅದನ್ನು ಹೇಳಲು ನಿರಾಕರಿಸಿದರು.

"ದೇಸಿ ಜನರಿಂದ ಮಗುವನ್ನು ದೂರ ಇಡೋದರಿಂದ ಅವಳಿಗೆ ಮೊದಲಿನದ್ದೆಲ್ಲ ಮರೆತು ಹೋಗುತ್ತದೆ. ಇದು ನಮ್ಮ ಉದ್ದೇಶ." ಸಿಪಾಯಿ ಹೇಳಿದ.

ನಿರಾಶೆಯಿಂದ ಗ್ವೆನ್‌ಲಿಟ್ ಪೊಲೀಸ್ ಸ್ಟೇಷನಿನಿಂದ ಹೊರಗೆ ಬಂದ. ಎನ್‌ಗೂಲಾಳನ್ನು ಹಿಡಿದು ತಂದ ಮರುದಿನವೇ, ಅವಳಂತೆ ನಸು ಬಿಳಿ ಮೈಯ ಇತರ ಮಕ್ಕಳ ಜೊತೆಯಲ್ಲಿ ಅವಳನ್ನು ದೋಣಿಯಲ್ಲಿ ದಕ್ಷಿಣಕ್ಕೆ ಕಳಿಸಿದ ಸುದ್ದಿಯನ್ನು ಅವನಿಗೆ ಯಾರೋ ಹೇಳಿದರು. ಇನ್ನೊಂದು ದೋಣಿಯಲ್ಲಿ ಗ್ವೆನ್‌ಲಿಟ್ ಅತ್ತ ಹೊರಟ.

ದೋಣಿಯ ನಾವಿಕನೊಡನೆ ಈ ಕುರಿತು ಆತ ಕೇಳಿದ. ಮಗುವನ್ನು ಎಲ್ಲಿ ಕಳಿಸಿದ್ದಾರೆ ಎನ್ನುವುದನ್ನು ಕಂಡು ಹಿಡಿಯುವುದು ತುಂಬಾ ಕಷ್ಟ ಎಂದು ಅವನು ತಿಳಿಸಿದ. ಪರ್ತ್ ನಗರದ ಸುತ್ತ ರೋಮನ್ ಕ್ಯಾಥೊಲಿಕ್, ಸಾಲ್ವೇಷನ್ ಆರ್ಮಿ ಮತ್ತು ಮೆಥಡಿಸ್ಟ್ - ಇವರೆಲ್ಲರ ಅನಾಥಾಶ್ರಮಗಳಿವೆ ಎಂದೂ ಮಿಶ್ರ ಜಾತಿಯ ಮಕ್ಕಳನ್ನು ನೋಡಿ ಕೊಳ್ಳುವುದಕ್ಕೆ ಈ ಆಶ್ರಮಗಳಿಗೆ ಸರಕಾರದ ಧನಸಹಾಯವಿದೆ ಎಂದೂ ಅವನು ಹೇಳಿದ.

ಗ್ವೆನ್‌ಲಿಟ್ ಅಂಥಾ ಎಲ್ಲಾ ಆಶ್ರಮಗಳನ್ನೂ ತಡಕಾಡಿದ. ಎನ್‌ಗೂಲ ಮಾತ್ರ ಅವನಿಗೆ ಎಲ್ಲೂ ಕಾಣಲೇ ಇಲ್ಲ.

ಮನಸ್ಸಿನ ಹೊಯ್ದಾಟದಿಂದ ತನ್ನ ತಲೆಯೇ ಒಡೆದು ಹೋಗುತ್ತಿದೆ ಅನ್ನಿಸಿತು ಇದನ್ನು ಕೇಳುತ್ತಿದ್ದ ಮೇರಿಗೆ. ಯಾವುದನ್ನು ತನ್ನ ಮನಸ್ಸು ಯೋಚಿಸುವುದಕ್ಕೆ ಇಚ್ಛಿಸುತ್ತಿಲ್ಲವೋ

ಅದರ ಕುರಿತೇ ಈ ಮುದುಕ ಹೇಳುತ್ತಿದ್ದ. ಒಂದು ವೇಳೆ ಅವನು ಹೇಳುವುದೆಲ್ಲ ನಿಜವಾದರೂ ತಾನಂತೂ ಅದನ್ನು ಒಪ್ಪಿಕೊಳ್ಳುವುದಿಲ್ಲ. ಮುದುಕನ ಅವಸ್ಥೆ ಕಂಡು ಅವಳಿಗೂ ಪಾಪ ಅನ್ನಿಸಿತು. ಆದರೆ ತಾನು ಏನಿದ್ದರೂ ಅರ್ಧ ಬಿಳಿ. ಅವನಂತೂ ತನ್ನ ತಂದೆ ಅಲ್ಲ. ಅವಳ ತಂದೆ ಒಬ್ಬ ಬಿಳಿಯ ಮನುಷ್ಯ.

"ಬಿಳಿ ಜನರಿಗೆ ತಲೆ ಬಾಗಿಸುವವಳು" ಎಂದು ಅವಳನ್ನು ವಸತಿಯಲ್ಲಿ ಜನ ಕರೆಯುತ್ತಿದ್ದರು. ತಾನು ಯಾರಿಗೂ ತಲೆ ಬಾಗುವವಳಲ್ಲ ಎಂದು ಅವಳು ತನ್ನಷ್ಟಕ್ಕೆ ಅಂದುಕೊಂಡಳು.

ಅವಳ ಅನುಕಂಪ ಎಲ್ಲ ಕರಿಯರ ಕಡೆಗೆ. ಅವಳು ಶಾಲೆಯಲ್ಲಿ ಹಾಡುಗಳನ್ನು ಕಲಿತಿದ್ದರೂ, ಅವು ಕುರುಡಿ ನೆಲ್ಲಿಯ ಹಾಡುಗಳಷ್ಟು ಅವಳಿಗೆ ಇಷ್ಟವಾಗುತ್ತಿರಲಿಲ್ಲ. ವಸತಿಯಲ್ಲಿ ಕೊರ್ರೊಬೋರೀ ಹಾಡುಗಳನ್ನು ಕೇಳುವಾಗ ಅಥವಾ ಮೂಲನಿವಾಸಿ ಮುದುಕರು ಹೇಳುತ್ತಿದ್ದ ಕತೆಗಳನ್ನು ಆಲಿಸುವಾಗ ಆಗುತ್ತಿದ್ದಷ್ಟು ಸಂತೋಷ ಅವಳಿಗೆ ಬೇರೆ ಯಾವುದರಲ್ಲೂ ಆಗುತ್ತಿರಲಿಲ್ಲ.

ಆದರೆ ಬಿಳಿಯ ಜನರಂತೆ ಸಭ್ಯ ರೀತಿಯಲ್ಲಿ, ಒಳ್ಳೆಯ ಮನೆಯಲ್ಲಿ ಬದುಕು ಸಾಗಿಸಲು ಇಷ್ಟು ಸಮಯ ಅವಳು ಹೆಣಗಾಡಿದ್ದಳು. ಈಗ ಅದನ್ನು ಬಿಟ್ಟು ಮರಳಿ ಹಿಂದೆ ಸರಿಯುವುದು ಸಾಧ್ಯವಿಲ್ಲ. ಸ್ವತಂತ್ರಳಾಗಿ ಜಗತ್ತನ್ನು ಎದುರಿಸಲು ಈ ಹೋರಾಟ ಅವಳಿಗೆ ಕಲಿಸಿತ್ತು. ಅಷ್ಟೇ. ಅದರ ಹೊರತು ಬೇರೇನೂ ದೊರೆತಿರಲಿಲ್ಲ. ಅವಳ ಜಮೀನಿನಲ್ಲಿ ಹೊಸ ಮನೆ ಒಂದನ್ನು ಕಟ್ಟುವುದಕ್ಕೂ ಅವಳಿಗೆ ಅನುಮತಿ ಸಿಕ್ಕಿರಲಿಲ್ಲ. ಈ ಮುದುಕ ತನ್ನ ಅಪ್ಪ ಎಂದು ಒಪ್ಪಿಕೊಂಡು, ಅವನನ್ನು ತನ್ನ ಜೊತೆ ಇಟ್ಟು ಕೊಂಡರೆ ಅಂಥ ಒಪ್ಪಿಗೆ ಎಂದೂ ಸಿಕ್ಕುವ ಹಾಗೆಯೇ ಇಲ್ಲ.

ಗ್ವೆನ್‌ಲಿಟ್‌ನ ಮಾತು ಪುನಃ ಅವಳನ್ನು ಸೆಳೆಯಿತು.

ಎನ್‌ಗೂಲಳನ್ನು ಹುಡುಕುತ್ತಾ ಉತ್ತರಕ್ಕೆ ಮತ್ತು ಪೂರ್ವದ ಎಲ್ಲಾ ಊರುಗಳಿಗೆ ಅವನು ಹೋಗಿದ್ದ. ಬಂಗಾರದ ಗನಿಗಳಲ್ಲಿ, ಕರಿಯರ ವಸತಿಗಳಲ್ಲಿ, ಕರಾವಳಿಯ ಎಲ್ಲಾ ಬಂದರುಗಳಲ್ಲಿ ಎನ್‌ಗೂಲಳ ಸುದ್ದಿಗಾಗಿ ಅಲೆದಾಡಿದ್ದ. ಯಾರೊಬ್ಬರಿಗೂ ಅವಳ ವಿಚಾರ ಗೊತ್ತಿರಲಿಲ್ಲ.

ಈ ರೀತಿ ಇಪ್ಪತ್ತೈದು ವರ್ಷ ಅವನು ಅಲೆದಾಡಿದ್ದ. ಅವಳಿಗಾಗಿ ಅವಳ ಹೆಸರು ಹೇಳುತ್ತಾ ತಿರುಗಾಡಿದ್ದ. ಈಗ ತೀರಾ ಮುದುಕನಾಗಿ ಬಿಟ್ಟಿದ್ದಾನೆ. ಮುಂದೆ ಹೋಗುವಷ್ಟು ತ್ರಾಣ ಇಲ್ಲ. ನೈಋತ್ಯದ ಮೂಲನಿವಾಸಿ ಪಂಗಡಗಳ ಕೊರ್ರೊಬೋರೀ ಉತ್ಸವದ ಮೈದಾನವಾಗಿದ್ದ ಈ ಸ್ಥಳ ತನ್ನ ಪಯಣದ ಅಂತಿಮ ತಾಣ ಆಗುತ್ತದೇನೋ ಎನ್ನುವ ಸಂಶಯ ವ್ಯಕ್ತಪಡಿಸಿದ. ಕೊನೆಗೆ ಆತ ನುಡಿದ :

"ಎನ್‌ಗೂಲಳನ್ನು ಇಲ್ಲಿಯೋ ಯಾರೊಬ್ಬರೂ ಕಂಡಿಲ್ಲವಾದರೆ, ನನ್ನ ಬುಡಕಟ್ಟಿನ ಮೂಲಸ್ಥಳಕ್ಕೆ ಹೋಗಿ ನನ್ನ ಪಿತೃಗಳ ಆತ್ಮ ನನ್ನನ್ನು ಕರೆದುಕೊಳ್ಳುವ ತನಕ ಅಲ್ಲಿರ್ತೇನೆ."

ನಿರಾಶೆಯ ಗವಿಯಿಂದ ಬಂದಂತಿತ್ತು ಈ ಮಾತು.

ಇಷ್ಟು ಹೇಳಿ ಆತ ಬೆಂಕಿಯ ಬಳಿಯಿಂದ ಎದ್ದ. ಬೆಂಕಿಯ ಪ್ರಕಾಶ, ಬಿಸಿಲಿನಿಂದ ಒಣಗಿ ಸುಕ್ಕುಗಟ್ಟಿದ ಅವನ ಮುಖದಲ್ಲಿ ಪ್ರತಿಫಲಿಸಿತು.

ಮೇರಿಯ ದೃಷ್ಟಿಯನ್ನು ಎದುರಿಸುವ ಇಚ್ಛೆ ಇಲ್ಲದೆ, ಅವನು ಅವಳಿಂದ ಆಚೆಗೆ

ನೋಡಿದ. ಅವಳ ಮನಸ್ಸಿನಿಂದ ಒಂದು ತೆರೆಯನ್ನು ಸರಿಸಿ, ಬಿಳಿಯರಂತೆ ಬದುಕುವ ಬಯಕೆ ಮತ್ತು ಕರಿಯ ಜನರ ಕಡೆಗಿರುವ ಒಲವು. ಇವುಗಳ ನಡುವೆ ಅವಳ ಮನಸ್ಸು ಹೊಯ್ದಾಡುವಂತೆ ಆತ ಮಾಡಿದ್ದ. ಆದರೆ ಅವನಿಗೆ ಇದರ ಅರಿವಾಗಿದೆಯೋ ಇಲ್ಲವೋ ಎಂದು ಹೇಳುವಂತಿರಲಿಲ್ಲ. ಅಂಥ ಯಾವ ಸೂಚನೆಯೂ ಅವನ ಮುಖದಲ್ಲಿರಲಿಲ್ಲ. ಹಾಗಿದ್ದರೂ ಕೂಡ, ತನ್ನ ಗುಟ್ಟು ಬಿಡದೆ ಅವನಿಂದ ದೂರ ಹೋಗುವ ತನ್ನ ಬಯಕೆ ಅವನಿಗೆ ಅರ್ಥವಾಗಿರಬೇಕು ಎಂದು ಮೇರಿ ಗ್ರಹಿಸಿದಳು.

ಅವರ ನಡುವೆ ಮೌನ ಕವಿಯಿತು. ಭಾರವಾದ, ಹೃದಯ ಹಿಂಡುವ ಮೌನ.

ಕಟ್ಟಕಡೆಗೆ ಮೇರಿಯೇ ಮೌನ ಮುರಿದು ಹೇಳಿದಳು :

"ನೀನು ಇನ್ನು ಮುಂದೆ ಅಲೆದಾಡೋ ಅಗತ್ಯ ಇಲ್ಲ ಅಪ್ಪಾ, ನಾನೇ ಆ ಎನ್‌ಗೂಲ."

ನ್ಯೂಜಿಲೆಂಡ್

○ ಎಡ್ವರ್ಡ್ ಬ್ರೌನ್

ತಾಯಿ

ಲೈಫ್ ಬೋಟಿನಲ್ಲಿ ಏನೋ ತೊಡಕು ಉಂಟಾದುದರಿಂದ ಟ್ಯಾಂಕರನ್ನು ತಡೆಹಿಡಿಯಲಾಗಿದೆ – ಎಂದು ಬೆಳಗ್ಗಿನ ಪತ್ರಿಕೆಯಲ್ಲಿ ಸುದ್ದಿ ಪ್ರಕಟವಾಗಿತ್ತು. ಪ್ರಯಾಣ ಮುಂದುವರಿಸುವ ಮುನ್ನ ಅವನ್ನು ದುರಸ್ತಿ ಮಾಡಬೇಕಾಗಿತ್ತು. ಇತ್ತೀಚೆಗೆ ಹಡಗುಗಳಲ್ಲಿ ಅಂಥಾ ತೊಂದರೆಯ ಸುದ್ದಿ ಬರುತ್ತಿರಲಿಲ್ಲ. ಹೀಗಾಗಿ ಒಂದು ರೀತಿಯಲ್ಲಿ ವಿಶೇಷ ಸುದ್ದಿ ಇದು. ಆದರೆ ಇದು ಹಡಗುಗಳಲ್ಲೇ ಪ್ರತ್ಯೇಕ ತರದ್ದು.

"ನಿನಗೆ ಬೆಳಿಗ್ಗೆ ಬೇರೆ ಕೆಲಸವೇನೂ ಇಲ್ಲವಾದರೆ ಕೆಳಗೆ ಹೋಗಿ ಅದರ ರೇಡಿಯೋ ಉಪಕರಣಗಳನ್ನು ಸ್ವಲ್ಪ ನೋಡಿ ಬಿಡು. ಅದರಲ್ಲಿ ಚಾಲ್ತಿಯಲ್ಲಿರೋ ರೇಡಿಯೋ ರಕ್ಷಣಾ ಪ್ರಮಾಣಪತ್ರ ಇದೆಯೊ ಅನ್ನೋದನ್ನೂ ಖಚಿತ ಮಾಡಿಕೊ." ಎಂದು ಪ್ರಧಾನ ರೇಡಿಯೋ ಇನ್‌ಸ್ಪೆಕ್ಟರ್ ನನ್ನೊಡನೆ ಹೇಳಿದರು. ಹಡಗಿನ ಕೆಲಸಗಾರರಲ್ಲಿ ಒಬ್ಬನು 'ಹಿಂದು' ಎಂದೂ ಅವರು ತಿಳಿಸಿದರು.

ಭಾರತದಲ್ಲಿ ಹಿಂದೂಗಳು ಎಂದು ಕರೆಯುವುದನ್ನು ಎಷ್ಟೋ ವರ್ಷಗಳ ಅನಂತರ ಇದು ಪುನಃ ನಾನು ಕೇಳಿದ್ದು. ನಮ್ಮ ಮುಖ್ಯ ರೇಡಿಯೋ ಇನ್‌ಸ್ಪೆಕ್ಟರ್ ಹಳೆಯ ಕಾಲದ ಮನುಷ್ಯ.

ಪನಾಮಾದ ಧ್ವಜವನ್ನು ಹಾರಿಸುತ್ತಿದ್ದ ಆ ನೌಕೆ ಎರಡನೇ ಮಹಾಯುದ್ಧ ಕಾಲದ ಒಂದು ಟ್ಯಾಂಕರ್ ಆಗಿತ್ತು. ಅದನ್ನು ಸ್ವಲ್ಪ ಮಾರ್ಪಾಟು ಮಾಡಲಾಗಿತ್ತಷ್ಟೆ. ಅದರಲ್ಲಿ ಅಷ್ಟೇನೂ ಜನ ಇರಲಿಲ್ಲ. ನಾನು ಟ್ಯಾಂಕರ್‌ನ ಮೇಲ್ಭಾಗವನ್ನು ಪರೀಕ್ಷಿಸಿದೆ. ಅದು ಕೊಳಕಾಗಿತ್ತು. ಕೆಳಗೆ ಹಾಸಿದ ಹುರಿ ಹಗ್ಗದ ಚಾಪೆ ಹರಿದಿತ್ತು. ಮೆಟ್ಟಲು ಹತ್ತಿ ರೇಡಿಯೋ ರೂಮಿಗೆ ಹೋದೆ. ಕ್ಯಾಬಿನ್ನಿನ ಎಲ್ಲಾ ಬಾಗಿಲು ಮುಚ್ಚಿತ್ತು. ಒಳಗೆ ಯಾರೂ ಇದ್ದ ಹಾಗೆ ಕಾಣಿಸಲಿಲ್ಲ. ಒಂದು ರೀತಿಯ ನಿರಾಶೆಯ ವಾತಾವರಣ. ತುಂಬಾ ಹಳೆಯ ಹಡಗು. ಬಹುಶಃ ಯಾರೋ ಗ್ರೀಕ್ ಶ್ರೀಮಂತನದ್ದು. ನಡೆದಷ್ಟು ನಡೆಯಲಿ ಎನ್ನುವ ಅಲಕ್ಷ್ಯದಿಂದ ಬಿಟ್ಟ ಹಾಗಿತ್ತು.

ರೇಡಿಯೋ ಆಪರೇಟರ್ ಇನ್ನೂ ತನ್ನ ಕೋಣೆಯೊಳಗೇ

ಇದ್ದ. ಬಹಳ ಹೊತ್ತು ಬಾಗಿಲು ತಟ್ಟಿದ ಮೇಲೆ, ನಡುಪ್ರಾಯದ ಒಬ್ಬ ಭಾರತೀಯ ಪರಿಚಾರಕ ಬಾಗಿಲು ತೆರೆದು, ಅವನನ್ನು ಎಬ್ಬಿಸಿದ. ಅವನು ತೂರಾಡುತ್ತಾ ರೇಡಿಯೋ ರೂಮಿನ ಒಳಗೆ ಬಂದ. ಅವನಿಗೆ ಸುಮಾರು ಐವತ್ತು ವರ್ಷ ಆಗಿರಬೇಕು. ಕೆಲ ದಿನಗಳಿಂದ ಕ್ಷೌರ ಕಾಣದ ಮುಖ. ಆತ ಸಾಕಷ್ಟು ಕೊಳಕಾದ ಕಪ್ಪು ಸಮವಸ್ತ್ರದ ಷರಾಯಿ ಹಾಕಿದ್ದ. ಅದರ ಮೇಲೆ ಕುತ್ತಿಗೆ ಮುಚ್ಚುವ ಮಲಿನವಾದ ಒಂದು ಬಿಳಿಯ ಸ್ವೆಟರ್ ತೊಟ್ಟಿದ್ದ.

"ಕ್ಷಮಿಸಿ, ನಿನ್ನೆ ರಾತ್ರಿ ಒಂದಿಷ್ಟು ಹೆಚ್ಚು ಹಾಕಿಬಿಟ್ಟೆ" ಎಂದು ಆತ ಹೇಳಿದ.

ಅವನ ಕಡೆಗೆ ಅನುಕಂಪದ ನಗೆ ಬೀರಿ ತಕ್ಷಣ ಪ್ರಮಾಣ ಪತ್ರ ಕೇಳಿದೆ.

ಅವನು ಅದನ್ನು ಕ್ಯಾಪ್ಟನ್‌ನ ಕ್ಯಾಬಿನ್ನಿನಿಂದ ತಂದ. ನಾನು ರೇಡಿಯೋ ರೂಮಿನ ಉಪಕರಣಗಳ ಕಡೆ ನೋಡಿದೆ. ರೇಡಿಯೋ ರೂಮಿನ ಕುರ್ಚಿಯಲ್ಲಿ ಕೂತು ಪರಿಚಾರಕ ನಿರ್ವಿಕಾರ ಮುಖದಿಂದ ನನ್ನನ್ನು ದಿಟ್ಟಿಸುತ್ತಿದ್ದ. ಉಪಕರಣಗಳು ತುಂಬಾ ಹಳತು. ರೇಡಿಯೋ ರೂಮಿಗೂ ಬಣ್ಣದ ಅಗತ್ಯ ಬಹಳವಿತ್ತು. ಕೊಳಕಾಗಿತ್ತು ಅದೆಲ್ಲ.

ಪ್ರಮಾಣಪತ್ರವನ್ನು ಆರು ತಿಂಗಳ ಹಿಂದೆ ಸಿಡ್ನಿಯಲ್ಲಿ ಕೊಟ್ಟಿದ್ದರು. ಅದು ಇನ್ನೂ ಚಾಲ್ತಿಯಲ್ಲಿತ್ತು.

ನಾನು ಆಪರೇಟರ್‌ನ ಪ್ರಮಾಣಪತ್ರ ನೋಡಬಯಸಿದೆ. ಅವನ ಹತ್ತಿರ ರೇಡಿಯೋ ಟೆಲಿಗ್ರಾಫ್ ಆಪರೇಟರನ ಪ್ರಮಾಣಪತ್ರ ಇತ್ತು. ಅದೂ 'ಫಸ್ಟ್‌ಕ್ಲಾಸ್ !' ಒಳಗೆ ಲೈಸೆನ್ಸ್ ಧಾರಿಯ ಫೋಟೋ. ಚುರುಕಾದ ತರುಣನ ಚಿತ್ರ. ಹಳತಾದುದರಿಂದ ಕಂದು ಬಣ್ಣಕ್ಕೆ ತಿರುಗಿತ್ತು.

ಅದನ್ನು ಅವನಿಗೆ ಹಿಂತಿರುಗಿಸಿದೆ.

"ನಮ್ಮ ಲೈಫ್ ಬೋಟಿನಲ್ಲಿ ತೊಂದರೆ ಆಗಿದೆ ಅನ್ನೋದು ನಿಮಗೂ ಗೊತ್ತಿರಬೇಕಲ್ಲ."

"ಹೌದು ಅದಕ್ಕೇ ನನ್ನನ್ನು ಕಳಿಸಿದ್ದು."

ಅವನ ಅಸಮಾಧಾನವೇನಾದರೂ ಇದ್ದರೆ ಹೋಗಲಿ ಅಂಥ ಮೆಲ್ಲನೆ ತುಟಿ ಅರಳಿಸಿದೆ.

"ಇಲ್ಲಿರೋದು ಎಲ್ಲ ಹಳತು, ಹಾಳಾದ್ದು."

"ನೀನು ಯಾಕೆ ಪನಾಮಾದ ಹಡಗುಗಳಲ್ಲಿ ಕೆಲಸ ಮಾಡ್ತೀಯ ?"

"ಅವರು ನನಗೆ ಹೆಚ್ಚು ಸಂಬಳ ಕೊಡ್ತಾರೆ. ಅದಕ್ಕೆ," ಎಂದ.

ಬಳಿಕ ಆತ ಪ್ರಶ್ನಿಸಿದ :

"ಒಂದಿಷ್ಟು ಕುಡಿಯೋದರಲ್ಲಿ ಆಸಕ್ತಿ ಇದೆಯಾ ?"

ಕುರ್ಚಿಯಲ್ಲಿ ಕುಳಿತಿದ್ದ ಆ ಭಾರತೀಯ ಮೆಲ್ಲನೆ ತಲೆ ಅಲ್ಲಾಡಿಸಿದ. ರೇಡಿಯೋ ಆಪರೇಟರ್ ಅವನನ್ನು ಉಪೇಕ್ಷಿಸಿ, ತನ್ನ ಮಲಗುವ ಕೋಣೆಗೆ ನನ್ನನ್ನು ಕರೆದುಕೊಂಡು ಹೋಗಿ ಒಂದು ಜಿನ್ ಬಾಟ್ಲಿ ಹೊರತೆಗೆದ. ಅದು ಅರ್ಧ ತುಂಬಿತ್ತು. ಎರಡು ಕೊಳಕು ಗ್ಲಾಸುಗಳಿಗೆ ಅದನ್ನು ಅರ್ಧದಷ್ಟು ಆತ ಸುರಿದ.

ಆ ಭಾರತೀಯ ಪರಿಚಾರಕ ಇನ್ನೂ ನಿರ್ಲಿಪ್ತನಂತೆ ರೇಡಿಯೋ ರೂಮಿನ ಕುರ್ಚಿಯ ಮೇಲೆ ಕೂತಿದ್ದ. ರೇಡಿಯೋ ರಿಸೀವರ್, ಆಟೋ ಅಲರಾಂ, ಟ್ರಾನ್ಸ್‌ಮೀಟರ್ ಮತ್ತು ಇತರ ಉಪಕರಣಗಳು ಅವನ ಮುಂದೆ ಇದ್ದವು.

ಹಡಗು ನಿಂತಾಗ ದಂಡೆಗೆ ಹೋಗುವ ಅಭ್ಯಾಸ ತನಗಿಲ್ಲ; ಯಾಕೆಂದರೆ ಎಲ್ಲಾ ಕರಾವಳಿಗಳೂ ಹೆಚ್ಚು ಕಡಿಮೆ ಒಂದೇ ರೀತಿ–ಎಂದು ರೇಡಿಯೋ ಆಪರೇಟರ್ ನನ್ನೊಡನೆ

ಹೇಳಿದ. "ಎಲ್ಲಾ ವಿದೇಶಗಳೂ ಒಂದೇ. ಅಂಚೆ ಚೀಟಿಗಳಲ್ಲಿ ಮಾತ್ರ ವ್ಯತ್ಯಾಸ ಅಷ್ಟೆ."

ಇಂತಹ ಸಂದರ್ಭಗಳಲ್ಲಿ ಆತ ಹಡಗದೊಳಗೇ ಕುಳಿತು, ಚೆನ್ನಾಗಿ ಕುಡಿಯುತ್ತಿದ್ದ ಎಂದು ಬೇರೆ ಹೇಳಬೇಕಾಗಿಲ್ಲ. ಆದರೆ ಹಡಗಿನ ಮದ್ಯದ ದಾಸ್ತಾನು ಈಗ ಮುಗಿಯುತ್ತಾ ಬಂದಿದ್ದುದರಿಂದ ಅವನಿಗೆ ಯೋಚನೆಗಿಟ್ಟುಕೊಂಡಿತ್ತು. ಹಿಂದಿನ ಪಯಣದ ಬಳಿಕ ಹಡಗು ಬ್ರಿಟನ್‌ಗೆ ಹಿಂತೆರಳಲಿದೆಯೆಂದು ಆತ ಭಾವಿಸಿದ್ದ. ಆದರ ಕ್ಯಾಪ್ಟನ್ ಅದಕ್ಕೆ ಕಲ್ಲು ಹಾಕಿದ್ದ. ಅವಗು ಬಾಸ್ಬೀನ್‌ನಲ್ಲಿ ಪುನಃ ಸಾಮಾನು ತುಂಬಿಸಿ ನ್ಯೂಜಿಲೆಂಡ್‌ಗೆ ಬಂದಿದ್ದರು. ಹೀಗಾಗಿ ಆತ ಪೇಚಿನಲ್ಲಿ ಸಿಲುಕಿದ್ದ.

"ನೀನು ಯಾವಾಗಲೂ ಸಮುದ್ರದಲ್ಲೇ ಇರೋದಾ?" ಎಂದು ನಾನು ಕೇಳಿದೆ. ಜೀವನವಿಡೀ ಸಮುದ್ರದಲ್ಲೇ ಕಳೆದವನಂತೆ ಅವನನ್ನು ನೋಡುವಾಗ ನನಗೆ ಅನ್ನಿಸಲಿಲ್ಲ.

"ಇಲ್ಲ ಚಿಕ್ಕಂದಿನಲ್ಲಿ ಸಮುದ್ರಕ್ಕೆ ಹೋದೆ. ಆಮೇಲೆ ಅದನ್ನು ಬಿಟ್ಟು ಕೆಲವು ವರ್ಷ ಬೇರೆ ಉದ್ಯೋಗ ಹಿಡಿದೆ. ನನಗೆ ಒಳ್ಳೆಯ ಬೇರೆ ಕೆಲಸ ಇತ್ತು. ನನ್ನ ಹೆಂಡತಿಯನ್ನು ಇನ್ನೊಬ್ಬ ಕದ್ದ ಮೇಲೆ ಪುನಃ ಸಮುದ್ರಕ್ಕೆ ಬಂದೆ. ನಾನು ಬೇರೇನು ಮಾಡಲು ಸಾಧ್ಯವಿತ್ತು ಹೇಳಿ?"

ನನಗೆ ಕಸಿವಿಸಿ ಆಯಿತು.

ರೇಡಿಯೋ ಆಪರೇಟರ್‌ನ ಬೆಳಗ್ಗಿನ ಉಪಾಹಾರ ಮೇಜಿನ ಮೇಲಿತ್ತು. ಹುರಿದ ಮೊಟ್ಟೆ, ಬೇಕನ್ ತುಣುಕು ಮತ್ತು ಚಹಾ. ಅವನು ಭಾರತೀಯನನ್ನು ನೋಡಿ ಕೇಳಿದ:

"ಮಧ್ಯಾಹ್ನದ ಊಟಕ್ಕೆ ಏನೇನಿದೆ?"

ಮೆಲ್ಲನೆ ಎದ್ದು ಕ್ಯಾಬಿನ್‌ನ ಒಳಗಡೆ ಬಂದು ಅವನು ಹೇಳಿದ:

"ನನಗೆ ಗೊತ್ತಿಲ್ಲ." ಯಾರೂ ಮುಟ್ಟದೆ ಹಾಗೆಯೇ ಇರಿಸಿದ್ದ ಉಪಾಹಾರದ ಕಡೆಗೆ ಅವನು ನೋಡಿದ.

"ಸ್ವಲ್ಪ ಸೂಪು, ಇನ್ನೇನಾದರೂ ಒಂದಿಷ್ಟು ಒಳ್ಳೆಯದು ತಗೊಂಡ್ಬಾ" ರೇಡಿಯೋ ಆಪರೇಟರ್ ಗೊಣಗಿದ.

ಭಾರತೀಯ ತಲೆ ಅಲ್ಲಾಡಿಸಿ ರೇಡಿಯೋ ಉಪಕರಣದ ಎದುರಿನ ತನ್ನ ಸೀಟಿಗೆ ಹೋದ. ನಾವು ಜಿನ್ ಬಾಟ್ಲಿ ಖಾಲಿ ಮಾಡಿದೆವು, ಆಪರೇಟರ್ ಅವನನ್ನು ಪುನಃ ಕರೆದು ಹೇಳಿದ:

"ಬಾಯ್, ಆರು ಡಾಲರ್ ತೆಗೆದುಕೋ, ಹಣ ಎಲ್ಲಿದೆ ಅಂತ ನಿನಗೆ ಗೊತ್ತಲ್ಲ? ಹೊರಗೆ ಹೋಗಿ ಎರಡು ಬಾಟ್ಲಿ ಜಿನ್ ತಾ."

ಆ ಭಾರತೀಯ ಎದ್ದ. ಹುಬ್ಬು ಗಂಟಿಕ್ಕಿ ತುಸು ಹಿಂದೆಮುಂದೆ ನೋಡಿ, ಬಳಿಕ "ಸರಿ" ಎಂದ.

"ತರುವಾಗ ಕ್ಯಾಪ್ಟನಿಗೆ ಗೊತ್ತಾಗಬಾರದು."

"ಹಾಗೆಯೇ ಆಗಲಿ"

ಅವನು ನಿಟ್ಟುಸಿರು ಬಿಟ್ಟು ಹೇಳಿದ.

"ರೇಡಿಯೋ ಇನ್ಸ್‌ಪೆಕ್ಟರಿಗೆ ವೈನ್ ಕೊಡು. ನೀವು ವೈನ್ ತೆಗೆದುಕೊಳ್ತೀರಲ್ಲ?"

ಆಪರೇಟರ್ ನನ್ನೊಡನೆ ಕೇಳಿದ.

ಆ ಭಾರತೀಯ ಅರ್ಧ ತುಂಬಿದ್ದ ಒಂದು 'ಶೆರ್ರಿ' ಬಾಟ್ಲಿಯನ್ನು ತಂದು ಅದನ್ನು

ಎರಡು ಗ್ಲಾಸುಗಳಿಗೆ ಹಾಕಿದ. ಅನಂತರ ಕೈಯಲ್ಲಿ ಗ್ಲಾಸ್ ಹಿಡಿದಿದ್ದ ರೇಡಿಯೋ ಆಫೀಸರನತ್ತ ಆತಂಕದ ಒಂದು ಹಿನ್ನೋಟ ಬೀರಿ ಆತ ಒಲ್ಲದ ಮನಸ್ಸಿನಿಂದ ಕ್ಯಾಬಿನ್‌ನಿಂದ ಹೊರಹೋದ.

ಒಬ್ಬ ಟ್ಯಾಂಕರ್ ರೇಡಿಯೋ ಆಪರೇಟರ್‌ನ ಬದುಕು ಅಂಥಾದ್ದು. ದೀರ್ಘ ಸಮುದ್ರ ಪ್ರಯಾಣ. ಬಂದರದಲ್ಲಿ ಅತಿ ಸ್ವಲ್ಪ ಕಾಲವಷ್ಟೆ ನಿಲುಗಡೆ – ಇವತ್ತು ನಡೆದ ಹಾಗೆ ಏನಾದರೂ ಅನಿರೀಕ್ಷಿತ ಘಟನೆ ನಡೆಯದಿದ್ದರೆ. ಯಾರೇ ಆದರೂ ಈ ಒಂಟಿ ಜೀವನಕ್ಕೆ ಬೇಸತ್ತು ಕುಡಿಯುವ ಚಟಕ್ಕೆ ಬಲಿ ಬೀಳಲೇ ಬೇಕು. ಅದರಲ್ಲೂ ರೇಡಿಯೋ ಆಪರೇಟರ್ ಇತರ ಸಿಬ್ಬಂದಿಗಿಂತ ಬೇರೆ. ಪ್ರತ್ಯೇಕ ಕೋಣೆಯಲ್ಲಿ ಏಕಾಂತ ವಾಸ. ಸಮುದ್ರದ ಈ ಬದುಕು ವಾಸ್ತವ ಜಗತ್ತಿನಿಂದ ಅವನನ್ನು ಖಂಡಿತ ದೂರ ತಳ್ಳಿಬಿಡುತ್ತದೆ.

ಆಪರೇಟರ್‌ನಿಗೆ ನಿಧಾನವಾಗಿ ಅಮಲು ಏರತೊಡಗಿತು. ಆತ ತನ್ನ ತಾಯಿಯ ವಿಷಯ ಹೇಳಲು ಪ್ರಾರಂಭಿಸಿದ. ನಾನು ಎಬ್ಬಿಸುವ ಮೊದಲೇ ಅವನು ಸಾಕಷ್ಟು ಕುಡಿದಿರಬೇಕು.

"ನನಗೆ ತಾಯಂದಿರು ಅಂದರೆ ಪ್ರೀತಿ – ತಾಯಿಯನ್ನು ನಾನು ಬಹಳ ಪ್ರೀತಿಸ್ತೇನೆ. ಯಾವ ತಾಯಿಯಾದರೂ ಸರಿ, ನಮಗೆ ಏನು ಬೇಕಾದರೂ ಮಾಡೋದಕ್ಕೆ ತಯಾರು."

ಬಳಿಕ ಮರದಲ್ಲಿ ಕೊರೆದ ಎರಡು ಆನೆಗಳನ್ನು ನನಗೆ ತೋರಿಸಿ, ಆತ ಹೇಳಿದ :

"ನಾನು ಇದನ್ನು ಸಿಲೋನ್‌ನಲ್ಲಿ ಕೊಂಡುಕೊಂಡೆ. ಚೆನ್ನಾಗಿದೆ ಅಲ್ವಾ? ನನ್ನ ತಾಯಿಗೆ ಕಾಣಿಕೆ." ಅವುಗಳನ್ನು ಆತ ಮುದ್ದಿಸತೊಡಗಿದ.

"ನಿಮಗೆ ತಾಯಿ ಇದ್ದಾರಾ ?" ಎಂದ.

ನಾನು ತಲೆ ಆಡಿಸಿದೆ. ಆತ ಪುನಃ ನುಡಿದ :

"ನಿಮ್ಮ ತಾಯಿಗೆ ಇವುಗಳಲ್ಲಿ ಒಂದಾದರೂ ಖುಷಿ ಆಗಬಹುದು. ತಾಯಿ ಮಕ್ಕಳಿಗಾಗಿ ಎಷ್ಟೊಂದು ತ್ಯಾಗವನ್ನು ಮಾಡ್ತಾಳೆ! ಮಕ್ಕಳು ಮಾತ್ರ ಅದನ್ನು ಅರ್ಥ ಮಾಡೋದಿಲ್ಲ. ಇದನ್ನು ನಿಮ್ಮ ತಾಯಿಗೆ ಕೊಡಿ. ನನ್ನ ಒಂದೇ ಒಂದು ಕೋರಿಕೆ ಇಷ್ಟೆ. ಅವರು ನನಗೆ ಪತ್ರ ಬರೆಯಲಿ. ಹಾಗೆ ಮಾಡ್ತೀರಾ ?"

ಆನೆಯನ್ನು ತೆಗೆದುಕೊಳ್ಳಲು ನನಗೆ ಮನಸ್ಸಿರಲಿಲ್ಲ. ಅಲ್ಲದೆ ಅವನು ಹೇಳುತ್ತಿರುವುದನ್ನು ತನ್ನ ಸ್ವಂತ ಬುದ್ಧಿಯಿಂದ ಅಲ್ಲ ಎನ್ನುವ ಸಂಶಯ ಬೇರೆ.

"ಇದರಲ್ಲಿ ಒಂದು ಸ್ವಲ್ಪ ಒಡೆದು ಹೋಗಿದೆ. ಕೊರೆಯುವಾಗ ಮರ ಹಸಿ ಇದ್ದಿರಬೇಕು." ಆತ ದುಃಖದಿಂದ ಅದನ್ನೇ ನೋಡಿ ಮುಂದುವರಿಸಿದ:

"ಆದರೆ ನಿಮ್ಮ ತಾಯಿಗೆ ಒಳ್ಳೇದನ್ನೇ ಕೊಡ್ತೇನೆ."

"ಬೇಡ. ನಿನ್ನ ತಾಯಿಗೆ ಮತ್ತೆ ಏನನ್ನು ಕೊಡ್ತೀ ?"

"ಪರವಾಗಿಲ್ಲ. ನಾನೇನೂ ಅವಕ್ಕೆ ಹೆಚ್ಚು ಹಣ ಕೊಟ್ಟಿಲ್ಲ. ಅಗ್ಗದ ಒಂದು ಬಾಟ್ಲಿ ಹಡಗಿನ ಜಿನ್ ಮಾತ್ರ. ಆಗ ಹಡಗಿನಲ್ಲಿ ತುಂಬಾ ಮದ್ಯ ದಾಸ್ತಾನಿತ್ತು."

ನಾನು ಆನೆಯನ್ನು ಕೈಗೆ ಎತ್ತಿಕೊಂಡೆ. ಚೆನ್ನಾಗಿ ಪಾಲಿಶ್ ಮಾಡಿದ್ದು. ದಂತ ಸೊಗಸಾಗಿ ಕೆತ್ತಲ್ಪಟ್ಟಿತ್ತು. ಇವನ ತಾಯಿ ಯಾವ ರೀತಿಯ ಹೆಂಗಸಾಗಿರಬಹುದು ಎಂದು ನಾನು ಯೋಚಿಸಿದೆ. ಆಕೆ ಎಲ್ಲಿದ್ದಳು ? ಇನ್ನು ಹೆಂಡತಿ ? ಅವರಿಗೆ ಮಕ್ಕಳು ಇರಲಿಲ್ಲವೇ ?

ಅವನು ಕುರ್ಚಿಗೆ ಒರಗಿದಂತೆ ಮಾತು ಕಡಿಮೆ ಆಯಿತು. ಇದೇ ರೀತಿ ಆದರೆ

ಇವನ ಭವಿಷ್ಯದ ಗತಿ ಏನಾಗಬಹುದು? ದೊಡ್ಡ ಕಂಪನಿಯವರು ಇವನನ್ನು ನೇಮಿಸಿಕೊಳ್ಳುವ ಹಾಗಿಲ್ಲ. ಇದೇ ತರಹೆ ಯಾರಾದರೊಬ್ಬ ಖಾಸಗಿ ಮಾಲಿಕನ ಕೈ ಕೆಳಗೆ ದುಡಿಯಬೇಕು. ಒಂದಿಷ್ಟು ಹಣ ಜಾಸ್ತಿ ಸಿಗಬಹುದು. ಆದರೆ ದುಡಿತದ ಪರಿಸ್ಥಿತಿ ಮಾತ್ರ ಎಷ್ಟೋ ಕಠಿಣ.

ನಾವು ಶೆರ್ರಿ ಮುಗಿಸಿದೆವು. ಆ ಭಾರತೀಯ ಜಿನ್ ತರಲಿಲ್ಲ. ರೇಡಿಯೋ ಆಪರೇಟರ್ ಮಾತ್ರ ಕುರ್ಚಿಯಲ್ಲಿ ಪೂರ್ಣ ಕುಸಿದಿದ್ದ.

ನಾನು ಭಾರತೀಯನಿಗಾಗಿ ಕಾದು ನಿಲ್ಲಲಿಲ್ಲ. ಅವನು ಜಿನ್ ಬಾಟ್ಲಿಯ ಪೇಪರ್ ಬ್ಯಾಗ್ ಹೊತ್ತು ತರುವಷ್ಟರಲ್ಲಿ ನಾನು ಮುಂದೆ ನಡೆದಿದ್ದೆ. ನನ್ನ ಕೈಯಲ್ಲಿದ್ದ ಆನೆಯನ್ನು ನೋಡಿ ಅವನು ಮುಖ ಸೊಟ್ಟಗೆ ಮಾಡಿದ. ನಾನು ಬೇರೊಂದು ಮಗುವಿನ ಆಟದ ವಸ್ತುವನ್ನು ಕದ್ದುಕೊಂಡು ಹೋಗುತ್ತಿದ್ದೇನೋ ಎಂಬಂತೆ ನನಗೆ ತೋರಿತು. ಅವನು ಅವಸರದ ಹೆಜ್ಜೆ ಇಟ್ಟು ಅಲ್ಲಿಂದ ಮರೆಯಾದ. ಹಡಗಿನಿಂದ ಕೆಳಗೆ ಬರುವಾಗ ನಾನು ಇಷ್ಟು ಹೊತ್ತು ಅವನೊಡನೆ ಮಾತಾಡಿದ್ದರೂ ಆ ರೇಡಿಯೋ ಆಪರೇಟರ್‌ನ ಹೆಸರು ಕೇಳಲು ಮರೆತಿದ್ದೆನೆಂದು ನನಗೆ ಥಟ್ಟನೆ ನೆನಪಾಯಿತು.

ಈಗೇನು ಮಾಡೋಣ? ನನ್ನ ತಾಯಿ ಅವನಿಗೆ ಬರೆಯುವುದು ಹೇಗೆ? ನನ್ನ ಮನಸ್ಸು ಡೋಲಾಯಮಾನವಾಯಿತು. ಪುನಃ ಹೋಗಿ ಕೇಳಲೆ? ಪ್ರಯೋಜನವಿಲ್ಲ. ಅವನು ಈಗ ಹೆಸರು ಹೇಳುವ ಸ್ಥಿತಿಯಲ್ಲಿ ಖಂಡಿತ ಇರಲಿಲ್ಲ. ನಾನು ಅಲ್ಲಿಂದ ಮುಂದೆ ನಡೆದೆ.

"ರೇಡಿಯೋ ಆಪರೇಟರ್ ಹಿಂದು ತಾನೆ?"

ಪ್ರಧಾನ ರೇಡಿಯೋ ಇನ್ಸ್‌ಪೆಕ್ಟರ್ ಕೇಳಿದರು.

"ಅಲ್ಲ, ಯುರೋಪಿಯನ್, ಸ್ವಲ್ಪ ಪ್ರಾಯದವನು."

"ಅಲ್ಲಿ ಎಲ್ಲಾ ಸರಿಯಾಗಿ ಇದೆಯೇ?"

"ಹೌದು. ಎಲ್ಲಾ ಸರಿಯಾಗಿ ಇದೆ."

ಒಂದಿಷ್ಟು ಅಳುಕಿ ನಾನು ಉತ್ತರಿಸಿದೆ.

○ ವಿಟಿ ಇಹಿಮೆರಾ

ಮದುವೆ

"ಹೆ ವಹಿನೆ, ಹೆ ವ್ಹೆನುವ ಎ – ನಿಗಾರೊ ಇಟೆ ಟಂಗಾತ."

ಈ ಮಾವೊರಿ ಗಾದೆಯ ಅರ್ಥ – ಹೆಣ್ಣು ಮತ್ತು ಮಣ್ಣಿನಿಂದ ಗಂಡು ಹಾಳಾದ – ಎಂದು.

ನಾವು ಎಣಿಸಿದಂತೆ ಎಲ್ಲಾ ನಡೆಯುವುದಿಲ್ಲ ಎನ್ನುವುದನ್ನು ನಾನು ಮೊದಲೇ ತಿಳಿದುಕೊಳ್ಳಬೇಕಿತ್ತು. ನನಗೆ ಒಂದಿಷ್ಟಾದರೂ ಬುದ್ಧಿ ಇದ್ದಿದ್ದರೆ ನಾನು ಒಬ್ಬ ಮಾವೊರಿ ಹುಡುಗಿಯನ್ನೇ ಪ್ರೀತಿಸಬೇಕಿತ್ತು. ಅದರ ಬದಲು ತೆಳ್ಳಗಿನ, ಬಿಳಿ ಮೈಯ, ಮುಖದಲ್ಲಿ ಅಷ್ಟಿಷ್ಟು ಕಲೆಗಳಿದ್ದ, ನೀಲ ಕಣ್ಣಿನ, ಹೂವಿನ ಹುಡುಗಿಯೊಬ್ಬಳನ್ನು ಮೆಚ್ಚಿಕೊಂಡೆ. ಅವಳು ನಗುನಗುತ್ತಲೇ ಇದ್ದುಬಿಟ್ಟಳು. ನನ್ನ ಸಹನೆಯ ಕಟ್ಟೆ ಒಡೆಯುವ ತನಕವೂ ಹಾಗೆಯೇ ಉಳಿದುಬಿಟ್ಟಳು.

"ಹಾಯ್‌ರೆ ರಾ" ನನ್ನ ಕನಸಿನ ಮಾವೊರಿ ಹುಡುಗಿಗೆ ಹೇಳಿದೆ. "ಹಾಯ್‌ರೇ ಮಾಯ್" ನಗುತ್ತಿರುವ ಹೂವಿನ ಹುಡುಗಿಯ ಹಿಂದೆ ಹೋಗುತ್ತಿದ್ದಂತೆ ನನ್ನಷ್ಟಕ್ಕೆ ಪಿಸುಗುಟ್ಟಿದೆ. ಅವಳು ನನ್ನವಳಾಗಬೇಕು ಎಂದುಕೊಂಡೆ. ಅತ್ಯಂತ ವಿಸ್ಮಯಕರವಾದ ಸಂಗತಿಯೊಂದು ನಡೆಯಿತು; ನಾನು ಗೆದ್ದುಬಿಟ್ಟೆ!

"ನಾವು ಮದುವೆ ಆಗಲು ನಿರ್ಧರಿಸಿದ್ದೇವೆ" ಎಂದು ಹೇಳಿದಾಗ ಅವಳ ಹೆತ್ತವರಿಗೆ ಗಾಬರಿ. "ಅನ್ನೆಟ್! ನೀನು ಹೇಳ್ತಿರೋದಾದರೂ ಏನು?" ಎಂದು ಆಶ್ಚರ್ಯದಿಂದ ಅವರು ಕೇಳಿದರು. ತಾಯಿ ಬೆರಗು ಕಣ್ಣುಗಳಿಂದ ಅವಳ ಮುಖ ನೋಡಿದಳು. ತಂದೆ ಪೈಪಿನ ದಂ ಎಳೆದು ಅದರ ಹೊಗೆಯಲ್ಲೇ ಮುಳುಗಿದ.

ಮಗಳಿಗೆ ಏನೋ ಭಯಂಕರ ಕಾಯಿಲೆ ಬಡಿದಷ್ಟು ಗಾಬರಿ ಯಿಂದ "ಅಯ್ಯೋ ದೇವರೆ!" ಎಂದು ಚೀರಿದಳು ತಾಯಿ. "ತುಂಬಾ ಅನಿರೀಕ್ಷಿತ" ಎಂದಳು.

ಅದರ ಬೆನ್ನಲ್ಲೇ ಪ್ರಶ್ನೆಗಳ ಸುರಿಮಳೆ.

" – ನಿಜವಾಗಿಯೂ ಈ ಕುರಿತು ಸಾಕಷ್ಟು ಯೋಚಿಸಿದ್ದೀರಾ? ಅದೂ ಸಾಕಷ್ಟು ಗಂಭೀರವಾಗಿ?"

" – ಇಂಥಾ ನಿರ್ಧಾರಕ್ಕೆ ಬರೋ ಪ್ರಾಯ ಇನ್ನೂ

ನಿಮಗೆ ಆಗಿಲ್ಲ ಅನ್ನಿಸೋದಿಲ್ವಾ?"

"– ಅವನ ಹತ್ತಿರ ಎಷ್ಟು ಹಣ ಇದೆಯಂತೆ? ನಿಮಗೆ ಸಂಪೂರ್ಣ ಖಾತ್ರಿಯಾಗೋ ತನಕ ಇನ್ನೂ ಸ್ವಲ್ಪ ಸಮಯ ಕಾಯೋದು ಒಳ್ಳೆಯದಲ್ವೆ?"

"ಇಲ್ಲ. ಅದರ ಅಗತ್ಯ ಇಲ್ಲ," ಎಂದಳು ಅನ್ನೆಟ್. ನನ್ನ ಕಡೆ ಬೊಟ್ಟು ಮಾಡಿ, "ಅವನನ್ನು ಮದುವೆ ಆಗುವ ನಿರ್ಧಾರ ನನ್ನದು," ಎಂದಳು.

ಅಲ್ಲಿಗೆ ಆ ಚರ್ಚೆ ಮುಗಿಯಿತು.

ಕೆಲವು ದಿವಸಗಳ ಬಳಿಕ ನಮ್ಮ ಮದುವೆ ನಿಶ್ಚಯವಾಯಿತು. ಅನ್ನೆಟ್‌ಗೆ ರಾಶಿ ರಾಶಿ ಉಡುಗೊರೆ ಬಂತು. ಅವನ್ನೆಲ್ಲ ಅವಳು ಹೆಮ್ಮೆಯಿಂದ ತಾಯಿಗೆ ತೋರಿಸಿದಳು.

ಅದನ್ನು ನೋಡುತ್ತಿದ್ದಂತೆ ಅವಳ ತಾಯಿ "ಹೂಂ..." ಎಂದು ಗೊಣಗಿದಳು. ಬಂದ ಉಡುಗೊರೆಗಳ ಪೈಕಿ ನನ್ನ ಕಡೆಯಿಂದ ಒಂದೂ ಇಲ್ಲ ಎನ್ನುವುದು ಗೊತ್ತಾದಾಗ ಈ 'ಹೂಂ' ಇನ್ನಷ್ಟು ಜೋರಾಯಿತು.

ನಾನು ವಿವರಿಸಿದೆ :

"ಮಮ್ಮಿ ಮತ್ತು ಡ್ಯಾಡಿ ದಕ್ಷಿಣ ದ್ವೀಪದಲ್ಲಿ ಉಣ್ಣೆ ಕತ್ತರಿಸೋ ಕೆಲಸದಲ್ಲಿರಬೇಕು. ಅವರಿಗೆ ನಮ್ಮ ಮದುವೆ ನಿಶ್ಚಯದ ಸುದ್ದಿ ಗೊತ್ತಾಗೋದು ಸಾಧ್ಯವಿಲ್ಲ. ಅದಕ್ಕೇ..."

"ಇರಬಹುದು." ನನ್ನ ಮಾತನ್ನು ಅವಳು ನಂಬಲಿಲ್ಲ ಎಂದು ಅವಳ ಮುಖ ಸ್ಪಷ್ಟವಾಗಿ ಹೇಳುತ್ತಿತ್ತು.

"ಆದರೆ ಅವರು ಪತ್ರಿಕೆ ಓದುತ್ತಾರಲ್ಲ?" ಎಂದಳು.

"ಪತ್ರಿಕೆ ಅವರಿಗೆ ಸಿಗದಿರಲೂ ಸಾಕು. ಟೊಲಗಾ ಕೊಲ್ಲಿಯ ಹತ್ತಿರದ ನಮ್ಮ ಮನೆಗೆ ಅವರು ಹಿಂದೆ ಬಂದಿದ್ದರೆ ಪತ್ರಿಕೆ ಸಿಗುವ ಸಂಭವ ಇಲ್ಲ. ನಮ್ಮ ಕೃಷಿ ಕ್ಷೇತ್ರ ಇರುವುದು ತುಂಬಾ ಒಳಗೆ. ಅಂಚೆಯವನು ನದಿ ದಾಟಿ ಹೋಗಬೇಕು. ಕೆಲವು ಸಲ ಅಲ್ಲಿ ಭಯಂಕರ ಮಳೆ. ಯಾರಿಂದಲೂ ಹೊಳೆ ದಾಟೋದು ಸಾಧ್ಯವಿಲ್ಲ..." ಎಂದು ನಾನು ವಿವರಣೆ ನೀಡಿದೆ.

"ಆದರೆ ನಿನ್ನ ತಂದೆಗೆ ತಾಯಿಗೆ ಗೊತ್ತಿದೆ," ಎಂದು ಆಮೇಲೆ ಅನ್ನೆಟ್ ಹೇಳಿದಳು.

"ಅದನ್ನು ನಿನ್ನ ತಾಯಿಯ ಹತ್ತಿರ ಹೇಳೋದಕ್ಕಾಗಲಿಲ್ಲ."

"ಸರಿ. ಆದರೆ ಅವರು ಯಾವ ಉಡುಗೊರೆಯನ್ನೂ ಯಾಕೆ ಕಳಿಸಲಿಲ್ಲ?"

"ಮಾವೊರಿಗಳಲ್ಲಿ ನಿಶ್ಚಿತಾರ್ಥಕ್ಕೆ ಉಡುಗೊರೆ ಕೊಡೋ ಕ್ರಮ ಇಲ್ಲ. ಮದುವೆ ಸಮಯದಲ್ಲಿ ಮಾತ್ರ."

"ಓ!"

ಅವಳಿಗೆ ಬೇಸರ ಆಗಿತ್ತೆಂದು ಅವಳ ಮುಖ ಸಾರುತ್ತಿತ್ತು. ಬಾಯಿಯಲ್ಲಿ ಮಾತ್ರ ಪರವಾಗಿಲ್ಲ ಅಂದಳು. ನನಗೆ ಎಲ್ಲಿಲ್ಲದ ಆತಂಕ. ಮರುದಿನ ಪೇಟೆಗೆ ಹೋಗಿ, ಉಡುಗೊರೆಗೆಂದು ನನ್ನ ಸಂಬಳದ ಹಣವನ್ನೆಲ್ಲಾ ಖರ್ಚು ಮಾಡಿದೆ. ಆ ರಾತ್ರಿ ಗಂಟೆಗಟ್ಟಲೆ ಕೂತು ನನ್ನ ಹೆತ್ತವರ, ಅಣ್ಣ, ತಮ್ಮ, ಅಕ್ಕ, ತಂಗಿ, ಆಂಟಿ, ಮಾವಂದಿರು, ಅಜ್ಜ, ಅಜ್ಜಿ – ಹೀಗೆ ಎಲ್ಲರ ಹೆಸರಿನಲ್ಲೂ ಕಾರ್ಡ್‌ಗಳನ್ನು ಬರೆದೆ.

ಮರುದಿನ ಉಡುಗೊರೆಗಳೆಲ್ಲ ಬಂದಾಗ ಅನ್ನೆಟ್‌ಳ ಮುಖ ಸಂತೋಷದಿಂದ ಅರಳಿತು. ಅವಳು ಒಂದು ಕಾರ್ಡ್ ತೆಗೆದು ಓದತೊಡಗಿದಳು.

ಒಮ್ಮೆಲೆ, ತಬ್ಬಿಬ್ಬಾದವಳಂತೆ ಅವಳು ಹುಬ್ಬು ಗಂಟಿಕ್ಕಿದಳು.

"ಏನಾಯ್ತು?" ನಾನು ಕೇಳಿದೆ.

"ಏನಿಲ್ಲ."

ಅವಳು ಇನ್ನೊಂದು ಕಾರ್ಡು ಕೈಗೆತ್ತಿಕೊಂಡಳು. ಅದರ ಬಳಿಕ ಮತ್ತೊಂದು. ಆಮೇಲೆ ಮಗದೊಂದು. ಕೊನೆಗೆ ಅವಳು ಆಳಲಿಕ್ಕೇ ಆರಂಭಿಸಿದಳು.

"ಇದರಲ್ಲಿ ಏನೋ ಮೋಸ ಆಗಿರಬೇಕು."

ನಾನು ಅವಳನ್ನು ಹತ್ತಿರ ಎಳೆದು ಸಂತೈಸಿದೆ.

"ನೀನು ಒಳ್ಳೆಯ ಮನುಷ್ಯ" ಅವಳು ಬಿಕ್ಕಳಿಸಿದಳು. ಒಂದು ಕಾರ್ಡನ್ನು ನನ್ನ ಮುಂದೆ ಹಿಡಿದು "ಓದಿ ನೋಡು" ಎಂದಳು.

"ಅನ್ನೆಟ್‌ಗೆ ನನ್ನ ಹೆತ್ತವರಿಂದ..." ನಾನು ಓದಿದೆ.

"ಇನ್ನೊಂದು ಕಾರ್ಡ್"

"ಅನ್ನೆಟ್‌ಗೆ ನನ್ನ ಅಂಕಲ್ ಹೆಮ್ಮೆಯಿಂದ."

"ಸರಿಯಲ್ಲ?" ಅವಳು ಕೇಳಿದಳು.

"ನನಗೆ ಗೊತ್ತಾಗಲಿಲ್ಲವಲ್ಲ?" ಎಂದೆ.

ಆದರೆ ಕೂಡಲೇ ನನ್ನ ತಪ್ಪಿನ ಅರಿವಾಯಿತು. "ಓ!..."

ನಾವಿಬ್ಬರೂ ಜೋರಾಗಿ ನಗತೊಡಗಿದೆವು.

ಅನ್ನೆಟ್ ಕಾರ್ಡುಗಳಲ್ಲಿ ಅಗತ್ಯದ ಬದಲಾವಣೆ ಮಾಡಿ ಉಡುಗೊರೆಗಳನ್ನೆಲ್ಲ ತಾಯಿಗೆ ತೋರಿಸಿದಳು.

"ಓ! ಎಷ್ಟೊಂದು ಚೆನ್ನಾಗಿದೆ!" ಅವಳ ತಾಯಿ ಹೇಳಿದಳು. ಇಂಥಾ ಬೆಲೆ ಬಾಳುವ ಉಡುಗೊರೆ ಕಂಡು ಅವಳಿಗೆ ಆಶ್ಚರ್ಯ ಆಗಿರಬೇಕು. ನನಗೂ ಆಗಿತ್ತು...ನನ್ನ ಜೇಬು ಸಂಪೂರ್ಣ ಬರಿದಾಗಿತ್ತು!

ಆಮೇಲೆ ಅವಳ ತಾಯಿ ಮದುವೆಯ ದಿನ ನಿರ್ಧರಿಸುವ ಕುರಿತು ಹೇಳಿದಳು:

"ಈಗಲೇ ಬೇಡ. ಜನ ಏನಾದರೂ ಹೇಳಿಯಾರು. ಇವತ್ತಿನಿಂದ ಒಂದು ವರ್ಷದ ಅನಂತರ ಆಗಲಿ. ಒಂದೇ ವರ್ಷ!"

ಅನ್ನೆಟ್ ಇದನ್ನು ವಿರೋಧಿಸಿದಳು. ಆದರೆ ನಾನು ತಾಯಿಯನ್ನು ಸಮರ್ಥಿಸಿದೆ. ಅವಳ ಮೆಚ್ಚಿಗೆ ಪಡೆಯಬೇಕು ಎಂದು ನನಗೆ ಅನಿಸಿರಬೇಕು. ಆದರೆ ನಾನು ಅಷ್ಟು ಮೂಢನಾಗಬಾರದಿತ್ತು. ಆಮೇಲೆ ಅನ್ನೆಟ್‌ಳ ತಾಯಿ ಮಾತು ಮಾತಿಗೆ 'ಮಿಶ್ರ ಜಾತಿಯ ಮದುವೆಯ ಅನಾಹುತ'ದ ವಿಷಯ ಈ ಒಂದು ವರ್ಷವಿಡೀ ಮಗಳಿಗೆ ಉಪನ್ಯಾಸ ಕೊಡತೊಡಗಿದಳು.

ಮಾವೊರಿಗಳ ವಿಚಿತ್ರ 'ಸಂಪ್ರದಾಯಗಳು' 'ಸಾಮಾಜಿಕ ಕಳಂಕ' ಇದನ್ನೆಲ್ಲ ಅವಳಿಗೆ ವಿವರಿಸಲು ಪ್ರಾರಂಭಿಸಿದಳು. ನನ್ನನ್ನು ಕುರಿತು ಮಾತನಾಡುವಾಗಲೆಲ್ಲ 'ಆ ಮನುಷ್ಯ' ಅಥವಾ 'ಅವನು' ಎಂದೇ ಆಕೆ ಸಂಬೋಧಿಸುತ್ತಿದ್ದಳು. ಆದರೆ ನಾನು ಅವಳನ್ನು ದೂರುವ ಹಾಗಿಲ್ಲ. ನನ್ನ ಮಾವೊರಿ ಗೆಳೆಯರು ಕೂಡಾ 'ಅರಪೇರ ವ್ಹಾಕ್ ಪುಕುನಾಕೆ' ಎಂಬ ನನ್ನ ಹೆಸರನ್ನು ಹೇಳುವಾಗ ತಡವರಿಸುತ್ತಿದ್ದರು.

ನನ್ನ ಹೆಸರು ಹೇಳಲು ಅನ್ನೆಟ್‌ಳ ತಾಯಿ ಚಡಪಡಿಸಿದಾಗ ನಾನು, "ಆಲ್ಬರ್ಟ್

ಅಂತ ಕರೆದರೆ ಸಾಕು" ಅಂದಿದ್ದೆ. ಆದರೆ ಅದು ಅವಳ ಕಿವಿಗೇ ಬೀಳಲಿಲ್ಲ. "ದೇವರೇ!" ಎಂದು ಅವಳು ನಿಟ್ಟುಸಿರುಬಿಟ್ಟಳು. ಅನ್ನೆಟ್ ಕಡೆಗೆ ತಿರುಗಿ ಗಾಬರಿಯಾದವಳಂತೆ ಪಿಸುಗುಟ್ಟಿದಳು :

"ಶ್ರೀಮತಿ ಫಾ ಕ ಪೂ ಕೂ ನ ಕಿಟಿ...! ಅಯ್ಯೋ ನನ್ನ ಮಗಳ ಅದೃಷ್ಟವೇ!"

ನನ್ನ ಹೆಸರು ಹೇಳದೇ, ಅಗತ್ಯ ಬಿದ್ದಾಗ 'ಅವನು' ಎಂದೇ ಅವಳು ಕರೆಯುತ್ತಿದ್ದುದು ನನಗೆ ಸಮಾಧಾನ ತಂದಿತು.

ನನ್ನ ಮಟ್ಟಿಗೆ ಆ ವರ್ಷ ನನ್ನ ಬದುಕಿನಲ್ಲೇ ಅತ್ಯಂತ ದೊಡ್ಡ ಪರೀಕ್ಷೆಯ ಕಾಲ. ಅದರಲ್ಲಿ ಅನ್ನೆಟ್‌ಳ ತಾಯಿಯದ್ದೇ ಅಧಿಕಾರ. ತಂದೆಯದು ತೆರೆಮರೆಯ ಅಸ್ಪಷ್ಟ ವ್ಯಕ್ತಿತ್ವ. ಕೊನೆ ಕೊನೆಗೆ ಅವರು ನನ್ನನ್ನು ಅಂಗೀಕರಿಸಿ, ಮೆಚ್ಚಿಕೊಂಡರು ಕೂಡಾ. ಒಬ್ಬ ಮಾವೊರಿ ತಮ್ಮ ಕುಟುಂಬದ ಸದಸ್ಯನಾಗಲಿದ್ದಾನೆ ಎಂಬ ಆಘಾತ ಅವರ ವರ್ತನೆಗೆ ಕಾರಣ ವಾಗಿತ್ತಲ್ಲದೆ ಬೇರೇನೂ ಅಲ್ಲ.

ಅವರ ಸಂಬಂಧಿಕರ ಇಲ್ಲವೆ ಗೆಳೆಯರ ಮನೆಗೆ ಹೋದಾಗ ತಾಯಿ, "ಇದು ನಮ್ಮ ಅನ್ನೆಟ್‌ಳ ಹುಡುಗ. ಅವನ ಹೆಸರು..." ಎಂದು ನನ್ನ ಪರಿಚಯ ಮಾಡಿಸುತ್ತಿದ್ದಳು. ನನ್ನ ಹೆಸರಿನ ಪ್ರಸಾಪ ಬಂದೊಡನೇ "ಆಲ್ಬರ್ಟ್ ಅಂತ ಕರೆದರೆ ಸಾಕು" ಎಂದು ತಕ್ಷಣ ನಾನು ಹೇಳಿಬಿಡುತ್ತಿದ್ದೆ.

ಮನೆಯಲ್ಲಿ ಪೂರ್ವಕಾಲದ ಬೆಲೆ ಬಾಳುವ ಒಂದು ಮಂಚದ ಮೇಲೆ ನನ್ನನ್ನು ಕೂರಿಸುತ್ತಿದ್ದರು. ಅನ್ನೆಟ್ ಕಣ್ಣುಗಳಿಂದಲೇ ನನಗೆ "ಜಮಖಾನದ ಮೇಲೆ ಬೂದಿ ಚೆಲ್ಲಬೇಡ." "ಅದು ಬಹಳ ಬೆಲೆಯ ಕುರ್ಚಿ, ತುಸು ಎಚ್ಚರ." "ಟಾಯ್ಲೆಟ್‌ಗೆ ಆಮೇಲೆ ಹೋಗಬಹುದು." "ಆ ಕಪ್ ಮತ್ತು ಸಾಸರ್ ಅಲ್ಲಿರಲಿ, ಅದು ಮುತ್ತಜ್ಜಿಯ ಕಾಲದ್ದು." "ನೋಡು ನೀನು ಚಹಾ ಚೆಲ್ಲುತ್ತಾ ಇದ್ದೀ" – ಹೀಗೆ ನನ್ನ ಪ್ರತಿಯೊಂದು ಚಟುವಟಿಕೆಗಳ ಕುರಿತು ಎಚ್ಚರಿಕೆ ಕೊಡುತ್ತಿದ್ದಳು.

ಏನಾದರೂ ಹೆಚ್ಚು ಕಮ್ಮಿ ಆಗಿ ನೆಲ ಸ್ವಚ್ಛ ಮಾಡುವುದಕ್ಕೆಂದು ಕಸಬರಿಕೆ ತರಲು ಅವಳು ಒಳಗೆ ಹೋದಾಗ ನನಗೆ ಎಲ್ಲಿಲ್ಲದ ಕಸಿವಿಸಿ. ಈ ಬೆಲೆ ಬಾಳುವ ವಸ್ತುಗಳನ್ನೆಲ್ಲ ಇವರು ಹೀಗೆಲ್ಲ ಇಡೋದು ಯಾಕೆ? ಎಲ್ಲಾ ಕಪಾಟಿನಲ್ಲಿ ಭದ್ರವಾಗಿ ಇಟ್ಟು ನಾವು ಮನೆಯಲ್ಲಿ ಬಳಸುವಂಥಾ ಅಗ್ಗದ ಲೋಟ ಮಾತ್ರ ನನಗೆ ಯಾಕೆ ಕೊಡಬಾರದು ಎಂದೆಲ್ಲ ನಾನು ಯೋಚಿಸುತ್ತಿದ್ದೆ.

ಈ ಚಿಕ್ಕ ಪ್ರಸಂಗಗಳಿಗಿಂತಲೂ ಹೆಚ್ಚಾಗಿ ನನ್ನ ತಲೆ ತಿನ್ನುತ್ತಿದ್ದುದು ಇವರ ನೆಂಟರ ಶುಭಾಶಯಗಳು ಮತ್ತು ಪ್ರಶ್ನೆಗಳು.

"ನಿನ್ನ ದರ್ಶನವಾದದ್ದು ಬಹಳ ಸಂತೋಷ." ಎಂದು ನನ್ನನ್ನು ನೋಡಿ ಅವರು ಸ್ವಾಗತಿಸುತ್ತಿದ್ದರು. ಆದರೆ ಅದರ ಅರ್ಥ ಮಾತ್ರ ಬೇರೆಯಾಗಿತ್ತು. "ಅಷ್ಟೊಂದು ಹುಡುಗರು ನಮ್ಮ ಅನ್ನೆಟ್‌ಳನ್ನು ಮದುವೆಯಾಗಲು ಆಸೆ ಪಡ್ತಿದ್ದರೂ ಅವಳು ಮೆಚ್ಚಿದ್ದು ಇವನನ್ನು" ಎಂದು ಅದನ್ನು ಅನುವಾದಿಸಬಹುದಿತ್ತು.

"ನೀನು ನಿಜವಾಗಿಯೂ ಮಾವೊರಿಯೇ? ಆಶ್ಚರ್ಯ!" ಎಂಬುದನ್ನು "ಅವನು ಕಪ್ಪಾಗಿರಬಹುದು. ಅದು ಬಿಸಿಲಿಗೆ ಅಷ್ಟೆ." ಎಂದು ಅರ್ಥೈಸಬಹುದಿತ್ತು.

ಇವೆಲ್ಲ ನನ್ನ ಸಹನೆಯನ್ನೇ ಪರೀಕ್ಷಿಸುತ್ತಿದ್ದವು. "ಹೌದು ನಾನು ಮಾವೊರಿ. ಆದರೆ

ಏನಾಯಿತೀಗ ?" ಆತ್ಮಾಭಿಮಾನ ಸಿಡಿದೇಳುತ್ತಿತ್ತು. ಆಗ ನನ್ನನ್ನು ನಾನೇ ಸಂತೈಸಿಕೊಳ್ಳುತ್ತಿದ್ದೆ.

ನನ್ನ ಈ ತಾಳ್ಮೆ ಕಲಕುವಂತೆ ಆದದ್ದು ಅನ್ನೆಟ್‌ಳ ಮಾವ ಆರ್ಥರನ ಭೇಟಿಯ ಸಮಯ. ಅವನೇನೋ ಒಳ್ಳೆ ಉದ್ದೇಶದಿಂದಲೇ ಹಾಗೆ ಮಾಡಿದ್ದಿರಬಹುದು. ಅವನು ತಲೆಯ ಮೇಲೆ ಗರಿಯೊಂದನ್ನು ಧರಿಸಿ ಬಾಗಿಲಲ್ಲೇ ನಿಂತು ನನ್ನನ್ನು ಸ್ವಾಗತಿಸಿದ್ದ. ಆದರೆ ಮುಖವನ್ನು ವಿಕಾರ ಮಾಡಿ ಆತ ಕುಣಿಯಲು ಪ್ರಾರಂಭಿಸಿದಾಗ, ಇದೆಲ್ಲ ಅತಿಯಾಯಿತು ಎಂದು ನನಗೆ ಅನ್ನಿಸಿತು. "ಪೀ ಕೊರ್‍ರಿ ಕಾರ್ ಪೀ ಟೇ ಮೌರಿ" ಎಂದು ಕಿರಿಚುತ್ತಾ ಆತ ಪುಕಾನಾ ಕುಣಿತವನ್ನು ಅಣಕಿಸಿದ. ತೊಡೆಗಳ ಮೇಲೆ, ಎದೆಯ ಮೇಲೆ ಬಡಿದುಕೊಂಡ. "ಕರ್ಮಾರ್ಟೆ. ಕರ್ಮಾರ್ಟೆ ಕೌರಾ ಕೌರಾ, ಏ ಹೋರ್ ಟೇ ವೊಕ್ಕಾ ನೇ ಹಿ ಹಾ ಹಿ" ಎಂದು ಕೈಗಳನ್ನು ಮುಂದೆ ಚಾಚಿದ. ಅವನು ತಲೆ ಬಗ್ಗಿಸುತ್ತಾನೆ ಎಂದುಕೊಂಡೆ. ನಾನು ವಿಸ್ಮಯದಿಂದ ಅವನ ಕಡೆಗೆ ನೋಡುತ್ತಿದ್ದೆ. ನನ್ನಿಂದ ಮೆಚ್ಚಿಗೆಯನ್ನು ಅವನು ನಿರೀಕ್ಷಿಸಿದ್ದಿರಬಹುದು.

ಅದರ ಬದಲು, ನಾನು ಸ್ವಚ್ಛ ಇಂಗ್ಲಿಷಿನಲ್ಲೇ "ತುಂಬಾ ಥ್ಯಾಂಕ್ಸ್" ಎಂದೆ. ನನಗೆ ಇಂಗ್ಲಿಷ್ ಗೊತ್ತಿಲ್ಲ ಎನ್ನುವ ಭಾವನೆಯಿಂದ ಆತ ನನ್ನೊಂದಿಗೆ ಮಾತನಾಡುವಾಗ ಎರಡು ಶಬ್ದಗಳ ಬಳಿಕ ಮಾತು ನಿಲ್ಲಿಸಿ ಅರ್ಥಗರ್ಭಿತವಾಗಿ ನನ್ನತ್ತ ನೋಡುತ್ತಿದ್ದ. ಅನ್ನೆಟ್‌ಳ ಬೇರೆ ಸಂಬಂಧಿಕರೆಲ್ಲ ನನ್ನೊಡನೆ ಚೆನ್ನಾಗಿ ವರ್ತಿಸಿದ್ದರು. ಅಕ್ಷರಗಳನ್ನು ಜೋಡಿಸಿ ನನ್ನ ಹೆಸರು ಹೇಳುವ ಪ್ರಯಾಸಕ್ಕೆ ಅವರು ತೊಡಗಿದಾಗ, "ಅದೆಲ್ಲ ಬೇಡ, ಪರವಾಗಿಲ್ಲ. ನನ್ನನ್ನು ಆಲ್ಬರ್ಟ್ ಅಂತ ಕರೆದರೆ ಸಾಕು. ದಯವಿಟ್ಟು..." ಎಂದು ನಾನು ತಡೆದು ಹೇಳುತ್ತಿದ್ದೆ.

"ಸರಿ, ಸರಿ. ಇನ್ನೂ ಚಿಕ್ಕದಾಗಿ ಆ್ಯರಿ ಅಂತ ಕರೀತೀವಿ" ಎಂದರು. ಹೀಗಾಗಿ ನಾನು 'ಆ್ಯರಿ' ಆಗಿ ಬಿಟ್ಟೆ.

ದಿನಗಳು ಕಳೆದವು. ಕ್ರಿಸ್‌ಮಸ್ ಸಮೀಪಿಸಿತು. ರಜೆಯಲ್ಲಿ ಅನ್ನೆಟ್‌ಳನ್ನು ನನ್ನ ಮನೆಗೆ ಕರೆದುಕೊಂಡು ಹೋಗಬೇಕು ಎಂದು ನಿರ್ಧರಿಸಿದ್ದೆ. ಆದರೆ ನನ್ನ ತಂದೆ ತಾಯಿಗಳ ಮುಂದೆ ಇವಳ ಪ್ರತಿಕ್ರಿಯೆ ಹೇಗಿರಬಹುದು ಎಂದು ಯೋಚನೆಗಿಟ್ಟುಕೊಂಡಿತು.

ಆದುದರಿಂದ ರೈಲಿನಲ್ಲಿ ಹೋಗುವಾಗಲೇ ನಾನು ಅವಳಿಗೆ ಎಚ್ಚರಿಕೆ ನೀಡಿದೆ :

"ನಾವೇನೂ ಬಹಳ ಶ್ರೀಮಂತರಲ್ಲ. ನಮಗಿರೋದು ಒಂದು ಸಣ್ಣ ಮನೆ. ಅದರಲ್ಲೂ ಮನೆ ತುಂಬಾ ಮಕ್ಕಳು ಮರಿಗಳು. ನಮ್ಮದು ಅಷ್ಟೇನೂ ದೊಡ್ಡ ಹೊಲ ತೋಟ ಅಲ್ಲ. ಗೋಡೆಗಳಿಗೆ ಸ್ವಚ್ಛವಾದ ಕಾಗದ ಅಂಟಿಸಿಲ್ಲ. ನೆಲವೂ ಅಷ್ಟೆ. ಅಲ್ಲಲ್ಲಿ ಗುಳಿಗಳು ಇರಬಹುದು. ಅಪ್ಪನ ಮಾತು ಒಂದಿಷ್ಟು ಒರಟು. ಮತ್ತು..."

"ಅದನ್ನೆಲ್ಲ ಯಾರು ಲಕ್ಷ್ಯ ಮಾಡ್ತಾರೆ ?" ಎಂದು ಅವಳು ನಡುವೆ ಬಾಯಿ ಹಾಕಿದಳು.

ಅವಳಂದಿದ್ದು ಸರಿ ಎಂದು ಅನಂತರ ನನಗೆ ತೋರಿತು. ಅಪ್ಪ ಮತ್ತು ಅಮ್ಮನಿಗೆ ಅವಳನ್ನು ನೋಡಿದೊಡನೆ ಮೆಚ್ಚಿಗೆಯಾಯಿತು. ಸಂಬಂಧಿಕರೂ ಮೆಚ್ಚಿದರು. "ಏ ಹಾರಾ ! ನಿನ್ನಂಥಾ ಚಂದದ ಹುಡುಗಿ ಇವನನ್ನು ಮೆಚ್ಚಬೇಕಾದರೆ, ನೀನು ಅವನನ್ನು ಕತ್ತಲಲ್ಲಿ ಕಂಡಿರಬೇಕು" ಎಂದು ಅವರು ನಗೆಯಾಡಿದರು. ಅವಳನ್ನು ಪ್ರೀತಿಯಿಂದ ಹತ್ತಿರ ಕರೆದು, ನನ್ನ ಕಥೆಯನ್ನು ನನ್ನೆದುರೇ ಹೇಳತೊಡಗಿದರು. ನಾನು ರಾತ್ರಿ ಕಿಟಕಿಯಿಂದ ನುಸುಳಿ ವಿನೋದ ಕೂಟಕ್ಕೆ ಹೋಗುತ್ತಿದ್ದ ಕಥೆಗಳು ಅವು.

"ನಮಗೆ ಗೊತ್ತಿಲ್ಲ ಅಂತ ಅವನು ಅಂದುಕೊಂಡಿದ್ದ. ನಾವು ಪೆದ್ದರು ಅಂತ

ಭಾವಿಸಿರಬೇಕು. ನಮಗೆ ಮಾತ್ರ ಎಲ್ಲಾ ಗೊತ್ತಿತ್ತು," ಎಂದು ಅಮ್ಮ ಅವಳೊಡನೆ ಹೇಳಿದರು.

"ಅವರು ಹೇಳಿದ್ದೆಲ್ಲ ಬರಿಯ ಸುಳ್ಳು" ಎಂದು, ವೆಲ್ಲಿಂಗ್ಟನಿಗೆ ಹಿಂದೆ ಬರುವಾಗ ಅವಳೊಡನೆ ನಾನು ಹೇಳಿದೆ.

"ಹೌದಾ !" ನನ್ನ ಮಾತಿನಲ್ಲಿ ನಂಬಿಕೆ ಇರಲಿಲ್ಲ ಎಂದು ಅವಳ ಮುಖ ಹೇಳುತ್ತಿತ್ತು. ಮನೆಯಲ್ಲಿ ಅನ್ನೆಟಳ ತಾಯಿ ಮದುವೆಯ ಸಿದ್ಧತೆಯ ಗಡಿಬಿಡಿಯಲ್ಲಿದ್ದಳು. ಮದುವೆ ಅದ್ಧೂರಿಯದ್ದು ಖಂಡಿತ ಆಗಬಾರದು ಎಂದು ನಾವೆಲ್ಲ ನಿರ್ಧರಿಸಿದ್ದೆವು. ಆದರೆ ಅದು ಅಷ್ಟೊಂದು ಚಿಕ್ಕ ಸಮಾರಂಭವಾಗಿ ಪರಿಣಮಿಸಬಹುದೆಂದೂ ನಾನು ನಿರೀಕ್ಷಿಸಿರಲಿಲ್ಲ! ಬಿಳಿಯರ ದೃಷ್ಟಿಯಲ್ಲಿ ಆಹ್ವಾನಿತರ ಪಟ್ಟಿ ತುಂಬಾ ದೊಡ್ಡದು ಎಂಬುದೇನೋ ನಿಜ. ಆದರೆ ಮಾವೊರಿಗಳ ಮಟ್ಟಿಗೆ... ಅನ್ನೆಟ್‌ಳೊಡನೆ ನಾನೆಂದೆ:

"ನಾನೇನು ಮಾಡಲಿ ಈಗ ? ನನ್ನ ತಂದೆ-ತಾಯಿಗೆ ಮತ್ತು ನಮ್ಮ ಮನೆಯ ಮಕ್ಕಳಿಗೆ ಕೊಡಲು ಸಾಕಾಗುವಷ್ಟು ಆಹ್ವಾನ ಪತ್ರಿಕೆಗಳು ಮಾತ್ರ ಇಲ್ಲಿವೆಯಷ್ಟೆ!"

ನಮ್ಮ ಮನೆಯವರೇ ಒಟ್ಟು ಒಂಬತ್ತು ಮಂದಿ ಇದ್ದರೆಂದು ನಾನಿಲ್ಲಿ ಹೇಳಬೇಕಾಗಿದೆ.

"ಮಕ್ಕಳನ್ನೆಲ್ಲಾ ಕರೆಯೋದಕ್ಕೆ ಆಗುವುದಿಲ್ಲಪ್ಪಾ!" ಎಂದಳಾಕೆ.

"ಯಾಕಿಲ್ಲ ? ಮಕ್ಕಳೆಲ್ಲ ಓಡಾಡದಿದ್ದರೆ ಅಂಥಾ ಮದುವೆ ಮದುವೇನೇ ಅಲ್ಲ. ಇನ್ನು ನನ್ನ ಸಂಬಂಧಿಕರು ! ಅವರಿಗೆ ಆಮಂತ್ರಣ ಪತ್ರಿಕೆ ಕೊಡದಿದ್ದರೆ ಜೀವಂತ ಸುಲಿದು ಬಿಟ್ಟಾರು ನನ್ನನ್ನು."

"ಇದು ಗುಟ್ಟಾಗಿರಬೇಕು. ನನ್ನ ಹೆತ್ತವರು ನಿನ್ನ ಇಡೀ ಪಂಗಡಕ್ಕೆ ಊಟ ಹಾಕ್ಬೇಕು ಅಂತ ನೀನು ನಿರೀಕ್ಷಿಸಬಾರದು."

ನಾನು ಮುಂದರಿಸಿದೆ :

"ಇಲ್ಲ. ನಾವು ರಿಜಿಸ್ಟ್ರಾರರ ಕಛೇರಿಯಲ್ಲಿ ಮದುವೆ ಆಗೋದು ಚೆನ್ನ ಅಂತ ನನಗೆ ಅನ್ನಿಸ್ತದೆ. ಇಲ್ಲವಾದರೆ ನಾಳೆ ನಾವು ತೊಂದರೆಯಲ್ಲಿ ಸಿಕ್ಕಿ ಹಾಕಿಕೊಳ್ಳೋದು ಖಂಡಿತ.

"ಹೇಡಿಯ ತರ ಮಾತಾಡಬೇಡ !" ಎಂದು ಅವಳು ಹೇಳಿದಳು.

ಮುಂದಿನವಾರ ನಾವು ಆಮಂತ್ರಣ ಕಳಿಸಿದೆವು. ಮದುವೆಗೆ ಬರುತ್ತೇವೆಂದು ಒಪ್ಪಿಗೆ ಸೂಚಿಸಿದ ಕಾಗದಗಳೂ ಬರತೊಡಗಿದವು. ಮದುವೆಗೆ ಕೆಲವು ವಾರಗಳ ಮೊದಲು ಅನ್ನೆಟ್ ನನ್ನ ಆಫೀಸಿಗೆ ಫೋನು ಮಾಡಿದಳು.

"ಆ್ಯರೀ, ನಿನ್ನ ಹೆತ್ತವರು 'ಆರ್ ಎಸ್ ವಿ ಪಿ' ಮಾಡಿಯೇ ಇಲ್ಲ" ಎಂದು ಕಿರಿಚಿದಳು.

"ಕಿರಿಚಬೇಡ ಮಹರಾಯತೀ, 'ಆರ್ ಎಸ್ ವಿ ಪಿ' ಎಂದರೇನು ?"

"ಅಂದರೆ ತಾವು ಮದುವೆಗೆ ಬರ್ತೇವೆ ಅಂತ ಒಪ್ಪಿಗೆ ಕೊಡೋದು. ಕಾರ್ಡಿನ ಕೊನೆಯಲ್ಲಿ ಸಣ್ಣ ಅಕ್ಷರದಲ್ಲಿ ಬರೆದಿರಲಿಲ್ವಾ, ಸೆಪ್ಟಂಬರ್ ಮೊದಲು ಉತ್ತರ ಕೊಡಬೇಕು ಅಂತ ?'

"ನಿನ್ನ ತಂದೆಗೂ ತಾಯಿಗೂ ಗೊತ್ತಲ್ಲ, ನನ್ನ ಹೆತ್ತವರು ಮತ್ತು ಮನೆಯ ಮಕ್ಕಳು ಬಂದೇ ಬರುತ್ತಾರೆ ಅಂತ. ಪುನಃ ಉತ್ತರ ಬರೆಯೋ ಅಗತ್ಯ ಏನು?'

"ಹಾಗೆ ಮಾಡ್ಲೇ ಬೇಕು. ತಿಂಡಿ ಸಪ್ಲೈ ಮಾಡೋರಿಗೆ ಎಷ್ಟು ಜನ ಬರ್ತಾರೆ ಅಂತ ಗೊತ್ತಾಗಬೇಕು."

"ಎಂಥಾ ಹುಚ್ಚಾಟ !"

"ನಿನ್ನ ತಂದೆ-ತಾಯಿಗಳಿಗೆ ಫೋನ್ ಮಾಡಿ, ಬರ್ತೇವೆ ಅಂತ ಬರೆಯೋದಕ್ಕೆ ಹೇಳು."

"ಇದೆಲ್ಲ ಅರ್ಥ ಇಲ್ಲದ್ದು. ನಮ್ಮಲ್ಲಿ ಆಮಂತ್ರಣ ಪತ್ರ ಕೊಡೋದೇ ಇಲ್ಲ. ಎಲ್ಲರಿಗೂ ಗೊತ್ತಿರುತ್ತೆ. ಅವರು ಬಂದೇ ಬರ್ತಾರೆ."

ಆ ರಾತ್ರಿ ನಾನು ಮನೆಗೆ ಫೋನ್ ಮಾಡಿದೆ.

"ನೀವು 'ಆರ್ ಎಸ್ ವಿ ಪಿ' ಕೊಡ್ಬೇಕು" ಎಂದು ಅಮ್ಮನಿಗೆ ಹೇಳಿದೆ.

"ಹಾಗಂದರೇನು ?"

"ರೆಸ್ಪೊಂಡೇ ಸೀ ವೂ ಪ್ಲೇ."

"ಏನು ?...

"ಮದುವೆಗೆ ನಾವು ಬರ್ತೇವೆ ಅಂತ ನೀವು ಉತ್ತರಿಸಬೇಕು."

"ಯಾಕೆ ? ನಾವು ಬರ್ತೇವೆ ಅಂತ ನಿನಗೆ ಗೊತ್ತಿಲ್ವಾ ?"

"ಅನ್ನೆಟ್‌ಳ ತಾಯಿಗೆ ನೀವು ಬರ್ತೀರಿ, ಅಂತ ಗೊತ್ತಾಗ್ಬೇಕಲ್ಲ?"

"ಅವಳಿಗೆ ಗೊತ್ತಿಲ್ವಾ ?'

"ಗೊತ್ತಿದೆ ನಿಜ. ಆದರೂ ಅದು ಕ್ರಮ. ಅನ್ನೆಟ್ ಹಾಗೆ ಹೇಳಿದ್ಳು."

"ನಾವು ಬರ್ತೇವೆ ಅಂತ ನೀನು ಅವಳಿಗೆ ಹೇಳಬಾರದಾ ?"

"ಹಾಗಲ್ಲಮ್ಮ; ನೀನೇ ಬರೆದು ತಿಳಿಸೋದು ವಾಡಿಕೆ."

"ಎಂಥಾದ್ದೆಲ್ಲ ಅರ್ಥ ಇಲ್ಲದ ವಾಡಿಕೆ. ಆಗಲಿ."

"ಥ್ಯಾಂಕ್ಸ್ ಅಮ್ಮ."

"ಅಂದ ಹಾಗೆ ಸ್ವಲ್ಪ ಸಮಯ ನೀನು ಟೋಲಗಾ ಕೊಲ್ಲಿಯಲ್ಲಿ ಮುಖ ತೋರಿಸದೆ ಇರೋದೇ ಒಳ್ಳೇದು."

"ಯಾಕೆ ?"

"ನಿನ್ನ ಸಂಬಂಧದವರಿಗೆಲ್ಲ ಬಹಳ ಕೋಪ ಬಂದಿದೆ. ನನಗೆ ಮನೆಯಿಂದ ಹೊರಗೆ ಹೋಗೋದಕ್ಕೆ ಹೆದರಿಕೆ. ನಾವೆಲ್ಲಿಯಾದರೂ ಸಿಕ್ಕಿದರೆ ಹಿಡಿದು ಮರಕ್ಕೆ ನೇತು ಹಾಕಿಯಾರು. ಅವರು ಆಗಾಗ ಕೇಳತ್ತಲೇ ಇದ್ದಾರೆ. ಅವನು ಯಾವಾಗ ಮದುವೆ ಆಗೋದು ? ಎಲ್ಲಿ ? ಅಂತ 'ಕಾ' ಆಂಟಿ ಹೊಸ ಡ್ರೆಸ್ ಕೊಂಡುಕೊಳ್ಳಬೇಕು ಅಂತ ಇದ್ದಾಳೆ. ನ್ಯಾನಿ ಕೇಪನಿಗೂ ಮದುವೆಗೆ ಬರೋ ಆಸೆ. ನಮ್ಮ ಕಾರಿನಲ್ಲಿ ಅವನನ್ನು ಜತೆಗೆ ಕರೆದುಕೊಂಡು ಹೋದರೆ ಆದೀತು ಅನ್ನುತ್ತಾನೆ. ನಮ್ಮ ಎಲ್ಲಾ ಸಂಬಂಧಿಕರೂ ವೆಲ್ಲಿಂಗ್ಟನಿಗೆ ಬರ್ತೇವೆ ಅಂತ ಹಟ ಹಿಡಿದಿದ್ದಾರೆ."

"ಛೇ ! ಅದಾಗೋದಿಲ್ಲ."

"ಮದುವೆ ಸಣ್ಣ ಮಟ್ಟಿನಲ್ಲಿ ಮಾಡೋದು ಅಂತ ನಾನು ಹೇಳಿದರೂ ಅವರು ಕೇಳೋದಿಲ್ಲ."

"ಅವರೆಲ್ಲ ಬರೋದಕ್ಕಾಗಲ್ಲ ಅಮ್ಮ. ಅಷ್ಟು ಜನರಿಗೆ ಉಳಕೊಳ್ಳೋ ವ್ಯವಸ್ಥೆ ಮಾಡೋದು ಕಷ್ಟ."

ನಾನು ಆತಂಕ ವ್ಯಕ್ತಪಡಿಸಿದೆ.

"ಅವರಿಗೆ ಬರಲೇಬೇಕು ಅಂತ ಇದ್ದರೆ ತಡೆಯೋದು ನನ್ನಿಂದ ಸಾಧ್ಯವಿಲ್ಲ. ಅವರ ಗುಣ ನಿನಗೆ ಗೊತ್ತಲ್ಲ ? ನೀನು ಇಲ್ಲಿ ಬಂದು ಇನ್ನೊಮ್ಮೆ ಇಲ್ಲಿ ಮದುವೆ ಮಾಡಿ ಕೊಂಡರೆ ಒಳ್ಳೆಯದು."

ನಾನು ಉದ್ವೇಗದಿಂದ ಹೇಳಿದೆ :

"ನೋಡಮ್ಮಾ, ಇಲ್ಲಿ ಬರೋದು ಕಷ್ಟ ಅಂತ ಅವರಿಗೆಲ್ಲ ಹೇಳು. ದಯಮಾಡಿ..."

ನಾನು ಫೋನ್ ಕೆಳಗಿಟ್ಟೆ. ನಮ್ಮ ಇಡೀ ಪಂಗಡವೇ ಮದುವೆ ಮನೆಗೆ ಇಳಿಯುವ ಭೀಕರ ದೃಶ್ಯ ನನ್ನ ಕಣ್ಣೆದುರು ನಿಂತಿತು. ಅನ್ನೆಟ್‌ಳಿಗೆ ಫೋನ್ ಮಾಡಿದೆ.

"ಅನ್ನೆಟ್, ನಿನ್ನ ನೆರವು ಬೇಕು" ಎಂದೆ.

ಕೆಲವು ದಿನಗಳ ಬಳಿಕ ಅಪ್ಪ ಮತ್ತು ಅಮ್ಮನ ಒಪ್ಪಿಗೆಯ ಪತ್ರ ಬಂತು. ನನ್ನ ಪುಟ್ಟ ತಂಗಿ ಎಕ್ಸರ್‌ಸೈಜ್ ಪುಸ್ತಕದ ಹಾಳೆಯೊಂದರಲ್ಲಿ ಡೊಂಕು ಡೊಂಕಾಗಿ ಬರೆದಿದ್ದಳು: "ನಾವು ಬರುತ್ತೇವೆ" ಅಂತ.

ಮದುವೆಗೆ ಇನ್ನು ಉಳಿದದ್ದು ಐದು ದಿನ ಮಾತ್ರ. ನಾನು ಮತ್ತು ಅನ್ನೆಟ್ ಕ್ಷಣವೂ ಬಿಡುವಿಲ್ಲದೆ ಓಡಾಡಿದೆವು. ನಾನು ಹೇರ್ ಕಟ್ ಮಾಡಿಸಿಕೊಂಡೆ. ಸೂಟು ಬಾಡಿಗೆಗೆ ಪಡೆದೆ, ಹೊಸ ಶೂ ತೆಗೆದುಕೊಂಡೆ.

ಮದುವೆಯ ಹಿಂದಿನ ದಿನ ಅಮ್ಮ ಇನ್ನೊಮ್ಮೆ ಫೋನ್ ಮಾಡಿದಳು.

"ನಾನು ಸಾಕಷ್ಟು ಪ್ರಯತ್ನಿಸಿದೆ. ಆದರೆ ಅವರು ಬಂದೇ ಬರ್ತಾರಂತೆ."

"ಯಾರು?"

"ಮಿರೋ ಆಂಟಿ, ಹಟಾ ಅಂಕಲ್, ಟಾಮ್ ಮತ್ತು ಮೋನಾ, ನ್ಯಾನಿ ಮಿನಾ, ನ್ಯಾನಿ ರೆವೆಟಿ, ರೊಪಟ ಅಂಕಲ್, ರಿಪೆಕಾ ಆಂಟಿ, ನ್ಯಾನಿ ಕೆಪ, ಆಂಟಿ ಕಾ, ರಿಚರ್ಡ್, ಆ್ಯನಿ..."

"ಎಷ್ಟು ಜನ ?"

"ನಂಗೊತ್ತಿಲ್ಲ. ಒಂದು ಬಸ್ಸು ಮಾಡಿಕೊಂಡು ಬರೋದು ಅಂತ ಮಾತಾಡ್ತಾರೆ."

"ಓ... ಅದು ಸಾಧ್ಯವೇ ಇಲ್ಲ."

"ಬರೋದು ಖಂಡಿತ."

"ಅನ್ನೆಟ್ ಅಮ್ಮ ಏನು ಹೇಳಿಯಾರು ?"

"ಯೋಚಿಸೋದು ಬೇಡ ಅಂತ ಹೇಳು. ಅವರು ಬರುವಾಗ ಎರಡು ಹಂದಿ, ಒಂದು ಕುರಿ ಮತ್ತು ಕೆಲವು ಕೋಳಿ ತರ್ತಾರೆ – ಔತಣಕ್ಕೆ."

"ಔತಣ ಅಂತ ಇಲ್ಲ ಅಮ್ಮ."

"ಏನು ? ಔತಣ ಇಲ್ವೆ ?"

"ಅದಕ್ಕೆ ಹೋಟೆಲಿಗೆ ಆರ್ಡರ್ ಕೊಟ್ಟಿದ್ದಾರೆ."

"ಆಗಲಿ. ನಾವು ಔತಣ ಬೇರೆ ಕಡೆ ತಯಾರಿಸೋಣ."

"ಆದರೆ ಅವರೆಲ್ಲ ಇರೋದು ಎಲ್ಲಿ?"

"ಅದರ ಯೋಚನೆ ಬೇಡಪ್ಪಾ. ಬೇಕಾದದ್ದನ್ನೆಲ್ಲಾ ಅವರು ತರ್ತಾರೆ. ಚರ್ಚಿನ ಎದುರು ಡೇರೆ ಹೊಡೆದುಕೊಳ್ತಾರೆ. ಅಲ್ಲ ಇದಕ್ಕೆಲ್ಲ ಇಷ್ಟು ಪೇಚಾಟ ಯಾಕೆ ಅಂತ ನನಗೆ ಅರ್ಥ ಆಗೋದಿಲ್ಲ !"

"ಆದರೆ ಹಾಗೆ ಮಾಡೋಕೆ ಸಾಧ್ಯ ಇಲ್ಲಮ್ಮಾ!"

ನಾನು ಚೀರಿದೆ.

"ಯಾಕೆ ಆಗೋದಿಲ್ಲ ? ಮಾರ್ಗದ ಬದಿಯಲ್ಲಿ ಇದೆಯಲ್ಲ ಬೇಕಾದಷ್ಟು ಸ್ಥಳ ?"

"ವೆಲ್ಲಿಂಗ್ಟನ್ನಿನಲ್ಲಿ ನಿಮ್ಮನ್ನು ಮಾರ್ಗದ ಬದಿಯಲ್ಲಿ ಮಲಗೋದಕ್ಕೆ ಯಾರೂ

ಬಿಡೋದಿಲ್ಲ ಅಮ್ಮ."

"ಅವರ ಯೋಚನೆ ಅವರು ನೋಡಿಕೊಳ್ತಾರೆ. ಅವರು ಬರೋದು ನಿನಗೆ ಇಷ್ಟ ಇಲ್ವಾ ?"

"ಹಾಗಲ್ಲ. ಆದರೆ..."

"ಹಾಗಾದರೆ ಯೋಚನೆ ಬೇಡ. ಅನ್ನೆಟ್‌ಳ ತಾಯಿಗೂ ಹೇಳು. ಯೋಚನೆ ಬೇಡ ಅಂತ."

"ಛೆ... ಅಮ್ಮ..."

"ಒಳ್ಳೆಯ ಹಂದಿಗಳಪ್ಪ. ಇವತ್ತು ಬೆಳಿಗ್ಗೆ ರಂಗಿ ಅವನ್ನು ಕೊಂದದ್ದು. ಅನ್ನೆಟ್‌ಳ ತಾಯಿ ನೋಡಿದರೆ ಖಂಡಿತ ಖುಷಿ ಪಡ್ತಾಳೆ."

ನಾನು ಕಿರಿಚಿದೆ.

"ಅಮ್ಮಾ, ಹಂದಿಗಳನ್ನು ತರೋದು ಬೇಡ. ಬೇರೆ ಯಾವುದಾದರೂ ಆದೀತು. ಹಂದಿ ಬೇಡ."

"ಕೊಂದು ಆಗ್ಹೋಯ್ತು. ಇನ್ನು ಏನೂ ಮಾಡೋಕ್ಕಾಗೊಲ್ಲ."

ಅಮ್ಮ ಫೋನ್ ಕೆಳಗಿಟ್ಟಳು.

ನಾನು ಅನ್ನೆಟ್‌ಗೆ ವಿಷಯ ತಿಳಿಸಿದೆ. ಅವಳು ಅಳಲು ಶುರು ಮಾಡಿದಳು. ನಾನು ಅವಳ ತಾಯಿಗೆ ಹೇಳಿದೆ. ಅವಳು ಮೌನವಾಗಿ ಮುಖ ಸೊಟ್ಟಗೆ ಮಾಡಿದಳು. ಅಷ್ಟರಲ್ಲಿ ಹೊಗೆ ಉಗುಳುತ್ತಾ ಅವಳ ತಂದೆ ಅತ್ತ ಬಂದರು.

"ಅಳಬಾರದಪ್ಪಾ! ಸಹಿಸಕೋಬೇಕು ಮಗೂ, ಸಹಿಸಬೇಕು," ಎಂದರು. ಅಂತೂ ಕೊನೆಗೆ ಎಲ್ಲಾ ಗೊಂದಲಮಯ. ಊಟ ಸರಬರಾಜು ಮಾಡುವವರಿಗೂ ಕಸಿವಿಸಿ. ಆತಂಕ. ನಮ್ಮ ಏರ್ಪಾಟೆಲ್ಲ ಬುಡಮೇಲು.

ನಾಳೆ, ಮದುವೆ ಆಗುವ ಹುಡುಗ ನಾನು. ಆದರೆ ನನ್ನ ಮನಸ್ಸಿನಲ್ಲಿ ಎಲ್ಲಿಲ್ಲದ ಕಸಿವಿಸಿ.

ನನ್ನ ಹೆತ್ತವರ ಮತ್ತು ಬಂಧು ಬಳಗದವರ ವಿಷಯ ನನಗೆ ಗೊತ್ತು, ಬಹುಶಃ ಅವರು ನೇರ ಚರ್ಚಿಗೇನೇ ಬರಬಹುದು. ಸರ್ವಿಸ್ ನಡೆಯುತ್ತಿರುವಾಗಲೇ ಹಂದಿ ಮಾಂಸದ ಹೊರೆ ಹೊತ್ತುಕೊಂಡು ಬಂದರೆ ನಮ್ಮ ರಿಸೆಪ್ಷನ್ ಎಷ್ಟೊಂದು ಹೇಸಿಗೆ ಯಾದೀತು! ಇದನ್ನು ಎಣಿಸುವುದಕ್ಕೇ ಆಗುತ್ತಿಲ್ಲ. ಏನಿದ್ದರೂ... ಹೀಗಾದದ್ದು ಒಂದು ರೀತಿಯಲ್ಲಿ ಒಳ್ಳೆಯದೇ ಆಯಿತು. ನನ್ನ ಜನ ಬರುತ್ತಾರೆ ಎಂದು ಮನಸ್ಸಿನಲ್ಲಿ ಸಂತೋಷ, ಆದರೆ...

ನೋಡಿದಿರಾ ?

ನಾವು ಎಣಿಸಿದಂತೆ ಎಲ್ಲವೂ ನಡೆಯುವುದಿಲ್ಲ ಎನ್ನುವುದನ್ನು ನಾನು ಮೊದಲೇ ತಿಳಿದುಕೊಳ್ಳಬೇಕಾಗಿತ್ತು. ○

ಬೂದು ಬಣ್ಣದ ಕಾಂಗರೂ

ಲೇಖಕರ ಪರಿಚಯ

ಬೂದುಬಣ್ಣದ ಕಾಂಗರೂ

ಅಲನ್ ಮಾರ್ಶಲ್ (1902– 1984)

ವಿಕ್ಟೋರಿಯದ ನೂರಟ್‌ನಲ್ಲಿ ಜನನ. ಕಥೆಗಾರ, ಅಂಕಣಕಾರ. ವಾಸ್ತವಿಕ ಪಂಥದ ಬರಹಗಾರ. ಆಸ್ಟ್ರೇಲಿಯದ ಮೂಲನಿವಾಸಿಗಳ ಬಗ್ಗೆ ಅಧ್ಯಯನ ಮತ್ತು ಅವರ ಜನಪದ ಕಥೆಗಳ ಸಂಗ್ರಹದಲ್ಲಿ ಆಸಕ್ತ. ಶ್ರಮಿಕರು ಮತ್ತು ಮಕ್ಕಳ ಕಥೆಗಳು ಜನಪ್ರಿಯ. 'ನಾನು ನೀರಿನ ಹೊಂಡಗಳನ್ನು ಜಿಗಿಯಬಲ್ಲೆ' ಎಂಬುದು ಮೂರು ಭಾಗಗಳಲ್ಲಿ ಪ್ರಕಟವಾದ ಆತ್ಮಕಥೆ. ❍

ರುಂಡಗಳು ಮುಂಡಗಳ ಮೇಲೆಯೇ ಇರಲಿ

ಬಿಲ್ ಸಟ್ಟನ್

1922ರಲ್ಲಿ ಕ್ವೀನ್ಸ್‌ಲ್ಯಾಂಡ್‌ನ ಬ್ಲೆಕಲ್‌ನಲ್ಲಿ ಜನನ. ಪ್ರಾಥಮಿಕ ವಿದ್ಯಾಭ್ಯಾಸದ ನಂತರ ಕುರಿ ಸಾಕಣೆ ಕೇಂದ್ರದಲ್ಲಿ ಕೆಲಸ. ಅನಂತರ ಮೇಸ್ತ್ರಿ, ಬುಕ್‌ಮೇಕರ್. 1965ರಲ್ಲಿ ರಷ್ಯಕ್ಕೆ ಭೇಟಿ ಮತ್ತು ಈ ಕುರಿತು ಪ್ರಗತಿಶೀಲ ಪತ್ರಿಕೆಗಳಲ್ಲಿ ಬರವಣಿಗೆ. ನೂರಕ್ಕೂ ಹೆಚ್ಚು ಕಥೆಗಳು. ಕ್ರಿಯಾಶೀಲ ಹೋರಾಟದ ವಸ್ತು ಮತ್ತು ಸರಳ ಶೈಲಿಗೆ ಹೆಸರುವಾಸಿ.

❍

ಜಾನ್ ಪ್ರೈಸ್‌ನ ಉಕ್ಕಿನ ಸರಳು

ಪ್ರೈಸ್ ವಾರಂಗ್ (1855–1911)

ನಿಜವಾದ ಹೆಸರು – ವಿಲಿಯಂ ಆಸ್ಟ್ಲೆ. ಜನನ ಇಂಗ್ಲೆಂಡ್‌ನ ಲಿವರ್‌ಪೂಲ್‌ನಲ್ಲಿ. ನಾಲ್ಕನೆಯ ವಯಸ್ಸಿನಲ್ಲಿ ತಂದೆತಾಯಿಯ ಜತೆ ಆಸ್ಟ್ರೇಲಿಯಕ್ಕೆ ವಲಸೆ. ಹಲವು ಕಾರ್ಮಿಕ ಪತ್ರಿಕೆಗಳಲ್ಲಿ ಕೆಲಸ. ಆಸ್ಟ್ರೇಲಿಯದ ಹಲವು ಸಂಸ್ಥಾನಗಳ ಏಕೀಕರಣಕ್ಕಾಗಿ ಚಳವಳಿ. ದ್ವೀಪಾಂತರ ವಾಸದ ಶಿಕ್ಷೆಗೊಳಗಾದ ಕೈದಿಗಳ ಬದುಕು ಅನೇಕ ಕಥೆಗಳಿಗೆ ವಸ್ತು. ಮೂರು ಕಥಾ ಸಂಗ್ರಹಗಳು ಪ್ರಕಟಿತ. ❍

ಫ್ಲೋರಾ

ಮೇರಿ ಗಿಲ್‌ಮೋರ್ (1865–1962)

ನ್ಯೂಸೌತ್ ವೇಲ್ಸ್‌ನ ಗೋಲ್‌ಬೆರ್ನ್‌ನಲ್ಲಿ ಜನನ. ಪರಾಗ್ವೇಯಲ್ಲಿ 'ನವ ಆಸ್ಟ್ರೇಲಿಯ' ಎಂಬ ಕಮ್ಯುನಿಸ್ಟ್ ಕಮ್ಯೂನಿನ ಸಂಸ್ಥಾಪಕಿ. ಸ್ತ್ರೀ ಸ್ವಾತಂತ್ರ್ಯಕ್ಕಾಗಿ ಹೋರಾಟ. ಮೂಲನಿವಾಸಿಗಳ ಹಕ್ಕುಗಳ ಪ್ರತಿಪಾದಕಿ. ಪ್ರಸ್ತುತ ಕಥೆ 'ಮೋರ್ ರಿಕಲೆಕ್ಷನ್ಸ್' ಸಂಕಲನದಲ್ಲಿ 1935ರಲ್ಲಿ ಪ್ರಕಟ. ❍

ನಮ್ಮದೀ ನೆಲ

ವಿಲ್ಲಿಯಂ ಹ್ಯಾಟ್‌ಫೀಲ್ಡ್ (1892– 1969)

ನಿಜವಾದ ಹೆಸರು ಅರ್ನೆಸ್ಟ್ ಚಾಪ್‌ಮನ್. ಇಂಗ್ಲೆಂಡ್‌ನ ನಾಟಿಂಗ್ ಹ್ಯಾಮ್‌ನಲ್ಲಿ ಜನನ. ಅಲ್ಲಿಯೇ ನ್ಯಾಯಾಂಗ ಶಾಸ್ತ್ರದ ಅಧ್ಯಯನ. 1911ರಲ್ಲಿ ಆಸ್ಟ್ರೇಲಿಯಕ್ಕೆ ಆಗಮನ. 1940ರಿಂದ ಮೂರು ವರ್ಷ ಕಾಲ ಸೇನೆಯಲ್ಲಿ ಸೇವೆ. ಅನಂತರ ಪುಸ್ತಕಗಳ ಪ್ರಕಟನೆ. ❍

ಸರದಾರ ಕ್ಯಾಸಿಗೆ ಇನ್ನೊಂದು ಗೌರವಪಟ್ಟಿ

ರಾಡೆರಿಕ್ ಕ್ವಿನ್ (1867–1949)

ಸಿಡ್ನಿಯಲ್ಲಿ ಜನನ. ಶಿಕ್ಷಣ ಮುಗಿದ ನಂತರ ಕೆಲಕಾಲ ಅಧ್ಯಾಪಕನಾಗಿ ಕೆಲಸ. 'ನಾರ್ತ್ ಸಿಡ್ನಿ ನ್ಯೂಸ್' ಪತ್ರಿಕೆಯ ಸಂಪಾದಕ. 'ಬುಲೆಟಿನ್' ಕಾರ್ಮಿಕ ಪತ್ರಿಕೆಯಲ್ಲಿ ಕಥೆ, ಕವನಗಳು ಪ್ರಕಟಿತ. ಪ್ರಸ್ತುತ ಕಥೆ 1901ರ 'ದಿ ಬುಲೆಟಿನ್ ಸ್ಟೋರಿ ಬುಕ್' ನಲ್ಲಿ ಪ್ರಕಾಶಿತ. ❍

ಕರೆಗಂಟೆ

ಲೂಯಿ ಬೆಕ್ (1855–1913)

ನ್ಯೂಸೌತ್ ವೇಲ್ಸ್‌ನ ಪೋರ್ಟ್ ಮಕ್ವುವರಿಯಲ್ಲಿ ಜನನ. 14ನೆಯ ವಯಸ್ಸಿನಲ್ಲಿ ವಿದೇಶ ಸಂಚಾರ ಆರಂಭ. ನ್ಯೂಜಿಲೆಂಡ್, ಅಮೆರಿಕಾ, ಐರ್ಲೆಂಡ್, ಇಂಗ್ಲೆಂಡ್, ಫ್ರಾನ್ಸ್, ಕೆನಡಾ ಭೇಟಿ. ಕಡಲುಗಳ್ಳ ಹೇಯಿಸ್‌ನ ಸಂಗಡಿಗ. 1893ರಲ್ಲಿ ಮೊದಲ ಬರಹ ಪ್ರಕಟನೆ. ರಷ್ಯನ್ ಭಾಷೆಗೆ ಅನುವಾದಗೊಂಡ ಮೊದಲ ಆಸ್ಟ್ರೇಲಿಯನ್ ಕಥೆಗಾರ. 35 ಕೃತಿಗಳಲ್ಲಿ ಹತ್ತಕ್ಕೂ ಹೆಚ್ಚು ಕಥಾ ಸಂಗ್ರಹಗಳು. ಕಥೆಗಳ ವಸ್ತು ಹೆಚ್ಚಾಗಿ ಆಸ್ಟ್ರೇಲಿಯದ ಮತ್ತು ಶಾಂತಸಾಗರ ದ್ವೀಪದ ಮೂಲನವಾಸಿಗಳಿಗೆ ಸಂಬಂಧಿಸಿದ್ದು.

❍

ಮೀನಿನ ಶಿಕಾರಿ

ವಾನ್ಸ್ ಪಾಮರ್ (1885–1959)

ಕ್ವೀನ್ಸ್ ಲ್ಯಾಂಡ್‌ನ ಬುಂಡಬರ್ಗ್‌ನಲ್ಲಿ ಜನನ. ಶಿಕ್ಷಣ ಮುಗಿಸಿ ಪತ್ರಿಕೋದ್ಯಮ ಪ್ರವೇಶ. ಮೊದಲು ಆಸ್ಟ್ರೇಲಿಯದಲ್ಲಿ, ನಂತರ ಇಂಗ್ಲೆಂಡ್ ಹಾಗೂ ಅಮೆರಿಕಾದಲ್ಲಿ ಪತ್ರಿಕಾ ಪ್ರತಿನಿಧಿ. ಪ್ರಥಮ ವಿಶ್ವ ಸಮರದಲ್ಲಿ ಆಸ್ಟ್ರೇಲಿಯ ಯೋಧನಾಗಿ ಯೂರೋಪ್‌ನಲ್ಲಿ ಸೇವೆ. ಬಳಿಕ ಸ್ವದೇಶದಲ್ಲಿ ಖಾಸಗಿ ಶಿಕ್ಷಕ ಮತ್ತು ಪಶುಪಾಲಕ. ರೇಡಿಯೋದಲ್ಲಿ ಆಸ್ಟ್ರೇಲಿಯನ್ ಸಾಹಿತ್ಯದ ಬಗ್ಗೆ ಉಪನ್ಯಾಸಗಳು. ಆಸ್ಟ್ರೇಲಿಯದ ಕಾರ್ಮಿಕ ಚಳವಳಿಯ ಇತಿಹಾಸ ನಿರೂಪಿಸುವ ಮೂರು ಕಾದಂಬರಿಗಳು ಪ್ರಖ್ಯಾತ.

ಹಾಡುಗಾರ ಕೈಜೆಕ್

ಕ್ಸೇವಿಯರ್ ಹರ್ಬರ್ಟ್ (1901–1984)

ಪಶ್ಚಿಮ ಆಸ್ಟ್ರೇಲಿಯದ ಪೋರ್ಟ್‌ಲ್ಯಾಂಡ್‌ನಲ್ಲಿ ಜನನ. ವೈದ್ಯವಿಭಾಗದಲ್ಲಿ ವ್ಯಾಸಂಗದ ನಂತರ ವಿವಿಧ ವೃತ್ತಿ. ಪಶುಪಾಲಕ, ರೈಲ್ವೆ ಕಾರ್ಮಿಕ, ಚಿನ್ನ ಶೋಧಿಸುವಾತ, ರತ್ನ ಶೋಧಕ. ಮೂಲ ನಿವಾಸಿಗಳ ಖಾತೆಯ ಅಧಿಕಾರಿ ಮತ್ತು ಅವರ ಸುಧಾರಕ. ಆಸ್ಟ್ರೇಲಿಯ ಸಾಹಿತ್ಯ ಪರಂಪರೆಯ ಗಣ್ಯರಲ್ಲೊಬ್ಬ. ಆಸ್ಟ್ರೇಲಿಯನ್ ಸಾಹಿತ್ಯದಲ್ಲೇ ಅತಿ ದೀರ್ಘ ಕಾದಂಬರಿ ಎಂದು ಪರಿಗಣಿಸಲಾಗುವ 'ಬಡಪಾಯಿ ನನ್ನ ದೇಶ' 1975ರಲ್ಲಿ ಪ್ರಕಟ. ಈ ಕೃತಿಗೆ 'ಮೈಲ್ಸ್ ಫ್ರಾಂಕ್ಲಿನ್' ಪುರಸ್ಕಾರ. ವರ್ಣ ವೈಷಮ್ಯ ವಿರೋಧಿಸುವ 'ಕ್ಯಾಪ್ರಿಕೋರ್ನಿಯ' ಕಾದಂಬರಿಗೆ ರಾಷ್ಟ್ರೀಯ ಪ್ರಶಸ್ತಿ.

ಅಜ್ಜರು

ಮಾರ್ಗರೆಟ್ ಟ್ರಿಸ್ಟ್ (1914–1986)

ಕ್ವೀನ್ಸ್ ಲ್ಯಾಂಡ್‌ನ ಡಾಲ್ಬಿಯಲ್ಲಿ ಜನನ. ಎರಡು ಕಥಾ ಸಂಕಲನಗಳು ಮತ್ತು 'ನಾವೀಗ ನಗುತ್ತಿರೋದರಿಂದ', 'ಅಪ್ಪ' ಮತ್ತು ಕ್ವೀನ್ಸ್‌ಲ್ಯಾಂಡಿನ ಬೆಳಗು' ಎಂಬ ಮೂರು ಕಾದಂಬರಿಗಳು ಪ್ರಕಟ. ಕಷ್ಟಕಾರ್ಪಣ್ಯಗಳನ್ನು ಅನುಭವಿಸುವ ಜನರ ಜೀವನ ಇವರ ಕಥೆಗಳಿಗೆ ವಸ್ತು.

ಬ್ಯಾರಿಂಗ್ಟನ್

ಜಾನ್ ಲಾಂಗ್ (1816–1864)

ನ್ಯೂಸೌತ್ ವೇಲ್ಸ್‌ನ ಪರಮಟ್ಟಿಯಲ್ಲಿ ಜನನ. ಆಸ್ಟ್ರೇಲಿಯ ಮತ್ತು ಕೇಂಬ್ರಿಜ್‌ನಲ್ಲಿ ನ್ಯಾಯಶಾಸ್ತ್ರದ ಅಧ್ಯಯನ. ವಲಸೆ ದ್ವೀಪಾಂತರ ವಾಸದ

ಶಿಕ್ಷೆಯ ಕಾಲದ ಆಸ್ಟ್ರೇಲಿಯದ ದಂತಕಥೆಗಳನ್ನು ಒಳಗೊಂಡ 'ಬಾಟನಿ ಬೇ ಆರ್ ಟ್ರೂ ಸ್ಟೋರೀಸ್ ಆಫ್ ದಿ ಅರ್ಲಿ ಡೇಸ್ ಆಫ್ ಆಸ್ಟ್ರೇಲಿಯ' ಎಂಬ ಕಥಾಸಂಕಲನ ಪ್ರಸಿದ್ಧ. ಪ್ರಸ್ತುತ ಕಥೆ ಈ ಸಂಗ್ರಹದಲ್ಲಿ ಪ್ರಕಟವಾಗಿದೆ. ❍

ಅವನ ತಂದೆಯ ಸಂಗಾತಿ

ಹೆನ್ರಿ ಲಾಸನ್ (1867–1922)

ನ್ಯೂಸೌತ್ ವೇಲ್ಸ್‌ನ ಗ್ರೆನ್ ಫೆಲ್ಡ್ ಚಿನ್ನದ ಗಣಿಗಳ ಪ್ರಾಂತ್ಯದಲ್ಲಿ ಜನನ. ನಾರ್ವೆಯ ನಾವಿಕನಾಗಿದ್ದ ತಂದೆ ಕೆಲಸಕ್ಕಾಗಿ ಅಲ್ಲಿಗೆ ಬಂದಿದ್ದರು. ಗ್ರಾಮೀಣ ಶಾಲೆಯಲ್ಲಿ ಕಲಿಕೆ ನಂತರ ಕೃಷಿಕಾರ್ಮಿಕ, ಗುಮಾಸ್ತನ ಕೆಲಸ. ಮರ ಕಡಿಯುವ, ಸುಣ್ಣ ಹೊಡೆಯುವ ಕೆಲಸಗಳನ್ನೂ ಮಾಡಿ, ನಂತರ ಅಧ್ಯಾಪಕನಾದ. ಕಾರ್ಮಿಕ ಪತ್ರಿಕೆಗಳಲ್ಲಿ ಕಥೆ, ಕವನಗಳ ಪ್ರಕಟಣೆ. ಜನಪದ ಶೈಲಿಯ ಕ್ರಾಂತಿ ಗೀತೆಗಳು ಕಾರ್ಮಿಕ ವರ್ಗದಲ್ಲಿ ಜನಪ್ರಿಯ. ಜೀವನದ ಕೊನೆಯ ಹದಿನೈದು ವರ್ಷಗಳ ದ್ವಂದ್ವ ಆಗಿನ ಕೃತಿಗಳಲ್ಲಿ ಪ್ರತಿಬಿಂಬಿತ. ❍

ಅಪ್ಪನ ವಿಪತ್ತು

ಸ್ಟೀಲಿ ರೆಡ್ (1868–1935)

ನಿಜವಾದ ಹೆಸರು ಆರ್ಥರ್ ಹೋಯೆ ಡೇವಿಸ್. ಡ್ರೈಟನ್‌ನ ರೈತ ಕುಟುಂಬದಲ್ಲಿ ಜನನ. ಪಶುಪಾಲಕ, ಕೃಷಿಕಾರ್ಮಿಕ, ಗುಮಾಸ್ತ, ಷರೀಫನ ಸಹಾಯಕ, ಪತ್ರಿಕಾ ವಿತರಕನ ಕೆಲಸಗಳನ್ನು ಮಾಡಿ ಜೀವನಾನುಭವ ಗಳಿಕೆ. ಬರವಣಿಗೆಯ ಮೇಲೆ ಜನಪದ ಕಥಾ ಸಾಹಿತ್ಯದ ಪ್ರಭಾವ. ❍

ಎನ್‌ಗೂಲಾ

ಕ್ಯಾಥರೀನ್ ಸುಸನ್ನಾ ಪ್ರಿಚರ್ಡ್ (1883–1969)

ಫಿಡ್ಜಿ ದ್ವೀಪದ ಲೆವುಕದಲ್ಲಿ ಜನನ. ತಂದೆ ಪತ್ರಿಕಾ ವಿತರಕ. ತಾಸ್ಮಾನಿಯ ದ್ವೀಪದ ಕೃಷಿ ಭೂಮಿಗಳಲ್ಲಿ ಬಾಲ್ಯ. ದಕ್ಷಿಣ ಮೆಲ್ಬರ್ನ್ ಮಹಿಳಾ ಕಲಾಶಾಲೆಯಲ್ಲಿ ವಿದ್ಯಾಭ್ಯಾಸ. ಯೂರೋಪ್, ಏಷ್ಯಾ, ಅಮೆರಿಕಾ ಪ್ರವಾಸ. 1915ರಲ್ಲಿ ರಚಿಸಿದ ಮೊದಲ ಕಾದಂಬರಿ 'ದಿ ಪಯನೀರ್'ಗೆ ಆಸ್ಟ್ರೇಲಿಯದ ಶ್ರೇಷ್ಠ ಕಾದಂಬರಿ ಪ್ರಶಸ್ತಿ. 'ಕಿಸ್ ಆನ್ ದಿ ಲಿಪ್ಸ್' ಪ್ರಥಮ ಕಥಾಸಂಕಲನ 1932ರಲ್ಲಿ ಪ್ರಕಟಿತ. 1933ರಲ್ಲಿ ರಷ್ಯಕ್ಕೆ ಭೇಟಿ. ಕಾರ್ಮಿಕ ಹೋರಾಟಗಳು ಕಥೆ, ಕಾದಂಬರಿಗಳ ವಸ್ತು. ❍

ತಾಯಿ

ಜೆ. ಎಡ್ವರ್ಡ್ ಬ್ರೌನ್

ಸಣ್ಣ ಕಥೆಗಾರ. ಕ್ರೈಸ್ಟ್ ಚರ್ಚ್‌ನಲ್ಲಿ ಮುಖ್ಯ ರೇಡಿಯೋ ಪರೀಕ್ಷಕ. ಸಾಮಾನ್ಯ ಜನರ ಜೀವನದ ಸಂಗತಿಗಳೇ ಕಥೆಗಳ ವಸ್ತುವಾಗಿ ಆಯ್ಕೆ.

○

ಮದುವೆ

ವಿಟಿ ಇಹಿಮೆರಾ

1944ರಲ್ಲಿ ಪೂರ್ವ ನ್ಯೂಜಿಲೆಂಡ್‌ನ ಗಿಸ್‌ಬೋರ್ನ್‌ನಲ್ಲಿ ಜನನ. ಮಾವೋರಿ ಮತ್ತು ಆಂಗ್ಲೋ ಸಾಕ್ಸನ್ ಜನಾಂಗದ ಹಿನ್ನೆಲೆ. ಬರವಣಿಗೆ ಆರಂಭಿಸಿ ಕಥೆ, ಕಾದಂಬರಿ ಪ್ರಕಟಿಸಿದ ಮಾವೋರಿ ಜನಾಂಗದ ಪ್ರಥಮ ವ್ಯಕ್ತಿ. 'ಸ್ಪೇನಿನ ಹೂದೋಟದ ರಾತ್ರಿಗಳು' ಎಂಬುದು ಇವರ ಭಾಗಶಃ ಆತ್ಮಚರಿತ್ರೆ. ಎರಡು ಕಾದಂಬರಿಗಳ ಪ್ರಕಟನೆ. ಕಥಾ ಸಂಕಲನವೊಂದಕ್ಕೆ 'ವರ್ಷದ ಪುಸ್ತಕ' ಪ್ರಶಸ್ತಿ. 2004ರಲ್ಲಿ ಸಾಹಿತ್ಯಕ್ಕೆ ನೀಡಿದ ಕೊಡುಗೆಗಾಗಿ ನ್ಯೂಜಿಲೆಂಡ್‌ ನ 'ಆರ್ಡರ್ ಆಫ್ ಮೆರಿಟ್' (ನೈಟ್‌ಹುಡ್‌ಗೆ ಸಮನಾದ ಗೌರವ) ಲಭ್ಯ. ಸರ್ಕಾರದ ಉನ್ನತ ಹುದ್ದೆಗಳನ್ನು ನಿರ್ವಹಿಸಿ, ಪ್ರಸ್ತುತ ಆಕ್ಲೆಂಡ್ ವಿಶ್ವವಿದ್ಯಾನಿಲಯದಲ್ಲಿ ಮಾವೋರಿ ಸಾಹಿತ್ಯದ ಪ್ರಾಧ್ಯಾಪಕ.

○

ಈ ಸಂಪುಟದ ಅನುವಾದಕರು

ಪಾ. ಸಂಜೀವ ಬೋಳಾರ

ಬಂಟವಾಳದ ಶ್ರೀ ವೆಂಕಟರಮಣ ಸ್ವಾಮಿ ಕಾಲೇಜಿನಲ್ಲಿ ಇತಿಹಾಸ ವಿಭಾಗದ ಮುಖ್ಯಸ್ಥರು ಹಾಗೂ ಪ್ರಾಂಶುಪಾಲರಾಗಿ ಸೇವೆ ಸಲ್ಲಿಸಿ ಈಗ ವಿಶ್ರಾಂತರು. ಮಂಗಳೂರಿನ 'ನವಭಾರತ' ಪತ್ರಿಕೆಯಲ್ಲಿ ಸಾಹಿತ್ಯ ವಿಭಾಗದ ಗೌರವ ಸಂಪಾದಕ ಮತ್ತು ಅಂಕಣಕಾರರಾಗಿದ್ದರು. 'ಜನವಾಹಿನಿ' ದೈನಿಕ ಮತ್ತು 'ಸನ್ಮಾರ್ಗ' ವಾರಪತ್ರಿಕೆಯಲ್ಲೂ ಅಂಕಣಕಾರರಾಗಿದ್ದರು. ಇನ್ನೂರಕ್ಕೂ ಹೆಚ್ಚು ಕಥೆಗಳು ಪತ್ರಿಕೆಗಳಲ್ಲಿ ಪ್ರಕಟಿತ. 'ತೊರೆ ಬತ್ತಲಿಲ್ಲ', 'ಕ್ಷೋಭೆ', 'ಹೆಣ್ಣಾಗಿ ಕಾಡಿತ್ತು ಸೇಡು', 'ಪ್ರವಾಹ', 'ವಿಷಚಕ್ರ', 'ಬಿರುಗಾಳಿ', 'ಚಕ್ರವ್ಯೂಹ' ಮತ್ತು 'ವ್ಯವಸ್ಥೆ' ಇವೆಲ್ಲಾ ಕಾದಂಬರಿಗಳು. ಈಗ ಶ್ರೀ ನಿರಂಜನ ಸ್ವಾಮಿ ಶಿಕ್ಷಣ ಪ್ರತಿಷ್ಠಾನದ ಕಾರ್ಯದರ್ಶಿ ಹಾಗೂ ಶಿಕ್ಷಣ ಸಂಸ್ಥೆಗಳಿಗೆ ಮಾರ್ಗದರ್ಶಕರು.

○

ವಿಶೇಷ ಕೃತಜ್ಞತೆ

ಈ ಸಂಪುಟದ ಕಥೆಗಳ ಆಯ್ಕೆಗಾಗಿ ಪುಸ್ತಕಗಳನ್ನೂ, ಬಿಡಿ ಕಥೆಗಳನ್ನೂ ಒದಗಿಸಿಕೊಟ್ಟು ಉಪಕರಿಸಿದ

– ಡಾ. ಟಿ. ಸಿ. ಉಮಾಪತಿ, ಮಾಸ್ಕೊ
– ಡಾ. ಅಯ್ಯಪ್ಪ ಪಣಿಕ್ಕರ್, ತಿರುವನಂತಪುರ
– ಶ್ರೀ ಶಾ. ಬಾಲುರಾವ್, ನವದೆಹಲಿ
– ಪ್ಯಾಸಿಫಿಕ್ ಮಾವೊನ ಕ್ವಾರ್ಟರ್ಲಿ, ನ್ಯೂಜಿಲೆಂಡ್

ಸಂಪುಟಗಳ ಆಂಗ್ಲ ಮೂಲಪ್ರತಿಗಳ ಬೆರಳಚ್ಚು ತಯಾರಿಕೆ ಮತ್ತಿತರ ನೆರವಿಗಾಗಿ

– ಕುಮಾರಿ ಸೀಮಂತಿನೀ ನಿರಂಜನ

ಇವರಿಗೆಲ್ಲ ನಮ್ಮ ಕೃತಜ್ಞತೆಗಳು ಸಲ್ಲುತ್ತವೆ.

ವಿಶ್ವಕಥಾಕೋಶ

೨೫ ಸಂಪುಟಗಳು

ಪ್ರಧಾನ ಸಂಪಾದಕರು : ನಿರಂಜನ

೧) **ಧರಣಿಮಂಡಲ ಮಧ್ಯದೊಳಗೆ**
22 ಕನ್ನಡ ಕಥೆಗಳು

೨) **ಆಫ್ರಿಕದ ಹಾಡು**
ಆಫ್ರಿಕ ಖಂಡದ ಕಥೆಗಳು
ಅನು : ಸಿ. ಸೀತಾರಾಮ್

೩) **ಕಾಡಿನಲ್ಲಿ ಬೆಳದಿಂಗಳು**
ವಿಯೆಟ್ನಾಮ್ ಕಥೆಗಳು
ಅನು : ಸಿ. ಪಿ. ರವಿಕುಮಾರ್

೪) **ಚೆಲುವು**
ಮಂಗೋಲಿಯ, ಚೀನ, ಜಪಾನ್, ಕೊರಿಯ ಕಥೆಗಳು
ಅನು : ಜಿ. ಎಸ್. ಸದಾಶಿವ

೫) **ಸುಭಾಷಿಣಿ**
ಭಾರತ, ನೆರೆಹೊರೆ ಕಥೆಗಳು
ಅನು : 23 ಅನುವಾದಕರು

೬) **ವಿಚಿತ್ರ ಕಕ್ಷಿದಾರ**
ಇಂಗ್ಲೆಂಡ್ ಕಥೆಗಳು
ಅನು : ಎನ್. ಎಸ್. ರಾಮಚಂದ್ರಯ್ಯ, ಎಸ್. ಆರ್. ಭಟ್

೭) **ಮಂಜುಹೂವಿನ ಮದುವಣಿಗ**
ಹಂಗೇರಿ, ರುಮಾನಿಯ ಕಥೆಗಳು
ಅನು : ಕೆ. ಎಸ್. ನಾರಾಯಣಸ್ವಾಮಿ

೮) **ಬೂದುಬಣ್ಣದ ಕಾಂಗರೂ**
ಆಸ್ಟ್ರೇಲಿಯ, ನ್ಯೂಝಿಲೆಂಡ್ ಕಥೆಗಳು
ಅನು : ಪಾ. ಸಂಜೀವ ಬೋಳಾರ

೯) **ಹೆಜ್ಜೆಗುರುತು**
ರಷ್ಯ, ನೆರೆಹೊರೆ ಕಥೆಗಳು
ಅನು : ಕೆ. ಎಸ್. ನಿಸಾರ್ ಅಹಮದ್

೧೦) **ಅರಬಿ**
ಐರ್‌ಲೆಂಡ್, ವೇಲ್ಸ್, ಸ್ಕಾಟ್‌ಲೆಂಡ್ ಕಥೆಗಳು
ಅನು : ಶಾ. ಬಾಲು ರಾವ್

೧೧) **ನೆತ್ತರು ದೆವ್ವ**
ಚೆಕೊಸ್ಲೊವಾಕಿಯ, ಪೋಲೆಂಡ್ ಕಥೆಗಳು
ಅನು : ಎಚ್. ಕೆ. ರಾಮಚಂದ್ರಮೂರ್ತಿ

೧೨) **ಬಾವಿಕಟ್ಟೆಯ ಬಳಿ**
ಯುಗೊಸ್ಲಾವಿಯ, ಆಲ್ಬೇನಿಯ,
ಬಲ್ಗೇರಿಯ ಕಥೆಗಳು
ಅನು : ಚಿ. ಶ್ರೀನಿವಾಸರಾಜು

೧೩) **ಅದೃಷ್ಟ**
ಅಮೆರಿಕ, ಕೆನಡ, ಮೆಕ್ಸಿಕೊ ಕಥೆಗಳು
ಅನು : ವೀಣಾ ಶಾಂತೇಶ್ವರ

೧೪) **ಸಜ್ಜನನ ಸಾವು**
ಐಸ್‌ಲೆಂಡ್, ಡೆನ್‌ಮಾರ್ಕ್,
ನಾರ್ವೆ, ಸ್ವೀಡನ್, ಫಿನ್‌ಲೆಂಡ್
ಕಥೆಗಳು
ಅನು : ಕ. ನಂ. ನಾಗರಾಜು

೧೫) **ಡೇಗೆ ಹಕ್ಕಿ**
ಇಟಲಿ, ಆಸ್ಟ್ರಿಯ ಕಥೆಗಳು
ಅನು : ಎಸ್. ಅನಂತನಾರಾಯಣ

೧೬) **ಅವಸಾನ**
ಗ್ರೀಸ್, ಸೈಪ್ರಸ್, ಟರ್ಕಿ ಕಥೆಗಳು
ಅನು : ಎ. ಈಶ್ವರಯ್ಯ

೧೭) **ತಾತನ ಹುಟ್ಟುಹಬ್ಬ**
ಹಾಲೆಂಡ್, ಬೆಲ್ಜಿಯಮ್,
ಸ್ವಿಟ್ಜರ್‌ಲೆಂಡ್ ಕಥೆಗಳು
ಅನು : ಸಿ. ಎಚ್. ಪ್ರಹ್ಲಾದ್‌ರಾವ್

೧೮) **ಬಾಲ ಮೇಧಾವಿ**
ಜರ್ಮನಿ ಕಥೆಗಳು
ಅನು : ಎಚ್.ಎಸ್. ರಾಘವೇಂದ್ರರಾವ್

೧೯) **ಇಬ್ಬರು ಗೆಳೆಯರು**
ಸ್ಪೇನ್, ಪೋರ್ಚುಗಲ್ ಕಥೆಗಳು
ಅನು : ಕೆ. ವಿ. ನಾರಾಯಣ

೨೦) **ಅಬಿಂದಾ - ಸಯಿದ್**
ಇಂಡೊನೇಷ್ಯ, ಫಿಲಿಪ್ಪೀನ್ಸ್,
ಮಲಯ, ಸಿಂಗಾಪುರ,
ಥಾಯ್‌ಲೆಂಡ್ ಕಥೆಗಳು
ಅನು : ಎಸ್ಸಾರ್ಕೆ

೨೧) **ನಿಗೂಢ ಸೌಧ**
ಫ್ರಾನ್ಸ್ ಕಥೆಗಳು
ಅನು : ಬಸವರಾಜ ನಾಯ್ಕರ

೨೨) **ಬೆಳಗಾಗುವ ಮುನ್ನ**
ಕ್ಯೂಬಾ, ಜಮೇಯಿಕ ಕಥೆಗಳು
ಅನು : ಶ್ರೀಕಾಂತ

೨೩) **ಮರಳುಗಾಡಿನ ಮದುವೆ**
ಪಶ್ಚಿಮ ಏಷ್ಯ ಕಥೆಗಳು
ಅನು : ವಾಸುದೇವ

೨೪) **ಕಿವುಡು ವನದೇವತೆ**
ದಕ್ಷಿಣ ಅಮೆರಿಕ ಕಥೆಗಳು
ಅನು : ಈಶ್ವರಚಂದ್ರ

೨೫) **ಸಾವಿಲ್ಲದವರು**
ಪಂಚ ಮಹಾಕಾವ್ಯಗಳಿಂದ ಆಯ್ದ
ಕಥೆಗಳು
ನಿರೂಪಣೆ : ಸಿ. ಕೆ. ನಾಗರಾಜ ರಾವ್